D1771897

கனவுத் தொழிற்சாலை

கிழக்கு பதிப்பக வெளியீடுகளாக சுஜாதாவின் புத்தகங்கள்

மீண்டும் ஜீனோ
நிறமற்ற வானவில்
நில்லுங்கள் ராஜாவே
தீண்டும் இன்பம்
ஆஸ்டின் இல்லம்
அனிதாவின் காதல்கள்
நைலான் கயிறு
24 ரூபாய் தீவு
அனிதா இளம் மனைவி
கொலை அரங்கம்
கமிஷனருக்கு கடிதம்
அப்ஸரா
பாரதி இருந்த வீடு
மெரீனா
ஆர்யபட்டா
என் இனிய இயந்திரா
காயத்ரி
ப்ரியா
தங்க முடிச்சு
எதையும் ஒருமுறை
ஊஞ்சல்
ஓரிரவில் ஒரு ரயிலில்
மீண்டும் ஒரு குற்றம்
விக்ரம்
நில், கவனி, தாக்கு!
வாய்மையே சில சமயம் வெல்லும்
ஆ..!
வசந்த காலக் குற்றங்கள்
சிவந்த கைகள்
ஒரே ஒரு துரோகம்
இன்னும் ஒரு பெண்
6961
ஜோதி
மாயா
ரோஜா
ஓடாதே
மேற்கே ஒரு குற்றம்
விபரீதக் கோட்பாடு
ஐந்தாவது அத்தியாயம்
மலை மாளிகை
விடிவதற்குள் வா
மூன்று நாள் சொர்க்கம்
பத்து செகண்ட் முத்தம்
கம்ப்யூட்டர் கிராமம்
இளமையில் கொல்
மேகத்தை துரத்தியவன்
ஒரு நடுப்பகல் மரணம்
நகரம்
இதன் பெயரும் கொலை
மண்மகன்
தப்பித்தால் தப்பில்லை
விழுந்த நட்சத்திரம்
முதல் நாடகம்
ஆட்டக்காரன்
ஜன்னல் மலர்
என்றாவது ஒரு நாள்
வைரங்கள்
மேலும் ஒரு குற்றம்
சொர்க்கத் தீவு
கனவுத் தொழிற்சாலை
ஆயிரத்தில் இருவர்
பதினாலு நாட்கள்
உள்ளம் துறந்தவன்
பிரிவோம் சந்திப்போம்
கரையெல்லாம் செண்பகப்பூ
இரண்டாவது காதல் கதை
நிர்வாண நகரம்
குருபிரசாதின் கடைசி தினம்
இருள் வரும் நேரம்
திசை கண்டேன் வான் கண்டேன்
ஆழ்வார்கள் - ஓர் எளிய அறிமுகம்
தேடாதே
விருப்பமில்லாத் திருப்பங்கள்
விரும்பிச் சொன்ன பொய்கள்
கை
ஆதலினால் காதல் செய்வீர்
நூற்றாண்டின் இறுதியில் சில சிந்தனைகள்
அப்பா, அன்புள்ள அப்பா
மிஸ். தமிழ்த்தாயே, நமஸ்காரம்!
சிறு சிறுகதைகள்
வாரம் ஒரு பாசுரம்
வானத்தில் ஒரு மௌனத்தாரகை
கடவுள் வந்திருந்தார்
அனுமதி
ஓலைப் பட்டாசு
சேகர், சிங்கமய்யங்கார் பேரன்
கம்ப்யூட்டரே ஒரு கதை சொல்லு
டாக்டர் நரேந்திரனின் வினோத வழக்கு
நிஜத்தைத் தேடி
பாதி ராஜ்யம்
சில வித்தியாசங்கள்

கனவுத் தொழிற்சாலை

சுஜாதா

கிழக்கு

கனவுத் தொழிற்சாலை
Kanavu Thozhirsalai
by Sujatha
Sujatha Rangarajan ©

Kizhakku First Edition: December 2010
344 Pages
Printed in India.

ISBN 978-81-8493-617-9
Title No. Kizhakku 597

Kizhakku Pathippagam
177/103, First Floor,
Ambal's Building, Lloyds Road,
Royapettah, Chennai 600 014.
Ph: +91-44-4200-9601

Email : support@nhm.in
Website : www.nhm.in

Cover Image : Shutterstock

Kizhakku Pathippagam is an imprint of New Horizon Media Private Limited

This book is sold subject to the condition that it shall not, by way of trade or otherwise, be lent, resold, hired out, or otherwise circulated without the publisher's prior written consent in any form of binding or cover other than that in which it is published and without a similar condition including this the rights under copyright reserved above, no part of this publication may be reproduced, stored in or introduced into a retrieval system, or transmitted in any form or by any means (electronic, mechanical, photocopying, recording or otherwise), without the prior written permission of both the copyright owner and the above-mentioned publisher of this book.

'தம்பி! சொந்தப்படம் எடுத்தாலும் எந்தப் படம் எடுத்தாலும் கைக் காசைப் போடக்கூடாது. இது சினிமாவில பால பாடம். இன்னித் தேதிக்கு அருண் சொந்தமா சினிமாஸ்கோப்பில வெளிநாட்டில போய் படம் எடுக்கறார்னு சொன்னாலே போதும். பரபரன்னு மிளகா பஜ்ஜி மாதிரி ஏரியா வித்துக் கொடுத்துடறேன். சிட்டியை மட்டும் கைல வெச்சுக்க. கவலையேபடாதீங்க. முதல்ல தந்தி பேப்பர்ல ஒரு ஏக்கரா விளம்பரம் கொடுத்துட்டு, பூஜை போட்டுட்டு ஒரு சாங் எடுத்துருங்க. அடிச்சு புடிச்சு முடிச்சுறலாம்.'

சுஜாதாவுடன் ஒரு டிஸ்கஷன்

சுஜாதாவின் 'கனவுத் தொழிற்சாலை' முழுக்க முழுக்க திரைப் பட உலகைப் பின்னணியாகக் கொண்டு பின்னப்பட்டுள்ளது. இந்தக் கதையின் முதல் அத்தியாயத்தை நடிகை லட்சுமி யிடமும் டைரக்டர் மகேந்திரனிடமும் கொடுத்துப் படிக்கச் சொன்னபின் சுஜாதாவுடன் அவர்கள் விவாதித்தனர். கதையைப் பற்றி மட்டும் அல்லாமல் பொதுவாக சினிமா உலகைப் பற்றியும் இங்கே அவர்கள் சுவையாக அலசி யிருக்கிறார்கள்.

நடிகை
லட்சுமி: உங்க கதையின் முதல் அத்தியாயத்தைப் படிச் சேன். ஆரம்பத்திலேயே, 'நன்றாகத் தெரிந்தவர் கள், தெரிந்தவர்கள், குறைவாகத் தெரிந்தவர்கள் இவர்களைப் பற்றி இல்லை இந்தக் கதை'ன்னு ஒரு எக்ஸ்கியூஸ் கேட்டிருக்கீங்களே, அதுக்கு என்ன அர்த்தம்?

சுஜாதா: தெரிஞ்சவங்களைப் பத்தி எழுதறது ரொம்பச் சுலபம். படிக்கறவங்களும் நான் யாரை வச்சி எழுதறேங்கறதைக் கண்டுபிடிச்சுடுவாங்க... என்னுடைய பர்பஸ் அதில்லே. நான் ஒரு எடர்னல் ஹீரோவைப் பத்திச் சொல்ல விரும்பறேன். உங்களுக்கே சினிமாவைப் பத்தி எவ்வளவோ தெரியும். உங்களோடு பேசும்போது அதைப் புரிஞ்சுண்டு அதையெல்லாம் நான் நாவல்லே

கொண்டுவர்றதுதான் என் எண்ணம். முதல் அத்தியாயத்திலேயே ஒரு இடத்திலே நான் எழுதி யிருக்கேன்.

லட்சுமி: *(இடைமறித்து)* சீன் நெ. 67-ன்னு வருதே...

சுஜாதா: ஆமாம்... என் கதாநாயகனுக்கு அந்த சீன் எவ்வளவு அபத்தமா இருக்குன்னு தெரியுது. அவனுக்குத் தியானம் பண்ணனும்னு ஆசை இருக்கலாம்... நல்ல புஸ்தகம் படிக்கலாம்னு தோணலாம்... கோதார்டோட ஸ்கிரிப்டைப் படிக்கணும்னு ஆசைப்படலாம். ஆனா அவன் தமிழ் சினிமால மாட்டிக்கிட்டு அவஸ்தைப் படறான். அதிலேருந்து எப்படியாவது வெளியே வரணும்னு துடிக்கிறான்.

டைரக்டர் மகேந்திரன்: இப்ப உங்க கதாநாயகன் வெறுப்படையற மாதிரி, நான் நிறையப் பேரைப் பார்த்திருக்கேன். சாதாரண சீனா இருந்தா அலுத்துக்குவாங்க. எனக்குக்கூட பர்ஸனல் டேஸ்ட் வேறமாதிரி இருக்கு. ஆனா அது மாதிரியான சாதாரண படங்கள்தான் ஆடியன்ஸுக்குத் தேவை. நான் வந்து என்னமோ வித்தியாசமா சொல்றேன்னுட்டு dry-ஆ, எனக்கே திருப்தி இல்லாம படம் எடுக்கக் கூடாது. அப்படிப் படம் எடுக்க விரும்பலை.

சுஜாதா: ஐ அக்ரீ... ஐ அக்ரீ...

லட்சுமி: நாம ஸ்டார்ஸைப் பத்தித்தான் பேசறோம்னு நினைக்கறேன். இந்த ஸ்டார்ஸ் வந்து ஸ்டானிஸ்லாவ்ஸ்கி, கோதார்டு பத்தி நினைப்பாங்கன்னு நீங்க நினைக்கிறீங்களா? ஐ டோண்ட் திங்க் ஸ்டார்ஸ் வில் திங்க் எபவ்ட் தெம்.

சுஜாதா: அப்படியா?

லட்சுமி: ஸ்டார்னு எடுத்துக்கிட்டா, அது தமிழா இருக்கட்டும், இந்தியா இருக்கட்டும்; இவங்களைப் பத்தியெல்லாம் சொன்னா 'இதெல்லாம் எந்த மார்க்கெட்ல கிடைக்கும்'னுதான் கேப்பாங்க!

சுஜாதா: நான் அதை எப்படி உபயோகப்படுத்தியிருக்கேன்னா, ‘நான் படிச்சிருக்கேன்’னு இவன் சொல்லியிருப்பான்... உண்மையிலே இவன் படிச்சிருக்க மாட்டான். ஒரு பெருமைக்குச் சொல்லுவான். எவ்வளவோ டைரக்டர்களுக்குத் தெரிஞ்சிருக்கு. அவங்க பேசறதிலேருந்து இவன் தெரிஞ்சுக்கறான்...

லட்சுமி: அப்படிப் பார்க்கப் போனா, நிறைய டைரக்டர்களுக்கே இவங்களைப் பத்தித் தெரிஞ்சிருக்காதே...

சுஜாதா: நான் கோதார்ட் ஸ்கிரிப்ட் நிறையப் படிச்சிருக்கேன்... சினிமா ஸ்கிரிப்ட் எழுதறதுக்காக இல்லே... அவன் எழுத்திலே நிறைய சர்ரியலிஸம் இருக்கும். ஒருத்தன், ‘நியூ யார்க் டைம்ஸ்’ வாங்குவான். அவன் அதைப் படிக்கப் போறான்னு நினைக்கும் போது, அதை வாங்கி ஷூக்கு பாலிஷ் போட்டுக்குவான். அவனைப் பொருத்தவரையிலும் நியூஸ் முக்கியமில்லே. இன்றைய வாழ்க்கைக்கு இதுதான் முக்கியம்னு நினைக்கிறான். அதே மாதிரி ஒரு முட்டையைத் தூக்கிப் போடறமாதிரி காட்டுவான். வெளியே போய் பேசிட்டுத் திரும்பின பிறகுதான் மறுபடியும் அந்த முட்டை தரையிலேயே விழும்...

லட்சுமி: ஆமா... அந்தப் படத்திலே கோதார்ட்டோட மனைவியே ஆக்ட் பண்ணியிருக்காங்க.

சுஜாதா: இது மாதிரி எவ்வளவோ இன்ட்ரஸ்டிங்கா இருக்கு... எனக்குத் தெரிந்து எவ்வளவோ டைரக்டர்ஸ் படிக்கறவங்க இருக்காங்க. அதைக் கேட்டுத் தெரிஞ்சுக்கிட்ட ஸ்டார்ஸூம் அதைப் படிச்சதாச் சொல்லிப் பெருமைப்பட்டுக்கறாங்க.

மகேந்திரன்: இப்ப நீங்க நினைக்கிற மாதிரி ஆர்ட்டிஸ்ட் இருக்காங்க... ஆனா அவங்க எல்லாம் ஸ்டார்ஸ் இல்லை.

சுஜாதா: ஒரு எழுத்தாளன்கிற உரிமையிலே அந்த ஆர்ட்டிஸ்ட், ஸ்டார், இரண்டு பேரையும்

இணைக்கறதுக்கு எனக்கு உரிமை உண்டுன்னு நினைக்கிறேன். அது மாதிரியான ஒரு கதாநாயகன் இப்ப இல்லாம இருக்கலாம். ஆனா பிற்காலத்திலே யாராவது ஒருத்தர் அப்படிப் பிறக்கலாம் இல்லியா?

லட்சுமி: நான் ஒண்ணு உங்களைக் கேட்கணும். உங்க கதையிலே வர்ற ஹீரோஸ் எல்லாரும் ஒரே மாதிரியா இருக்காங்களே... எல்லாரும் ஒரு இன்ட்லக்சுவல் டைப், 'வானம் எனும் வீதியிலே' ஹீரோ மாதிரி... லாயர் கணேஷ்... கட்... கட்... டயலாக்ஸ்... இந்தக் கதையோட ஹீரோவாவது ஒரு காமன் ஹீரோவா ஏன் இருக்கக் கூடாது?

சுஜாதா: நீங்க கொஞ்சம் அவசரப்படறீங்கன்னு நினைக்கிறேன். இந்த ஒரு அத்தியாயத்தை வெச்சிக்கிட்டு எந்த முடிவுக்கும் வந்துடக்கூடாது இல்லையா?

லட்சுமி: ஆமா... ஆமா... ஒரு ரீலைப் பார்த்துட்டு, படத்தை ஜட்ஜ் பண்றது எவ்வளவு தப்போ அது மாதிரிதான் இதுவும்... என் கையில முதல் அத்தியாயம்தான் கொடுத்தாங்க.

சுஜாதா: என் கையிலயும் இப்ப ஒரு அத்தியாயம்தான் இருக்கு!

லட்சுமி: ஆனா ஆரம்பத்திலேயே அவன் எப்படிப்பட்டவன்னு புரிஞ்சு போச்சே! இனிமே மாற முடியாதே... அருணும் பாஸ்கரும் இப்படித்தான் இருப்பாங்கன்னு கோடிட்டுக் காட்டியிருக்கீங்க. அதனாலதான் இந்தக் கேள்வியைக் கேட்க வேண்டியதாப் போச்சு. இவ்வளவு இண்டெலிஜெண்டா இருக்கிறவங்க இப்ப மார்க்கெட்ல சக்ஸஸ்புல்லா இருக்க முடியாது... இப்படிப் பேசிண்டு, இப்படி நடந்துண்டா அவனை யாரும் கூப்பிடமாட்டாங்க.

மகேந்திரன்: இப்ப மார்க்கெட்ல உள்ளவங்க எல்லாம் இண்டெலிஜெண்ட் இல்லேங்கிறீங்களா?

லட்சுமி: அப்படி நான் சொல்லலை... அப்படிச் சொன்னா நானும் ஒரு முட்டாள்னு ஒத்துக்க வேண்டியதா வரும்...

சுஜாதா: என் கேரக்டர்ஸ் இண்டெலிஜெண்டா இருக்காங் கன்னா ஓரளவுக்கு நான் இண்டெலிஜெண்ட்... என்ன இருந்தாலும் என்னுடைய எழுத்திலே என்னுடைய ஒரு பார்ட் இருக்கத்தானே செய்யும். நீங்களே ஒரு கதாபாத்திரத்திலே நடிக்கறப்போ, உங்களுடைய ஏதோ ஒரு சுய அம்சம் அதிலே கொஞ்சம் இருக்கத்தானே இருக்கும்...

லட்சுமி: நீங்க சொல்றது உண்மைதான். அது தவிர்க்க முடியாது!

சுஜாதா: அதே மாதிரி என்னுடைய எழுத்திலே நான் இருக்கத்தான் இருப்பேன்... நான் எழுதறதே ஒரு ஆத்ம திருப்திக்காகத்தான்... இப்ப நான் உங்களையே என் கதாநாயகியா வச்சு எழுதறேன்னு நினைச்சுக்குங்களேன். அவ படிச்சவ, இண்டெலி ஜெண்டுன்னு சொல்றதாலே எந்த ரியலிஸமும் போயிடலியே!

லட்சுமி: தாங்க்யூ! நீங்க ஒருத்தராவது என்னை இண்டெலிஜெண்டுன்னு ஒத்துக்கிட்டீங்களே!

சுஜாதா: எனக்கு ரொம்ப ஆச்சரியமா இருக்கு... நீங்க கோதார்ட் படிச்சிருக்கீங்க... அவர் படத்தைப் பார்த்து ரசிச்சிருக்கீங்க...

மகேந்திரன்: இப்ப நீங்களே உங்க கேள்விக்குப் பதில் சொல்லிட்டீங்க. ஸ்டாரா இருந்தும் இதெல்லாம் உங்களுக்குத் தெரிஞ்சிருக்கே!

லட்சுமி: நோ... நோ... நான் ஸ்டார்ங்கிற முறையிலேயே இந்தக் கேள்வியைக் கேட்கலே. சாதாரண ஒரு வாசகர் என்ற முறையில்தான் கேட்டேன்.

மகேந்திரன்: இப்போ நீங்க எழுதப் போற இந்தக் கதையிலே உங்க ஹீரோவோட கேரக்டர் எப்படி? இல்லே

இப்படிக் கேட்கறேன். ஜெனரலா தமிழ் சினிமா ஸ்டார்ஸைப் பத்தி நீங்க என்ன நினைக்கறீங்க?

சுஜாதா: நான் நினைக்கிறேன்...'A guy with the swimming pool and the worried look'னு பாப் ஹோப் எழுதின கொட்டேஷனைத்தான் சொல்லணும். அதாவது ஆடம்பரமான வாழ்க்கை; மனக்கவலை.

மகேந்திரன்: இது ஸ்டார்ஸுக்கு மட்டுமில்லை...

சுஜாதா: ஆமா... எல்லாருக்குமே இருக்கு. டைரக்டருக்கு ஏன்... ரொம்பக் கவலைப்படறவர் அந்த புரொடக்ஷன் மேனேஜர்தான். அவருக்கு பிரஷர் ஜாஸ்தி... இவருக்குத்தான் முதல்லே அல்ஸர் வரும்!

லட்சுமி: அவருக்கு மட்டுமில்லே... அது எல்லாருக்குமே இருக்கு...

சுஜாதா: சினிமா ஹீரோவுக்கு முக்கியமா ஒரு பிரைவஸி இல்லை. இது ஒரு பெரிய இழப்புன்னு நான் நினைக்கிறேன். இப்ப உங்களையே எடுத்துக்குங்க. எல்லாரையும் போல தனியாப் போயி உங்களால கடைத் தெருவுலே நின்னு ஏதாவது வாங்க முடியுமா?

லட்சுமி: அது அவன் தன்னுடைய செல்வாக்கும் புகழுக்கும் கொடுக்கற விலைன்னு தெரியலையா உங்களுக்கு? யூ காண்ட் ஹேவ் த கேக் அண்ட் ஈட் இட் டு! அவங்க இந்த சினிமா பீல்டுல நுழையும்போதே தெரிஞ்சு, கேட்டு வாங்கிக்கிட்டதுதானே? அது எப்படி இழப்பாகும்?

சுஜாதா: நீங்க சொல்றது சரிதான்... எனக்குக்கூட ஒரு சின்ன அனுபவம் ஏற்பட்டது... நான் சில பேருக்கு விளையாட்டா ஆட்டோகிராப் போட்டுக் கொடுத்தேன். முதல்லே பத்து நூறாச்சு... நூறு ஆயிரமாச்சு... பெரிய கூட்டம் சேர்ந்து போச்சு... எல்லாரும் ஒழுங்காத்தான் நடந்துக்கிட்டாங்க. ஆனா அங்கே கலெக்டிவ் வயலென்ஸ் இருந்தது.

அவனவன் மேலே கையை வைக்கப் பார்த்தான். ஒரு முடி வேணும்னான். கொஞ்சம் ஏமாந்தா மொட்டையே அடிச்சிருப்பாங்க! சினிமாக் கதாநாயகர்களைவிட பாப்புலாரிட்டி விஷயத் திலே ரொம்பக் கம்மியா இருக்கிற எனக்கே இப்படி இருக்குன்னா, ஸ்டார்ஸை நினைச்சுப் பார்த்தா ரொம்ப ரொம்ப வியப்பா இருக்கு... எல்லாரையும் போல நாமும் இருக்க முடியல் லேங்கிற ஒரு ஏக்கம் அவங்களுக்கு வந்துடும்னு நினைக்கிறேன்.

மகேந்திரன்: இப்ப இன்னொரு இது ஆரம்பிச்சிருக்கு. அதாவது ஸ்டார் பின்னாடி கூட்டம் வருது... ஸ்டாரைப் பார்க்கறது, போறது, வர்றது... டைரக்டர்கள் கிட்டே இது உள்ளூர ஒர்க் பண்ணிக்கிட்டே இருக்கு... நாமதான் இவனை ஸ்டாராக்கி னோம்... நம்ம ஸ்கிரிப்ட் இல்லாம இருந்திருந்தா அவனைத் தூக்கிப் போட்டிருப்பாங்க இண்டஸ் டிரியிலே... ஆனா நம்ப வெறுமனே போய்க் கிட்டு இருக்கோம்... அவனைச் சுத்தித்தான் கூட்டம் இருக்கு. இப்படி ஒரு பீலிங் வருமா இல்லியா? அதனாலே நாங்க புதுமாதிரியான படம் எடுக்கறோம்னு போர்வையில் புது ஸ்டார்ஸ் போட்டுக்கிட்டிருக்கோம்.

லட்சுமி: எக்ஸ்கியூஸ் மீ... இவர் கதை எழுத, நீங்க நிறைய விஷயம் சொல்லிக்கிட்டு இருக்கீங்க. கேள்வி கேட்கறதுக்குப் பதிலா, யூ ஆர் கிவிங் மோர் ஸ்டஃப் டு ஹிம்!

சுஜாதா: எனக்கு இதுதான் தேவை. ஐ அம் வெரி ஹேப்பி! இப்போ பேசற டயலாக் எல்லாத்தையுமே நான் நிறைய யூஸ் பண்ணப் போறேன்.

மகேந்திரன்: ஸ்டார்ஸைச் சுத்தி ஒரு நாலு பேர் நின்னுகிட்டு 'அண்ணே, நீங்க இந்தப் படத்திலே கொன்னுட் டீங்க அண்ணே! இந்தப் படத்தோட அந்த ஸ்டார் அவுட்டு'னு சொல்வாங்க. இவனுக்கு நல்லாத் தெரியும், இது வெறும் பேச்சுன்னு. இதைத் தாங்கி

சகிச்சுக்கிட்டிருக்கான் பாருங்க, அதான் உண்மை யிலேயே கஷ்டம்! அதோடகூட, ஒருநாள் அவனோட க்ளோரி முடியப் போகுதுன்னு அவனுக்குத் தெரியும். இதெல்லாம் அவனோட முக்கியமான கவலை...

சுஜாதா: ஆமா... ரொம்பச் சரி. இந்த 'பீட்டில்ஸ்'னு பாடகர்கள் இருக்காங்களே, ஒரு சமயம் அவங் களோட வருமானம் பிரிட்டனோட மொத்த ராணுவ பட்ஜெட்டுக்கு மேலே இருந்தது. அப்ப அவங்களைப் பார்த்து, 'இப்ப நீங்க என்ன நினைக்கறீங்க?'ன்னு கேட்டபோது, 'வீ ஆர் பிரிபேரிங் ஃபார் த ஃபால்'னு அவங்க சொன் னாங்க. அப்படி அந்த வீழ்ச்சியைத் தாங்கறதே பெரிய விஷயம். அதே மாதிரி என் கதாநாயகன் அருண் போய் ஆறுமுகம் வந்திருப்பான். அவன் பின்னாடி இந்தக் கூட்டம் சுத்திக்கிட்டிருக்கும். சில பேரால இந்த வீழ்ச்சியைச் சுலபமா ஒத்துக்க முடியாது. ரிடையர் ஆனவர்களுக்கெல்லாம் மறு நாள், 'என்ன இது, நாம இல்லாமலேயே அந்த ஆபீஸ் நடக்குதே'ன்னு ஆச்சரியமா இருக்கும். சில பேருக்கு ஹார்ட் அட்டாக்கே வந்துடுது. இதோ, இப்ப நான் நிறைய எழுதிக்கிட்டிருக் கேன். இன்னும் மூணு வருஷம் கழிச்சு, ஐ மே நாட் பி வாண்டட்! வேற ஒருத்தன் வந்து என் இடத்தை நிரப்பிடுவான்... நான் அதுக்கு இப்பவே என்னைத் தயார் பண்ணிக்கலேன்னா, அந்தச் சமயத்திலே ரொம்பக் கஷ்டப்படுவேன்...

லட்சுமி: பிலிம் ஹீரோவை சப்ஜெக்டா வச்சிக்கிட்டு நாவல் எழுதலாம்னு உங்களுக்கு எப்படி இன்ஸ்பிரேஷன் வந்தது?

சுஜாதா: இப்ப நிறைய சினிமாக்காரங்களோட பழகற சந்தர்ப்பம் கிடைச்சுது. அதனாலே எனக்கு இதை எழுதணும்னு ஆர்வம் வந்தது... ஒரு தடவை ஒரு ஹீரோவோட கார்லே போய்க்கிட்டிருந்தேன். எங்கே வண்டியை நிறுத்தினாலும் வண்டியைச் சூழ்ந்துக்கிறாங்க... கண்ணாடிக்கு வெளியே

முகங்கள்... இந்த முகங்கள்ளே ஏதாவது ஒரு முகத்தை ஞாபகம் வச்சுக்க முடியறதா? அதையே நான் ஒரு அத்தியாயத்திலே எழுதியிருக்கேன். 'துரை... துரை... ஒரு பாட்டுப் பாடேன் என்றது மீசை... அருண்... இதில் ஒரு கையெழுத்துன்னு ஒரு பத்து ரூபா நோட்டு... அருண்... அருண்... கண்ணா நல்லா நடிக்கிறடா நீ...ன்னு ஒரு கை அவன் கன்னத்தைத் தடவிக் கொடுத்துக் கிள்ளியது.' இதெல்லாம்தான் என்னை ரொம்ப ஃபேஸினேட் பண்ணுது.

லட்சுமி: உங்க கதைகள்லே எவ்வளவு சினிமாவா வந்திருக்கு?

சுஜாதா: காயத்ரி வந்திருக்கு... ப்ரியா, நினைத்தாலே இனிக்கும்.

லட்சுமி: ஆர் யூ ஹேப்பி வித் ஆல் த ஃபில்ம்ஸ்?

சுஜாதா: நோ... நாட் அட் ஆல்! அதனாலதான் இந்தக் கதையை எழுத ஆரம்பிச்சேன்.

லட்சுமி: அவங்க எடுத்திருக்காங்கன்னு நினைக்கிறீங்களா. கெடுத்திருக்காங்கன்னு நினைக்கிறீங்களா?

சுஜாதா: ரொம்பக் கெடுக்கறாங்க.

லட்சுமி: ஓரிஜினல் நாவல்களைப் படமா எடுத்ததிலே நானும் நடிச்சிருக்கேன். அது ஒண்ணு ரெண்டு நன்னாவும் ஓடியிருக்கு. 'காவல் தெய்வம்' படத்திலே நான் நடிக்கும்போது எனக்கு அவ்வளவு இன்வால்வ்மெண்ட் கிடையாது. சினிமா உலகைப் பத்தி ஒண்ணும் தெரியாது. ஷூட்டிங் போனா அவங்க கொடுக்கற சாக் லெட்லேதான் எனக்கு இன்ட்ரஸ்ட் அதிகமா இருந்தது. சினிமாவைப் பற்றித் தெரிந்த பிறகு எனக்கும் அதிலே ஒரு முழு ஈடுபாடு வந்தது... 'சில நேரங்களில்' நடிக்கும்போது ஜெயகாந்த னுக்கும் எனக்கும் ஆர்குமெண்ட்ஸ் வந்திருக்கு... ஆனா அந்தக் கதையைப் பொருத்தவரை அந்த

கேரக்டர் இப்படித்தான் பண்ணணும், இப்படித் தான் போகணும்னு ஜெயகாந்தன் பிடிவாதமா இருந்தார். அதனாலேதான் கடைசியிலே அவருக்கு ஒரு திருப்தி இருந்தது. நீங்க ஏன் அப்படி பிடிவாதமா இருந்து உங்க எண்ணத்தை நிலை நாட்டியிருக்கக் கூடாது?

சுஜாதா: நான் படத் தயாரிப்பிலே எந்தப் பங்கும் எடுத்துக் கலையே! எனக்கு ஸ்கிரிப்டையும் காட்டலே. ட்ரீட்மெண்டைப் பத்தியும் சொல்லலே...

மகேந்திரன்: உங்க கதையோட ட்ரீட்மெண்டைக் காட்ட ணும்னு டிமாண்ட் பண்றீங்களோ?

சுஜாதா: இப்பத்தான் கத்துக்கிட்டிருக்கேன்... ட்ரீட் மெண்டைக் காட்டுங்கன்னு இனிமேதான் கேட்கப்போறேன். அதுமட்டும் இல்லே, எழுத்திலே வர்றதைப் படிக்கறதைவிட சினிமா பார்க்கறவங்க ஏராளம். பஞ்சு அருணாசலமே சொன்னார்: 'நீங்க ப்ரியாவுக்கு ட்ரீட்மெண்ட் எழுதியிருந்தா ஒரு வாரத்துலே படம் படுத்திருக்கும்.'

மகேந்திரன்: அதுக்கு நீங்க என்ன சொன்னீங்க?

சுஜாதா: நான் ஓரளவுக்கு ஒத்துப்போகக்கூடிய நிலையில் தான் இருந்தேன்... பாதியிலே ஹீரோயின் காணாமப் போயிடுவா என் கதையிலே. ஹீரோயின் இல்லாம என்ன படம்? நான் ஸ்காட் லேண்டு யார்டையும் கம்ப்யூட்டரையும் காட்டிக் கிட்டிருந்தா என்ன படம் அது? தயாரிப்பாளர்கள் ஏதோ ஒரு அளவு வச்சிக்கிட்டிருக்காங்க... செங்கல்பட்டுக்குப் பக்கத்திலே நகரமும் இல்லாம கிராமமும் இல்லாத ஒரு இடம். அதுலே மூணாவது ஷோ ஃபுல் ஆச்சுன்னா 25 நாள் போகும் கிறாங்க. நாலாவது ஷோ ஃபுல் ஆச்சுன்னா 50 நாள் ஓடும்னு சொல்றாங்க! அவங்களுக்கு அவங்க ஆடியன்ஸை நல்லாத் தெரிஞ்சிருக்கு. அவங்க கிட்டே எனக்கு அதுதான் ரொம்பப் பிடிச்சிருக்கு.

நம்ம கதையைக் கொடுத்துப் படம் எடுக்கணும்னு கட்டாயம் ஒண்ணும் இல்லியே? பிடிக்கலேன்னா நாம் வெளியே வந்துட வேண்டியதுதானே? அதனாலேதான் 'ப்ரியா' வெளியான பிறகு பழி தீர்த்துக்கறமாதிரி நான் ஒரு சில நாவல்கள் எழுதினேன். அதுலே ஒண்ணைக்கூட படமாக்க முடியாது.

லட்சுமி: அப்படிச் சொல்ல முடியாது. அதையும் படம் எடுக்க நிறையப் பேர் வருவாங்களே, கொடுத்துப் பாருங்களேன்.

சுஜாதா: கொடுத்தேன்னா டைட்டிலை மட்டும்தான் வச்சுக்குவாங்க. கொஞ்சம்தான் சார் மாத்தியிருக்கோம்னு சொல்லி பாரா பாராவா மாத்திக்கிட்டு போவாங்க. எனக்கு உண்மையிலேயே அப்படி நடந்தது. ஆனந்த விகடன்லே 'ஜன்னல் மலர்'னு கதை எழுதினேன். அதுலே முக்கியமா ஒருத்தன் ஏமாத்தி கல்யாணம் பண்ணிக்கிறான். அவன் ஜெயிலுக்குப் போயிடறான். அவன் இல்லாத போது மனைவி பாவத்திலே வாழறா. இந்தக் கதையை எடுக்கறவங்க சொல்றாங்க: 'நீங்க எழுதியிருக்கறதை அப்படியே எடுத்திருக்கோம் சார். எங்களுக்கு திரைக்கதை எழுதற சிரமமமே இல்லாமப் போச்சு. சினிமாவுக்கு எப்படி வேணுமோ அப்படியே எழுதியிருக்கீங்க. அதை பிரேம் பை பிரேம் அப்படியே வச்சிருக்கோம். ஆனா வந்து பாருங்க, ஒரே ஒரு இது... ஹீரோ ஜெயிலுக்குப் போயிருக்கும்போது ஹீரோயின் ஒரு மாதிரியா இருந்தாங்கறது அவ்வளவா சரிப்பட்டு வராது. பொம்பளைங்களுக்குப் பிடிக்காது. லேடி ஆடியன்ஸ் நிறையப் பேர் இருக்காங்க பாருங்க. அதனாலே ஹீரோயின் குழந்தையை வளர்க்கறதுக்கு ரொம்பக் கஷ்டப்படற மாதிரி கொஞ்சம் மாத்திட்டோம். அதே மாதிரி கடைசிலே ஹீரோ திரும்பி ஜெயிலுக்குப் போறதா எழுதியிருக்கீங்க. அது வந்து... ஹீரோ ஜெயிலுக்குப் போகக்கூடாதுங்க. அதனால வில்லன்

ஜெயிலுக்குப் போறதா மாத்திட்டோம். அவ்வளவுதான், இரண்டே மாத்தம்தான். மத்தபடி அப்படியே எடுத்திருக்கோம்.' என்ன படம் எடுக்கிறாங்க இவங்கன்னே தெரியலே. டைட்டிலையும் மாத்திட்டாங்க. 'ஜன்னல் மலர்'ங் கிறதை 'யாருக்கு யார் காவல்'னு மாத்தினாங்க. இதுக்கு என் கதை எதுக்கு?

லட்சுமி: இந்த 'ஜன்னல் மலர்' சப்ஜெக்ட் முதல்லே என்கிட்டதான் வந்தது. நீங்க அதை இப்படியே எடுப்பீங்களான்னு கேட்டேன். அவங்க மெயின் கதையை மாத்தப் போறாங்கன்னு தெரிஞ்சபிறகு வேண்டாம்னு போயிட்டேன். நீங்க ஏன் இது மாதிரி மாத்தறதை எதிர்க்கக் கூடாது?

சுஜாதா: எதையுமே மாத்தலேன்னுதான் சொல்றாங்க.

லட்சுமி: மாறியிருக்கே!

சுஜாதா: அது சரி, அப்ப சொல்லமாட்டேங்கறாங்களே. கடைசியிலே சென்சார் சர்டிபிகேட் போட்டுக் கழுவுறபோது சொல்றாங்க. அந்தச் சமயத்தில வந்து 'கொஞ்சம்தான் சார் மாத்தியிருக்கோம்'னு சொல்றாங்க...

மகேந்திரன்: நீங்க இதுக்கெல்லாம் கான்ட்ராக்ட் போட மாட்டீங்களா?

சுஜாதா: நான், பை புரொஃபஷன் ரைட்டர் இல்லே. ஒரு ஹாபியா ஆரம்பிச்சேன். அது இப்போ பத்திக் கிச்சு... வாராவாரம் தொடர் கதை எழுதிக் கொடுக்கறதே எனக்குக் கஷ்டமா இருக்கு... கரையெல்லாம் செண்பகப்பூவுக்கு நானே ஸ்கிரிப்ட் எழுதணும்னு ஆசைப்பட்டேன்... பிறகு என்னால சக்ஸஸ்புல்லா திரைக்கதை எழுத முடியுமான்னு சந்தேகம் வந்தது. திரைக்கதை யிலே, எழுதறதைவிட விஷுவலா இமாஜின் பண்ணணும். அது மட்டுமில்லே, படத்தை நம்பி எவ்வளவோ பேர் லட்சக்கணக்காப் பணத்தைப் போடறாங்க. எவ்வளவு பொறுப்பு இருக்கு?

எனக்கு டயமும் இல்லை. என்னாலே முடியும்னு நம்பிக்கையும் இல்லே...

மகேந்திரன்: ஒரு நாவலை சினிமாவாக்கும்போது, அதை அப்படியே ஃபாலோ பண்ணணும்னு அவசியம் இல்லே... எதுக்காக இந்த நாவலைத் தேர்ந்தெடுத்தோம்னு மட்டும் ஞாபகம் வச்சுக்கணும். என்ன கேரக்டர்ஸ், இதுலே என்ன பிடிச்சிருக்கு... இதையெல்லாம் மனசுலே வெச்சுக்கிட்டு கதையை மெருகூட்டி மேலே கொண்டுபோறதுக்குத்தான் முயற்சி பண்ணணுமே தவிர, அதைக் கெடுக்கக் கூடாது.

சுஜாதா: நான் மாஞ்சு மாஞ்சு எழுதறதை ஒரு நல்ல டைரக்டர் ஒரு ஷாட்லே காண்பிச்சுட முடியும். அவருக்கு அந்த லிபர்டி இருக்குங்கறதை ஒத்துக்கறேன்...

லட்சுமி: திரைக்கதையைப் பத்தி இவ்வளவு புரிஞ்சிக்கிட்டிருக்கறபோது, நீங்களே திரைக்கதை எழுதலாமே?

சுஜாதா: இதுக்கு நான் ரொம்பப் படிக்கணும்.

லட்சுமி: நீங்க சினிமா ஃபீல்டுலே நிறையப் பேரோட பழக்கியிருக்கேன்னு சொல்றீங்க. அதுலே நீங்க கேள்விப்பட்ட முக்கியமான நிகழ்ச்சிகள் இந்த 'கனவுத் தொழிற்சாலை' கதையிலே இடம் பெறப் போறதா?

சுஜாதா: அதுமாதிரி நிறைய நிகழ்ச்சிகள் வரப்போறது... ஆனா யார் ஒருத்தருடைய நிகழ்ச்சிகளையுமே கொண்டுபோகாம பல பேர் கிட்டேயிருந்து கேள்விப்பட்டதை எல்லாம் சேர்த்து, இதுவரை யாரும் எழுதாத சென்சாரைப் பத்தியும் எழுதப் போறேன். அவங்க பாட்டுக்கு ஏதோ ஒரு லைனைக் கட் பண்ணிடுன்னு சொல்லிட்டுப் போயிடுவாங்க. அதனாலே அந்தப் படம் எடுத்தவருக்கு எவ்வளவு பெரிய கஷ்டம்னு யாருக்கும் தெரியாது.

லட்சுமி: சென்சார் இருக்கணும்கிறீங்களா வேண்டாங்கறிங் களா?

மகேந்திரன்: இருக்கணும். ஆனா அதிலே யார் இருக்காங்கங் கறதுதான் முக்கியம். இப்ப சமீபத்திலே என்னோட உதிரிப்பூக்கள் படத்தை சென்சார்லே பார்த்தாங்க. அது ஒரு நீட் பிக்சர். இருந்தாலும், அதுக்கு 'ஏ' சர்டிபிகேட் கொடுத்திருக்காங்க. 'என்ன காரணம்'னு கேட்டேன். 'இதிலே வர்ற விஜயன் கேரக்டர் ரொம்ப சாடிஸ்டிட்டா இருக் கான். குழந்தைங்க பார்த்தாக் கெட்டுப் போயிடு வாங்க'ன்னு சொன்னாங்க. 'அந்தக் கெட்டவன் தான் கடைசியிலே பனிஷ் ஆயிடறானே... இப்படிப்பட்டவனா இருக்கக்கூடாதுன்னு இந்தக் கேரக்டர் மூலமா ஒரு பாடம் குழந்தைகளுக்கு கிடைக்குமே'ன்னு நான் சொன்னேன்... 'இல்லே... இல்லே'ங்கிறாங்க. 'நாளைக்கு நான் ராமாயணம் எடுப்பேன்... ராவணன் மத்தவன் பெண்டாட்டியைக் கடத்திக்கிட்டுப் போறானே... அதுக்கு 'ஏ' சர்டிபிகேட் கொடுப்பீங்களா?'ன்னு கேட்டேன்.'அது வந்து, சென்சார்... ஸாடிஸ்ட்...' அப்படின்னு மழுப்பறாங்க... இவங்களோட நான் என்ன பண்ண முடியும்?

சுஜாதா: இப்ப நான் வெளிநாடு போயிருந்தபோது ப்ளூ ஃபில்ம்ஸ் பார்த்தேன். அங்கே சென்சாரே கிடையாது. ஆனா அது மாதிரி படத்துக்குக் கூட்டம் என்னன்னு கேட்கறீங்களா? பத்து பேர் சிகரெட் பிடிச்சிக்கிட்டு படத்தைக்கூடச் சரியா பார்க்கலை... கூட்டம் எல்லாம் வால்ட் டிஸ்னி படத்துக்குத்தான். இங்கே சென்சார்கிட்டே தப்பிச்சுக்கிட்டு வர்றதுதான் ரொம்ப வல்கரா இருக்கு... சில வசனங்களும், சில பாடல்களும்...

லட்சுமி: அப்ப இந்தியாவிலே சென்சார் வேண்டாம்னு நினைக்கிறீங்களா?

சுஜாதா: இந்த மாதிரியான சென்சார்ஷிப் வேண்டாம்னு தான் நினைக்கறேன்...

லட்சுமி: மேல்நாட்டு ரகசித் தன்மைக்கும் நமக்கும் நிறைய வித்தியாசம் இருக்கு. இங்கே சென்சார்ஷிப் கட்டாயம் வேணும்னுதான் நெனைக்கறேன்.

மகேந்திரன்: நான் சுஜாதா சொல்றதுதான் கரெக்ட்னு நினைக்கிறேன்.

லட்சுமி: நீங்க சென்சார்ல கஷ்டப்பட்டதால அப்படி சொல்றீங்க...

மகேந்திரன்: நான் மாத்திரமில்லே. இனிமே எல்லாருமே கஷ்டப்படப் போறோம்...

சுஜாதா: என் கதையிலே ஒருத்தன் நிச்சயம் கஷ்டப்படப் போறான் சென்சார்கிட்டே! அவன் தலைமயிரைப் பிச்சுக்கிட்டு ஓடப் போறான்.

மகேந்திரன்: அது மாதிரி நல்லா எழுதுங்க சார்...

சுஜாதா: சட்டத்தினாலே ஒழுக்க நெறிமுறைகளையெல்லாம் கொண்டுவர முடியாது... மது விலக்கையே பாருங்களேன் - இப்ப நம்ம தமிழ்ப் படங்கள்லே வர்ற சில காதல் காட்சிகள் ந்யூட் ஃபில்ம்களைவிட எக்ஸைட்மெண்ட் கொடுக்கிறது...

லட்சுமி: நீங்க சொல்றது சரிதான். போன வருஷம் நடந்த ஃபில்ம் அப்ரிஸியேஷன் கோர்ஸ்ல ஒருத்தர் எழுந்து சென்சார் அதிகாரியைக் கேட்டார், முத்தக் காட்சிகளை ஏன் அனுமதிக்கக்கூடாதுன்னு. அதிகாரி அதுக்கு பதில் சொன்னார். ‘பொண்டாட்டி ஊருக்குப் போறான்னா வெளிநாட்டுல ரயில்வே ஸ்டேஷன்லயே அவன் அவளை கிஸ் பண்றான். இங்கே அது மாதிரி உண்டா? அதனால இங்கே அதை காட்ட முடியாது’ன்னு. அதுக்கு அவர் உடனே மடக்கினார்... ‘பப்ளிக் பார்க்கிலே ஓடி ஆடி டூயட் பாடறது மட்டும் இந்தியாவிலே நடக்கிறதா? அதை காட்டலியா?’ன்னு. இப்படிப் பட்ட விவாதத்துக்கு முடிவே கிடையாது. சென்சார் அதிகாரி சொல்றதும் நியாயமாப்

படறது. இப்போது மகேந்திரன் சொல்றதும் நியாயமா படறது.

சுஜாதா: சென்சாரே வேண்டாம்னே சொல்லலே. ஓரளவுக்கு நியாயமா இருக்கணும்னு சொல்றேன். எழுத்திலேயே பாருங்க. ‘பாலம்’னு ஒரு கதை எழுதினேன். ஓரளவுக்கு அதில் கொலையையே நியாயப்படுத்தினேன். அதை படிச்சுட்டு ஒருத்தர் 14 பக்கத்துக்கு மேலே எனக்கு ஒரு கடுதாசி எழுதிட்டு, ‘இப்ப உன்னையே எனக்குக் கொல்லணும் போலிருக்கு… வரட்டுமா’ன்னு கேட்டிருந்தார். அதைப் பார்த்திட்டு, ‘நாம எழுதியதை எவ்வளவு பேர் படிக்கிறாங்க. அது எவ்வளவு பேரை பாதிக்கிறது’ன்னு புரிஞ்சுக் கிட்டேன். நாமே நமக்கு ஒரு கட்டுப்பாட்டை ஏற்படுத்திக்கவேண்டியிருக்கு… அதே மாதிரி சினிமா எடுக்கறவங்களும் கட்டுப்பாட்டோட எடுக்கணும்.

லட்சுமி: நான் அதைத்தான் சொல்ல வரேன். நமக்கு அந்தக் கட்டுப்பாடு கிடையாது.. நமக்கு யாராவது ஒருத்தர் ‘செய்யாதே… செய்யாதே’ன்னு சொல் லிண்டே இருக்கணும்.

மகேந்திரன்: நானும் இப்ப சென்சாரை டோட்டலா வேண் டாம்னு சொல்லலே. விஷயம் தெரிஞ்சவங்க, இந்த மீடியத்தைப் புரிஞ்சவங்க பார்க்கணும்… சினிமாவைப் பத்தி ஒண்ணுமே தெரியாத யாரோ வந்து கலெக்டர் ஆபீஸ் ஜாப் மாதிரி உட்கார்ந் துட்டுப் போனா எப்படி சார்?

லட்சுமி: சினிமாவை கம்ப்ளீட்டா தெரிஞ்சவங்க உட் கார்ந்தா எல்லாத்தையுமே அனுமதிச்சுடுவாங் களே! வெளி ஆள் இருந்தாத்தானே, எது வேணும், எது வேண்டாம்… எந்தக் காட்சி தங்களைப் பாதிக்கறதுன்னு சொல்ல முடியும்?

சுஜாதா: அவங்க அல்லோ பண்ற சீனும் நல்லா இல்லேன்னுதான் நான் சொல்ல வரேன்…

இரண்டு பேர் மூக்கை முகர்ந்து பார்க்கிறாங்க... அதுக்கப்பறம் கேமரா நேரே இரண்டு பூ கிட்டப் போயிடும்... இப்ப இங்கதான் இமாஜினேஷன் அதிகமாப் போயிடுது. இது முத்தக் காட்சியைவிட மோசமா இருக்கு. நமக்கு சென்சார்ஷிப், வயலன்ஸுக்காகத்தான் வேணும். இப்ப சார்லஸ் பிரான்ஸன் பிக்சர்லே மிதி மிதின்னு மிதிப்பான். எலும்பு நொறுங்கற சத்தம் கேட்கும்... இதெல்லாம் நம்பளாலே தாங்கிக்க முடியாது.

மகேந்திரன்: முதல் அத்தியாத்துலே நீங்க அருண் உயரத்துக்குச் சொல்லியிருக்கிற உதாரணம் அழகா இருந்தது.

லட்சுமி: சீச்சீ... அப்ப அதெல்லாம் நீங்க ஒத்துக்கறீங்க. அருணோட உயரம் அவர் நெஞ்சிலே சாயற ஹீரோயினோட தலை வகிடும். மார்பு உள்ளாடைகளும் பார்க்கற அளவுக்கு... மிஸ்டர் மகேந்திரன், நீங்க ரொம்ப பார்ஷியல்! எழுத்திலே வரும்போது ரசிக்கலாம்... சினிமாவுக்கு வரும்போது ஆபாசங்கறீங்க... நீங்க சுஜாதாவைத்தான் சப்போர்ட் பண்றிங்க... சுஜாதாவோ, வேணுகோபாலனோ, சிவசங்கரியோ எழுதினா ரைட்டுனு சொல்லிடுவீங்க. வாலியோ, கண்ணதாசனோ எழுதினா ஆபாசம்னு சொல்லிடறதா?

சுஜாதா: ரைட்டிங் இஸ் அன் எவோகேடிவ் மீடியம். இங்கே ஒரு மனிதனை டிஸ்க்ரைப் செய்யவேண்டியது அவசியம். நான் கொஞ்சம் சொல்லிவிட்டுப் போறேன். மற்றதைப் படிக்கறவங்க இமாஜினேஷனுக்கு விட்டுடறேன்!

லட்சுமி: மூக்கை மூக்கை இடிச்சுட்டு அப்புறம் பூவைக் காட்டி இமாஜினேஷனுக்கு விட்டா அபாயம்னு சொல்றீங்க. அதே மாதிரி நீங்க பாதி சொல்லி மீதியை இமாஜினேஷனுக்கு விடறது மட்டும் ஆபத்து இல்லையா?

விகடன் ஆசிரியர்: இந்தக் கேள்விக்கு ஒரு சின்ன பதில் இருக்கு. ஒரு எழுத்தாளன் எழுதப் படிக்கத் தெரிஞ்சவங்களுக்கு

மட்டும்தான் எழுதுறான். அவங்களோட ஐடியாக் கள் கன்னாபின்னான்னு போறதில்லே. ஆனால் கண்ணாலே பார்த்து. காதாலே கேட்டுப் புரிந்துக் கொள்ளக்கூடிய சினிமாவை எல்லோரும் ரசிக் கிறாங்க. அங்கே கொஞ்சம் எச்சரிக்கையோடு எதையும் சொல்லவேண்டியிருக்கு!

மகேந்திரன்: நீங்க இன்னொன்றைப் பத்தியும் முக்கியமா எழுதணும். அதாவது இந்த ஜூனியர் ஆர்ட்டிஸ்டு களைப் பத்தி! அவங்களை எப்படித் தெரியுமா ட்ரீட் பண்ணுவாங்க? ஆடு மாடு மாதிரி சார்! 'ஏ... வா... போ...'ன்னு.

லட்சுமி: ஏன் ஜூனியர் ஆர்ட்டிஸ்டுக்குப் போறிங்க... புது முகமா இருந்தாலே போதும். பாவம் அந்தப் பொண்ணு நின்னுண்டே இருக்கும். காலை லேருந்து சாயங்காலம்வரைக்கும் மேக்கப் போட்டு... திஸ் இஸ் தேர் ஃப்ரம் ஏ டு இஸட், மகேந்திரன்... இதுலே பத்து வருஷம் ஆன ஹீரோ ஒருத்தர் வந்தா, உடனே எல்லோரும் ரெடியா எழுந்து நிக்கணும். எழுந்திருக்கலேன்னா 'அண்ணன் வரார் எழுந்துக்கோ'ன்னு சொல்லு வாங்க. 'கெட் லாஸ்ட்! அண்ணனாவது தம்பி யாவது!'ன்னு சொல்ல எத்தனை பேருக்குத் தைரியம் இருக்கு?

மகேந்திரன்: புது முகங்களைப் பத்தி அப்படிச் சொல்லாதீங்க... இரண்டு சீன் ஆக்ட் பண்ணியாச்சு... ஒரு ஷெட்யூல் முடிஞ்சி போச்சுன்னா போறும். நெக்ஸ்ட் ஷி வில் கம் விக் ஏ சேர்...

லட்சுமி: அது ஏன் தெரியுமா? அவளுக்கு யாரும் சேர் போடறதில்லே...

மகேந்திரன்: அதனாலதான் நான் புதுமுகங்களைப் போட்டு படம் எடுக்கறச்சே சொல்றேன், 'அடுத்த படத்துலே உனக்கு ரோல் கிடையாது... ஏன்னா நீ நாற்காலியோட வருவே'ன்னு.

லட்சுமி: இன் வாட் வே இட் டிஸ்டர்ப்ஸ் யூ? நானும் ஒரு டைரக்டர்தான். என் கதாநாயகியும் செட்லே சேர்

போட்டுக்கிட்டு உட்கார்றார். என் கேமராமேன் கேட்கறார், 'நீங்க ஆர்ட்டிஸ்ட், ஏன் நிக்கறிங்க'ன்னு. நான் சொன்னேன், 'நான் கேமராவுக்குப் பின் பக்கம் நிக்கறவ. நான் ஒரு ஆர்ட்டிஸ்ட் இல்லே, டைரக்டர்.'

சுஜாதா: ஆமா, இந்த சேர் போடறது ஸ்டார்ஸுக்கும் உண்டா?

லட்சுமி: அவங்களுக்கு இதைவிட கெடுபிடி அதிகம். சேர் போடறதுக்கு ஒருத்தர், சிகரெட் கொளுத்தறதுக்கு ஒருத்தர். இது மாதிரி எவ்வளவோ... ஏன் சார், உங்க கதைலே வரப்போற ஹீரோயின் ரொம்ப இண்டெலிஜெண்டா இருப்பாளா?

சுஜாதா: ஆமாம். என் கதாநாயகி கதாநாயகனையே மிஞ்சப் போறா. ஷி வில் ஓவர்டேக் ஹிம்.

லட்சுமி: நான் அதை விரும்பறேன். ஏன்னா சினிமா ஹீரோயின் அப்பிடின்னாலே, 'அவ கூடுவாஞ் சேரிலே இருந்தா... வறட்டி தட்டிண்டிருந்தா, சினிமாவே சேர்ந்து அவ பேரோட ஒரு 'ஸ்ரீ'யோ, 'பிரியா'வோ சேர்த்துக்கிட்டான்னு கேலி பண்றதே வழக்கமாப் போச்சு... அந்த விதத்திலே நான் உங்களை தேங்க் பண்ணனும்.

சுஜாதா: என் கதைலே இரண்டு பேர் வரப்போறாங்க. அவங்க ரொம்ப சாமர்த்தியமாகவும் சந்தர்ப் பத்தைப் பயன்படுத்திண்டு கதாநாயகனுக்குச் சமமாகவும் இருப்பாங்க. நிச்சயமா இது கூடுவாஞ்சேரி டைப் இல்லே.

லட்சுமி: நீங்க சொன்னது திருப்தியா இருக்கு. ஏனோ தெரியலே நாம எல்லாருமே ஒரு மேல் ஷாவனிஸ்டா இருக்கோம். கதாநாயகன்னா அண்ணன் அண்ணங்கிறோம். கதாநாயகின்னா அவளுக்கு ஒண்ணும் தெரியாது. அவ அம்மா புரொடக்ஷன் மேனேஜர்கிட்டே சாப்பாடு வாங்கிச் சாப்பிடறாங்கிறோம்.

சுஜாதா: அக்ரீட்!

லட்சுமி: மதன் ஜோக்ஸை நான் ரொம்ப என்ஜாய் பண்ணுவேன். இருந்தாலும், ஹீரோயின்னா அவளுக்கு ஒண்ணுமே தெரியாதுன்னு கிண்டல் பண்றது அவர் வழக்கமா இருக்கு. இப்ப சினிமா வுக்கு வர்றவங்க அப்படி இல்லே. கொஞ்சம் படிச்சிருக்காங்க. விஷயம் தெரிஞ்சிருக்கு. அப்படி படிச்சிருக்கிறதனாலே, திமிரும் இருக்கு. எப்படிப் பேசணும் எப்படி நடந்துக்கணும்கிற தெல்லாம் அவங்களுக்கு நிறையவே தெரிஞ் சிருக்கு...

சுஜாதா: இங்கே நான் ஒண்ணு கேட்க விரும்பறேன். கதாநாயகிகள்லே கொஞ்சம் புகழுக்கு வந்தவுடன் கூட வேணும்னே கொஞ்சம் அதிகப்படியா குழந்தைத்தனத்தைப் பேச்சிலே காட்டறாங்க... எதுக்கு இந்த நடிப்பு? அவங்க பையைத் திறந்தா அமுல், கிளாக்ஸோ எல்லாம்கூட இருக்கும் போலிருக்கு!

லட்சுமி: வாயில விரலை வைச்சா கடிக்கத் தெரியாதா? குழந்தை மாதிரி நடிக்கறாங்கன்னு சொல்றீங்களா? அப்படி சில பேர் இருக்கலாம்... நான் நெனைக்கற காரணம் என்னன்னா அவங்க இந்த சினிமா இண்டஸ்ட்ரியை ரொம்ப நம்பியிருக்காங்க! நான் என்னிக்குமே இந்த சினிமாவை நம்பி இருந்த தில்லை... எப்படியோ பிழைக்க முடியும்னு தைரியம் எனக்கு உண்டு. அதனால்தானோ என்னவோ நான் ஒரு பெரிய ஸ்டாரும் இல்லை. அவ்வளவா சம்பாதிக்கவும் இல்லே. ஆனா சினிமாவிலே சேர்ற எல்லாரும் அப்படி இல்லை. வீட்டுக்கு மூத்த பொண்ணா இருக்கலாம், அல்லது கடைசிப் பொண்ணா இருக்கலாம். எல்லாரையும் காப்பாத்தவேண்டிய பொறுப்பு அவர்களுக்கு இருக்கலாம். சினிமாவை விட்டு விலகிப்போக அவர்களுக்குத் தைரியம் கிடையாது. இன்னும் பத்து பதினைந்து வருஷமாவது இந்த சினிமா விலே இருந்தாகணுமேன்னு பயம் வந்தவுடனே

தன்னை வளர்த்துக்கவோ, தனக்கு வயசாகியிருக் கிறதை ஒத்துக்கவோ அவங்க தயாராயில்லை. மனசாலே இன்னும் குழந்தையாகவே இருக் கணும்னு ஆசைப்படறாங்க. வயசான ஹீரோ யினைக்கூட அவங்க மேக்கப்மேன் 'பாப்பா'ன்னு தான் கூப்பிடுவார். அஃப் கோர்ஸ், நான் இப்படிச் சொன்னேன்னா மேக்கப்மேன் யூனியன்லேருந்து எனக்கு ஒரு லெட்டர் வரும்... சுத்தி இருக்கறவங்க எல்லாம், 'நீ என்ன பெரிய பொம்பளை மாதிரி நடந்துக்கறே... நீ இன்னும் சின்னப்பொண்ணு தான். அப்பத்தான் இன்னும் பத்து வருஷம் இண்டஸ்ட்ரிலே இருக்கலாம்'னு சொல்லிச் சொல்லி அவங்க எண்ணத்தையே மாத்திடறாங்க. சினிமாவிலே மட்டும்தானா இப்படி? நான் எவ்வளவோ பெண்களை வாழ்க்கையிலே சந்திக் கிறேன். தமிழை இங்கிலீஷ் மாதிரி 'அவ ஷொன்னா... இவ ஷொன்னா'னு பேசிண்டு.

சுஜாதா: இது மாதிரி போலியாப் பேசறவங்களை நானும் பார்த்திருக்கேன். ஏன் எங்கிட்டேயே ரொம்பப் பேர் சொல்றவங்க உண்டு. 'நல்லா எழுதியிருக் கீங்க சார். ரொம்ப நல்லா எழுதறீங்க. என் ஒய்ஃப் தான் படிப்பா. நான் இதெல்லாம் படிக்கிற தில்லே.' அவனே படிச்சிருப்பான். துருவித் துருவிக் கேட்டா எல்லாத்தையும் ஒப்பிப்பான்.

லட்சுமி: இதெல்லாம், 'நாங்க எல்லாம் தமிழ்ப்படம் பார்க்கறதில்லே'ன்னு சொல்ற கேஸ்...

சுஜாதா: இன்னும் சில பேர் இருக்காங்க... 'சார் ரொம்ப நன்னா எழுதறிங்க சார்... அதான் அந்த 'பொன் விலங்கு'. ரொம்ப நன்னா எழுதியிருக்கீங்க சார், பியூட்டிபுல் சார்!' 'ஐயோ சார், அதை நான் எழுதல்லே'ன்னு சொன்னா... 'அப்படீன்னா சிவகாமியின் சபதமா'ன்னு மாத்திருவாங்க! இப்படி அர்த்தமே இல்லாத, எனக்குச் சம்பந்த மில்லாததைச் சொல்லியே என்னைப் பாராட்டிக் கிட்டு இருப்பாங்க.

லட்சுமி: சினிமாவிலே மத்த டெக்னீஷியன்கள் படற கஷ்டங்கள் எல்லாத்தையும் நீங்க கவனிச்சிருக்கீங் களா?

மகேந்திரன்: இதுலே ரொம்பக் கஷ்டப்பறது புரொடக்ஷன் டிரைவர்கள்தான். ராத்திரி மூணு மணி ஆனாலும் கூட அவங்க சாப்பிட்டிருக்க மாட்டாங்க.

லட்சுமி: பார்க்கப்போனா ரொம்பக் கஷ்டப்படறது தயாரிப்பாளர்தான்.

சுஜாதா: அவன் வேணும்னுட்டே இதிலே நுழையறான். அவன் பேசாம வீட்டிலே இருக்கலாம். பொண் டாட்டி நகைகளை வித்துட்டு இங்க வரணும்னு என்ன தலையெழுத்து? அவன் இப்படித்தான் பாடம் கத்துக்கணும்...

லட்சுமி: ஆமா... படத்துக்குப் பூஜை போடறாங்களே, அதைப் பத்தியெல்லாம் கூட எழுதப் போறிங்களா!

சுஜாதா: பூஜைதான் முதல்லே... அதைத்தான் ஓகோன்னு வாழைமரம் கட்டிப் பண்ணிடுவாங்களே...

லட்சுமி: விநியோகஸ்தர்களைப் பத்தி, ஐ மீன் டிஸ்ட்ரிப் யூட்டர்ஸ்...

சுஜாதா: ம்... அதுவும் உண்டு... என்னோட 'நினைத்தாலே இனிக்கும்' படத்தின்போது ஒரு டிஸ்ட்ரிபியூட் டரை எனக்கு அறிமுகப்படுத்தி வச்சாங்க... 'நீங்க வந்து, எந்தப் பத்திரிகைல இந்தக் கதை வந்திருக்கு'ன்னு கேட்டார்... 'இது எந்தப் பத்திரிகைலயும் வரலை... இது சினிமாவுக் காகவே எழுதினது'ன்னு சொன்னேன். 'அப்ப ஒண்ணு செய்யுங்க. இதை முதல்லே ஏதாவது ஒரு பத்திரிகைல தொடர்கதையாப் போட்டுடுங்க... ஏன்னா இப்ப பத்திரிகையிலே வர்றதைப் படமா ஆக்கினாத்தான் நல்லா ஓடுது'ன்னார் அந்த டிஸ்ட்ரிபியூட்டர். அவங்க எல்லோருக்கும் மூடநம்பிக்கை ரொம்ப அதிகம்... சினிமால இருக்கிற எல்லோருக்குமே அது அதிகமாத்தான்

இருக்கு. மாசா மாசம் அமாவாசையே சினிமாக் காரங் களுக்குத்தான் வருதுன்னு நினைக்கிறேன்...

மகேந்திரன்: உங்க கதையிலே நீங்க எழுதியிருக்கிற மாதிரி அப்படி திமிராப் பேசறவங்க இப்ப யாரும் கிடையாது... அதே மாதிரி ஜிப்பா வேட்டி போட்டுகிட்டு பி.ஆர்.ஓ. எல்லாம் இப்பக் கிடையாது. ரொம்பப் பழசு...

லட்சுமி: அதே சமயத்திலே அந்த ஞானசேகரனை அடி உதைன்னு சொல்லிட்டு, பொம்பளைங்களோட இண்டர்வியூன்னு சொன்னவுடனே 'அப்ப சரி'ன்னு சொல்றது - அது ரொம்ப உண்மை... ஆமாம். நீங்க தமிழ் சினிமாவை மட்டும்தான் அடிப்படையா வச்சி எழுதப்போறிங்களா... இல்லே இந்திப் படவுலகத்தைப் பத்தியும் உங்க கதைலே சேர்க்கப் போறிங்களா?

சுஜாதா: நான் மத்த மொழிப் படங்களைப் பத்தியெல்லாம் இந்தக் கதையிலே கொண்டுவரப் போறதில்லே. இந்தி, மலையாளம்னு கொண்டுவந்தா, என் கதையைப் படிக்கிறவங்களுக்கு நம்பளைப் பத்தி, நம்ப தமிழ் சினிமா இண்டஸ்ட்ரியைப் பத்தி எழுதாத மாதிரி படும்.

லட்சுமி: உங்களோட பேசிக்கிட்டு இருந்ததுலே நேரம் போனதே தெரியலே!

சுஜாதா: எனக்கு நிறைய விஷயம் கிடைச்சிருக்கு... உங்க இரண்டு பேரையும் சந்திச்சதிலே எனக்கு ரொம்ப சந்தோஷம்.

Movie star:- A guy with a swimming pool and a worried look.

- Bob Hope

மாம்பலத்தில் பர்க்கிட் ரோட்டில் அந்த வீட்டு வாசலைப் பார்த்தால் பெரிசாய்த் தெரியாது. பெரிய கதவு, நிறைய செடி கொடிகள் எல்லாம் சேர்ந்து சதி செய்து உள்ளே இருக்கும் வீட்டின் பிரம்மாண்டத்தை மறைத்திருக்கின்றன. சதா சாத்தி யிருக்கும் இடைவெளியற்ற கேட்டருகே காக்கிச் சட்டையில் ஒரு ஆக்ரோஷம். அவன் அருகே அரசியல் தலைவர் ஒருவர் முகத்தை ஞாபகப்படுத்தும் நாய். வீட்டுக்கு எதிரே வெற்றிலை பாக்குக கடை. மகாலி சோடா. மரத்தொட்டி. அதில் சென்ற வியாழக்கிழமை ஊற்றிய தண்ணீர். கடை வாசலின் முன்பு நான்கு அதிகாலைச் சோம்பேறிகள் காத்திருந்தார்கள், அருண் விஜய் வருகிறானா என்று. ஒரு ஃபியட் வந்து டூட் என்று இனிமையாக ஹாரனடித்தது. நாய் வாலாட்டியது. கதவு திறந்தது. காவல் காரன் சலாம் செய்தான்.

'இவன்தானா வாத்யாரே?' என்றான் மதுராந்தகத்திலிருந்து அருணைப் பார்க்க வந்திருந்த ரசிகன்.

'சே! இது அவரு செகிட்ரி!' என்றான் விஷயம் தெரிந்த லோக்கல்.

'அதான பார்த்தேன். இன்னாடா அருண் மாதிரியே இல்லன்னு.'

'அவன் என்ன நெறம்? சும்மா செக்கச்செவேல்னுட்டு தொர கணக்கா இருப்பான். 'வயசுக்கு வந்த பொண்ணு' பார்த்தில்ல, சரிதா இடுப்ல கைவெச்சு ஒரு சுத்து சுத்தறான் பார்யா, யாரால முடியும்? பொறந்து வரணும்யா!'

ஃபியட் கார் உள்ளே சென்றதும் கதவு மூடிக்கொண்டது. கார் உள்ளே வளைந்து மிதந்து சென்று ஏற்கெனவே காத்திருந்த மூன்று கார்களின் பின்னால் நின்றது. ஓரத்தில் ஒரு டீசல் வேனை ஒருவன் பிளாஸ்டிக் பக்கெட்டிலிருந்து குளிப்பாட்டிக் கொண்டிருந்தான். பாஸ்கர் காரிலிருந்து இறங்கி, 'நீ நேரே எம் போயிரு. எட்டரை மணிக்கு எனக்கு அனுப்பிரு' என்று அதன் கதவைச் செல்லமாகச் சாத்தினான்.

நடந்தான். பச்சைத்தட்டி உயரத்தில் சுருட்டி வைக்கப்பட்டிருந்த போர்ட்டிகோவைக் கடந்து, இடதுபுறம் ஆபீஸ் அறையில் நுழைந்தான். மேஜைமேல் இண்டர்காம் இருந்தது. இரண்டு டெலிபோன்கள் இருந்தன. இரண்டுமே அடித்துக் கொண்டிருந் தன. பாஸ்கர் அதில் ஒன்றை எடுத்து 'ஜஸ்ட் எ மினிட்' என்று சொல்லிவிட்டு மற்றதில் 'ஹலோ!' என்றான். பாஸ்கருக்கு நாற்பத்தைந்து வயதிருக்கும்.

'ஹலோ, ராஜுகாரு! சொல்லுங்க.' அத்தனை அதிகாலைக்கு பாஸ்கர் சுத்தமாகக் குளித்திருந்தான். பெரிய பச்சை நிறச் சட்டை அணிந்து வெண்மையிலும் வெண்மையாக பேண்ட் அணிந்திருந் தான். சட்டைப்பையில் ஒரே ஒரு சின்ன டைரி வைத்திருந்தான். காதுக்கும் தோளுக்கும் இடையில் டெலிபோனை அழுத்திக் கொண்டு அந்த டைரியைப் பிரித்துப் பார்த்தான்.

'இருங்க, சொல்றேன். நவம்பரா, 1979-ஆ?' உற்றுப் பார்த்தால் பாஸ்கரின் நெற்றிப்பொட்டு தெரியும்.

'சான்ஸே இல்லை. நவம்பர் 80 வரைக்கும் இல்லைங்க!' மிக மெலிதான மீசை, மெலிதான உதடுகள், புருவங்கள். அவசரமாக வரைந்த ஸ்கெட்ச்போல இருந்தது அவன் முகம். உணர்ச்சியை அதிகம் வெளிப்படுத்தாத முகம்.

'ஸாரி! ராஜுகாரு! புதுசா நிறைய ஆளுங்க வந்திருக்காங்களே! அவங்களைப் போடுங்களேன்?' டைரியை மூடினான்.

'தமிழ் தெரியணும்னு அவசியமில்லையே! ஸாரி! ஒண்ணரை வருஷம் சுத்தமா கிடையாது. வெச்சுறட்டுங்களா?' வைத்துவிட்டு இரண்டாவது டெலிபோனில் 'ஹலோ' என்றான். கேட்டான். 'வரார்ப்பா! வரார்ப்பா, எட்ரைதானே!' என்றான். கடிகாரத்தைப் பார்த்து 'இன்னும் டயம் இருக்கே!' என்று அதை வைத்துவிட்டு முதன் முறையாக ஆபீஸ் அறையில் உட்கார்ந்திருந்தவர்களைக் கவனித்தான். மூன்று பேர் இருந்தார்கள். இருவர் பரிச்சயமில்லாத வர்கள். மூன்றாமவர் பப்ளிக் ரிலேஷன்ஸ் மூர்த்தி. நெற்றியில் சாந்துப் பொட்டும் தள்ளி வாரப்பட்ட கிராப்புமாக, தண்டபாணி தேசிகர் சினிமாவில் நடித்த காலத்தில் ஒரு படத்தில் ஹீரோ, இப்போது பொது ஜனத்தொடர்பு.

'பாஸ்கர் சார்! இவர்தான் லட்சுமணன். எஸ்.என் பிக்சர்ஸ்!'

'கேள்விப்பட்டிருக்கேன்.'

'படம் எடுக்கறாரு. ராஜாவை புக் பண்ணியிருக்காரு. ஈரோயின் புதுமுகம்.'

'அப்படியா?'

'நம்ம அருண் டேட்ஸ் பிப்ரவரியில வேணும்.'

'இப்பத்தானே டெலிபோன்லே பேசிக்கிட்டிருந்தேன். எண்பது முடியறவரைக்கும்...'

எஸ்.என் பிக்சர்ஸ் லட்சுமணன் ஒரு அத்தர் வியாபாரி போலவும் சில சமயங்களில் பார்த்தால் ஒரு நாதசுர வித்வான் போலவும் இருந்தார். ஐந்தடி இரண்டங்குலத்துக்கு, குறுக்கே நிறைய சதை போட்டிருந்தார். விபூதிப் பொட்டு, ஒன்று சேர்ந்த புருவங்களின் கீழ். கண்களால் சிரித்தார். 'நீங்க கால்ஷீட் கொடுக்கவேண்டாம். வர்ற அமாவாசையில் பூஜையிருக்கு. படத்துக்கு ஒத்துக்கிட்டா போதும்.'

'அருணோட கால்ஷீட்டை வேற ஒருத்தர்கிட்டேயிருந்து வாங்கப் போறிங்களா?'

'ஆமாம்.'

'யாரு? அந்த வெங்கட்கிட்டேயிருந்தா...'

'அது ஒரு பார்ட்டி. யாருன்னு உங்ககிட்டே எதுக்குச் சொல்லணும்...'

‘இது மாதிரி கால்ஷீட்டை வாங்கி வச்சுக்கிட்டு வியாபாரம் பண்றது அருணுக்குப் பிடிக்காது, தெரியுமில்லே?’

‘அவரையே கேட்டுறலாமே!’

‘தூங்கறார்.’

‘காத்திருந்தாப் போச்சு. நான் காத்திருக்காத நடிகருங்களா?’

‘இல்லீங்க. அருண் ஒப்புத்துக்க மாட்டாரு. நீங்க பாட்டுக்கு புதுப்படத்துக்குப் பூஜை போட்டுட்டு தந்தி பேப்பர்ல ஒரு ஏக்கரா விளம்பரம் போட்டுருவிங்க! அதை முதல்லே நோட் பண்றது யார் தெரியுமில்லே? இன்கம்டாக்ஸ்காரனுங்க! நீங்க பணம் குடுக்கறீங்களோ இல்லியோ, அவங்க இரண்டரை லட்சம் சேர்த்துக்கிடுவாங்க!’

‘இரண்டரை என்னங்க! மூணு மூணரை வரைக்கும் கூடப் போகலாம்.’

‘நீங்க என்னைத் தப்பா புரிஞ்சுகிக்கிட்டீங்க. நான் ரேட்டுப் பேசலை! டேட்டு!’

‘தெரியுது... தெரியுது.’

‘கமல், ரஜினியை யாராவது கேட்கலாமே நீங்க?’

‘அதை நீங்க சொல்லக்கூடாதில்ல? உங்களைப் பொருத்த வரைக்கும் அருண் பத்திப் பேசுங்க; இப்ப என்னவோ டிஸ்டிரிப்யூட்டர்ங்க எல்லாம் ‘அருணைப் போடு, பணம் தரேன்’ங்றாங்க. இப்ப உங்களுக்கு மார்க்கெட்டு. நாளைக்கு இந்த அருண் போயி ஒரு ஆறுமுகம் வந்தா அவன் பின்னாடி அலையுவோம். நீங்க தான்யா ஆள் மாறுவீங்க! நாங்க மார்றதில்லை. பி.எஸ். கோவிந்தனை வெச்சு எடுத்தேன். கே.ஆர். ராமசாமியை வெச்சு எடுத்தேன். எஸ்.எஸ். ஆர்., சிவாஜி, ஜெமினி...’

‘வாங்க ஞானசேகரன்!’ பாஸ்கர் எஸ்.என் பிக்சர்ஸ் லட்சுமணனை விட்டுவிட்டான். புதிதாக வந்த ஞானசேகரனைப் பார்த்தவுடன் பத்திரிகைக்காரர் என்று சொல்லிவிடலாம். கலர் சட்டை. காலர் கிடையாது அல்லது நீக்கப்பட்டு தைக்கப்பட்டது. கஷ்கத்தில் ஏராளமாக ஒரு பை. முகத்தில் அலட்சியமும் மூன்று நாட்கள் சவரம் செய்யாத நரைமுட்களும்.

‘அருண் இருக்காரா?’

‘தூங்கறார்.’

‘தூங்கறாரா? இன்டர்வியூக்கு அப்பாயிண்ட்மென்ட் கொடுத்திருக்காரு.’

‘பத்திரிகை?’

‘குங்குமம்; காலேஜ் கன்னிகளைச் சந்திக்கிறார்.’

‘ஞானசேகரன்! தேவில என்ன அப்படி எழுதிப்புட்டீங்க?’

‘ஏன் அருண் படிச்சாரா?’ என்றான் ஆர்வத்துடன்.

‘படிச்சுட்டு ரொம்பக் கோவிச்சுக்கிட்டாரு.’

‘மறுப்பு குடுத்துறச் சொல்லுங்க. அதையும் போட்டுட்டாப் போவுது.’

‘உங்களுக்கு இன்னிக்கு இன்டர்வியூ கிடைக்காது. ஏற்கெனவே ஸ்டூடியோவுக்கு லேட்டு.’

‘என்னய்யா இப்படிச் சொல்லிட்டே! காலங்கார்த்தால கன்யாப் பொண்ணுகளை அழைச்சுட்டு வந்திருக்கேனே!’

‘எத்தனை பேரு?’

‘எட்டு பொண்ணு. எட்டு அம்மா! அந்த அம்மாங்களுக்குத் தான்யா உங்க அருண்மேல இன்னும் கிரஷ்ஷு!’

‘நேரா எல்லாரையும் ஏவிஎம் அழைச்சுட்டுப் போயிருங்க. அங்க இன் பிட்வின் ஷாட்ஸ் பேட்டியை வெச்சுக்கலாம்!’

‘அதுகூட சரிதான். நான் வரேன் பாஸ்கர். தாங்க்ஸ்!’ ஞானசேகரன் விரைந்தார்.

‘அப்ப பிப்ரவரியில இல்லே’ என்றார் லட்சுமணன்.

‘அதான் சொன்னேனே!’

‘மகா ராங்கி பிடிச்ச ஆளுய்யா நீ’ என்றார். லட்சுமணனின் விபூதிப் பொட்டு வியர்வையில் கரைந்திருந்தது.

பாஸ்கர் கோபப்படவில்லை. திறமையான விரல்களால் டெலிபோனைச் சுழற்றினான். 'பிஜே! பாஸ்கர்! ஏர் டிக்கெட் என்ன ஆச்சு?' டெலிபோன் மறுமுனையில் பதிலுக்குக் காத்திருக்கும் போது லட்சுமணனிடம் 'ம்? என்னது ராங்கி?' என்றான். 'தாங்க்ஸ்' என்று டெலிபோனை வைத்தான்.

'அருணைப் பார்க்காம நான் போறதில்லை!'

'உங்க இஷ்டம் லட்சுமணன்! கொஞ்சம் இருங்க, எழுந்துட்டாரா பார்க்கறேன்.' இண்டர்காம் சாதனத்தில் ஒரு பட்டனைத் தட்டினான்.

மாடியிலே ஒரு ஏஸி அறையில் அந்த இண்டர்காம் உறுத்தாமல் சங்கீதம்போல் ஒலித்தது. அறை இருட்டாக இருந்தது. காலை ஒளியைக் கருநீலத் திரைச்சீலைகள் மறைத்திருந்தன. அருண் விழித்திருந்தான். படுக்கையில் படுத்துக்கொண்டு விட்டத்தைப் பார்த்துக்கொண்டிருந்தான்.

சீன் 67, டேக் 6.

'சேகர், நான் உங்களை மறக்கவே மாட்டேன்.'

'சுகுணா, நானும் உன்னை மறக்கமாட்டேன்.'

'ப்ளடி ஷிட்!' என்றான். எழுந்தான். சற்று நேரம் தியானம் செய்தான். இண்டர்காம் மறுபடி பாடியது. அதை தட்டி 'எஸ் பாஸ்கர்!' என்றான்.

'லவ்லி மார்னிங்!' என்றான் பாஸ்கர்.

'லவ்லி மார்னிங்!' என்றான் அருண்.

'மேலே வரட்டுமா?'

'வா...'

'வணக்கங்க' என்றது மற்றொரு குரல்.

'அது யாரு அசரீரி?'

'லட்சுமணனுங்க. எஸ்.என் பிக்சர்ஸ்!'

'தெரியாது. பாஸ்கர் மேலே வர்ரியா?'

அருண் எழுந்து ஜன்னல் திரைகளை விலக்கினான். சூரிய ஒளி அவன் கண்களைத் தாக்கியது. முகத்தைச் சுருக்கிக்கொண்டான். உள்ளே நடந்தான். அருண் விஜய்! ஏ.வி! வயது இருபத்து நான்கு. அந்த முகத்தை நீங்கள் எங்கும் பார்த்திருக்கிறீர்கள். பத்திரிகை களில், நாற்சந்திகளில், விளம்பரங்களில். எங்கு தெரிந்தாலும் எத்தனை முறை தெரிந்தாலும் அலுக்காத முகம். இரண்டு வருஷம் தொடர்ந்து மேக்கப் போட்டு ஸ்திரமாக ஒரு அசட்டுச் சிவப்பு நிறத்துக்கு வந்துவிட்ட முகம். ராத்திரி நிறக் கண்களில் தெளிவாக ஒரு சோகம். ஏமாற்றும் சோகம். ஆயிரக்கணக்கான பெண்களுக்கு இரவுகளில் வேதனையும் தாபமும் தரும் சோகம். சிரிக்கும்போது அவன் கண்கள் சற்றுத் தாமதித்துச் சிரிக்கும். மெலிதாக, மிக மெலிதாக மாறுகண். அதுவும் ரோஜா நிற உதடுகளுக்குள் வரிசை தவறிய அந்த ஒற்றைப் பல்லும் அவன் அழகுக்கு ஆதாரமான காரணம் என்று வாதாடும் ரசிகர்கள் உண்டு. எத்தனை ரசிகர்கள்!

அருண் எழுந்தான். உயரம் ஐந்தடி, பத்தரை அங்குலம். பெரும் பாலான கதாநாயகிகளின் தலை வகிடும் மார்பின் உள்ளுடை களும் சுலபமாகத் தெரியும் உயரம்.

டி ஷர்ட் அணிந்து கைலி கட்டியிருந்தான். கண்களில் மூன்று மணி நேரத் தூக்கம் பாக்கியிருந்தது. நேற்று ராத்திரி படுக்கும் போது ஒரு மணி. மெதுவாக எழுந்து எதிரே கண்ணாடியின் முன் நின்றான்.

‘கண்ணாடியில் பார்க்கும்போது உன்னைப் பார்க்காதே. மற்றவர் களைப் பார்’ என்ற ஸ்டானிஸ்லாவ்ஸ்கியின் வாசகம் ஞாபகம் வந்தது. 'An actor prepares' படித்து முடிக்கவேண்டும். எப்போது? கோதார்டு படிக்கவேண்டும். எப்போது? பூனாவுக்குப் போய் ஒரு வாரம் ‘பாட்டில்ஷிப் பொட்டம்கின்’ பார்த்துத் தள்ளவேண்டும். எப்போது? ஒரு சோதனை துண்டுப்படம் எடுக்கவேண்டும். எப்போது? உத்தமர் கோவில் போகவேண்டும். எப்போது?

பாஸ்கர் சப்தமில்லாமல் மிதந்து வந்தான். அருணின் படுக்கைக்கு அருகில் இருந்த மாத்திரை சீசாவைப் பார்த்துவிட்டு ‘மறுபடியும் ஆரம்பிச்சுட்டியா?’ என்றான்.

‘வேலியம். ஒண்ணும் பண்ணாது!’ பாஸ்கர் இருப்பதைப் பாராட்டாமல் அருண் தன் டி ஷர்ட்டைக் கழற்றி கைலியை உதறி விட்டு நிர்வாணமாக நடந்து டவல் ஸ்டாண்டிலிருந்து ஒரு

துண்டை எடுத்துச் சுற்றிக்கொண்டு அறைக்குள் இருந்த வாஷ் பேசினில் அட்டகாசமாகப் பல் தேய்த்து முகம் கழுவிக் கொண்டான். சில்லென்ற ஜலம் முகத்தைத் தொட்டதும் ஒரு படி உற்சாகம் பிறந்து 'லாலாலா' என்று பாடினான்.

'இன்னிக்கு என்ன நிகழ்ச்சி நிரல், பாஸ்கர்?'

'எட்டரை மணிக்கு ஏவிஎம் ஸ்டூடியோ பி, ஃபுல் கால்ஷீட், நாள் முழுக்க. சாயங்கால ப்ளேன் புடிச்சு பங்களூர். ராத்திரி ஷூட்டிங் பாலு காத்திருக்காரு. காலைல அப்படியே இங்கேருந்து எஸ்பி ரெண்டு ரீல் அனுப்புறாங்க. டப்பிங் செஷன் சாமுண்டீஸ்வரிலே. அப்புறம் கார்ல மத்தியானம் திரும்பி வந்துடறே!'

'ய்ய்ய்!' என்று பல்லைக் காட்டினான். தூங்கறது எப்ப?'

'பங்களூரிலே இருந்து திரும்பி கார்லே வர்றப்போ அஞ்சு மணி நேரம்!' பாஸ்கர் அவனுக்கு அவசரமாகத் துடைத்துக்கொள்ள மற்றொரு துண்டு தந்தான். இல்லை என்றால், இடுப்புத் துண்டை உருவித் துடைத்துக்கொள்வான். 'அப்புறம் மறந்துட்டேனே! ஞானசேகரன் ஃப்ளோர்ல இண்டர்வியூ வெச்சுக்கிட்டிருக்காரு!'

'ஞானசேகரா? ஒதை அந்த ஆளை! நொறுக்கு, அடி!'

'காலேஜ் பெண்களோட இண்டர்வியூ!'

'அப்ப சரி!'

'அவுங்க அம்மாக்களும் வந்திருக்காங்களாம்!'

'சரிதான் ஆளைவிடு! ஆனா சொல்ல முடியாது. சிலவேளை அம்மாக்கள் டாப்பா இருக்கும். ஒரு தடவை ஊட்டில, 'அருண், இதயம் படபடன்னு அடிச்சுக்குது பாரு'ன்னு ஒரு அம்மா பெரிசா மார்லே கொண்டுபோய் என் கையை...'

லட்சுமணன் ஒருத்தர் உன்னைப் பார்க்கணுமாம். பழியாக் கிடக்கிறார்.'

'கிடக்கட்டும், என் அருமை செக்ரட்டரி என்னும் மிஷினே! எப்ப எனக்கு அடுத்த ரெஸ்ட்? சொல்லித் தொலை!'

'வெள்ளிக்கிழமை மாலை.'

அருண் அவனைப் பார்த்தான். 'போச்சுடா! முப்பது வயசுக்குள்ள படமாத் தொங்கப்போறேன். பாஸ்கர், நீ ஏன் இதுவரைக்கும் கல்யாணம் பண்ணிக்கலை?'

'நன் ஆஃப் யுவர் பிஸினஸ்.'

'உண்மையாச் சொல்லு இதுவரைக்கும்... இதுவரைக்கும்...'

'டோண்ட் பி ஸில்லி!'

அருண் தலை வாரிக்கொண்டு விரல்களால் கலைத்துக் கொண்டான். பளபளவென்று கறுப்பும் நீலமுமாகச் சட்டை அணிந்து பேண்டுக்குள் கால்களை நுழைத்து ஸ்ஸ்ஸிப் என்று சொல்லிக்கொண்டே அதன் ஜிப்பை உயர்த்தினான். ஒரு அம்மாள் தட்டில் சில இட்லிகளும் காப்பியுமாக உள்ளே வந்தாள்; வைத்தாள்.

'மாமி! எப்படி இருக்கீங்க?' மாமி சிரித்தாள். 'காரமில்லாத, வெறும் கோஸ், காலிஃபிளவர் ரெண்டையும் உப்பு போட்டு வேக வச்சு - ஒரு டம்ளர் தயிரு - இதப் பாருங்க. இவ்வளவு சாதம். ஒரு ஸ்பூன் அனுப்புங்க. போதும்.'

'சரிப்பா...' என்றாள். வயது அம்பது இருக்கும். விதவை.

'என் அருமையான உறவினர்கள் எல்லாம் எழுந்துட்டாங்களா?'

'ம்.'

'எல்லாரும் தண்டச்சோறு தின்னாச்சா?' அம்மாள் மிரண்டு பார்க்க, பாஸ்கர், 'யார்கிட்ட என்ன பேசறதுன்னு தெரியாது உனக்கு? நீங்க நகருங்க மாமி' என்றான். 'பாஸ்டாடஸ்!' என்றான் அருண். அவன் கோபம் அறைக்கு வெளியில் யாரிடமோ என்பது தெரிந்தது.

'பிக்சர் என்ன இன்னிக்கு?'

'அன்னையின் தியாகம்.'

'மை காட்! ப்ரேமலதா! பசுமாடு! பாஸ்கர், பூண்டு சாப்பிட றாய்யா! இமோஜின் சாப்பிட்டுட்டு அதுக்குமேல ஷார்லி செண்ட் போட்டுக்கிட்டு வரா. எவ்வளவு செண்ட்டு?

கனவுத் தொழிற்சாலை ♦ 37

கோடம்பாக்கம் ஓவர் பிரிட்ஜ் தாண்டரச்சயே வாசனை அடிக்குது. தீஸ் ஆந்த்ரா கேர்ள்ஸ்...'

இருவரும் கீழே வரும்போது இரண்டு டெலிபோனும் ஓயாமல் அடித்துக்கொண்டிருக்க, அதைக் கவனியாமல் அருண் நடந்து சென்றான். போர்டிகோவில் கார் காத்திருந்தது.

'வணக்கம் தம்பி' என்றார் லட்சுமணன். அருண் அவர் அந்த இடத்திலேயே இல்லை போல நடந்து காரில் ஏறிக்கொள்ள, பாஸ்கர் முன் பக்கம் ஏறிக்கொள்ள, காரின் ஜன்னலில் கை வைத்து அந்த மனிதர், 'தம்பி, பிப்ரவரியில்தான் டேட்ஸ் வேணும். கால்ஷீட்கூட அட்ஜஸ்ட் பண்ணிக்கிடறேன். படத்துக்கு ஒத்துக்கிட்டு அமாவாசை பூஜைக்கு மட்டும் வந்துட்டாப் போதும்!' என்றார்.

'கெட் லாஸ்ட்!' என்றான் அருண். கார் விரைந்தது.

'ஸ்தம்பித்து நின்ற லட்சுமணன், 'தாளி, நீ மனுசனாடா? உன்னை ஒரு நாள் இல்லே ஒரு நாள், ஒழிச்சே கட்டறண்டா!' என்றார்.

ஏவி.எம். ஸ்டிடுயோ ஒன்பது ஃப்ளோர்கள், எடிட்டிங், பாடல் பதிவு, ரீரிக்கார்டிங், டப்பிங், பார் புரொஜக்ஷன், மழை-புயல், எஃபக்ட், 38, ஆர்காடு ரோடு, சென்னை - 26.

காரின் பின் ஜன்னல் கண்ணாடிகள் கருப்பாக்கப்பட்டிருந்தன. உள்ளே ஸ்டீரியோ காஸெட் பொருத்தப்பட்டிருந்தது. பாஸ்கர், அதைத் தட்ட, கார் பூராவும் டிஸ்கோ சங்கீதம் துடித்தது.

Born... Born to be alive!

கார் வாசலைக் கடக்கும்போது அந்த ரசிகர்கள் திடீர் உயிர் பெற்று அதன்மேல் பாய்ந்தார்கள். ஜன்னலைப் பிடித்துக்கொண்டு கூடவே ஓடிவந்தார்கள்.

'என்ன தொரை! பேசாமலே போறியே!'

'நீ கேக்கறப்பல்லாம் பேசறதுக்கு நான் என்ன டிரான்சிஸ்டராய்யா?'

'கோவிச்சுக்காத கண்ணா!'

அவர்களைப் புழுதியில் விட்டுவிட்டுக் கார் வேகம் பிடிக்க, மதுராந்தகத்துக்காரர் சட்டை பையைப் பொத்திக்கொண்டு கொஞ்ச தூரம் துரத்தி ஓடிப் பார்த்தார்.

'ரசிகர்கள்கிட்ட இன்னும் கொஞ்சம் பொலைட்டா இருக்கலாம் நீ.'

'இவங்களோட என்ன பொலைட்டு? அபாரிஜின்ஸ் இன் டெரிலின்!'

'அவங்களாலதான் நாம எல்லாம் கார்ல போக முடியறது.'

'ஆ கம் ஆன் பாஸ்கர்! அதிகாலையில் தேசாய் மாதிரி பேச ஆரம்பிக்காதே!'

பின் சீட்டின் இடது பக்கத்துப் பையில் முன்தினம் வந்திருந்த கடிதங்கள் செருகியிருந்தன. அவனுக்கு வரும் கடிதங்கள் அனைத்தையும் அருண் படித்துவிடவேண்டும் என்பது பாஸ்கரின் விருப்பம்.

'அன்புள்ள அருண் அண்ணனுக்கு, கோபிச்செட்டி பாளையம் ஜி.என். மாரிமுத்து எழுதிக்கொண்ட அன்பு மடல்!'

'பாஸ்கர்! இந்த லெட்டர் எல்லாம் நான் படிச்சே ஆகணுமா?'

'ஆமாம்.'

'அண்ணே, உங்கள் அன்புப் பரிசாக உங்கள் தலை முடி ஒன்றை எனக்கு அனுப்பித் தருவீர்களா? அதை நான் வாழ்நாள் முழுவதும் பத்திரப்படுத்தி வைப்பேன். இப்படிக்கு ஜி.என். மாரிமுத்து, ஒன்பதாம் படிவம்...'

'தலைமுடிக்குப் பதிலா.'

'ஷட் அப் அருண்! முதலில் இந்த சினிஸிஸத்தை விடு!'

'ஆல்ரைட்' மற்றொரு கடிதம்.

'அருண்! டெஸ்மண்ட் மாரிஸின் 'வேன் வாட்சிங்' படித்தாயா? உன் போன்ற நடிகர்களுக்கு அது முக்கியமான புத்தகம் என நினைக்கிறேன். எழுபது ரூபாய் என்னிடம் பணமில்லை. திருட்டுத்தனமாகப் புத்தகக் கடையில் பொம்மை பார்த்து வைத்து விட்டேன் எப்போது வருகிறாய்? எஸ்.எஸ்.'

அந்தக் கையெழுத்தைப் பார்த்ததுமே அருண் மலர்ந்தான். வலது பக்கம் சாய்ந்த அழகான, ஆண்மைத்தனமான கையெழுத்து. கறுப்பு மசி. எஸ்.எஸ். சுந்தரம். அவன் பால்ய சிநேகிதன். உத்தமர் கோவில், கரும்பச்சை நீரோடை, லால்குடி ரயில்,

கொள்ளிடம் மணல், சோலைக்குள் ஒளிந்துகொண்டிருக்கும் கோவில், ரயில் வண்டியில் திருப்புகழ்... சாயங்கால இலக்கிய சர்ச்சைகள்... கல்யாணி.

கல்யாணி எப்படி இருப்பாள்! பார்த்து எவ்வளவு நாளாச்சு...

'என்னடாது! எங்கேடா அழைச்சுண்டு போறே!'

'நீ வாயேன் கல்யாணி! ஒரு வித்தை காட்டறேன்!'

'இரு இரு, லட்சுமியையும் கமலியையும் கூட்டிண்டு வந்துடறேன்...'

'அவாள்ளாம் வேண்டாம். நீ மட்டும் போதும், வா.'

மெல்ல மெல்ல மாடிப்படி ஏறி இதயம் 'தடக் தடக்' என்று அடித்துக் கொள்ள, 'வாடி!'

டிராஃபிக் விளக்கின் சிவப்பில் கார் அகப்பட்டுக்கொண்டது. 'த பார்றா அருண்!' என்று வெளியிலிருந்து குரல் கேட்டது. சற்று நேரத்தில் காரின் ஜன்னல்கள் நான்கிலும் முகங்கள்... முகங்கள், அழுத்திய, ரத்தம் இழந்த உள்ளங்கைகள், சப்பை மூக்குகள். மயிர்க்கால்கள் சிலிர்த்தன.

அந்த முகங்கள் அவனைக் கனவில்கூடத் துரத்தியிருக்கின்றன. வெறும் முகங்கள், காலி முகங்கள்.

'துரை! துரை! ஒரு பாட்டுப் பாடேன்' என்றது ஒரு மீசை.

'அருண், இதில் ஒரு கையெழுத்து!' என்றது ஒரு பத்து ரூபாய் நோட்டு.

கண்ணாடி சற்று இறங்கியிருந்த இடைவெளியில் ஒரு கை திணிக்கப்பட்டு அவன் கன்னத்தைத் தொட்டது. கிள்ளியது. போலீஸ் விசில், ஹாரன்கள் கேட்க கார் மறுபடி புறப்பட்டது.

சிவந்திருந்த கன்னத்தைத் துடைத்துக்கொண்டான் அருண். 'பாஸ்டார்ட்! கிள்ளறான் பாஸ்கர்!'

'ஏவி.எம். ஐந்தாவது ஃப்ளோர் அருகில் பீங்கான் பெண் ஒருத்தி நீர் வார்த்துக் கொண்டிருந்தாள். அவள் அருகே ரிஃப்ளக்டர்கள் சதுரம் சதுரமாக சூரிய ஒளியை விரும்பின. சற்று தூரத்தில் ஒரு

குடிசையும் தென்னை மரமும் ரப்பர் சக்கரங்களில் நகர்ந்து கொண்டிருந்தன. மரத் தண்டவாளத்தில் மிட்செல் கேமரா ஒரு ட்ராலி ஷாட்டுக்குத் தயாராகிக்கொண்டிருந்தது. சற்றுத் தள்ளி ப்ரேமலதா புல்வெளிமேல் நாற்காலி போட்டு உட்கார்ந்திருந்தாள். அவள் பக்கத்தில் ஒரு பாவாடை - தாவணிப் பெண் பிளாஸ்க்குடன் நின்றுகொண்டிருந்தாள். ப்ரேமலதாவின் அம்மா ஏராளமான மார்புடன் மரத்தடியில் ஜமுக்காளம் போட்டு உட்கார்ந்திருந்தாள். அருண் காரிலிருந்து இறங்கி நேராகத் தன் மேக்அப் அறைக்கு நடந்தான். ப்ரேமலதாவின் அம்மா, 'கண்ட்டா ஏமி?' என்றாள். 'ப்ரேமா! வரியா?' என்றார் டைரக்டர். அவள் குதித்து எழுந்தாள். நடந்தாள். நாற்காலி அவளுடன் நடந்தது.

ப்ளேபாக் சாதனங்கள் இணைக்கப்பட்டு திடுதிப்பென்று ஓரத்தில் இருந்த ஸ்பீக்கர், 'உன் காதில் நான் ரகசியம் சொல்லவா? உன் காதில்தான் நான் சொல்லுவேன்' என்று பாடியது. முதலில் பெண். அடுத்தது ஆண் குரல்.

அருணின் மேக்அப் அறைக்கு முன் வாசலில் ஒரு ஸ்டிக்கர் ஒட்டியிருந்தது. 'இந்த அறைக்குள் என்னை மயக்கத்தில் பார்த்தால் உடனே ஒரு கிளாஸ் பீருக்குச் சொல்லியனுப்புங்கள்.'

உள்ளே அருண் தன்னையே கண்ணாடியில் பார்த்துக் கொண்டிருக்க, நெற்றியில் குங்குமப் பொட்டுடன் ஒருத்தன் அவன் முகத்தைத் தயார் செய்துகொண்டிருந்தான்.

கல்யாணிக்கு எத்தனை வயசிருக்கும் இப்போது? பதினெட்டு? 'லைட்டாப் போடுய்யா... போதும்?'

'சிங்கப்பூர் போனிங்களா துரை?'

'ஆமாம். ஆங்காங். டோக்கியோ!'

'கூட மேக் அப்புக்கு யாரு?'

'பகவான் தாஸ்.' கல்யாணம் நிச்சயம் ஆகியிருந்தால் சுந்தரம் இன்விடேஷன் அனுப்பியிருப்பான். உத்தமர் கோவில் போக வேண்டும்.

ப்ரேமலதா ஐந்தடி நாலங்குலம் இருந்தாள். அதில் மூன்றங் குலம் செருப்பு. அவள் முகத்தில் குழந்தைத்தனம் இருந்தது. வட்டமான முகம். அந்த முகம் ஒன்றுதான் அவளுடையது.

தலையில் சிக்கலான சாகசங்கள். விற்புருவங்கள் திருத்தப்பட்டு, தீட்டப்பட்ட கோடுகள். படக் படக் என்று அடித்துக் கொள்ளும் செயற்கை இமைகள். பெரிய கண்கள். சிரித்தால் கன்னங்களில் தோன்றும் இரண்டு தாற்காலிகக் குழிவுகள் ப்ரேமலதாவின் டிரேட் மார்க். நடித்து முடித்த 50 படங்களிலும் இந்த மாதிரி ஒரு தடவையாவது சிரிப்பாள். இதற்காக கோவையில் ஒரு சாயங் காலம் பொதுக் கூட்டத்தில் 'கன்னம் குழியும் புன்னகையாள்' என்ற பட்டம் கொடுத்து வெள்ளியில் எழுதித் தந்திருக்கிறார்கள். ப்ரேமலதாவின் கழுத்து, உடம்பு எல்லாம் தமிழ் சினிமா கதாநாயகிகளின் தேவைகளுக்கு ஏற்ப இருந்தன. மிகவும் மிகைப் படுத்தப்பட்ட மார்பு. பரிமாணத்தில் பாதி, பாலியூரித்தேன். மார்பின்மேல் லேசாகப் போர்த்தப்பட்ட இது என்ன தாவணியா புடைவையா என்ற சொல்ல முடியாத ஒரு இரண்டுங்கெட்டான் சமாசாரம். முழங்காலுக்கு அப்புறம் அவசரப்படும் பாவாடை. காலில் சலங்கை. அந்தச் சலங்கை ஒலிப்பதற்காக அவள் குதித்தால் சென்சார் சும்மா இருக்கப் போவதில்லை.

அருண் வெளியே வந்தான். கண்டினியுட்டி உடையை முகர்ந்து பார்த்துவிட்டு அணிந்துகொண்டான்.

ப்ரேம், 'ஹாய் அருண்!' என்றாள்.

'ஹாய்!'

பாவாடை தாவணிப் பெண் பிளாஸ்கிலிருந்து ஒரு டம்ளர் ஊற்றி ப்ரேமலதாவிடம் கொடுத்தாள்.

'என்னது, அமுல் ஸ்ப்ரேயா?' என்றான் அருண்.

'இல்லை விஸ்கி!' என்றாள்.

'ஷாட் ரெடி சார்!'

டைரக்டர் அருணை அணுகினார். டைரக்டர் சமீப காலம்வரை கோயம்புத்தூரில் பனியன் மொத்த வியாபாரம் செய்து இப்போது டைரக்டர் ஆகியிருக்கிறார். முதல் படம் 'இளமைக் காலங்கள்' பிய்த்துக்கொண்டு ஓடியது. அதற்குக் காரணம் ஒரு இளையராஜா பாட்டும் சென்சார் தூங்கிவிட்ட ஒரு காட்சியும் என்று சொல் கிறார்கள். எப்படியோ பனியன்காரருக்கு மளமளவென்று நான்கு படங்கள் புக் ஆகிவிட்டன. சதுர முகம், பட்டை பிரேம் கண்ணாடி புதிதாக அணிந்திருந்தார் (பாலசந்தர் போலத்

தோன்றவேண்டும் என்று ஒரு ஆசை). சமீபத்தில் பர்க்லி சிகரெட்டிலிருந்து சினிமா உலகின் தேசிய பிராண்டான 555-க்கு மாறியிருந்தார்.

'அருண்! நீங்க என்ன செய்றீங்க, பேபி பின்பக்கமாகவே நடந்து வர்றீங்க. பேபி என்ன செய்யுறது, அப்படியே திரும்பி உங்க காதில ரகசியம் பேசற மாதிரி செய்யுது. 'உன் காதில் நான் ரகசியம் சொல்லவா.' அடுத்த வரி வர்றபோது நீங்க அவ காதில் ரகசியம் சொல்ற மாதிரி, 'உன் காதில்தான் நான் சொல்லுவேன்.''

'பிரமாதம்.'

'ஏன் சிரிக்கிறீங்க?'

'ஒண்ணுமில்லை! சந்தோஷத்தில். ஏம்மா, கன்னம் குழியும் புன்னகையாள், ரெடியா?'

'ரெடி சார்.'

'ம்யூசிக்.'

'ஆக்ஷன்!'

அருண் சட்டென்று அவன் கிண்டல் யாவும் மறைந்து ஸ்விட்ச் போட்டாற்போல் நடிகனாகிவிட்டான். ப்ரேமலதா சிரித்துக் கொண்டே நடக்க அவள்பின், அவளைச் சென்ற ஜன்மத்தில் இருந்தே காதலிப்பவன்போல் நடந்து வந்தான்.

'உன் காதில் நான் ரகசியம் சொல்லவா?'

ப்ரேமலதா திரும்பி அவன் காதில் 'பெங்களூர்ல பார்த்துக்கலாம்' என்றாள்.

'உன் காதில்தான் நான் சொல்லுவேன்.'

'உங்கம்மா வர்றதில்லையா?'

அடுத்த ஒத்திகையில், 'இல்லை, நான் மட்டும் தனியா வரேன்' என்றாள்.

'மாத்திரை சாப்பிடறியா?'

முதல் டேக்கில், 'சாப்பிடறேன் தவறாம.'

'யாராவது பார்த்தா செத்தோம்.'

இரண்டாவது டேக்கில்-

'அதெல்லாம் நான் பார்த்துக்கறேன்' என்றாள்.

'சரி இன்னிக்கு ராத்திரி!'

'ஓ.கே. கட் இட்!' என்றார் பனியன் வியாபாரி.

அருணும் ப்ரேமலதாவும் ஒருவருடன் ஒருவர் சம்பந்தம் இல்லாததுபோல் விலகிச் சென்றார்கள்.

பாஸ்கரிடம் சென்று, 'ஃப்ளைட்டு புக் ஆய்டுச்சா பாஸ்கர்?' என்றான்.

'ஆய்டுச்சு!'

'படம் என்ன?'

'பொம்பே! கன்னடம்... இதே ப்ரேமாதான்.'

'அப்படியா! வாய்யா ஞான சூன்யம்!'

ஞானசேகரன் வந்து பிங் கிராஸ்பி போல இளித்தார். பின்னால் சில பெண்கள் நின்றுகொண்டிருந்தார்கள். அத்தனை பேரும் அருணைப் பார்த்து சற்று வெட்கத்துடன் புன்னகைத்துக் கொண்டிருந்தார்கள்.

'இண்டர்வியூக்கு எத்தனை கேர்ல்ஸ் கூட்டிட்டு வந்திருக்கேன் பாருங்க!'

'அதுக்கு முன்னாலே உன்னைத் தனியா அழைச்சிட்டுப் போய் அடிக்கணும்யா!'

'தேவியிலே வந்ததுதானே!'

'நீங்கள்லாம் மனுஷங்களாய்யா! இவ்வளவு பொய் சொல்றியே, புழுத்துப்போயிற மாட்டே?'

'அதுக்கென்ன பிரதர், மறுப்பு எழுதிட்டாப் போச்சு...'

'பண்ணவேண்டிய சேதமெல்லாம் பண்ணியாச்சு. உன் மறுப்பை யார்யா படிக்கப்போறான்?'

'இல்லை பிரதர். பெரிசா போட்டோ போட்டு கொட்டையா போடச் சொல்றேன். கோவிச்சுக்காதீங்க!'

'எழுதிக்க: எனக்கும் ப்ரேமலதாவுக்கும் முடிச்சு போட்டு எழுதியிருந்த செய்தி ரொம்பத் தமாஷாக இருந்தது. உங்கள் நிருபர் என் வேஷ்டிக்குள் ஒளிந்துகொண்டு...'

'வேண்டாம் பிரதர்!' கெஞ்சலும் அதட்டலுமாக...

'சரி! ப்ரேமலதாவுடன் நான் பேசிக்கொள்வது எல்லாம் செட்டில் தான். பேசுவது பூராவும் திரைக்கதை வசனம் மட்டும்தான்! என்ன எழுதிக்கிட்டியா?'

'அப்படியே போட்டுர்றேன்! இப்ப சமாதானம்தானே?'

'யாரு உனக்கு இந்த அக்கப்போர் கொடுத்தது?'

'அதை ஏன் கேக்கறீங்க! முன்னெல்லாம் கிசுகிசு எழுதறதுக்கு ஸ்டாண்டர்டா நான், பாரி வள்ளல்னு இரண்டு ஆள், மூணு ஆள் இருந்தோம்! இப்ப இருபது பேர் இருக்காங்க. ஸ்டூடியோ பக்கமே வராம வீட்டில் இருந்தே எழுதிடறாங்க. நீங்க ரெண்டு பேரும் வி.ஜி.பி பீச்சில் படுத்திருந்ததைக் கண்ணாலே பார்த்தேன்னு ஒரு ஆள் சொன்னான்.'

'கூட்டிட்டு வா அந்த ஆளை! அவனை முதல்லே...'

'கோவிச்சுக்காதீங்க! நான் இப்ப கூட்டிட்டு வரப்போறது அந்தப் பெண்களை! வாங்கம்மா எல்லாரும்!'

அந்தப் பெண்கள் தயங்கித் தயங்கி அருகே வந்தனர். எத்தனை வகை! உயரம், குட்டை, பருமன், மெலிசு, சமீபத்தில் மலர்ந்தவர்கள், கன்னத்தில் பருக்கள் உள்ளவர்கள், அபரிமிதமாக வளர்ந்தவர்கள், ஒல்லிப் பிச்சான்கள்.

'கேள்டி! கேளேண்டி.'

'அருண்! உங்க ஃபர்ஸ்ட் பிக்சர் எப்ப?'

'ஒரு வயசில. நியூடா நடிச்சேன்! போட்டோ எடுத்தாங்க!'

'கிக்கிக்' என்று சிரிப்பு. 'அறுவை, அறுவை.'

'லெட்ஸ் டாக் எபவுட் மூவீஸ் யார்!' என்றாள் ஒருத்தி.

'டாக் யார்!' என்றான்.

'உங்க அபிமான நடிகர்...'

'ஜேம்ஸ் டீன்! கேள்விப்பட்டிருக்கியா?'

'உங்க பேவரிட் ஹீரோயின்?'

'டி.பி. ராஜலட்சுமி!'

அவர்கள் ஒருவரை ஒருவர் பாத்துக்கொள்ள, 'கம் ஆன் அருண்! கட் அவுட் தி காமெடி!' என்றாள் ஒருத்தி. ஏறக்குறைய அருண் உயரம் இருந்தாள்.

'நீங்க கிரிக்கெட் ஆடுவிங்களா?' என்றான் அவளைப் பார்த்து.

'நோ! வாலிபால்.' - சிரிப்பு.

அருண், 'ஐ லைக் ஆல் பால் கேம்ஸ்' என்றான். மறுபடி சிரிப்பு.

'ஞானசேகரன், இதைப் போட்றாதீங்க.'

'இதெல்லாம் குங்குமத்தில் போட முடியாது பிரதர்.'

'ஸ்க்ரிப்டைக் காண்பிச்சுட்டுப் போடுங்க, என்ன?'

அத்தனை பெண்களில் ஒருத்தி மட்டும் ஓரத்தில் தனியாக நின்று கொண்டிருந்தாள். பெரும்பாலும் கீழே பார்த்துக் கொண்டிருந் தாள். எப்போதாவது ஒருமுறைதான் அருணை நிமிர்ந்து பார்த் தாள். அந்தச் சந்தர்ப்பம் ஒன்றில் அருணின் பார்வையும் அவள் மேல் பட, சற்று நேரம் அடையாளக் குழப்பம் ஏற்பட்டு, அதன் பின் 'மை காட். கல்யாணி, நீயும் வந்திருக்கியா?' என்றான்.

பெல்ஸ் ரோட்டில் இருந்தபோது அருகே இருக்கும் இந்து பால பாடசாலையில் நான் படித்தேன். நிறைய பல்பமும் சுண்ணாம்பும் தின்னுவேன். ஸ்கூலுக்குப் போவதற்கு முன் அடம் பிடித்து ஒரு பல்பம் வாங்குவேன். மறுநாள் காலைக்குள் அதைத் தின்று தீர்த்து விடுவேன்' சுபாஷினி பேட்டி: பாரிவள்ளல்

- குமுதம் 4, 10. 79 இதழுடன் இணைப்பு

கல்யாணியைக் கடைசியில் பார்த்தது ஐந்து வருஷங்களுக்கு முன். ஐந்து வருஷங்களில் அவன் வாழ்க்கையில் அவ்வளவு மாறுதல்கள் நிகழ்ந்திருக்கின்றன. திருச்சி ஜில்லாவில், கொள்ளிடக் கரையில், ஒரு சின்ன ஊரில் தினசரி ஒன்பது மணி ரயில் பிடித்து திருச்சி சென்று படித்துவந்த சாதாரண மாணவன், ஐந்து ஆண்டுகளில் 'அருண் அருண் அருண்' என்று தென்னாடு முழுவதும் தீ வைத்த தீபாவளி ராக்கெட்டின் கடைசி மத்தாப்புச் சிதறல் மாதிரி பரவிவிட்டான்.

அதே ஐந்து வருடங்களில் கல்யாணி? மென்மையாக, அமைதியாக, ஆர்ப்பாட்டமின்றி அழகாகியிருக்கிறாள். எந்த ஊர் ரசாயனம் இது? அவள் கூந்தலைக் கட்டையாக்கி கன்னங்களையும் மார்பையும் நிரப்பி, உதட்டோரத்தில் ஒருவித அழுத்தத்தைத்

தந்து, உயரத்தை அதிகமாக்கி, அடேயப்பா! அவன் தினசரி பார்க்கும் செயற்கைச் சௌந்தரியங்களிலிருந்து எத்தனை வித்தியாசமான பெண். அந்த நாணத்தைத் திரையில் காட்ட ப்ரேமலதாவுக்கு நூறு டேக் வேண்டியிருக்கும்.

கல்யாணி ஒரு தடவை அருணை நிமிர்ந்து பார்த்து பயத்துடன் சிரித்து, 'ஞாபகம் இருக்கா?' என்றாள்.

'நான் கேட்கவேண்டிய கேள்வி! இப்ப... நான் ஸ்டூடியோவுக்கு வர்றப்ப சுந்தரத்தின் லெட்டரைப் படிச்சுக்கிட்டே வந்தேன். சுந்தரம் வந்திருக்கானா?'

'இல்லை.'

'நீ எங்கே?'

'இது என் கஸின் பூமா. அருண்னா அப்படி க்ரேஸ். அவ இண்டர்வ்யூவுக்குப் போறதாச் சொன்னா, வேடிக்கை பார்க்க வந்தேன். தசரா ஹாலிடேஸ்' என்றாள். அந்த பூமா வெள்ளைச் சட்டை, இரட்டைப் பின்னலுமாகப் பெரிதாகச் சிரித்தாள். பற்களின் இடைவெளியில் ப்ரேஸஸ் கம்பிகள் தெரிந்தன.

'தசரா ஹாலிடேஸ்! அருண், இவளைப் பெண் பார்க்கறதுக்கு இவ அப்பா, அம்மா இவளைக் கூட்டிக்கிட்டு வந்திருக்கா?' என்றாள் அந்தப் பெண். 'ஏண்டி, அதைச் சொல்லமாட்டியா?'

'அப்படியா சந்தோஷம்!' என்றான் அருண், 'அப்படியா, ஏமாற்றம்!' என்று சொல்லியிருக்கவேண்டும்.

'உன்னை, உங்களை நாங்க எல்லா பத்திரிகைகளிலயும் பார்க்கறோம். எல்லா பிக்சர்ஸ்லயும் பார்க்கறோம்.'

'அருண், நிஜமாகவே உங்க சின்ன வயசு ஃப்ரெண்டா இவ? சும்மா ரீல் விடறான்னு நினைச்சேன்.'

'இல்லை, நிஜமாவே நாங்க ஃப்ரெண்ட்ஸ்தான்.'

'சின்ன வயசிலே நீங்க பாண்டி ஆடுவீங்களாமே?'

'ஆமா, ஏரோப்ளேன் பாண்டி!'

'கேர்ள்ஸ் கூடவா?'

'ஆமாம்! அப்புறம் அது என்ன பாட்டு கல்யாணி...

கொக்குச்சிக் கொக்கு
ரெட்டைச் சிலாக்கு
மூக்குச் சிலந்தி
நாக்குல வர்ணம்

அப்பிடின்னு புளியங்கொட்டை வெச்சுக்கிட்டு விளையாடுவமே. ரொம்பச் சின்னவ. அழுகுணி ஆட்டம் ஆடுவா!'

அந்தப் பெண்கள் ஆரவாரமாகச் சிரித்தார்கள்.

'வேற என்ன விளையாடுவீங்க?' என்று கேட்டாள் ஒரு தைரியலட்சுமி. அருண் அவளை முறைத்தான். வேறு என்ன விளையாட்டு என்பது இரண்டு பேருக்குமே ஒரே சமயத்தில் ஞாபகத்தில் பளிச்சிட்டது.

'வாடி... வாடின்னா!'

'பயமா இருக்கு!'

'பெண் பிள்ளைகள்கூடத்தான் விளையாடுவீங்களா?'

'ஆமாம்! நவராத்திரிக்கு ஜிப்ஸி வேஷம் போட்டு இவ அக்கா என்னைக் கூட்டிக்கிட்டுப் போவா!'

ஞானசேகரன் சரசரவென்று எழுதிக்கொண்டிருந்தார்.

'யோவ்! பென்சிலை முறிச்சுப் போட்டுருவேன். இதை எல்லாம் பத்திரிகைல எழுதாதே. அந்தரங்கமா ஒண்ணு ரெண்டு விஷயங்களை விட்டுவெச்சுரு!'

'அப்ப ஒரு போட்டோ எடுத்துறலாமா?'

'வேண்டாம்! வேண்டாம்!' என்று பீதியுடன் பின் பக்கம் நழுவ ஆரம்பித்தாள் கல்யாணி.

'பயப்படாதே! இந்த ஆள் கடிக்க மாட்டார்! நீ போய்யா அந்தாண்ட!'

'அருண்! ஷாட் ரெடி!'

'ஒரு நிமிஷம்! கல்யாணி என்ன படிக்கிற?'

‘எம்.எஸ்.ஸி.ஆர்.ஆர். காலேஜில.’

‘எவ்வளவு நாள் இருப்பே?’

‘நாளைக்குத் திரும்பிப் போயிடறேன்.’

‘ரெண்டு நாள் இரேன்!’

‘சரிதான்’ என்றாள் பூமா.

‘அருண்! வர்றீங்களா? கிளவுட்ஸ் வந்துக்கிட்டிருக்கு?’

‘அப்புறம் பார்க்கலாம்’ என்றாள்.

‘சுந்தரத்துக்கிட்ட சொல்லு. ஒரு நாள் திடீர்னு எல்லாத்தையும் உதறிப்போட்டுட்டு வந்துர்றன்னு சொல்லு. சுந்தரம் எப்படி இருக்கான்?’

‘அப்படியேதான்.’

அருண் மறுபடி அந்தப் பீங்கான் நீர்க் கன்னியிடம் சென்றான். ப்ரேமலதாவின் முகத்தை ஒருத்தி ஒத்திக்கொண்டிருக்க, கேமராவும், படுத்துக்கொண்டே அதை ட்ராலியில் இழுக்கப் போகிறவர்களும் இடம் மாறியிருந்தனர். டைரக்டர் ஒரு ஆளிடம் சத்தம் போட்டுக்கொண்டிருந்தார். சற்று தூரத்தில் மூக்கு கட்டப்பட்டு ஒரு கரடி நொந்துபோய் உட்கார்ந்திருந்தது.

‘அடாடாடாடா! ரோதனையாப் போச்சு. இன்னும் ஒரு முறை இந்த ஆளுங்களை உள்ள கூட்டிட்டு வந்தன்னா பொல்லாத கோவம் வரும். ஷாட்டுகளுக்கு நடுவில் எத்தனை கலாட்டா அக்கப்போர்! யோவ்! இதப் பார்யா? கரடி வேண்டாம்.’

‘அப்படிச் சொல்லாதீங்க! ஒரு தடவை அது செய்யறதைப் பார்த்துட்டுப் போங்க. ஏய் ராமா!’ என்று அதன் கயிற்றை இழுத்தான் அந்த ஆசாமி. அந்தக் கரடி ஸ்விட்ச் போட்டாற் போல கைகளில் நடந்தது.

‘உள்ளுக்குள் ஆளாய்யா?’ என்றான் அருண்.

‘இல்லிங்க... நிஜக்கரடி!’

‘மண்புழு இருக்கா?’ என்றான். ‘கன்னையன்! கதையை வேணா மாத்திட்டுக் கரடி விடலாமா?’ என்றான் அருண்.

'இல்லிங்க, ஃபேமிலி சப்ஜெக்ட் ஆச்சே! எல்லாம் வீட்டுக்குள்ள நடக்கறதாச்சே!'

'தேவர் போனாலும் போனாரு. இவங்க ரோதனை ஜாஸ்தி ஆயிடுச்சு!' என்றார் டைரக்டர்.

'ரெண்டு நாளா சாப்பாடு இல்லை சார்...'

'யாருக்கு? உனக்கா? கரடிக்கா?' என்றான்.

அருண் ப்ரேமலதாவின் அருகே போய் நின்றான்.

டைரக்டர், 'உன் காதில்தான் நான் சொல்லுவேன்' ஆயிருச்சுல்ல? அடுத்த லைன் 'உலகத்தையே உனக்குத் தருவேன்.'

'அதுக்கு முன்னாடி ஒரு கிளாஸ் தண்ணி தருவிங்களா?'

'தண்ணி தண்ணி' என்று ரிலே ரேஸ் போலச் செய்தி பறக்க, ப்ரேமலதா, 'அந்த கேர்ள்ஸ் எல்லாம் யாரு?' என்றாள்.

அருண், 'காலேஜ்' என்றான்.

'நான்கூட காலேஜ்ல படிச்சிட்டு இருக்கறபோது, சிவாஜி கிட்டே ஆட்டோகிராஃப் வாங்கியிருக்கிறேன்.'

'எந்த காலேஜ்? செத்தக் காலேஜா, உயிர் காலேஜா?' அவன் பார்வை கல்யாணியைத் தேடியது. அந்தப் பெண்கள் அத்தனை பேரும் கும்பலாக வேடிக்கை பார்ப்பதற்கு வந்து நிற்க, அவள் மட்டும் மரத்தடியில் புத்தகம் வாசித்துக்கொண்டிருந்தாள். என்ன புத்தகம் என்று கேட்கவேண்டும். அவன் வயிற்றில் ஒருவிதமான சங்கடம் இருப்பதை உணர்ந்தான். 'இவளைப் பெண் பார்க்கறதுக்குக் கூட்டிட்டு வந்திருக்காங்க...' ப்ளேபாக் யூனிட் 'உலகத்தையே உனக்குத் தர' ஆரம்பித்தது. அருண் பாஸ்கரைக் கூப்பிட்டு, 'ஒரு விஷயம்' என்றான்.

'அந்தப் பெண்ணுடைய அட்ரஸ்தானே? விசாரிக்கிறேன்!'

'ஆக்ஷன்!'

அருண் மறுபடி காதலன் ஆனான். அடுத்த அடிக்கு வாய் அசைத்தான். 'கட் கட்! என்னங்க அருண். எங்கேயோ பார்க்கறீங்க அருண். திரும்பிப் போடுய்யா!'

'உலகத்தையே உனக்குத் தருவேன்.'

அந்த ஸ்டூடியோவிலிருந்து சரியாக ஒன்பது மைல் தூரத்தில் இருந்த ஒரு ஐந்து நட்சத்திர ஓட்டலில் ஐந்தாவது மாடியில் இரட்டை அறையில் லட்சுமணன் மார்பில் சட்டையில்லாமல் உட்கார்ந்திருந்தார். அவருக்குமுன் ஒரு கரும்பச்சை நிற பாட்டிலில் ஸ்காட்லாண்ட் தேசத்து விஸ்கி இருந்தது. தட்டு நிறைய இட்லியும் மசால் தோசையும் கேட்பாரற்றுக் கிடந்தன. லட்சுமணனுக்குப் பக்கத்தில் ஏறக்குறைய அவரைப் போலவே ஆகிருதியுடன் மற்றொருவர் உட்கார்ந்திருந்தார். கதர்ச் சட்டை அணிந்து, அதன் பை நிறைய நோட்டுக் கத்தை வைத்திருந்தார்.

‘முப்பத்தஞ்சு வருசமா ஃபீல்டுல இருக்கேன். இதுவரைக்கும் ஒருத்தன் என்னை வெளியே போடான்னு சொன்னதில்லீங்க! நேத்துப் பய! அவன் என்ன ஜாதி மாணிக்கம், பாப்பானா?’

‘நம்ம... பீல்டுல ஜாதியாவது ஒண்ணாவதுங்க! எல்லாம் கலந்து போச்சு! ரெண்டு கல்யாணம் பண்ணிக்குவாங்க. பொசுக்குன்னு மதம் மாறிடுவாங்க! களவாணிப் பயலுக!’ என்றார் மாணிக்கம். அறையில் ஒரு ராட்சச டேப் ரிக்கார்டர் இருந்தது.

‘நம்ம புதுப் படத்துக்கு ராஜா ட்யூன் போட்டிருக்கார், கேக்கறீங்களா?’

‘அருணை ஒழிச்சே கட்டணும் மாணிக்கம்!’

‘அவன் கிடக்கான், சின்னப் பையன்! இன்னும் ஒரு ரெண்டு வருசத்துக்கு ஓடுவான். அதுக்கப்புறம் களண்டு போயிடுவான்.’

‘அதுக்குள்ளவே! இந்த வருசத்துக்குள்ளவே அவனை ஒழிச்சுக் கட்ட வேண்டாம்?’

‘இப்ப யாரைப் போடறீங்க? ரஜினியா, இல்லாட்டி புதுசா வந்திருக்காங்களே சிவச்சந்திரன், நம்ம சரத்பாபு, சுதாகரு இவங் கள்ளே யாருனாச்சியும்...’

‘வேண்டாங்க. புதுசா - புத்தம் புதுசா - ஒரு ஆளை நானே இவனுக்குப் போட்டியா கொண்டு வரப்போறேன்!’

‘அட! யாரை?’

‘நம்ம டிரைவரை?’

‘யாரு, நம்ம கந்தசாமிப் பயலா?’

'ஆமாங்க.'

'போட்டுற வேண்டியதுதான். ஆளு முரடாத்தான் இருக்கான்... பாணா கீணா சுத்துவான் போல.'

'அதெல்லாம் ஒரு எளவும் தெரிய வேண்டாம். டைரக்டரு பாத்துப்பாரு. பாஷைக்கூடத் தெரியவேண்டாம். டப்பிங் பண்ணிக்கிடலாம்.'

'கந்தசாமி தமிழ்தானே பேசுவான்?'

'இல்லீங்க. மெட்ராஸ் பாஷை. அதிகம் ஊத்தாதிங்க. டாக்டரு நாலுக்குமேல் வேணாம்னுட்டு சொல்லியிருக்காரு. ஏப்பம் வந்துகிட்டே இருக்குது.'

மெல்ல அந்த மேல்நாட்டு மஞ்சள் திரவம் அவர்கள் ரத்தத்தில் கலக்க, லட்சுமணனும் மாணிக்கமும் தங்கள் இறந்தகாலத்தில் நடக்க ஆரம்பித்தார்கள்.

'சாரசம் வசீகரக் கண்கள் சீர்தரும் முகம் சந்தர பிம்பம்... பி.யூ. சின்னப்பா பாடுவான்யா, அதுன்னா பாட்டு. மங்கையர்க்கரசில ஒரு குச்சி விளையாடுவான் பாரு, அதுன்னா ஸ்டண்ட்டு.'

'ஜகதலப்பிரதாபன்ல அஞ்சு கச்சேரி.'

'ஆர்யமாலா மனோன்மணி.'

'மனோன்மணி கொஞ்சம் வரியா?'

அந்த அறையைத் தொட்டுக்கொண்டிருந்த அடுத்த அறையில் ஒரு வாரப் பத்திரிகையில் 'யுகங்கள் மாறும்போது' என்ற தொடர்கதை படித்துக்கொண்டிருந்த மனோன்மணி, திரையை விலக்கிவிட்டு உள்ளே வந்தாள்.

மாணிக்கம், 'அப்ப, நான் வரட்டங்களா?' என்றார்.

இரவு எட்டரை மணி. பங்களூருக்குச் செல்லும் ஆவ்ரோ விமானத்தின் உட்பகுதியில் அருண் உட்கார்ந்திருந்தான். அடுத்ததற்கு அடுத்த சீட்டில் ப்ரேமலதா, ப்ரேமலதாவின் வீட்டுக்குட்டி, அவள் அருகில் அவள் அம்மா. விமானம் மெதுவாக மீனம்பாக்கம் ரன்வேயின் ஆரம்பத்தை நோக்கி ஊர்ந்துகொண்டிருந்தது.

'யாத்திரியோன் ஸே நிவேதன் ஹை கி உடான் மே டிரான்சிஸ்டர் யா டேப் ரிக்கார்டர் ந பிரயோக் கரேன்' என்று அந்தப் பெண்ணுடன்கூட மனப்பாடமாக அருணும் உச்சரித்தான். நூற்றுக்கணக்கான முறை விமானத்தில் சென்று அலுத்த சுபாவத்தில், முட்டைக் கண்ணாடிக்கு வெளியே பார்த்தான். இருள். ஒரு மணி நேரம்; அதில் படிப்பதற்கு மூன்று புத்தகம் வைத்திருந்தான். ஒரு சிறிய காகிதத்தில் சிக்கனமான தெளிவான எழுத்துக்களில் பாஸ்கர்,

'அந்தப் பெண் தங்கியிருப்பது மயிலாப்பூரில் மாமா வீட்டில், விலாசம்: அங்காளம்மன் கோவில் தெரு, 26. அருகில் இருக்கும் வெண்ணெய் கடையின் டெலிபோன் நம்பர் 743...'

அருண் சிரித்துக்கொண்டான். பாஸ்கர் தி கிரேட். நாளை ஊருக்குப் போவதாகச் சொல்லியிருக்கிறாள்! அதற்குள் ஒரு தடவை அவளுடன் பேசிவிடவேண்டும்.

விமானம் ஜிவ்வென்று மேலே ஏற ஏற, ஒன்றுமில்லாததாக வயிற்றில் சற்று விநோதமாக உணர்ந்தான். அதற்குக் காரணம் ஒருவிதப் பொறாமை என்று பட்டது.

'எம்.எஸ்ஸி வாசிச்சிண்டிருக்கா. இந்த வருஷம் முடிச்சுடுவா. நன்னாப் பாடுவா.'

'பாடச் சொல்லுங்களேன், பேஷாக் கேட்டுட்டாப் போச்சு.'

'சுருதிப் பொட்டி கொண்டுவாம்மா.'

'பாடாதே கல்யாணி, பாடாதே' என்றான் அருண்.

'பெக் யுவர் பார்டன்!' என்றாள் அருகில் இருந்த அம்மாள்.

'ஸாரி' என்று அசட்டுச் சிரிப்பு சிரித்துவிட்டு அருண் தன் புத்தகத்தில் ஆழ்ந்தான்.

We are here for no purpose. Unless we can invent one.

பங்களூர் விமான நிலையத்தில் அருணுக்கு என்று தனி கார் வந்திருந்தது. நேராக சாமுண்டீஸ்வரிக்குப் போனான். சிவண்ணா கூட வந்திருந்தார்.

'க்ளைமாக்ஸ் சீன் இன்னிக்கு ஆவுறதாப் பார்த்துறலாம். பெரி பெரி மனசங்கள்ளாம் பூ...ர்த்தி பார்த்துட்டு மூக்ல விரல வெச்சுட்டாங்க! என்ன அருண் குரு?

'சிவண்ணா, நீங்க கன்னடத்திலே பேசிடுங்க! அது நல்லாப் புரியும்னு நினைக்கிறேன்!'

ஸ்டூடியோவிலிருந்து அந்த எண்ணுக்கு ஒரு முறை எஸ்.டி.டி. அடித்துப் பார்த்தான். மணி அடித்துக்கொண்டே இருந்தது.

'மணி என்ன?'

'தொம்பத்துவரை?'

'ஒன்பதரை மணிக்கு ஒருத்தரும் வெண்ணெய் வாங்கமாட்டாங்களா?' என்றான்.

'என்ன சொல்றே?'

'ஃபர்கெட் இட்!' என்று சிரித்தான்.

வேன் வந்து சேர, அதிலிருந்து பெரிய பெரிய டிபன் பாக்ஸ்கள் இறங்கின!

'பிஸி பேளா பாத்!' என்று ஒருத்தன் திறக்க, லவங்கம் வாசனை வந்தது.

அருண் ஓட்டல் அறைக்கு வந்து படுத்தபோது மணி ஒன்றரை. வந்த உடனே சட்டை பேண்ட்டைக் கழற்றாமல் படுக்கைமேல் விழுந்தான். விளக்கை அணைத்தான். கண்ணாடிக்கு வெளியே மழை பெய்தது. தூரத்தில் ரயில் போகிற சப்தம் கேட்டது.

அறையினுள் டெலிபோன் ஒலித்தது. எடுத்தான்.

'அருண்! நான்தான் ப்ரேமலதா!'

'ஹலோ!'

'வர்றீங்களா, பேசிக்கிட்டிருக்கலாம். ரூம் நம்பர் 510.'

சற்று யோசித்தான்.

'வெள்ளிப் பாத்திரம், நகை எதுவும் வேண்டாம் மாமி. பிள்ளைக்குப் பெண் புடிச்சுப் போச்சு!'

'வரேன்!' என்றான்.

X

With an overall capital investment of Rs. 721 Crores, a total empolyment figure of over two million indian cinema represents the country's most indisciplined capital-intensive industry.

- Sunday, 16 Sep. 79

அருண் தன் அறையைவிட்டு வெளியே வந்தபோது காத்திருந்த ஒரு வெய்ட்டர் திடீர் என்று எழுந்து சிரித்தான்.

‘உங்க படம் ஒண்ணுகூட நான் விடறது கிடையாதுங்க. ‘வயசுக்கு வந்த பொண்’ணை மட்டும் அஞ்சு தடவை பார்த்தேன்.’ அருண் ஒரு தடவை சிரித்துவிட்டு நடக்க அவன் கூட நடந்தான். அழுக்கா ஒரு ரூபாய் நோட்டை எடுத்து ‘கையெழுத்து!’ என்றான். ‘காலைல போட்டுத் தர்றனே!’ லிஃப்ட்டிலும் அவன் நுழைந்துவிட, அருண் ஐந்துக்கு பதில் ஜியை அழுத்தினான்.

‘என் பேர் அருமைராசன். கவிதைகள் எழுதுவேன்...’ லிஃப்ட் 3 2 1 என்று பளிச்சிட்டுக்கொண்டிருக்க அருமைராசன் தன் யூனிஃபார்ம் கோட்டுக்குள் பொதிந்திருந்த ஒரு நாற்பது பக்கத்தை, ‘உங்களுக்கு தமிழ்க் கவிதைகள்னா ரொம்ப இஷ்டம்னு திரைக்கதிர்ல போட்டிருந்தது!’ எடுத்துப் பிரித்தான்.

'தூரத்தே கடலைப் பார்த்துத் துடிக்கின்ற எந்தன் மனத்தின் ஓரத்தே ஒருத்தி வந்து உலகமே எனது என்றாள்.'

'இதப் பாரு அருமைராசன்! ராத்திரி ஒரு மணிக்கு லிஃப்ட்டில் கவிதை படிச்சா எனக்கு ஒரு மாதிரி ஆய்டுது!'

'எப்படியாவது இளையராஜாவுக்கு ஒரு அறிமுகம் செய்து விட்டுருங்க!' லிஃப்ட்டிலிருந்து வெளிப்பட்டார்கள்.

கீழே நடந்து டாய்லெட்டுக்குள் சென்றான் அருண். கவிஞர் கூட வந்தான். பாச்சை உருண்டை வாசனையில் 'நீங்க ஒண்ணு செய்யுங்க. காலையில் ஒரு காகிதத்தில் உங்க அட்ரஸ் எழுதி - என் செக்ரட்டரி வருவார்... அவர் கிட்டக் கொடுத்து வையுங்க!'

'சரிங்க, நீங்க கிறிஸ்டியன்னு 'மூக்குத்தி'யில போட்டிருந்ததே, நிஜமா?'

'அதுகூட செக்ரட்ரி சொல்வார். இப்ப எனக்கு முக்கியமான வேலை இருக்கு' என்று பீங்கான் முன் நின்றான்.

அவன் சென்றதும் வெளியே வந்து ரிசப்ஷனைக் கடந்து மறுபடி லிஃப்ட்டில் நுழைந்து ஐந்தாம் மாடிக்குச் சென்று ப்ரேமலதாவின் அறைக் கதவைத் திறந்தான்.

'என்ன இவ்வளவு நேரம்?'

'வர்ற வழியில் ஒரு கவிஞர்.'

'இந்த நேரத்திலேயா?'

அருண் பதில் சொல்லாமல் மூக்கை உறிஞ்சி, 'ஷார்லி செண்ட் கொண்டுவரலையா?' என்று சிரித்தான். படுக்கையில் சுவாதீனமாக உட்கார்ந்து அவளை நேராகப் பார்த்தான்.

'நீ போட்டுக்கிட்டு இருக்கியே ஜடாயு மாதிரி கவுன்... என்ன பேரு இதுக்கு?'

'கஃப்தானோ என்னவோ.'

'மேக்கப் இல்லாம நீ வேற மாதிரி இருக்கே.'

'சினிமா மூஞ்சியைக் கழட்டி வெச்சாச்சு!'

'உங்கம்மா வந்திருக்காப்லே இருக்கே? வரலைன்னு சொன்னியே.'

'நீங்க வரது தெரிஞ்சப்புறம் தானும் வர்றேன்னுட்டாங்க!'

'ஏரோப்ளேன்லயே உங்கம்மாவைப் பார்த்தேன். என்-ஒன்றுமறியாத-பெண்ணின்-கற்பைச்-சூறையாட-வந்த- பாதகா பார்வை.'

'பேப்பர்ல கன்னாபின்னான்னு போட்டுர்றாங்க!'

'அதுக்குத் தகுந்தாப்பல கொஞ்சமாவது நடந்துக்கலாம்னு கூப்பிட்டியா?'

'சேச்சே! அருண், இதுவரை நாம ரெண்டு பேரும் மத்த பேர் எழுதிக் கொடுத்துப் பேசிக்கிட்டிருந்தோம். இன்னிக்கு சொந்தமா டயலாக் பேசலாம்னுட்டு...'

'சும்மா பேசத்தானே?'

'பேசறதிலே எவ்வளவோ வகை இருக்குது! உதட்டால, கண்ணால...'

'ஹோல்டான்! இந்த வசனம் எதிலயோ பேசியிருக்கோம்!'

'கனவுக் கவிதை!'

'ஆமாம்! கதை என்ன?'

'ஒரு சின்னப் பொண்ணு. ஊமைப் பொண்ணு. அதுக்கு ஒரு அக்கா... அருண், நீங்க ஏன் என்னை 'பசு மாடு'ன்னு சொன்னீங்க? அவ்வளவு குண்டாவா இருக்கேன்?'

'உனக்குச் செய்தி வந்துருச்சா? சரிதான்.'

'எனக்கு அழுகையே வந்திருச்சு தெரியுமா?'

'நீ குண்டு இல்லை. எப்ப பார்த்தாலும் எதையாவது அசை போட்டுகிட்டே இருக்க. அதுக்காகத்தான் 'பசு மாடு'ன்னேன்.'

'பப்பிள் கம். உங்களுக்கு நாங்க எத்தனை பேர் வெச்சிருக்கம் சொல்லட்டுமா? ரங்கபாஷ்யம்.'

அருண் சிரித்தான். 'என்னை என்ன வேணாக் கூப்பிடு. பூண்டு மட்டும் சாப்பிடாதே. அது எனக்கு உதவாது.'

'என்னிக்கோ ஒரு நாள் சாப்பிட்டதுக்கு... 'மரோ சரித்ரா' பார்த்தீங்க இல்லை?'

'எனக்கு ஒரு இடம் பிடிச்சிருந்தது, சரிதா புஸ்தகக் கடையில 'முப்பது நாட்களில் தமிழ்' புஸ்தகம் இருக்குமான்னு கேக்கறா. புஸ்தகக் கடை வில்லன் 'பதினைந்து நாட்களில் கர்ப்பம்' இருக்குங்கறான்.'

ப்ரேமலதா சிரித்து 'லவ்லி மூவி' என்றாள். தன் தலை மயிரை மெதுவாக பிரஷ் வைத்துக் கண்ணாடி முன் நின்று வருடிக் கொண்டே பேசினாள். ஒரு சின்ன ரிப்பன் வைத்து முடித்து அதைக் கட்டுப்படுத்திக்கொண்டாள். அவன் அருகில் வந்து உட்கார்ந்தாள்.

'உன் பேரு ப்ரேமலதாதானா?'

'இல்லை வரலக்ஷ்மி.'

'வர... லக்ஷ்மி! எக்ஸைட்டிங். என்ன படிச்சிருக்கே? ஆந்திரா மெட்ரிக்கா?'

'இல்லை. கான்வெண்ட்ல நைன்த் வரைக்கும்.'

'இப்ப உங்கம்மா போன் பண்ணா நான்தான் எடுக்கப் போறேன் ஹல்லோ... எவருரா இதி.'

'டோன்ட் பி ஸில்லி!'

'வர-லக்ஷ்மி.'

'ரங்கபாஷ்யம்! மார்னிங் ஃப்ளைட்ல திரும்பிடுவீங்களா?'

'இல்லை. கார்ல. காலைல டப்பிங் இருக்கு.'

'அருண், நீங்க சிவண்ணாவைப் பத்தி என்ன நினைக்கிறீங்க?'

அருண் வசீகரமாகச் சிரித்தான். 'இதப் பார், எதுக்காக நாம ரெண்டு பேரும் இப்படிப் பாசாங்கு செய்துகிட்டிருக்கோம்? ராத்திரி ஒரு மணிக்கு நீ உங்க அம்மாகிட்ட பொய் சொல்லி, நான் ஒரு கவிஞனுக்கு டிமிக்கி கொடுத்துட்டு, ரெண்டு பேரும் சதி செய்து வந்திருக்கோம். சிவண்ணாவைப் பத்திப் பேசவா! இல்லை. ம்ஹூம். நீதானே சொன்னே. பேசறதில எவ்வளவோ வகை இருக்கு. உதட்டால்... கண்ணால... உடம்பாலன்னு.'

'கடைசிது நான் சொல்லலை.'

'நான் சொல்றேன்!' என்று அவள் தோளைத் தொட்டான். தன்பால் இழுத்துக்கொண்டான்.

'எவ்வளவோ முறை கேமராவுக்கு முன் அவளைத் தொட்டிருக்கிறான். முகத்தோடு முகம் உராய்ந்திருக்கிறான். இடுப்பில் கட்டிப் பிடித்திருக்கிறான். பந்தாகத் தூக்கிப் போட்டிருக்கிறான். கழுத்திலிருந்து ஆரம்பித்து தாடையின் அடிவாரம், தாடை, உதடுகள் என்று மூக்காலயே தொட்டுத் தொட்டு ஏறக்குறைய முத்தம் கொடுத்திருக்கிறான்.

இப்போது லைட்ஸ், கேமரா, ஆக்ஷன் என்று எந்தவித ஆணைகளும் இல்லாமல் மேக்-அப்பும் ஜாக்கிரதைகளும் களைந்த நேரத்தில் அவளைத் தொட்டபோது முற்றிலும் வேறுவிதமாக இருந்தாள்.

அருண் அவளை ஆக்கிரமித்தான்.

அதிகாலையின் அறிவிப்புகள் ஜன்னலுக்கு வெளிப்புறம் தெரிய, தன்னைச் சரிப்படுத்திக்கொண்டு அறைக் கதவைத் திறந்து வெளியே வந்தபோது, காத்திருந்த அருமைராசன் திடீர் என்று எழுந்து சிரித்தான். 'காலைல ஆட்டோகிராப் போட்டுக் கொடுக்கறேன்னிங்களே!'

உள்ளே இருந்து, 'கம் ஆன் அருண்!' என்று கொஞ்சலாக ப்ரேமலதா குரல் கேட்டது. அருமைராசன் சலனமற்று நின்றான். கையில் ரூபாய் நோட்டு. அருண் எரிச்சலுடன், அதிகக் கோபத்துடன், 'என் பின்னாடி வாய்யா' என்றான். 'உன் பேர் என்ன சொன்னே?'

'அருமைராசன்.'

ரிசப்ஷனுக்குச் சென்று ஆங்கிலத்தில் வெடித்தான். 'குட் மார்னிங். உடனே எனக்கு ஒரு புகார் செய்யவேண்டும். இவன் என்னை நாய்போல் தொடர்கிறான். இந்த ஓட்டலில் எனக்கு ஒரு நிமிஷம் நிம்மதி கிடையாது. எங்கே போனாலும் கூட வருகிறான். இனி நான் இந்த ஓட்டலில் ஒரு கணம் தங்க மாட்டேன். யாரையாவது அதிகாரியைக் கூப்பிடு.'

அந்தப் பெண் நடுங்கிப்போய், 'ஐல் கால் தி பெல் காப்டன் சார்.'

'என்னங்க?' என்றான் அருமைராசன் கலவரத்துடன். அருண் மௌனமாக நின்றான். 'எப்பப் பார்த்தாலும் என் பின்னாடி சுத்தறதுதான் உனக்கு வெச்ச வேலையாய்யா?'

'நீங்கதானே வரச்சொன்னீங்க?'

'பாஸ்டர்ட்! வரச்சொன்னா என் ரூமுக்கு வர்றது. உன்னை யாருய்யா வேவு பார்க்கச் சொன்னா?'

'சார், மன்னிச்சுருங்க! நான் டெம்ப்ரவரி சார். மாசம் இருநூத் தம்பது கொடுக்கறாங்க. இப்ப நீங்க என்மேல கம்ப்ளெய்ண்ட் பண்ணா வேலை போயிரும் சார். சம்சாரம், கைக்குழந்தை சார். சம்பளத்தில் 50 ரூபாய்க்கு உங்க படமே பார்ப்பேன் சார்...'

பெல் காப்டன் வந்து, 'எஸ் சார்?' என்று நின்றான்.

'இவனைப் பற்றி புகார்!' என்றான் அருண்.

பங்களூர்-சென்னை சாலையில் அந்த கார் பலமனேர் தாண்டி விரைந்துகொண்டிருந்தது. பாஸ்கர் ஓட்டிக்கொண்டிருந்தான். அருண் அரைத் தூக்கத்தில் இருந்தான்.

'விட்டிருக்கலாம்! அவனை உடனே டிஸ்மிஸ் பண்ணியிருப் பாங்க. ப்ரைவேட் ஹோட்டல் அது. பாவம்!' என்றான் பாஸ்கர்.

அருண் சட்டென்று எழுந்து, 'எனக்கு யார் பரிதாபப்படறா? எனக்குனு ஒரு ப்ரைவஸி கிடையாதா? பாத்ரூம், லிஃப்டு எங்க போனாலும் துரத்திக்கிட்டு வர்றதா?'

'புகழுக்கு விலை! அருண், உன் கோபம் அதனால இல்லை!'

'தெரியும்! நீ ஒண்ணும் என்னை சைக்கோ அனலைஸ் பண்ண வேண்டாம்.'

'மடத்தனமான செய்கை. அதுவும் ஒரு ஹோட்டலில் அவ ரூமுக்கே நேராப் போய்! நிச்சயம் கிசுகிசுவில வந்துரும் பாரு! Thou shalt not be found out! பதினோராவது கட்டளை.'

'ஐ டோண்ட் கேர்! ஏற்கெனவே வந்ததுதானே?'

'அதெல்லாம் பொய்யினு நினைச்சுக்கிட்டிருந்தேன். இல்லைனு தெரியுது. தட்ஸ் நன் ஆஃப் மை பிசினஸ். ஆனா இந்தப் ப்ரேமலதாவைப் பத்தி எனக்குக் கொஞ்சம் கவலையாயிருக்கு.'

'ஏன்?'

'ஃபீல்டில் அவ அவ்வளவு பிஸி இல்லை. படங்கள் குறைஞ்சுக் கிட்டிருக்கு. வேறு ஏதாவது ப்ளான் வெச்சிக்கிட்டிருக்காளா?'

'டோன்ட் பி ரிடிகுலஸ், எல்லாம் அகஸ்மாத்தா நிகழ்ந்தது. இனிமே நிகழாது.'

'உனக்குத் தேவைன்னா சுலபமா சிக்கல் இல்லாம ஏற்பாடு பண்ணியிருக்கலாமில்லை. கேர்ல்ஸுக்கா பஞ்சம்?'

'பாஸ்கர், உனக்குச் சொன்னா புரியாது. இயல்பா நடந்தது அது. நாங்க ரெண்டு பேருமே ரொம்பத் தனியா இருக்கோம். இவ்வளவு புகழுக்கு நடுவுல இவ்வளவு தனிமை ஒருவிதமான தீவு மாதிரி... இல்லை, தங்கக்கூண்டு மாதிரி. பாஸ்கர், எனக்கு நட்பு தேவையா இருக்கு. உபதேசமில்லை. நம்பு. இப்பல்லாம் எனக்கு நிறையச் சந்தேகங்கள் வர்றது. ஒரு ஆக்டரா இருந்து நாம சமூகத்துக்கு என்ன செஞ்சிட்டிருக்கோம்? 'மங்கை முன்னால் வர மஞ்சம் பின்னால் வர'ன்னு பாடிக்கிட்டே ஆடிக்கிட்டே போற ஜெயமாலினியைப் பளபளன்னு கோட்டை மாட்டிக்கிட்டு துரத்தறதில் சமூகத்துக்கு என்ன எழவு கான்ட்ரிபியூஷன் இருக்குனு புரியல. ஒரு டாக்டர், 'டேய், அந்த மன்னார்சாமியை நான் காப்பாத்தினேண்டா'ன்னு சொல்லிக்கலாம். ஒரு இன்ஜினியர், 'டேய், நான் அந்த பாலத்தைக் கட்டினேண்டா'ன்னு சொல்லலாம். நான் செஞ்சது என்ன? இருட்டில பொய் நிழல்களா ஒரு திரையில் பரவறதைத் தவிர... எதுக்காக பாஸ்கர்? எதுக்காக?'

பாஸ்கர் சாலையைப் பார்த்துக்கொண்டே பேசினான். 'நீ ரொம்ப புஸ்தகம் படிக்கிறே? உனக்கு ஒரு நல்ல சேதி இருக்கு. அடுத்த வாரம் மூணு கால்ஷீட் கான்சல் ஆறது. அதில உனக்கு ஒரு சின்னப் பரிசு. நீ மட்டும் தனியா உங்க ஊர் - அது என்ன? உத்தமர் கோவில் போறதுக்கு ஏற்பாடு செஞ்சிருக்கேன். யு டிஸர்வ் தி ரெஸ்ட்.'

அருண் துள்ளி எழுந்து, 'பாஸ்கர், கை குடு. ராட்சசா! கிரேட் பாஸ்கர். முதல் தடவையா ஒரு மெஷினை முத்தம் கொடுக்கலாம்னு தோணுது.'

உத்தமர் கோவில்.

கார் சென்னையை நோக்கி நெருங்கிக்கொண்டிருக்கும் சமயம். விருகம்பாக்கத்தில் கார்ப்பரேசன் கடைக்கண் பார்வை இதுவரை

பட்டிராத ஒரு கந்தரகோளமான காலனி. சமீபத்தில் பெய்த மழை இப்போதுதான் கரடுமுரடாக உலர்ந்திருந்தது. ஒரு சைக்கிள் ரிக்ஷா மரத்தடியில் நிற்க, அதில் ஒருவன் தூங்கிக் கொண்டிருந் தான். அதைக் கடந்து ஒரு டீக்கடை, மளிகைக் கடை, இண்டர் நேஷனல் ஸ்டீல் ஒர்க்ஸ், பிலிம் பெட்டி தயாரிப்பாளர்கள், அதன்பின் 'இவ்விடம் காகிதப்பூ, உடைகள், துப்பாக்கிக் குண்டு, லினோலியம் விக் முதலியவை சகாய விலைக்கும் குறைந்த வாடகைக்கும் கிடைக்கும், தணிக்கைக்கு கதை-வசனம் டைப் அடித்துத் தரப்படும்' என்று ஒரு ஆம்னிபஸ் போர்டு, அதை யடுத்து நீண்ட ஒற்றை மாடிக் கட்டடம். அதில் ஆறு வாசல்கள். ஆறு குடும்பங்கள். மணி நாலரை. விவிதபாரதி,

சோமதீர்த்த மாடுன்னா மேளா
சொர்க்க சோபான சங்கீத மேளா
யாமம் சிருங்கார யாமம் இப்போழ்
யாமினிக்கும் சந்த்ரிகைக்கும் காமம்

என்று மலையாளம் பாடிக்கொண்டிருக்க, அந்த வாசல்களில் ஒன்றில் தன் ஹவாய்ச் செருப்பை உதறிவிட்டு மனோன்மணி நுழைந்தாள்.

'அக்கா வந்தாச்சு!' என்று இரண்டு பெண்கள் அவளைச் சுற்றிக் கொண்டனர்.

மனோன்மணி தன் மார்பிலிருந்து ஒரு சில நூறு ரூபாய் நோட்டுக்களை எடுத்து அலமாரியின் மேல் தட்டில் வைத்தாள். அதே தட்டில் இருந்த அங்காளபரமேஸ்வரியின் படத்தைத் தொட்டுக் கண்ணில் ஒத்திக்கொண்டாள்.

'அம்மா!'

மனோன்மணிக்கு இருபது வயசு. இப்போதே கண்களின்கீழ் மெலிதான கறுப்பு நிழல்கள். பெரிய உதடுகள். கழுத்தில் ஒரு பிளாஸ்டிக் மணிமாலை. காதில் வளையம். எளிய வாயில் சேலை. உறுவி விட்டாற்போல உடம்பு. இருந்தும் அனைத்தை யும் மீறி - அந்தக் களைப்பையும் பஸ்ஸில் வந்த அழுக்கையும் கலைந்த தலையையும் மீறி - அவளிடம் ஒரு வசீகரம் இருந்தது.

'என்னடி, பணம் கிடைச்சதா?'

'ம்!'

அம்மா அலமாரியைப் பார்த்தாள்.

'முந்நூறு ரூபாயா? பெரிய பார்ட்டா!'

தயங்கி, 'ஆமாம்' என்றாள்.

'மனோன்மணியா உம் பேரு! என் பேரு பாண்டுரங்கன். உமா பிக்சர்ஸ்னு டிஸ்ட்ரிப்யூஷன். இப்ப இவரு லட்சுமணன். படத்தில் ரெண்டரை லெட்சம் போடறோம். உமாங்கறது என் பெண் பேரு! ராசியான பேரு! இங்க வா.'

'குளிக்கணும்மா! தண்ணி வருதா?'

'புடிச்சு வெச்சிருக்கேன். சாப்டியா ஏதாவது?'

'சாப்புடு. சாப்புடு! நல்லா கிக் இருக்கும். மேல் நாட்டுச் சரக்கு!'

'சாப்பிடலைம்மா இன்னும். யாரானும் வந்தாங்களா, சங்கத்தில இருந்து?'

'மாரிமுத்துன்னு ஒரு ஆள் வந்தது.'

பாத்ரூமுக்குச் சென்று தன் உடைகளைக் களைந்து சுருட்டி, பக்கெட்டில் திணித்து ஜில்லென்று தண்ணீரைத் தன்மேல் சரித்துக்கொண்டாள்.

'இத பாரு, நான் ஒண்ணுஞ் செய்யமாட்டேன். உன் வயசில எனக்கு ஒரு பொண்ணு இருக்கா. நீதான் ரெண்டாவது கதா நாயகி.'

'என்ன படம்?' என்று அம்மா வெளியிலிருந்து கவலைக் குரலில் கேட்டாள்.

'இளந்தலைவன்.'

முகத்தில் தண்ணீர் கண்ணீரை அலம்பியது.

When you tell people that you have made a picture, they do not ask, 'Is it a good picture?' They ask, 'How many days?'

- Gottfried Reinhard

சென்னை வரும்போது இருட்டத் தொடங்கிவிட்டது. டெலிவிஷன் ஏரியல்களில் உட்கார்ந்திருந்த காக்கைகள் கூட்டுக்குச் செல்லப் பறந்தன. பரங்கிமலை தியேட்டர் முகப்பில் நாற்பது அடி அருண் சிரித்துக்கொண்டிருந்தான். தியேட்டரில் அதிகக் கூட்டம் இல்லாததை அருண் கவனித்தான்.

'மணம் நிரம்பிய மலர்கள்' படுத்துருச்சா?'

'ஆமாம், ரெண்டு வாரத்தில் தூக்கறாங்க. வசூல் இல்லை.'

'குட்!'

'இட்ஸ் நாட் குட்' என்றான் பாஸ்கர். டைரக்டர் ஒரு பத்திரிகைல 'அருண் சரியா ஒத்துழைக்கலை'ன்னு பேட்டி.'

'பொய்! கதைல ஒரே ஓட்டை. லாஜிக்கே இல்லை.'

'லாஜிக்கை யாராவது பார்க்கறாங்களா இப்ப?'

'பார்க்க ஆரம்பிச்சுட்டாங்க பாஸ்கர். கேமராவுக்கும், எடிட்டிங்குக்கும், டைரக்ஷனுக்கும் வித்தியாசம் பார்த்துப் பாராட்டற அளவுக்கு புத்தி வந்திருச்சு ஜனங்களுக்கு. 'ஆர்ட் பிலிம்' எடுக்கறதுக்கு வேளை வந்துருச்சு.'

'நான் நம்பலை. இதைப் பார்.'

'கந்தர்வக் கன்னி' என்கிற படத்தின் போஸ்டரில் ஒரு ராஜ குமாரன் பாதி ஆமையாக இருந்தான். ஜெயமாலினி எப்போதும் போல் அருவியில் நனைந்துகொண்டிருந்தாள்.

'இதுக்கு என்ன சொல்ற?'

'ஜகன்மோகினி அளவுக்கு இது ஓடலையே. எனக்கென்ன பாஸ்கர்? எண்பத்து ஒண்ணு வரைக்கும் புக் ஆயிருக்கு.'

'கேன்சலும் ஆயிரும்.'

'கேன்சல் ஆயிருக்கா?'

'இல்லை.'

'கவலைப்படாதே. ஒரு ஹிட் வந்து பத்து ஷிட்டைச் சமாளிச் சுரும்.'

கார் பர்க்கெட் ரோடு வீட்டுக்குள் நுழைகையில் வாசலில் காத்திருந்தவர்கள் அருணைப் பார்த்தவுடன் எழுந்து நின்றார்கள். நேராக நடந்தான். ஹாலுக்குள் நுழைந்தபோது சித்தி பிள்ளைகள், கேரம் ஆடிக்கொண்டிருந்தார்கள். சட்டென்று நிறுத்திவிட்டார்கள்.

'அருண்! குட் ஈவினிங்.'

'ஈவினிங்.'

'வயசுக்கு வந்த பொண்ணு' எழுபத்தஞ்சு நாள் தாண்டிடுச்சு. அலங்கார்ல இன்னும் ஃபுல்லா ஓடிக்கிட்டிருக்கு. பால்கனி டிக்கெட் பிளாக்கிலே வித்துக்கிட்டிருக்கு!' சோப்பு வைக்கிறார் கள்.

அருண் மாறாமல் 'அப்படியா' என்றான். 'இது யாரு புதுசா இருக்கு?'

கனவுத் தொழிற்சாலை ♦ 67

'ராமகிருஷ்ணன், ராமு. தேவராஜ் மாமா பிள்ளை. ஞாபகம் இல்லை?'

'ஹலோ ராமு!' என்றான்.

சின்னப் பையன் - இளைஞன், 'ஹலோ அருண் அங்கிள்' என்றான் உடைந்த குரலில்.

'என்னை அங்கிள்னு கூப்பிடாதே. லீவுக்கு வந்திருக்கியா?'

'இல்லை, மெட்றாஸ்ல படிக்கப் போறேன். அப்பாவும் அம்மாவும் வந்திருக்காங்க. பிக்சர் போயிருக்காங்க.'

'எங்க தங்கறதா உத்தேசம்?'

'இங்கதான்... இங்கதான்...'

'சரி, விளையாடு.'

பாஸ்கர், அருணைக் கலவரத்துடன் பார்த்தான்.

'பாஸ்கர், இன்னும் அரை டஜன் கேரம் போர்டு வாங்கிப் போட்டுரு. அப்புறம் பின்பக்கம் ஒரு அனெக்ஸ் கட்டிரு. ஒரு டென்னிஸ் கோர்ட்... ஒரு மண்டபம்...'

'கம் அருண், டேக் ஸம் ரெஸ்ட்.'

ஏஸி அறையில் படுக்கையில் உட்கார்ந்து, 'வீட்டில் எத்தனை பேர் இருக்காங்க. அவங்க எனக்கு என்ன உறவு, என்னிக்கு வந்தாங்கன்னு ஒரு ஸ்டேட்மெண்ட் அடிச்சுக் கொடு பாஸ்கர்.'

'அருண், ஆர் யூ சீரியஸ்? அவங்களை எல்லாம் திரும்ப ஊருக்குப் போயிடுங்கன்னு துரத்திறது ரொம்பச் சுலபம்.'

'இவ்வளவு பேர் இவ்வளவு நாள் இருக்காங்க. அனுபவிக்கிறாங்க. எங்க அப்பா, அம்மா ஒருநாள் இருந்ததில்லை. ஒருநாள்! உத்தமர் கோவில்ல வாழைப்பட்டை உரிச்சதோடு சரி. அம்மா, நான் பிரபலம் ஆறதுக்குள்ள இறந்துபோயிட்டாங்க. அப்பா வரமாட்டேன்ட்டாரு.'

அருண் விட்டதைப் பார்த்தான்.

'உங்க பையன் பெரிய நடிகன்.'

‘என்னது?’

‘உங்க பையன் பெரிய நடிகன். லட்சமா சம்பாதிக்கிறான்.’

‘சந்தோஷம்.’

‘நீங்க போகலையா?’

‘எனக்கு பென்ஷன் வரது. போறும்.’

‘ராத்திரி ஷெட்யூல் இருக்கா?’

‘ஆமாம். பிரசாத்ல. நீ ஒரு மணி நேரம் ரெஸ்ட் எடுத்துக்க.’‘

அக்கா பெண் ரஜி கலக்கிக்கொண்டு வந்தாள், ‘மாமா பூஸ்ட்.’

பன்னிரண்டு வயசுக்கு அவளுக்கு மார்பு இருந்தது. கான்வெண்ட் படிப்பு. இரட்டைப் பின்னல். மேஜை மேல் கப் சாஸரை வைத்து விட்டு மில்ஸ் அண்ட் பூனில் ஆழ்ந்தாள். சூயிங்கம் மென்று கொண்டிருந்த கன்னத்தில் அறையலாமா என்று யோசித்தான். உடனே இந்தக் கோபம் சரியில்லை என்று தோன்றியது.

பாஸ்கரையும் அவளையும் அனுப்பிவிட்டுப் படுக்கையில் மல்லாந்து படுத்து, தன் கோபத்தின் காரணத்தை ஆராய்ந்தான். காரணம் உறவினர்கள் கூட்டமல்ல. மாலை வரும்போது பரங்கிமலை தியேட்டர் வாசலில் பார்த்த காட்சி. அதில் இருந்த எச்சரிக்கை. அருண் படம் ஒன்று இப்படிப் பயங்கரமாகச் சரிவது முதல் தடவை. எத்தனையோ சப்பைக்கட்டு காரணங்கள் தந்தாலும், ‘அருணைப் போட்டால் எது வேண்டுமானாலும் ஓடும்’ என்கிற சித்தாந்தம் கலைக்கப்பட்டுவிட்டது.

மற்றொரு காரணம் பங்களூர். தன் மேல் இன்னும் பாக்கியிருந்த ப்ரேமலதாவின் வாசனை. அந்த இராக்காலக் கவிஞனின் அசட்டுச் சிரிப்பு. தப்பு, எல்லாமே தப்பு.

அருண் டிராயரில் தேடி ஒரு மாத்திரை எடுத்து அதைப் போட்டுக் கொண்டு நீரருந்தி கண்மேல் கைக்குட்டை கட்டி விளக்கு அணைத்துத் தூங்க முயற்சித்தான்.

‘முதல் மனைவியை ஒதுக்கி வெச்சுட்டு வேற ஊர்ல போய் தனக்கு கல்யாணம் ஆகலைன்னு பொய் சொல்லி மற்றொரு கல்யாணம் செஞ்சிக்கிட்டு வந்துர்றாங்க.’

நின்றுகொண்டே அந்த ஆசாமி கதை சொல்ல, லட்சுமணன் பாதி படுத்த நிலையில் சிக்கன் ரோஸ்ட் கடித்துக்கொண்டிருந்தார். வீட்டிலிருந்து வந்த சாப்பாடு ஹோட்டல் அறையில் காத்திருந்தது. அலமாரியில் ஹெடன்ஸா இருந்தது.

ஸ்டோரி டிஸ்கஷன் நடந்துகொண்டிருந்தது. எதிரே டைரக்டர், டைரக்டரின் மச்சான், அருகே உதவி டைரக்டர், எழுத்தாளர். 'சிவமயம்' என்று போட்டு சன்லிட் பாண்ட் பேப்பரில் முத்து முத்தாக நூறு பக்கம் எழுதப்பட்டு கதை காத்திருந்தது.

டெலிபோன் ஒலிக்க லட்சுமணன் அதை எடுத்து 'ஹலோ' என்றார். நின்றுகொண்டிருந்த கதாசிரியர் தொடர்ந்து, 'அந்தப் பொண்ணு என்னன்னா இந்த முதல் மனைவியோட அக்கா மகளுங்க...'

'அலோ கோயமுத்தூரா? கொஞ்சம் வி.எல்.எஸ்.ஸைக் கூப்பிடுங்க. அல்லோ அல்லோ, அல்லோ, கேக்குதுங்களா?'

'சொந்த மகளுங்களா?' என்றார் டைரக்டர்.

'ஆமாங்க.'

'அது எப்படிங்க சாத்தியம்? லாஜிக் உதைக்குமே.'

'ஒண்ணுவிட்ட அக்கா மகள்னு வெச்சுக்கலாம்' என்றார் உதவி டைரக்டர்.

'வி.எல்.எஸ்ஸா? நான்தாங்க லட்சுமணன். ரெண்டரை ரூபாய்க்கு ஒத்துக்கிடறாங்க. என்ன? அருணா, அருணுக்குத் தான் ட்ரை பண்ணிக்கிட்டிருக்கம்... அப்படியா... அப்படியா... சரிங்க. செய்துறலாம்.'

டெலிபோனைத் தூக்கி எறிந்துவிட்டு, 'சட்' என்றார்.

'அருணைப் போட்டாத்தான் ஆச்சாம்மா?'

'ஆமாம்.'

'மணம் நிரம்பிய மலர்கள்' கவுந்துக்குச்சில்ல. குமுதம்காரன் பிச்சு உதறிப்பிட்டான். இருபத்தி ஏளு கொடுத்திருக்கான்.'

'அது விகடன்யா!'

'அந்தக் கிராமத்தில் ஒரு நம்பிக்கை. புஷ்பவதி ஆன பொண்ணு களை ஒரு கிணத்துப் பக்கத்தில் நிக்க வெச்சு இடுப்புப் புடைவையை உருவிட்டு...'

'ரெண்டரை லெட்சம் தரேன்னு வாக்குறுதி தந்துட்டு இப்ப பாருய்யா. 'அருணைப் போடு தரம்'னா என்ன நியாயம்யா அது. அவனா, முறைச்சுக்கிட்டுப் போறான்.'

'ப்ரேமலதாவை வெச்சுக்கிட்டிருக்கானாம் இல்ல?'

'அவன் எங்கங்க - இன்னும் ஆறு மாசம் தாங்கமாட்டான்.'

'இந்த இடத்தில அக்காவுக்கும் பவர்ஃபுல்லா டயலாக்ஸ்ங்க.'

கதாசிரியர் நோட்டைப் பிரித்தார்.

'போய்யா, கேக்கவே நல்லால்லே. போய் மாத்திட்டு வா.'

'சிக்கன் எப்படிங்க?'

'இந்த ஆள் கதையைப் போல சப்புனு இருக்குது.'

எல்லாரும் மிகையாகச் சிரித்தார்கள்.

கதாசிரியர் நோட்டை மாற்றி, 'ஒரு ஹீரோ சப்ஜெக்ட் வெச்சிருக் கனுங்க. ஒரு லைன் ட்ரீட்மெண்ட், ஸ்கிரீன் ப்ளோ முச்சுடும் எளுதி வெச்சுருக்கங்க' என்றார் கவலையுடன்.

'பென்ஸின்னு ஒரு நாய்க் கதை பாத்தீங்கல்ல?'

'பென்ஸி இல்லயா, பென்ஜி.'

'அதாங்க பென்ஸி. அதைத் தமிள்ல எடுத்தா என்ன?'

'ஏழாயிர ரூபாய்க்கு ஒருத்தர் சிங்கம் வாங்கினாருங்க. காளை மாட்டோட சண்டை. கொம்பு குத்தி சிங்கம் செத்துப் போயிருச்சு. இன்னொரு சிங்கம் தேடிக்கிட்டிருக்காங்க.'

'சிங்கம் வேணுமின்னா இப்ப தெள்ளச்சேரி கேரளால ஒண்ணு ரெடியா இருக்குதுங்க.'

கதாசிரியர் மெதுவாகக் கதவருகே வந்து நின்றார். அப்ப எப்ப முடிவு சொல்றீங்க!'

‘முடிவு என்ன முடிவு? வேற கதை கொண்டுவாங்க.’

‘வர்ற படத்துக்கு நம்ம கதையே போடறதாத்தானே பேச்சு.’

டைரக்டர், ‘இதப் பாருய்யா! கதைன்னு முளுசா இப்ப யாரும் செய்யறதில்லை. ஒரு நாட்டு கிடைச்சாப் போதும். அப்பப்ப செட்டில் எளுதிக்கலாம்.’

‘அஞ்சு நாட்டு சொன்னேனுங்களே.’

‘அஞ்சும் நல்லால்லியே.’

‘மசூதி தெருவில் தர்மராஜன்னு ஒருத்தர் ஒரு தேவாங்கு வெச்சுருக்காருங்க.’

‘அப்ப நான் வரட்டுங்களா?’

கஷ்கத்தில் கதைகளுடன் அவர் கிளம்பிச் செல்ல, லட்சுமணன் சளைக்காமல் டெலிபோனைச் சுழற்றிக்கொண்டிருந்தார்.

‘எங்கேஜு!’

‘நாளைக்கு சாங் ரிகார்டிங் இருக்குதில்ல. அதுக்குள்ள கதை கிடைச்சாகணுமே!’

லட்சுமணன் தன் மணிபர்சிலிருந்து ஒரு ஐம்பது ரூபாய் நோட்டை எடுத்து, ‘இதப் பாரு ராஜு, இந்த ஓட்டல் வாசல்ல பத்திரிகைக் கடை இருக்குது. அதில போய் ஒரு பத்துப் பதினைஞ்சு மாசப் புஸ்தகம் வாங்கிட்டு வா.’

‘சரிங்க’ என்று அவன் சென்றான்.

‘மாசப் புஸ்தகம்னா?’

‘நாவல்ஸ்ங்க, மாசம் ஒண்ணு எல்லாரும் போடறாங்களே.’

‘அந்த மனோன்மணியை என்ன சொல்றீங்க?’

‘யாருய்யா அது?’ என்றார் லட்சுமணன்.

‘அதாங்க, நேத்துப் பார்த்தமில்ல? தங்கமான பொண்ணுங்க. ஒரு சுளிப்பு கிடையாது மூஞ்சியில!’

‘முதல்ல கதை கிடைக்கட்டும். பார்க்கலாம்!’

'ப்ரேமலதா பாடிக்கொண்டே குளித்தாள். பிளாஸ்டிக் கர்ட்டன்களுக்கு வெளியே அவள் அம்மா ஒரு ஏக்கரா டவலுடன் காத்திருந்தாள்.

'அன்னிக்கு அந்த ஹோட்டலிலேயே அருணும் தங்கி இருந்ததாக் கேள்விப்பட்டேன்.'

'ஆமாம்மா! நான்கூடக் கேள்விப்பட்டேன்.'

'முதல்ல என் கைல அப்படிச் சொல்லலியே நீ?'

'முதல்ல எனக்கும் தெரியாதும்மா.'

'என்னவோ... கேள்விப்படறது நல்லால்ல.'

'அதெல்லாம் நம்பாதம்மா!'

'ஆக்டர்ஸுக்கு பதினைஞ்சு வருஷம்னா, நமக்கு ரெண்டு மூணு வருஷம்தாண்டி.' தன் ஈரமான மகளைத் துடைத்துவிட்டாள். 'இப்பவே பாரு, இடுப்பு பெரிசாகிக்கிட்டு வருது!'

'மத்தவங்களுக்கு நான் பரவாயில்லைம்மா.'

'சொல்லாத... பஞ்சாபிக் குட்டிங்க எல்லாம் வந்து கொடியா உருவிவிட்டாப்பிலே இருக்குதுங்க.'

ப்ரேமலதா தன் உடம்பு பூரா பவுடர் அடித்துக்கொண்டு ஒரு சட்டையும் பாவாடையும் அணிந்துகொண்டாள். தன்னைக் கண்ணாடியில் பார்த்துக்கொண்டாள். மெலிதாகச் சிரித்துக் கொண்டாள்.

'இதான் உனக்கு முதல் தடவையா?'

'ஆமாம் இதான்.'

'சத்தியமா?'

'சத்தியமா.'

'சாமி சாட்சியா?'

'தலைல அடிச்சு எச்ச உமிஞ்சு சத்தியமாச் சொல்லட்டுமா?'

'எனக்குக்கூட.'

'தெரிஞ்சது.'

'என்னாடி, கண்ணாடியைப் பார்த்துக்கிட்டு சிரிப்பு.'

'ஒண்ணுமில்லையா. செட்டில் ஒரு வேடிக்கை நடந்தது.'

'கேமராவுக்கு முன்னால தொடறபோது தொடற மாதிரியே இல்ல. இதுதான் நிஜமான தொடுகை.'

'தொடு அருண் தொடு.'

'படுடி.'

ஹனி உள்ளே வந்து வாலை ஆட்டி சின்னக்குரலில் 'வவ்' என்றது.

'வவ்வுனு சொல்லாதே. 'லவ்'வுனு சொல்லு' என்று அந்த பாக்கெட் நாயை எடுத்துத் தன்மேல் தேய்த்துக்கொண்டாள். ப்ரேமலதா, உடம்பு பூரா மின்சாரம் ஏறியதுபோல உணர்ந்தாள். அந்தச் செய்கையின் மறுபடிக்கு ஏங்கியது அவள் உடல். அம்மாவுக்குத் தெரியாது. மற்றப் பேர் யாருக்கும் தெரியாது. எனக்கும் அருணுக்கும் மட்டும்தான்.'

அம்மா போய்த் தொலையேன். ஏன் இங்கேயே நிற்கிறாய்?

'நான் கொஞ்சம் ரெஸ்ட் எடுக்கறன்மா.'

'ரத்தி, சரிதா, ஸ்ரீதேவி, ஸ்ரீப்ரியா, ஏன் ஜெயசுதாகூட தமிழுக்கு வந்துருச்சு.'

'வரட்டும்.'

'எல்லாருக்கும் படங்கள் ஜாஸ்தியாகிக்கிட்டே இருக்கு.'

'இருக்கட்டுமேம்மா, எனக்கும்தான் நிறையப் படம் இருக்கேம்மா.'

'தெய்வ தரிசன'த்தில் உன்னைய எடுத்துட்டு ஸ்ரீப்ரியாவை போட்டிருக்காங்க.'

'நாமதானேம்மா டேட்டு சரியில்ல, வேணாம்னுட்டம்.'

'அவளுக்காக டேட்டை மாத்திக்கிட்டிருக்காங்களே?'

‘மாத்திக்கிட்டா என்ன? என்ன சொல்ற நீ?’

‘போற போக்கு நல்லால்ல. இதப் பாரு பேபி! ஒண்ணு நடிக்கணும், இல்ல கல்யாணம் செஞ்சுக்கணும். ரெண்டையும் ஒண்ணோட ஒண்ணு குழப்பி வைக்கக்கூடாது.’

‘நீ என்னம்மா சொல்ற, புரியவே இல்லையே. கல்யாணத்தைப் பத்தி யார் நினைக்கறா?’

‘ஒரு பெண் பிள்ளைக்குத் தன்னைப் பாதுகாத்துக்க வேண்டியது ரொம்ப அவசியம். தன்னை இழக்கிறது ரொம்பச் சுலபம். எனக்கு உன்னை நினைச்சா பயமா இருக்கு. கவலையா இருக்கு.’

‘என்ன கவலை?’

‘அன்னிக்கு என்ன நடந்தது?’

‘என்ன நடந்தது? ஒண்ணுமே இல்லையே’ என்றாள் நேராகப் பார்க்காமல்.

‘நம்பறேன். என் பொண்ணு அந்த மாதிரி அசட்டுக் காரியங்கள் செய்ய மாட்டாள்னு நம்பறேன்.’

‘அப்போ நீ போய்ப் படுத்துக்கம்மா.’

அவள் சென்றதும் அவசரமாக அருணின் நம்பரை டெலிபோனில் சுழற்றினாள். அடித்து எடுத்ததும், ‘கொஞ்சம் அருண் போடுங்க’ என்றாள்.

பாஸ்கரின் குரல், ‘யார் பேசறது?’ என்றது.

‘பசுமாடுன்னு சொல்லுங்க புரியும்.’

‘ஓ! ப்ரேமலதாவா, கொஞ்சம் இருங்க! என்ன விஷயம்?’

‘ஷெட்யூல்ஸ் கேட்டு வெச்சுக்கணும். எல்லாத்தையும் செக்ரட்ரி கிட்ட சொல்லியே ஆகணுமா?’

‘இல்லை, அப்படி இல்லை. கொஞ்சம் இருங்க. பேசச் சொல்றேன்.’

காத்திருந்தாள். ‘என்ன சொல்லலாம்?’ யோசித்தாள். அவனை அதிர்ச்சிக்கு உள்ளாக்க வேண்டும். திடீர் என்று அவன் விட்டத்தைத் தொடும்வரை எம்பிக் குதிக்கவேண்டும்.

‘அருண்.’

‘ஹலோ ரங்கபாஷ்யம்.’

‘நீயா? சௌக்கியமா இருக்கியா?’

‘அருண்! என்ன பேர் வெக்கலாம்?’

‘யாருக்கு?’

‘நமக்குப் பொறக்கப் போறதுக்கு.’

மௌனம். சிரித்துக் கொண்டாள். நிச்சயம் குதித்திருப்பான். அவன் குரல் நிதானமாக ஒலித்தது.

‘என்ன விளையாடறியா?’

‘இல்லை, சீரியஸா!’

‘இதப் பார். தமிழ் சினிமா இல்லை இது. உடனேயே ‘கங்கராஜுலேஷன்ஸ், நீங்க அப்பா ஆவப்போறீங்க’ன்னு வசனம் பேசறதுக்கு! சும்மா உடான்ஸ் விடாதே. அப்படி ஏதாவது ஆயிருந்தாலும் டாக்டர் சாவித்திரியைப் பாரு. மூணு மணியில இருந்து நாலரை வரை கன்ஸல்டிங் நேரம். குட் நைட்.’

டெலிபோன் வெட்டுப்பட, ப்ரேமலதா மறுபடி அந்த நம்பரைச் சுழற்றினாள்.

X

மக்கள் எல்லோரும் ஞான ஸ்நானம் பெறும் வேளையில் இயேசுவும் ஞானஸ்நானம் பெற்று செபித்துக்கொண்டிருக்க வானம் திறந்தது. பரிசுத்த ஆவி புலப்படும் வடிவெடுத்து புறாவைப்போல அவர்மேல் இறங்கினார். வானத்திலிருந்து குரலொலி உண்டாகி 'நீரே என் அன்பார்ந்த மகன். உம்மிடம் நான் பூரிப்படைகிறேன்' என்றது.

-புதிய ஏற்பாடு லூக்காஸ் 3:21-22

மூன்று தினங்கள் மிகவும் எதிர்பார்த்த விடுதலை கேமராவின் ஒற்றைக் கண் முறைப்பிலிருந்தும் விளக்குகளின் ஆயிரம் வாட் உஷ்ணத்திலிருந்தும் பத்துப் பேர் மத்தியில் நடிக்கும் அந்தரங்கங்களிலிருந்து செயற்கை அன்பு, க்ளிஸரின் சோகம். உச்சி வெயிலில் காதல் எல்லாவற்றிலிருந்தும் விடுபட்டு மிகவும் பாதுகாக்கப்பட்ட ரகசியமாக அருண் உத்தமர் கோவிலுக்குப் புறப்பட்டான். வெவ்வேறு பொய்கள் சொல்லித் தப்பித்துக் கொண்டு வந்துவிட்டான். ஊருக்கு வெளியில் டிரைவரை இறங்கச் சொல்லி, 'நீ போய் திருச்சியில் தங்கிக்க. நாளன்னிக்கு ராத்திரி வா. போதும்' என்று தன்னை வெட்டிக்கொண்டு மெதுவாகக் காரைச் செலுத்தினான்.

இதோ, அவன் பிறந்த ஊர். கல்மண்டபத்தின் இடுக்குகளிலிருந்து அங்கங்கே பீரிட்ட காட்டுச் செடிகள். ஐயனார் நிழலில்

தூங்கும் சோம்பேறிகள். வாய்க்கால் நிறைந்து ஆடிமாசத் தண்ணீர் பழுப்புப் பச்சையாக ஓடியது. வாய்க்காலைக் கடக்க சின்ன ரயில் பாலம். அதன்மேல் நடக்கும்போது ரயில் வந்து விடுமோ என்று ஒரு உதைப்பு. மேற்கே எருமைகள் அலம்பப்பட முதுகு சாய்ந்து, வாய்க்காலை முத்தமிட ஆசைப்படும் தென்னை மரத்திலிருந்து ஐந்து செகண்டுக்கு ஒரு சிறுவனின் தொபுக்கடீர்.

ரயில்வே கேட்டைத் தாண்டி தார் ரோடிலிருந்து பிரிந்து சந்நிதித் தெருவில் நுழைய அவனுள் சின்ன வயசுப் பிரவகித்தது. அவன் விளையாடின கிரிக்கெட் கோடுகள், தாச்சி மூலைகள். 'காயே வா, பழமே வா, காஞ்சிபுரத்து நெல்லே வா' பண்ணை நமச் சிவாயத்தின் கம்பி கேட்டு வீடு. அந்த கேட்டுதான் பஸ்ஸாம். திருச்சி, மதுரை, ராமேஸ்வரம் எல்லாம் போகும். லண்டனுக்குக் கூட நூறு புளியங்கொட்டை சார்ஜ் கொடுத்தால் போகும்.

சில்லாக்கு ஆட்டத்தில் வட்டத்துக்கு வெளியே சிதறும் அந்த நூறு புளியங்கொட்டைகளைச் சம்பாதிக்கையில், இன்று நூறா யிரம் ரூபாயில் கிடைக்காத சந்தோஷம். எப்போதும் பூட்டியிருக் கும், ராத்திரி சலங்கை சப்தம் கேட்கும் பட்டப்பாவின் வீடு. 'இவ்விடம் ஜப்பான் கெடிகாரம், கிராமபோன் முதலியன உத்திரவாதமாக ரிப்பேர் செய்து தரப்படும்' என்று போர்டு போட்ட கிருஷ்ணையாவின் வீடு.

அருண் வீடு பூட்டியிருந்தது. அப்பா இல்லை. அம்மா இல்லை. சின்னதாகத் தழைந்து ஓடு வேயப்பட்டு, சமீபத்தில் சிலாக்கியம் பெற்று பூட்டப்பட்ட வீடு. எதிரே சுந்தரத்தின் வீடு.

காரை நிறுத்திக் கதவை ஜாக்கிரதையாகச் சாத்தினான். சற்று ஓங்கிச் சாத்தினால் அந்தச் சின்ன அழகான உத்தமர் கோவில் ஊருக்கே வலிக்கும் என்று தோன்றியது.

அப்போதுதான் எழுந்து திண்ணை மேல் கிடந்த தினமணியைப் பொறுக்கிக் கொண்டு, வேப்பங்குச்சி கடித்துக்கொண்டு ஒரு செம்பு ஜலத்துடன் புறப்பட்டுக்கொண்டிருந்த சுந்தரம் அதிர்ந்து போய் 'அட' என்றான். 'என்னடா இது எதிர்பாராம?'

'உன் தங்கை சொல்லலை?'

'சொன்னா. ஆனா நீ வருவேன்னு நான் நம்பலை. நிஜமாவே வந்துட்டியே!' தாடி வளர்த்திருந்த சுந்தரத்தின் கிராப்புத்

தலையும் சதுர முகமும் கொஞ்சம் பி.வி.காரந்த்தை ஞாபகப் படுத்தினாலும் அவ்வளவு உக்கிரமில்லாத, உடனே சிரிக்கக் கூடிய கண்கள்.

‘எத்தனை மணி நேரம் இருக்கிறதா உத்தேசம்?’

‘ரெண்டு நாள்.’

‘ரெண்டு நாளா? ஏதாவது ஷூட்டிங்கா?’

‘இல்லை.’ உன் தங்கையைப் பார்க்க வந்தேன் என்று சொல்லவா?

‘உன்னால் பொறுமையா இருக்க முடியுமா? இருக்க விடுவாளா?’

‘நான் இங்க வந்துது யாருக்கும் தெரியாது.’

சுந்தரம் அவனைத் துளைக்கிற மாதிரி பார்த்தான். அவனுக்குள் இருக்கும் போலித்தனங்களை எல்லாம் துருவுகிற மாதிரி. இரண்டு நாட்களுக்குள் சொல்லிவிட வேண்டும்.

‘அண்ணா, யார் வந்திருக்கா பாரு?’

‘யார்றா அது?’ சுந்தரத்தின் அப்பா எழுபது வயசுக்குப் பாக்கி இருந்த பற்கள் பொக்கையாகச் சிரிக்க, ‘அட, விஜூ, நம்ம விஜூ’ என்றார்.

‘அவன் இப்ப விஜூ இல்லை அண்ணா. அருண். பிரபல அருண்!’

‘உங்களுக்கெல்லாம் நான் பழைய விஜூதாண்டா.’

‘அடேய் தேசம் பூராவும் உன்னைப் பத்தித்தாண்டா பேசிக்கிறது. உரம் வாங்கப் போனேனா, அங்க ஒருத்தன் உன் போட்டோவை வெச்சுண்டு பூஜையே பண்ணிண்டிருக்கான். நான் சினிமா பார்க்கறதில்லை. ஏய் கல்யாணி! தூங்குமூஞ்சி. எழுந்திரு. யார் வந்திருக்கா பாரு?’

திண்ணையில் படுத்திருந்த கல்யாணியின் போர்வையை அவர் சரேலென்று உருவ, அவள் வாரிச் சுருட்டிக்கொண்டு எழுந்தாள். அருணைப் பார்த்தாள். உடனே புரியவில்லை. அப்புறம் புரிந்து, பயந்து, ஆச்சர்யப்பட்டு, தன் மேலாக்கையும் தலைமயிரையும் சரி செய்துகொண்டு தயக்கத்துடன் புன்சிரிப்பு சிரித்துவிட்டு நிமிஷமாய் உள்ளே சென்று மறைந்துவிட்டாள்.

‘எம்.எஸ்ஸி. படிக்கிறாளாமே?’

‘கெமிஸ்ட்ரி... எல்லாம் வேஸ்ட்.’

‘ஏன்?’

‘கல்யாணம் ஆகப்போறதே! உங்க வீட்டைத் திறக்கச் சொல்லட்டுமா?’

‘வேண்டாம். ஆட்சேபணை இல்லேன்னா உங்க வீட்டிலேயே இருக்கேன்.’

‘சேச்சே, ஆட்சேபணையா? சந்தோஷம்தான் இருக்க முடியும். நான் லீவு போட்டுடறேன். பொன்மலை பார்சல் ஆபீஸ் நான் இல்லாம இரண்டு நாள் உயிரோடதான் இருக்கும். ஏய் கல்யாணி! மாடியைப் பெருக்கிடு! பக்கத்து வீட்டில் போய் ஒரு டேபிள் ஃபேன் வாங்கி வா!’

‘ஃபேன் எல்லாம் வேண்டாம் சுந்தரம். உங்களில் ஒருத்தனா இருக்கேன் ரெண்டு நாள்.’

‘அது முடியுமா? நீ ரகசியமா வந்திருக்கிறதாத்தானே சொன்னே! இத பாரு, வாசலில்!’

அங்கு நான்கைந்து பேர் கூடியிருந்தனர். ‘மாமா, இது அருண் தானே?’

‘நிஜமாவா!’

‘கலர் போட்டோல எல்லாம் வந்திருக்கே!’

‘வெலிங்டன்லே ஓடுதே ‘வயசுக்கு வந்த பொண்ணு’, அதில இவர்தாண்டா!’

‘நீ சினிமாலதானே வரே?’

அருண் உள்ளே செல்ல... செட்டிநாட்டுக் குட்டைக் கதவில் இடித்துக்கொண்டு நெற்றியைத் தேய்த்துக்கொண்டான். இருட்டான ரேழி. அதன்பின், சதுர வடிவத்தில் நான்கு தூண் எடுத்துக் கட்டி வெளிச்சத்துடன் ஹால் போல ஒரு இடம். பின்பக்கம், எண்ணெய் படிந்த ஈஸி சேரில் உட்கார்ந்தான்.

‘போங்கடா!’ என்று சிறுவர்களை சுந்தரம் விரட்ட, அவன் அம்மா வரவேற்றாள்.

‘வா விஜா, சௌக்கியமா இருக்கியா? நாங்ககூட போன வாரம் தான் பட்டணம் போய்ட்டு வந்தோம்! கல்யாணிக்கு ஒரு வரன்!’

‘நிச்சயமாயிடுச்சா?’

‘ஆன மாதிரிதான். விவரமா இன்னிக்கு லெட்டர் வரும். நீ கல்யாணியைப் பார்த்தியோல்லியோ?’

‘ஒரே வெட்கப்படறாளே!’

‘ஏய்! வாடி இங்கே! நம்ம விஜாடி! என்ன வெட்கம்? ரெண்டு பேரும் படுசண்டை போடுவேளே! ஞாபகம் இருக்கா விஜா?’

‘மறக்கலை!’

‘கை நிறையச் சம்பாதிக்கிறாயாமே! மகாராஜனா இரு! உங்க அம்மாவும் அப்பாவும்தான் அனுபவிக்கக் குடுத்து வெக்கலை. உங்க அக்கா ஜாம்ஷெட்பூர்ல இருந்தாளே...’

‘எல்லாரும் மெட்றாஸ்ல இருக்காங்கம்மா!’

‘ஒரு வருஷமா ஒரு பக்கம் சுவாதீனமில்லாம, பேச்சு இல்லாம ரொம்பக் கஷ்டப்பட்டார். வீட்டை யார் பேர்ல எழுதியிருக்கார்?’

‘என் பேர்லதான். ஏன் உங்களுக்கு வீடு வேணுமா?’

‘கல்யாணத்தின்போது மாப்பிள்ளை ஆத்தில் இறங்க சௌகரியமா இருக்கும்னுட்டு...’

‘அம்மா! அவன் வந்து எத்தனை நாழியாச்சு! ஒரு காப்பி கீப்பி கிடையாதா?’

‘இதப் பார். என்ன வருது? யார் கொண்டு வரா?’

கல்யாணி காப்பியுடன் வந்தாள். முகத்தை அலம்பிக்கொண்டு தலையை வாரிக் கொண்டிருந்தாள். நெற்றியில் ஒரு அவசரப் பொட்டு இட்டிருந்தாள்.

‘மெட்ராஸ்ல உன்னைப் பார்த்ததைக் கதை கதையாச் சொன்னா!’

‘அங்க ஒண்ணும் பேசக் காணோமே!’

‘சுபாவம் அப்படி. ரெண்டு பேராலயும் படிப்புக்கு ஒத்தைக் காசு செலவு கிடையாது. எல்லாம் ஸ்காலர்ஷிப்!’

காப்பியை ஸ்டூல்மேல் வைத்துவிட்டு அவசரமாக விலகிப் போனாள். அவள் சடை ஒரு தடவை உயிர் பெற்று நெளிய பத்தொன்பது வயசுக்குப் பாவாடை மேலாக்கு அணிந்திருந்ததால் ஒரு அசாத்திய ஈர்ப்பு இருந்தது. உடம்பில் நல்ல நிறம். இடுப்பில் நாடாக் கயிறு இறக்கின இடத்தில் சிவப்பாக இருந்தது. திரும்பும் போது சின்ன மார்பு சற்றுத் தென்பட்டது. நீண்ட கைவைத்து ரவிக்கை போட்டிருந்தாள். காலில் கொலுசு, புதுசாக மருதாணி.

'சாயங்காலத்துக்குள் கேட்டுவிட வேண்டும்.'

காலை ஆகாரத்துக்கு வெண் பொங்கல் செய்திருந்தார்கள். அதனுடன் புளிப்பான ஒன்று. கட்டித்தயிர். கொள்ளிடத்துக்குப் போய் குளிக்கலாமா என்ற யோசனை கைவிடப்பட்டது. கூட்டம் சேர்ந்துவிடும். தண்ணீர் அழுக்கு. பின் கட்டில் கிணற்றில் நீர் இறைத்துக்கொண்டு குளித்தான். சோப்புக்குப் பதில் உடம்புப் பொடி என்று கடலை மாவும் மற்றும் சில வாசனாதி திரவியங் களும் சேர்த்த பொடி தேய்த்துக் குளித்தான். மற்றொரு காப்பி. சுந்தரத்தின் வேஷ்டி ஒன்றைக் கடன் வாங்கிக் கட்டிக் கொண் டான். தானே தோய்த்துப் பிழிந்திருந்த சட்டை பேண்ட்டுகளை உலர்த்தினான். ஏணிப்படிகளும் இல்லாமல் மாடிப்படிகளும் இல்லாமல் மையமாய் ஒரு மாடிப்படியில் தொங்கு கயிற்றைப் பிடித்துக்கொண்டு மாடி ஏறினான். சாக்பீஸில் 'தமிழ் காரியா லயம் மாதம் இரு முறை' என்று கதவில் எழுதியிருந்தது.

ஆசிரியை கல்யாணி. உள்ளே கல்யாணி பெருக்கிக் கொண்டிருந் தாள். 'நான் ஒரு கதை அனுப்பிச்சா பிரசுரத்துக்கு ஏத்துப்பியா?' என்றான்.

திடுக்கிட்டு அவசரமாகப் பெருக்க ஆரம்பித்தாள்.

'எங்கே, பத்திரிகையைக் காட்டு, பார்க்கலாம்.'

'தயக்கத்துடன் ஒரு கையெழுத்துப் பத்திரிகை வந்தது. அட்டைப் படத்தில் சரஸ்வதி வீணை, ஆர்ட் பை கல்யாணி. முதல் பக்கம் சமர்ப்பணம் - என் அன்புத் தாய் தந்தையர்க்கு. முகப்புப் படம் இயற்கைக் காட்சி... புரட்டிக்கொண்டே வந்தான். 'நான் சந்தித்த நடிகர்' என்று அருணின் போட்டோ ஒட்டி 'எங்கள் சினிமா நிருபர். உங்களுக்கெல்லாம் அருண் பிரபல நடிகர். தென் னிந்தியாவின் முக்கிய தாரகை... ஏன், ஆசியாவின் சிறந்த நடிகர் என்றெல்லாம் இருக்கலாம். ஆனால்... எங்களுக்கு அவர் விஜு.'

நிமிர்ந்து அவளைப் பார்த்து, 'நீதானே எழுதியிருக்கே? என்றான். 'ஆமாம்' என்று தலையசைத்தாள். கன்னம் சிவந்திருந்தது. 'இந்த ரூம்ல நீ ஃபிப்த் பாரம் படிக்கிறபோது... ஞாபகம் இருக்கா?'

'ஹூம். இல்லை' என்றாள்.

'ஞாபகப்படுத்தட்டுமா! நான்தான் தையக்காரனாம். அளவு எடுப்பேனாம். நான்தான் டாக்டராம்...'

'கல்யாணி' - கீழே இருந்து ஒரு அதட்டல் குரல்.

'காணாமல் போய்விட்டாள்.'

அருண் அந்தக் கட்டுரையைத் தொடர்ந்து படித்தான்.

'விஜூ, சினிமாவில் போலவே நல்ல உயரமாக இருக்கிறார். நிறமும் சந்தன நிறம்தான். குரலைத்தான் நீங்கள் கேட்டிருக்கிறீர்களே. அந்த ப்ரேமலதாவுக்கும் அவருக்கும் பொருத்தமே இல்லை. பெரிதாகச் செருப்புப் போட்டுக் கொண்டால்தான் அவர் உயரத்துக்கு எட்டிப் பிடிக்க முடிகிறது.'

'என்ன?' என்று சுந்தரத்தின் குரல் கேட்டுத் திரும்பினான்.

'உன் தங்கை தமிழ் பத்திரிகை.'

'பத்திரிகை போடுவா. சின்னப் பெண்களை வெச்சுட்டு மாடியில் டிராமா போடுவா. கதை வசனம் டைரக்ஷன் சங்கீதம் கல்யாணி. எல்லாம் வீட்டுக்குள்ளதான். வெளியே கிளம்பினதும் பொட்டிப் பாம்பா ஆய்டுவா. காலேஜ்ல ஒரே பயம்!'

'அவந்திபுரம் என்ற ஊரில் அருணாதித்தன் என்றொரு அரசன் ஆண்டு வந்தான்...' 'கே' எழுதிய அரண்மனைத் தோட்டம்.

'அவள் இன்னும் குழந்தைதான்.'

'சுந்தரம், நான் உன்னை ஒண்ணு கேட்கணும். முக்கியமா.'

அங்கிருந்து இருநூற்றைம்பது மைல் தூரத்தில் பெங்களூரில் கண்டோன்மெண்ட் பிரதேசத்தில் கோல்ஸ் பார்க்கில் ஒரு தேவாலயத்தில் ஒரு எட்டு நாள் குழந்தை கண்ணைச் சுருக்கிக் கொண்டு தன் தாயின் அரவணைப்பில் சூடாகப் பெயர் சூடக் காத்திருந்தது.

புராதன சர்ச் அது. மிக உயரமான கொத்திக் வளைவுகளில் வர்ணக் கண்ணாடி ஜன்னல்களினூடே வெளிச்ச விளையாட்டுக்கள். வலது ஓரத்தில் ஓர் ஆர்கன். நட்ட நடுவே சிலுவையில் தேவகுமாரன். சற்றுத் தள்ளி சிற்சில சிலைகள். அன்னை மேரி... மாட்டுத் தொழுவத்தில் அந்தப் பிரசித்த அவதாரம். குரு நீண்ட அங்கியின்மேல் சிவப்பான சால்வைபோல அணிந்திருக்க, தாயார் சகாயமேரியின் கையில் அந்தச் சிறு குழந்தை ஆதாம் ஏவாளின் மூலமாக அவர்களது வாரிசுகளுக்கு வழி வழியாக வரும் ஜென்ம பாவத்தை நீக்கிக் கடவுளின் ஆசீர்வாத ஞான ஸ்நானத்துக்குக் காத்திருந்தது.

அருகே தகப்பன் அருமைராசன் தன் ஒரே ஒரு டெரிலின் சட்டையில் நிற்க, சகாயமேரியை நோக்கி அவன் அடிக்கடி புன்னகைத்தாலும் அவன் உன் மனத்துக்குள் சமீபத்தில் தான் வேலை இழந்தது உறுத்திக்கொண்டே இருந்தது. சர்ச் காணிக்கைக்கும் கடன் வாங்கியுள்ளான். சைக்கிள் அட்வான்ஸ் பிடிப்பும் போக ஹோட்டலில் 139 ரூபாய் கணக்குத் தீர்த்து விட்டார்கள். அதில் குழந்தைகளுக்குப் பட்டுச் சட்டையும் மனைவிக்கு வாயில் புடைவையும் எடுத்துவிட்டான். தின்பண்டங்கள் செலவு... மெதுவாகக் கண் சுருக்கிக்கொண்டு கவலையே படாமல் அரை நித்திரையில் இருந்த தன் மகனைப் பார்த்தான். குழந்தை தலையில் வெண்மையான துணியை வைத்து, பரிசுத்த எண்ணெய் தடவி, குருவானவர் தன் பதிவுப் புத்தகத்தைப் பார்த்துக்கொண்டு தலையை நீரில் நனைத்து, 'லூயிஸ் டாமினிக் அருமைராசன், பிதா சுதன் பரிசுத்த ஆவியின் பெயரால் உன்னை நான் கழுவுகிறேன். சொல்லும்மா! சகாயமேரி!'

'என்னங்க சொல்ல?'

'குழந்தைக்குப் பேச வராதில்ல? நீதான் குழந்தை இப்ப. சொல்லு, பிசாசையும் அதன் ஆரவாரங்களையும் விட்டு விட்டேன்.'

'பிசாசையும் அதன் ஆரவாரங்களையும் விட்டுவிட்டேன்.'

சர்ச்சை விட்டு வெளியே வரும்போது அருமைராசனின் பையில் ஒற்றைக் காசு இல்லை. உடன் நடந்துவந்த அண்டனியும் பிலோமினாவும் இடைவிடாமல் பேசிக்கொண்டே வந்தார்கள். சகாயமேரி தன் எட்டு நாள் மகனை, 'அடேய். லூயிஸ் டாமினிக்.

என்னை நல்லா வெச்சுப்பியாடா?' என்று கூப்பிடக் கூப்பிட குழந்தை அம்மாவைக் கண்கொட்டாமல் பார்த்தது.

'அவங்க அப்பா பேருல லூயிஸ்; எங்க அப்பா பேருல டாமினிக். அருமைராசன் பொதுவா குடும்பப் பேரு. என்னங்க, ஆட்டோல போயிரலாமே! ஏற்கெனவே புள்ளை வாடிக் கிடக்குது.'

'என்னது, நீங்க பாட்டுக்கு ஆட்டோவில் போயிர்றதாவது! எனக்கு ஒரு சிக்கன் கறிகூட கிடையாதா சிஸ்டர்?' என்றான் அண்டனி. ஆதர்ஷா தியேட்டரில் ப்ரொஜக்டர் ஆப்பரேட்டர்.

'அவுங்கப்பா ஓட்டடல்லதானே இருக்காரு. சிக்கன் ரோஸ்டே கொண்டுட்டு வந்துற மாட்டாரா.'

'வாங்க, சாப்டுட்டு மேட்னி போயிறலாம். இன்னிக்கு எல்லாம் எல்...லாம் நம்ம ராஜன் செலவு. என்னங்க?'

'அண்டனி, கொஞ்சம் தனியா வரயா?'

அல்சூர் ஏரி தூரத்தில் தெரிந்தது. மஹா மஹா மரங்களின் நிழலில் கார்கள் காத்திருக்க, எம்.இ.ஜி.-யின் சில ஜவான்கள் வரிசையாக ஓடிக்கொண்டிருந்தார்கள்.

'அண்டனி, எனக்கு வேலை போயிருச்சு!'

'அடடா. சிஸ்டருக்குத் தெரியுமா?' அண்டனி சிகரெட் பற்ற வைத்துப் புகைக்க ஆரம்பித்தான். ஏற்கெனவே அருமைராசன் அவனுக்கு நூற்றைம்பது ரூபாய் வரை தரவேண்டும்.

'இல்லை, இன்னும் இல்லை! சொன்னா அழ ஆரம்பிச்சுடும். இன்னிக்குச் சொல்ல வேண்டாம்னு பார்க்கறேன். அண்டனி! எனக்கு ஒரு இருநூறு ரூபா புரட்டித் தருவியா?'

'எதுக்கு?'

'மெட்றாஸ் போவணும். நம்ம அருண் இல்லை. அருண் - அவரு இளையராஜாவுக்கு அறிமுகம் செய்து வெக்கறேன்னு சொல்லி யிருக்காரு. படங்களுக்கு பாட்டு எழுதப்போறேன். அண்டனி, ஒரு பாட்டுக்கு ஆயிரம் ரூபா கிடைக்கும். என் கஷ்டம் எல்லாம் விடியப்போவுது.'

8

இதைத் தவிர, ‘இந்தியர்கள் நம்மவர்களுக்குள் ஏனோ வீண் சண்டை’, ‘ராட்டினமாம் காந்தி கை பணம்’ என்ற பாட்டுக்களையும் இனிய குரலுடன் பாடுகிறாள். வார்த்தைகள் தெளிவாக இருப்பது படத்தின் மென்மையை அதிகரிக்கிறது. மிஸ் ஜான்ஸியும் மிஸ்டர் ஆர்டியும் செய்த குறத்தி நடனமும் இதில் அடங்கியிருக்கிறது. அவசியம் காணத் தகுந்தது.

- 29.10.1932 சுதேசமித்திரனில் வெளியான காளிதாஸ் படத்தின் விமரிசனத்திலிருந்து. பிலிம் நியூஸ் ஆனந்தன்.

அருண் தன் மனசில் தோன்றியதை சுந்தரத்திடம் சொல்வதற்குள் மாடிப்படி அதிக பளுவினால் முனகும் சப்தம் கேட்டது. சந்நிதித் தெருவே மாடி ஏறி வந்துவிட்டது. கோவில் அர்ச்சகர்போல் இருந்த ஒரு பிராமணர், ‘இன்னிக்கு எங்களுக்கெல்லாம் சுபதினம். நம்ம ஊர் பிள்ளையாண்டான் லோகத்தையே ஜெயிச்சுட்டுத் திரும்பி வந்திருக்கே. ரொம்ப சந்தோஷம். என் பேத்திக்கு ஒரு கையெழுத்து வாங்கிண்டு போகலாம்னு வந்தேன். லால்குடியில் என் மருமகனுக்குத் தகவல் சொல்லி அனுப்பியிருக்கேன். அடுத்த ரெயில் ஏறி வந்துருவான்.’

அவர் வாய் ஓயவில்லை. அருண் அவர்கள் எல்லோரையும் பார்த்தான். அத்தனை பேரும் அவனையே அசட்டுச் சிரிப்புடன்

மார்கழி மாதத் திருவிழாவில் இரண்டு தலை ஆட்டைப் பார்க் கிறதைப்போல் பார்த்துக்கொண்டிருக்க, ஜன்னலில் முகங்கள், 'இத பார்றா, இவர்தாண்டா' என்று வாய் பிளக்க, சுந்தரத்தைப் பரிதாபமாகப் பார்த்தான்.

'நிம்மதியா ரெண்டு நாள் இருக்கலாம்னு வந்தேண்டா.'

சுந்தரம் சிரித்தான். அவர்களைப் பார்த்து, 'நீங்கள்லாம் போய்ட்டு சாவகாசமா சாயங்காலம் வாங்கோ. இப்பத்தான் வந்திருக்கான்.'

'ஒரே ஒரு கையெழுத்துடா சுந்தரு.'

'எல்லாம் சாயங்காலம். போய்ட்டு வரேளா?'

'சாமி வரம் கொடுத்தாலும் பூசாரி கொடுக்க மாட்டேங்கிறானே.'

'இப்ப அவன் கையெழுத்து போடமாட்டான்.'

'ஏண்டா அம்பி, நீ பேசவே மாட்டாயா?'

அருண் வெற்றுப் பார்வை பார்த்துக்கொண்டிருந்தான். 'தமிழ் நாடு - ஆந்திரா - கேரளா - கர்நாடகத்தில் எந்த மூலைக்குச் சென்றாலும், இந்த வெறிக்கும் விழிகளிலிருந்து எனக்கு விடுதலை கிடையாது...'

'ஓஹோ! அவ்வளவு கர்வமா?'

'சினிமாக்காரனே இப்படித்தான் மாமா.'

'வாடா போகலாம்... என்னவோ பிகு பண்ணிக்கறான்...'

'எல்லாம் சுந்தரு மாமா.'

'இர்றா! அவன் பேசறதைக் கேட்க வேண்டாமா?'

'அருண், 'ஒரு பெண் எனக்கு வாழ்வு அளித்தாள்' பாடேன்.'

'அதெல்லாம் டப்பிங்கடா, எஸ்.பி.பி. பாடறது.'

சுந்தரம், 'விஜு, நீ அப்படியே பின்பக்கமா கதவைத் திறந்துண்டு மொட்டை மாடிக்குப் போயிடு. புறக்கடைப் பக்கம் ஒரு படி இருக்கு.'

அருண் கதவைத் திறந்து காரைச் சுவர்களைக் கடந்து நடந்தான். மதிலுக்குப்பின் தென்னை மரங்கள் அவனை எட்டிப் பார்த்தன.

கோவில் கோபுரம் தெரிந்தது. ஐயன் வாய்க்கால் தெரிந்தது. சோலைக்குள் கொள்ளிடத்தின் மணல் கீற்றுக்கள் அங்கங்கே தெரிந்தன.

சற்று அபாயகரமான படிகளின் வழியே கீழே இறங்க கிணற்றடியில் கறுப்பான வெந்நீர்த் தவலை விறகு நெருப்பில் கொதித்துக்கொண்டிருந்தது. அருகில் குளிக்கிற அறையில், 'லாலல்லா' என்று பாடிக்கொண்டே கல்யாணி வெளியே வந்து சற்று திடுக்கிட்டாள். தலை மயிரை அள்ளிச் செருகியிருந்தாள். அப்போதுதான் குளித்த ஈரம் புருவத்தை நனைத்திருந்தது. நெற்றியில் ஒன்றிரண்டு தண்ணீர் முத்துக்கள், சோப்பு வாசனை, மார்பில் குறுக்கே ஒரு துண்டும் பாவாடையுமாகக் கொஞ்சம் மலையாள சுந்தரி.

'என்ன இந்தப் பக்கம்?' என்றாள்.

'வாசல்லே கூட்டம்...'

'என் காலேஜ் ஃப்ரெண்ட்ஸ்கிட்ட சொன்னா நம்பவே மாட்டா. கூட்டிண்டு வரட்டுமா?'

'நான் கேட்டதற்குப் பதில் வரலையே.'

'என்ன?'

'ஞாபகம் இருக்கான்னு...'

'இருக்கு' என்றாள். தயங்கி ஒரு தடவை அவனை நேராக நிமிர்ந்து பார்த்தாள். அந்தப் பார்வையின் ஒரு செகண்டில் இருவருக்கும் கல்யாணம் முடிந்துபோய் முதலிரவு சமயம்வரை தொட்டுவிட்டது.

அந்த இடத்தில் பாசியாக இருக்க, அதில் காலை வைத்து சரேல் என்று அவன் வழுக்கி விழ, உடனே அவள் அவனைப் பிடித்துக் கொள்ள, அந்த அருகாமையில் ஒருமுறை அவள் கன்னத்தில் அழுத்தி முத்தமிட்டு விட...

பாசியுமில்லை; அவளும் இல்லை. உள்ளே ஓடிவிட்டாள். திகைத்து நின்றான். இஷ்டப்பட்டபடி ஸினேரியோ அமைக்க முடியாத கதாநாயகி இவள். அங்கேயே நிழலினூடே தென்படும் மான்... அருணாதித்தன், நான்தான்.

இன்றைக்கு நிச்சயம் கேட்டுவிடவேண்டும். இப்போதே! யாரைக் கேட்பது? அம்மாவையா, அப்பாவையா? முதலில் சுந்தரத்தை... எத்தனையோ வசனங்களில் மொழிகளில் எத்தனையோ காதல் செய்திருக்கிறான். இப்போது என்ன சொல்வது என்று தெரியாமல் தவித்தான்.

'சுந்தரம், நான் உன் தங்கையைக் கல்யாணம் செய்துகொள்ள...'

'ம்ஹூம்... அப்பட்டமாக அப்படி ஆரம்பிக்கக் கூடாது...'

'என்னப்பா ஏதாவது வேணுமா?' என்று சுந்தரத்தின் அம்மா வந்தாள்.

கேட்டுவிடலாமா?

'குளிக்க கொஞ்சம் வெந்நீர் வேணும் மாமி!'

'குளிச்சாச்சு போலிருக்கே! ஏண்டி, விஜு குளிச்சாச்சுன்னு சொன்னியே.'

'குளிச்சாச்சிம்மா!'

'மறந்துபோய்ட்டேன்!'

'இன்னிக்கு உனக்குன்னு ஸ்பெஷலா சமைக்கப் போறோம். உனக்கு என்ன பிடிக்கும் சொல்லு?'

'கல்யாணி... சமைப்பாளா?'

'எட்டூருக்குச் சமைப்பா.'

'நீங்க தினப்படி மாதிரியே சமையுங்க. வீட்டில் ஒருத்தன்னு என்னை நினைச்சுக்குங்க.'

'லட்ச லட்சமா சம்பாதிக்கிற. எங்களை மதிச்சு வந்திருக்கே. ஒரு பாயசமாவது பண்ணவேண்டாமா?'

கதவுக்குப் பின் வளையல் ஒலி கேட்டது. புடைவை உடுத்திக் கொள்கிறாள்.

'உங்காத்தைப் போய்ப் பார்த்தியா?'

'இன்னும் இல்லையம்மா.'

மெலிதான கொலுசு ஒலி. நடக்கிறாள்.

'உங்கப்பா போன அன்னிக்கு எப்படி இருந்ததோ அப்படியே இருக்கு. மூக்குக் கண்ணாடியைக் கூட நகர்த்தலை. உன் சின்ன வயசு போட்டோ எல்லாம் இருக்கு. காதில கடுக்கண் போட்டுண்டு பொம்மனாட்டி மாதிரி இருப்பே. நெத்தி தெரியாம மயிர் மறைக்கும். உங்கம்மா விளக்கெண்ணெயைக் கிண்டி நிறையப் போட்டிப்பிட்டு டிராயரை அவுத்து விட்டுடுவா. கல்க்குடல்!'

சுந்தரம் வாசற் கதவைச் சாத்திக் கொண்டு உள்ளே வந்தான். 'அப்பா!' என்று அலுத்துக்கொண்டான்.

'ஸாரி, என்னால உங்களுக்கெல்லாம் ரொம்பத் தொந்தரவு!'

'பரவாயில்லை. வருஷத்துக்கு ஒருநாள் வித்தியாசமாத்தான் இருக்கட்டுமே. இதுவே தினப்படின்னா தாங்காது; பைத்தியம் பிடிச்சுப் போயிடும். இப்பவே சாத்தாரத் தெருவில் இருந்து சாரி சாரியா ஜனங்கள் வர ஆம்பிச்சுட்டா. பிச்சுமணி வேற லால்குடிக்குத் தகவல் சொல்லி அனுப்பிச்சிருக்கு! விஜு, உன்னால எப்படி இதைச் சகிச்சுக்க முடியறது?'

'பழகிப்போச்சு! அவங்களை என்னால ஸ்விட்ச் மாதிரி அணைச்சுற முடியும். ஜனங்கள் ஆக்கிரமணத்துக்குப் பயந்தா சினிமாவில் நடிக்க முடியாது. 'என்ன ஒரு ஏகாந்தம், என்ன ஒரு தனிமை'ன்னு வசனம் பேசிண்டிருப்பேன். ஃபீல்டுக்கு வெளியில் கோடி ஜனங்கள் நின்னுண்டிருக்கும்!'

சிரிப்பு சப்தம் கேட்டது. கேட்டுக்கொண்டிருக்கிறாள்.

கல்யாணி கவனிக்கிறாள் என்பதற்காக சில வேடிக்கையான சம்பவங்களைச் சுந்தரத்திடம் சொல்ல விரும்பினான். 'அரசிளங் காவல'னில் அந்தப் பொட்டைக் குதிரை பண்ணின அட்ட காசத்தைச் சொல்லலாம். ஆனால் சற்று ரசாபாசமாகப் போய்விடும். வேண்டாம்! கல்யாணம் ஆனபின் சொல்லலாம். முதலில், 'சுந்தரம், உன்கிட்ட எனக்குத் தனியாகப் பேசி யாகணுமே கொஞ்ச நேரம்...'

'ஒண்ணு செய்... நல்லா சாப்டு. படுத்துத் தூங்கு. அப்புறம் கொஞ்ச நேரம் தாயக்கட்டம் ஆடலாம். கல்யாணி எக்ஸ்பர்ட்

அதில். சாயங்காலமா காப்பி சாப்ட்டுட்டு உன் காரை சட்டுனு எடுத்துண்டு லைன் கரைப் பக்கமா நாலஞ்சு மைல் போனா சோலைக்குள்ள அழகான படித்துறை இருக்கு. அங்கே போய் நாம இரண்டு பேரும்...'

உட்கார்ந்துகொண்டார்கள். சுந்தரம் 'ஸாந்தாயனா'வும் 'லோகாயதக் கருத்துக்கள்' என்று ஒரு புஸ்தகமும் வைத்திருந்தான். கொள்ளிடம் மெல்லிசாக நழுவிக்கொண்டிருந்தது. வானத்தில் சூரியாஸ்தமனம் ரகளையாக இருந்தது. ஓரத்தில் ஏராளமான கோபம், கருநீலம், நீலம், வெளிர் நீலம்... இடையிடையே மேகங்களுக்கு மேக் அப் போட்டாற்போல்.

'ப்யூட்டிபுல்' என்றான் அருண்.

'கணந்தோறும் வியப்புகள் புதிய தோன்றும்... கணந்தோறும் வெவ்வேறு கனவு தோன்றும் - பாரதியை இந்தத் தலைமுறையிலேயே மறந்துண்டிருக்கோம்!'

'இந்த ஜெனரேஷன் அப்படி!'

'ஷ்!' என்று அவனை அதட்டினான் சுந்தரம்.

'என்ன?'

'கேள்! கவனமாக் கேள்.'

'டிர்... டிர்...' என்று சின்னதாகப் புல்லாங்குழல் ஓசையை வெட்டிச் செதுக்கினதுபோல் கேட்டது.

'அதோ பார்!'

பச்சையாக ஒரு குருவி. கழுத்தருகில் கொஞ்சம் செந்தவிட்டு நிறம்...

'பஞ்சிட்டான்னு பேரு! பார், ஊசி போல இறகு, கறுப்பா அலகு. கழுத்தில சின்னதா ஒரு கறுப்புக் கோடு இருக்கும். வயல்ல இரை தேடும். தந்திக் கம்பியில உட்கார்ந்துண்டு போற வர ஈசல் பூச்சி எல்லாத்தையும் பறந்து பறந்தே சாப்பிடறது பார்...'

இப்போது 'ட்ரீ ட்ரீ... ட்ரீ' என்றது.

'ட்யூனை மாத்திருச்சு!' என்றான் அருண்.

'இதுக்கு ஒரு மச்சான் இருக்கு. நீல வால் பஞ்சிட்டான்... இதைவிடக் கொஞ்சம் பெரிசு. ஆனா அந்த நீல வாலுக்கே சொத்தை எழுதி வெச்சுடலாம்... பறவைகள் மைக்ரேஷன் பத்திப் படிச்சுப் பார். எத்தனை ஆச்சரியங்கள் தெரியுமா?'

'சுந்தரம், உன்மேல எனக்குப் பொறாமையா இருக்கு!'

'உன்மேல எனக்குப் பொறாமை இல்லை! அதுவும் காலைல ஜனங்க உன்னைப் பிச்சுப் பிடுங்கறதைப் பார்த்ததும்...'

'இத பார், டைவ் அடிக்கறதே - அது என்ன பட்சி?'

'கிங்ஃபிஷர்.'

'எனக்கு கிங்ஃபிஷர்னு ஒரு பீர்தான் தெரியும்.'

'என்னவோ சொல்லணும்னு வந்தியே?'

அருண் தயங்கினான். 'எப்படி ஆரம்பிப்பது?'

'வந்து... கல்யாணிக்கு நிச்சயம் ஆய்டுத்தா?'

'ஆயிடுத்து, எதிர்ஜாமீன் எல்லாம் கொடுத்தாச்சு.'

'எதிர்ஜாமீன்னா?'

'வரதட்சிணைன்னு வெச்சுக்கயேன். பிராவிடண்ட் ஃபண்ட்ல கடன் வாங்கி, நிலத்திலே கொஞ்சத்தை வித்து, அப்படி இப்படி நாலாயிரம் ரூபா புரட்டிட்டேன்... ஏன்?'

'அந்த நிச்சயதார்த்தத்தை கேன்சல் பண்ணிடு.'

'ஏன்?' சுந்தரம் அவனை நேராகப் பார்த்தான்.

'சொல்லு. சொல்லுடா சொல்லு.'

'கல்யாணியை நான் கல்யாணம் பண்ணிக்கறேன். மனப்பூர்வமா இதைச் சொல்றேன். எனக்கு அவ கிடைச்சா அதைவிடப் பெரிய பாக்கியம் கிடையாது.'

'வெயிட் எ மினிட். விஜு, என்ன இது, ஏதோ நீ நடிக்கிற சினிமாவில வர்ற மாதிரி...'

'திஸ் ஈஸ் நாட் சினிமா டாமிட்' என்று சற்று அழுத்தமாகவே சொன்னான் அருண்.

தொடர்ந்து, 'சுந்தரம், நான் ஏகப்பட்ட தடவை நடிச்சுட்டேன். கேமராவுக்கு முன்னால, பின்னால எல்லா இடத்திலேயும் நான் செய்யுறது நடிப்புத்தான். ஆனா இந்த இடத்தில உனக்கு முன்னால் கொள்ளிடக்கரையில இந்தக் கணம் நிஜம். என் வார்த்தைகள் அத்தனையும் நிஜம். அந்தக் குருவியைப் போல, அந்த மீன்குத்தியைப் போல நிஜம். சுந்தரம் என்னுடைய சகலமும் உடல், உயிர், உணர்வுன்னு என்ன என்னவோ சொல்லிக்கிட்டே போவாங்களே - அத்தனையும் உன் தங்கையை விரும்பறது... சொல்லு சுந்தரம்...'

'பணம் கொடுத்தாச்சே.'

'கொடுத்தா என்ன? நாலாயிரம் ரூபாய் என்ன பிரமாதம்? நான் ஒரு நாளில் சம்பாதிக்கிறது...'

'எனக்கு ஒரு வாழ்நாள்' என்றான் சுந்தரம். அருணுக்குத் துணுக்கென்றது. 'இதை அவனிடம் இப்படிச் சொல்லியிருக்கக் கூடாது. தப்புத்தான்...'

'வாழ்க்கையில கஷ்டப்பட்டு சம்பாதிச்சு, கடன் வாங்கி, அடுத்த வேளைச் சோறுக்குக் கொஞ்சம் கவலைப்பட்டு, நகையை விற்று மீட்டு, இந்த மாதிரி முக்கி முனகி ஜீவிக்கிறதிலேயும் ஒரு சந்தோஷம் இருக்கு.'

'நான் அந்த அர்த்தத்தில் சொல்லலை சுந்தரம். நடந்ததை ரிவர்ஸ் பண்றது ரொம்பச் சுலபம்னு சொல்ல வந்தேன்.'

'நீ இப்படி திடீர்னு சொல்றதைக் கிரகிச்சுக்கிறதுக்கே எனக்கு நேரமாகும். கொஞ்சம் அவகாசம் கொடு. அப்பா அம்மா கிட்டயும் கேட்டு முடிவு பண்ணணும். கல்யாணியையும் கேக்கணும்.'

'அவ சரின்னுதான் சொல்லுவான்னு நினைக்கிறேன். உங்க அப்பா அம்மாகிட்ட எப்படியாவது நைச்சியமாப் பேசி சம்மதிக்க வைக்கவேண்டியது உன் வேலை... என்ன?'

'கல்யாணி இன்னும் குழந்தை... திடீர்னு இப்படி புயல் அடிச்சாப் பல வந்து கேட்டா, எனக்கு மலைப்பா இருக்கு. எப்படியும் அப்பாவைக் கேட்கணும். உனக்கு அவசரமா? ராத்திரி சொல்றேனே.'

‘நோ ப்ராப்ளம்! நான் காத்திருக்கேன். என்ன வேணா செய். சரின்னு பதில் மட்டும் சொல்லிடு போறும். நான் அந்த நாலாயிரம் ரூபாயைப் பற்றிச் சொன்னதைத் தப்பா எடுத்துக்காதே. என்ன?’

‘இல்லை, ஆனா ஒரு லெவலுக்குமேல பணம் திகட்டிப் போய்டறது, இல்லை!’

‘நான் பணமே கைல வெச்சுக்கறதில்ல. பை காலி!’ என்று கையை விரித்தான். ‘பாப்பர்!’

‘இன்கம்டாக்ஸ்காரங்க கிட்ட சொல்லு அதை.’

‘இதப் பார் சுந்தரம். ஏதாவது படிச்சுக் காமி. நீ படிக்கிறது என் மண்டையில ஏறப்போறதில்லை. இருந்தாலும் உன்னை மாதிரி ஒரு அறிவுஜீவியோட குரலைக் கேக்கறதே ஒரு சந்தோஷம்!’

‘ஐஸ்! ‘தங்கையைக் கொடு! நீ படிக்கிறதைக் கேக்கறேன்’கறியா!’

‘சேச்சே! இதென்ன லோகாயதம்?’ புத்தகத்தைப் பிரித்தான்.

‘பாண்டத்தைப் பார்த்தவுடன் இதைச் செய்த குயவன் உண்டு என்று அனுமானம் செய்யலாம். ஆனால் உலகத்தைப் பார்த்ததும் இதைப் படைத்த கடவுள் உண்டு என்று அனுமானிக்க முடியாது. ஏனெனில் முதல் பகுதியை அனுபவத்தால் உறுதிப்படுத்தலாம். இரண்டாவது, அனுபவத்துக்கு அப்பாற்பட்டது. நிரூபணத்துக்கு உட்படாதது...’

இருட்டிய பின்தான் வீடு திரும்பினார்கள்.

அருண் தன் கேள்விக்குப் பதில் என்ன என்று காத்துக் கொண்டிருந்த அந்த ராத்திரியில், சென்னையில் பிரசாத் ஸ்டூடியோவில் மனோன்மணி காத்திருந்தாள். உச்சியிலிருந்து ஒரு லைட்பாய் அவளைப் பார்த்துக்கொண்டிருந்தான். தன் மார்பைப் போர்த்திக்கொண்டாள். எல்லோரும் யாருக்கோ காத்திருந்தார்கள். அஸ்பெஸ்டாஸ் கொட்டகைக்குள் அலட்சிய மாக, சோம்பேறித்தனமாக, புழுதிப் புகை, அதிகபட்ச கிலோ வாட்ஸ்களின் உஷ்ணத்தினால் மெதுவாகப் புகையாகும் பெயிண்ட் எல்லாம் கலந்து விரவியிருந்தன.

‘உக்காந்துக்கினியா?’ என்று ஒரு குரல் கேட்டு நிமிர்ந்தாள். அந்தப் பெண்ணை அடிக்கடி பார்த்திருக்கிறாள். முப்பது

வயசிருக்கும். பாவாடை - தாவணி அணிந்து மிக நீளமாகப் பின்னால் வைத்துக் குஞ்சம் வைத்து... ‘கோபாலு என் செல்லமே கொஞ்சம் காப்பி கிடைக்குமா!’ என்றாள் புதியவள்.

‘கொண்டு வரேன் அக்கா.’

‘நாங்க எல்லாரும் குள்ளமா இருக்கோம். நீ கொஞ்சம் உயரம். தெலுங்குக்காரிங்க வராங்களே - அவங்களோட ஆடியிருக்கேன். எல்லாரும் நல்ல உயரம். ஒவ்வொருத்தியும் திமுசுக்கட்டை மாதிரி...’

‘டான்ஸ் முடிஞ்சு போச்சா?’ என்றாள் மனோன்மணி சுவாரஸ்ய மாக.

‘இல்லை இல்லை பெரியவரு - துரை வரவேண்டாமா? லேட்டா வருவாரு. எல்லாத்தையும் மூஞ்சிக்குப் பக்கத்தில வெச்சுப்பார்.’

மௌனமாக இருந்தாள்.

‘இவுங்கதானே இந்த உலகத்துக்கு ராஜா. காப்பிக்கு தாங்க்ஸ்டா ராஜா! நீ ஒரு ஹீரோவா வருவே. இன்னாமா கிராப் வெச்சிருக்கே... ஏம்மா, உன் பேர் என்ன சொன்னே?’

‘மனோன்மணி.’

‘காப்பி சாப்பிடு.’

‘நீங்க சாப்பிடுங்க.’

‘வெட்கப்படாதே. வெட்கப்பட்டா இந்த இடத்தில நமக்கு பல்லாய் படமே இல்லை. மதுராந்தகம் பக்கத்தில மத்யானம் அவுட்டோர் சூட்டிங் இருந்தது. ஒத்தைப் பனைமரம். அதுக்குப் பின்னால டிரஸ் மாத்திக்கணுமாம். நாப்பது பொம்பளைங்க... கிராமமே நின்னுகிட்டு இருந்தது. நீ எதிலயாவது பார்ட் கொடுத்திருக்கியா? உன் மூஞ்சியைப் பார்த்த மாதிரி இருக்கு.’

‘லட்சத்தில் ஒருவன்’ல டான்ஸ் ஆடியிருக்கேன். அப்புறம் ஒரு கல்யாண சீன்ல மணப் பெண்ணைக் கூட்டி வராப்பல ஒரு காட்சியில வந்தேன். ஒரு லைன் டயலாக் இருந்தது... ‘அவங்கள்லாம் வந்துட்டாங்க...’ மாடிப்படில ஏறி வர்றாப்பல ஷூட்டிங் எடுத்தாங்க.’

'மாடிப்படியில ஏறி எறங்கற மாதிரிதான் நூற்றைம்பது படத்தில் வந்திருக்கேன், அதுக்கெல்லாம் யாராவது விழா எடுக்க மாட்டாங்களா?'

'உங்க பேரு?'

'பாப்பா.'

'கூப்பிடறதே பாப்பாதானோ?'

'ஆமாம். ரொம்பப் பேர் என்னைக் கொஞ்சியிருக்காங்களே?'

மனோன்மணி துணுக்குற்றாள்.

'நான் பேசறது கொஞ்சம் பச்சையா இருக்குது இல்லே? நீ நிச்சயம் புதுசு.'

'வீட்டுக்குப் போயிறலாம்னு பார்க்கறேன். இன்னிக்கு எனக்கு சான்ஸ் கிடைக்காதுன்னு தோணுது.'

'காத்திரு மகளே. இதோ வரார் பாரு பெரியவர். அண்ணன். காதலன். வீரன்!'

ரசிகர் மன்னன் விஜயராஜா விறுவிறு என்று உள்ளே நடந்து வந்தான். மெல்லிய டெரிலின் சட்டை, பனியன் அணியாத கரடி மார்பு. மெல்லிய தொந்தியை அழுத்திய பேண்ட், தொள தொளவென்று தங்கச் சங்கிலி, நூறு வாய் சிரிப்பு.

'மனசுக்குள்ள ரொம்ப அழகுன்னு எண்ணம். சிரிக்கிறார் பாரு. பத்திண்டு வரலை?'

''இளந்தலைவன்'ல எனக்கு ஒரு பார்ட் கொடுக்கிறதா பாண்டு ரங்கன்னு ஒருத்தர் சொல்லியிருக்கார். இரண்டாவது கதாநாயகி.'

'அதோ பார்' என்றாள் பாப்பா. மனோன்மணி பார்த்தாள். வரிசையாக இருபது பெண்கள் உட்கார்ந்திருந்தார்கள்.

'எல்லாம் 'இளந்தலைவன்'. எல்லாம் 'இரண்டாவது கதாநாயகி கள்.''

தலைமுறைகள், ஒரு புளியமரத்தின் கதை, கரைந்த நிழல்கள் வயிறு, இலக்கிய உதயம், ஊர்வலம், தோட்டத்திற்கு வெளியிலும் சில பூக்கள்...

*ரா*த்திரி அருண் மாடியில் சுந்தரத்தின் புத்தகங்களைப் பார்த்துக் கொண்டிருந்தான். மனம் வண்ணதாசனிடம் செல்லவில்லை. கவனம் முழுவதும் கீழே அவர்கள் பேசிக்கொண்டிருப்பதில் லயித்திருந்தது. தெளிவாகக் கேட்டது.

'பாங்க்கில ஆபீசர். நல்ல ஃப்யூச்சர், பழம், பாக்கு, வெத்தலை முடிஞ்சு புடைவைகூட வாங்கித் தந்துட்டா. வாட்சுக்கும் சூட்டுக்கும் பணம் கொடுத்தாச்சு. இப்பப் போயி.'

'இதெல்லாம் அவனைப் பொருத்தவரையிலும் ஒரு பொருட்டே இல்லேப்பா.'

'அப்படின்னா?'

'அப்பா, இப்ப பிரச்னை பணம் இல்லை. பணம் ரொம்ப ரொம்பச் சின்ன விஷயம் ஆய்டறது. முக்கியமா அவன் கேக்கறதுக்கு நாம சம்மதம் தர்றமாங்கிறதுதான் பிரச்னை.'

'என்ன படிச்சிருக்கான்?'

'அப்பா, அப்பா!' என்று சிரித்தான் சுந்தரம். 'தீர்மானமா உனக்குச் சொல்ல முடியல. அதான் இப்படி ஓரம் அடிக்கிறே!'

'தீர்மானம் என்ன தீர்மானம்... நீ சொல்லேண்டி?'

'நீங்க சொல்லுங்கோ. சுந்தரம், அவனுக்கு எவ்வளவுடா சம்பளம்?'

'இதப் பாரும்மா. நம்ம சந்ததி, தலைமுறை பூராவுக்கும் உண்டான சொத்தை அவன் ஒரு மாசத்தில் சம்பாதிக்கிறான்...'

'கடன் உடன் இருக்குமோ?'

'ஹய்யோ... நீ என்னப்பா சொல்றே?'

'நீ என்னடா சொல்றே?'

'இதப் பார். திருப்பித் திருப்பி குரங்கை என் கையிலேயே கொடுக்கறியே.'

'கல்யாணம் பண்ணிண்டதும் சினிமாவில ஆக்ட் பண்றதை நிறுத்திடுவானா?'

'அதெப்படி நாம கேட்க முடியும்?'

'கேக்க வேண்டாமா? கேட்டுச் சொல்லேன்.'

'அதானே அவன் உத்தியோகம்? அவன் எப்படின்னா நிறுத்துவான்?'

'எதுக்கு நிறுத்தணும்?' என்றான் சுந்தரம்.

அப்பாவின் குரல் சற்று உயர, 'எதுக்கா? இதைப் பாரு' என்றபின் மௌனம். அருண் துணுக்குற்றான். 'என்னத்தைப் பாரு என்கிறார்?'

'இதைப் பார்த்துட்டு நான் எப்படிடா என் பெண்ணைக் கல்யாணம் பண்ணிக் கொடுக்க முடியும். சொல்லு? சொல்லுடா! வேணும்னா அவனைக் கூட்டிக் காட்டிட்டுக் கேளு!'

'இரையாதேப்பா.'

அருண் இனியும் மாடியில் தங்க முடியாமல் இறங்கி வந்தான். 'நான் உள்ளே வரலாமா?' என்றான்.

மூவரும் உட்கார்ந்திருப்பது ராஜமய்யர் நாவலில் போல இருந்தது. எப்படியோ ஒரு புராதனம் அவர்கள் தினுசில் இருந்தது. அப்பா நாற்காலியில் விசிறிக்கொண்டிருக்க, பக்கத்தில் அம்மா கைகளை 'எல்' போல வைத்துக்கொண்டு நிற்க, சுந்தரம் மார்பில் சட்டையில்லாமல் அவர் கால் அடிவாரத்தில் உட்கார்ந்திருக்க, நெல் மூட்டைகளுக்கு அருகே கல்யாணி நிற்க - சடக்கென்று 1929!

'வாப்பா' என்றார். 'சுந்தரம் சொன்னான். உன்னைப் பத்தித்தான் பேசிண்டிருக்கோம்.'

'கேட்டுது மாமா' என்றான்.

அப்பாவின் கையில் 'பிலிமாலயா' இதழ் ஒன்று இருந்தது. பிரித்து வைத்து ஒரு பக்கம் பூரா கலர்ப்படம். மலையாளப் படத்தின் தமிழாக்கத்தில் அருண் உடம்பில் ஒன்றுமில்லாமல் படுத்திருந்தான். அவன்மேல் முற்றிலும் ஒரு பெண் படுத்திருந்தாள். அவள் பெயர்கூட மறந்துவிட்டது அவனுக்கு. ஹிந்தியில் செலாவணி யாகாமல் கேரளத்துக் கேமராக்களுக்கு வந்த ஏதோ ஒரு லா. அருண் அப்படியே உதட்டைக் கடித்துக் கொண்டு கண் மூடியிருக்க, அவள் முதுகில் விரல்கள் அழுந்தியிருக்க, அவனது மற்றொரு கை அவள் பிரேஸியர் கொக்கியைத் தேடிக்கொண்டிருக்க... சந்தேகத்துக்கு இடமே வைக்காத படம்.

'இதைப் பார்க்கறப்போ எப்படியிருக்கும் எங்களுக்கு சொல்லு?'

அருணுக்கு உடனே பதில் சொல்ல வரவில்லை. கோபம் வந்தது. கைவிரல்கள் நடுங்க, வெளியே போய் சிகரெட் பிடிக்க உதடுகள் துடித்தன.

'என்ன சொல்றீங்க?'

'நடந்தது நடந்து போச்சுன்னு விட முடிஞ்சாக்கூட, எதிர்காலத்தில் அந்த மாதிரி நடிச்சுண்டே போறதா?'

'நான் என்ன செய்யணும்? சினிமாவில் நடிக்கிறதை நிறுத்தணும்... எழுதிக் கொடுக்கணுமா?'

'வேண்டாம். எதுக்குச் சொல்றேன்னா, சினிமாவில என்ன என்னவோ சக்திகள் எல்லாம் கலந்து கட்டியிருக்கும். எங்களுக்கு அதெல்லாம் சரிப்பட்டு வராது. சினிமாக்காரர்களுக்குப் பெண்ணைக் கொடுக்கறதுன்னா...'

'மாமா! 'சினிமாக்காரா'ன்னு அதைக் கெட்ட வார்த்தை மாதிரி உச்சரிக்கிறீங்களே. அது எனக்குப் பிடிக்கலை.'

'பின்னே இதைப் பாத்தப்புறம்...' மறுபடி மலையாளப் படம்.

'உங்களுக்கு நான் எப்படிச் சொல்வேன். இதெல்லாம் ஒரு...ஒரு... நடிப்பு.'

'ஆமான்னா, உள்ளுக்குள்ள சன்னமா துணி போட்டுண்டு இருப்பா; எல்லாம் ட்ரிக்கு.'

'நீ சும்மாயிருடி, அசமஞ்சம்.'

அருண் நிதானமின்றி, 'இதப் பாருங்க! நீங்க ஸ்கூல் வாத்தியாராத் தான் இருந்தீங்க... உங்க தொழிலில் சாக்பீஸ் கரும்பலகை அதெல்லாம் எப்படியோ, அது மாதிரிதான் எனக்கு இந்தப் பொண்ணும், தொழில் சம்பந்தப்பட்ட ஒரு கருவி மாதிரி!'

'அதெப்படி சரியாப் போச்சு? சய்யினு மேலே ஏறிப் படுத்துண்டு... சாக்பீஸூம் இவளும் ஒண்ணாய்டுமா?'

'பொம்மை போடறதை நல்லதாப் போட மாட்டானோ வெட்டிக் கட்டால போறவன்!'

ஆத்திரத்திலும் சிரிப்பு வந்தது அருணுக்கு.

'சிரிக்கிறேப்பா! எங்களுக்கு சிரிக்கிற விஷயமில்லை இது. ஒரு கல்யாணம் ஏற்பாடு பண்ணி நிச்சயதார்த்தம் பண்ணி சபையில் பணமும் கொடுத்தாச்சு. அதை மீறி ஒரு சினிமாக்... உனக்கு வாக்குக் கொடுத்தா, முதல் வாக்கு என்ன ஆறது? என்னை எல்லாம் காறித் துப்ப மாட்டா?'

'சார்! அதையெல்லாம் சுமுகமா எந்த விதத்திலும் மரியாதைக் குறைவு ஏற்படாம சமாளிக்க முடியும். முதல்ல உங்களுக்கு இஷ்டமா, இல்லையான்னு தெளிவாச் சொல்லிடுங்க. மாட் டேன்னா மாட்டேன்னு கட் அண்ட் ரைட்டாச் சொல்லிடுங்க. என்ன?'

மௌனமாக அவர் முகத்தையே பார்த்தான். அவர் நெற்றி நரம்புகள் நகர்ந்தன. மனைவியைப் பார்த்தார். சுந்தரத்தைப் பார்த்தார். 'புஸ்' என்று மூச்சுவிட்டார். 'அதெப்படி! எனக்கு வாக்குத் தவற இஷ்டமில்லை'

‘திருப்பித் திருப்பி அதையே சொல்லிக்கிட்டு இருக்கீங்களே! அதில ஒரு குறையும் ஏற்படாதுன்னு...’ அருணின் குரல் உயர்ந் திருந்தது. ‘ஆல்ரைட்! கல்யாணி, நீ சொல்லு, தைரியமாச் சொல்லு. நீ படிச்ச பொண்ணு, நீ என்ன சொல்றே? உனக்கு இஷ்டமா இல்லியா? சொல்லு.’

கல்யாணி நெல் மூட்டைகளின் மறைவிலிருந்து சற்று நேரம் அமைதிக்குப் பிறகு பேசினாள்;

‘எங்க அப்பா, அம்மா சொல்றபடி செய்றேன்.’

‘ப்ளடி ஹெக்! சுந்தரம் நான் வரேன்!’

‘எங்க கிளம்பிட்டே?’

‘ஊருக்கு! சினிமாக்காரன் சினிமாக்காரனை நோக்கி.’

‘கோவிச்சுக்காதப்பா. எங்க நியாயத்தையும் பார்க்க வேண்டாமா?’

‘தாராளமா சார்! எதுக்காக நீங்க சபையில அவமானப்படணும்?’

சுந்தரம் அவனையே பார்த்துக்கொண்டிருந்தான். ரெண்டு நாள் இருக்கறதாச் சொன்னியே விஜு?’

‘இல்லேப்பா, நான் போறேன்.’

‘சாப்டுட்டுப் போயேன்! உனக்காக எத்தனை சமைச்சு வெச்சிருக் கேன்.’

எதுவும் பேசாமல் அந்த இடத்தை விட்டுப் புறப்பட்டு வாசலில் நின்ற காரில் நுழைந்து கதவைப் படீர் என்று சாத்தி, சீறிப் புறப்பட்டான்.

மணி ஒன்பதிருக்கும் அந்த இடத்தை விட்டுப் புறப்படும்போது. டிரைவர் எங்கே இருக்கிறான்! தெரியாது. பேசாமல் சென்னைக்குப் போய்விடலாம், காலைக்குள் சென்றுவிடலாம். பெட்ரோலைப் பார்த்தான். E - என்றது. திருச்சி-சென்னை கான்கிரீட் பாதைக்கு வந்துவிட்டான். கொள்ளிடம் தாண்டி மூன்று ரோடுகள் சந்திக்கும் இடத்தில் பெட்ரோல் பங்க் இருந்தது. அதில் நிறுத்தினான்.

‘எவ்வளவுங்க’ என்றான் வயசான ஒரு காக்கிச் சட்டை நரைத்த மீசை.

'நாப்பது போடுப்பா!'

அவன் பம்ப்பை இயக்க, அருண் சட்டென்று பையை உணர்ந்தான். அவனிடம் ஒரு பைசா கிடையாது.

'டிங் டிங்' என்று மணியடித்துக் கொண்டே இருபத்தி அஞ்சு, இருபத்தி ஆறு...

'ஏம்பா! முதலாளியைக் கொஞ்சம் கூப்பிடு!'

'38... 39... 40...'

'இன்னும் ஒரு அஞ்சு பிடிக்குங்க. போட்டுறவா?'

'முதலாளி எங்கேப்பா?'

'மண்ணச்சநல்லூர் போய்ட்டாருங்க. பில் போட்டுறவா?' ஆயில் செக், ஏர் செக், தண்ணி...'

'உங்க முதலாளிக்குப் பதில் யார் இருக்கா இங்க?'

'நான்தான்! ஏன்?'

'என்னைத் தெரியுதா உனக்கு?'

'தெரியலிங்களே! யாரு?'

'நான்தான் அருண்!'

'அருளா!'

'அருள் இல்லை! அருண், சினிமா நடிகன்! தெரியாது?'

'தெரியாதுங்க. நான் கடைசியாப் பார்த்தது 'ரம்பையின் காதல்'.'

'பத்திரிகை படிக்கிறதில்லையா?'

'அதுக்கெல்லாம் எங்கங்க டயம்?'

'எதுக்குச் சொல்ல வரேன்னா எங்கிட்ட இப்ப காசு இல்லை!'

'என்னது? காசில்லேன்னா எதுக்கு பெட்ரோல் போட்டுக்கினியாம்?'

'இத பாருங்க! உங்க பேரு என்ன?'

'என் பேரு என்னவாயிருந்தா ஒனக்கென்ன? யோவ் ரூபாயைக் கொடுத்துட்டு நட! இல்லைன்னா சாவி தரமாட்டேன். அது கேட்டுக்க!'

அருண் யோசித்தான். அவன் ஒல்லியாய், ஒடிசலாய், காக்கிச் சட்டையும் வேஷ்டியுமாக இருந்தான். மீசையை சிரைத்து விட்டால் ஆள் பாதியாகிவிடுவான் போல இருந்தான். சுலபமாக இவனிடமிருந்து சாவியைப் பிடுங்கிக்கொண்டு ஓடிவிடலாம். வேண்டாம்.

'யோவ் முதலாளி! டெம்பரவரி முதலாளி! இது என்ன பாரு? கெடிகாரம். சிங்கப்பூர்ல தொளாயிரம் ரூபா! இதை வெச்சுக்க. ஆளைவிடு!'

'எனக்குக் கெடிகாரம் வேண்டாம். நாப்பது லிட்டருக்கு உண்டானது நூத்தி அறுவத்தி சொச்சத்தைக் கொடுத்துட்டு ஓட்டிக்கினே போய்ரு! சினிமாவாய்யா நீ? நான்கூடப் பாத்திருக் கேன். எம்.கே. தியாகராஜ பாகவதரு! காஞ்சிபுரத்தில் தேர்ல நின்றுகிட்டு பார்த்திருக்கேன். சிவப்பா கச்சலா கடுக்கண் போட்டுக்கிட்டு ஜில்ப்பா வெச்சிருப்பாரு...'

'உங்க முதலாளி எப்ப வருவாரு?'

'காலையில் ஆறு மணி பஸ்ஸைப் புடிச்சுட்டு வருவாரு!'

'அதுவரைக்கும் நான் இங்க இருக்கலாமா?'

'தாராளமா! உன் பேரு என்ன சொன்னே?'

'அருள்!'

'அருள் சாமியா!'

'ஆமா!'

'கிறிஸ்டியன்ஸா?'

'ஆமா.'

'கொஞ்சம் போடுறியா?'

'போடறேன்.'

'முதலாளிகிட்ட சொல்லக்கூடாது.'

கனவுத் தொழிற்சாலை ♦ 103

‘சேச்சே.’

அவன் கொடுத்த திரவத்தில் ஈரமான நெல் வாசனை இருந்தது. கொஞ்சம் ஸ்டவ்வையே முழுங்குவதுபோலவும் இருந்தது.

‘என்ன இது ஜிஞ்சரா?’

‘கமலா இல்லை, கல்யாணி!’

ராத்திரி ஒரு மணிக்கு அந்த ஃபியட் காரின் பின்புறத்தில் மீசைக்காரன் கேட்டுக்கொண்டிருக்க, அருண் தன் தலையில் சட்டையை முண்டாசாகக் கட்டிக்கொண்டு, ‘பெரியவரே புதுக்கவிதை சொல்றேன், கேக்கறீங்களா?’

‘சொல்லு தியாகராஜ பாகவதரு.’

‘நாளது வரைன்னு
யாராவது சொன்னா
மாலதி வரைன்னு
மனசில பதியறது
அரசு பதில்கள்
பக்கத்தைத் திருப்பினா
சரசு பதில்களே
சத்தியமாத் தெரியுது
இருமலான்னு
டாக்டர் கேட்டா
நிருமலா முகமே
நினைவில் வரது...’

அதே இரவில் பங்களூரிலிருந்து சென்னைக்கு வந்து கொண்டிருந்த மெயில் வண்டியில் ரிசர்வ் செய்யப்படாத கம்பார்ட்மெண்ட் என்னும் நரகத்தின் மறுபெயரில் லெட்ரின் போகும் வழியில் தகரப் பெட்டியைப் போட்டு, அதன் இரண்டரைக்கு ஒன்றரை அடி இடத்தில் அருமைராசனும் அவன் மனைவி சகாயமேரியும் உட்கார்ந்திருந்தார்கள். மடியில் சிறு குழந்தை அடிக்கடி சிணுங்கிக்கொண்டிருந்தது.

‘நீ எதுக்குக் கவலைப்படறே! பார்க்கறது... ஒண்ணும் சரியாக் கிடைக்கலன்னா மெட்ராஸ்ல இல்லாத ஓட்டலா! என்ன மேரி?’

‘ஆமாங்க! நான்கூட ஏதாவது வேலை செய்யலாம்.’

‘குளந்தை?’

‘ஆமா! குளந்தையை மறந்துட்டேன். தூக்கத்திலே சிரிக்கிறான் பாருங்க. அப்படியே உங்க மூஞ்சி!’

‘எனக்கென்னவோ தெரியல! டேய்... இவனை வெச்சு ஒரு கவிதை எளுதலாம்போலத் தோணுது.’

‘இப்பவா?’ சற்று மௌனம். ‘என்ன செய்யப்போறீங்க பணத்துக்கு.’

‘நூறு ரூபாய் எவ்வளவு நாள் தாங்கும்னு தெரியலியே!’

‘பத்து நாள் வரும். புள்ளைக்குப் பாலுக்கே ஒண்ணே கால் ரூபா ஒண்ணரை ரூபா ஆய்ரும். ஓட்டல் வாடகை... சாப்பாடு...’

‘உங்க பெரியப்பா மகன் இருக்கிறதாச் சொன்னியே.’

‘அவுங்க வேண்டாங்க.’

‘நீ ஏன் கவலைப்படறே? நேராப் போயி அருணைப் பார்க்கப் போறேன். ‘இதப் பாருங்க... நீங்க புகார் செய்துதான் எனக்கு வேலை போயிருச்சி. நீங்க சொல்லித்தான் ஆவணும். ராஜாவுக்கு அறிமுகம் செய்துதான் ஆவணும்’னு சொல்லிடப் போறேன்... அவரு ஒரு லெட்டர் குடுத்துட்டாப் போதும்... எந்தப் பாட்டை முதல்ல காட்டலாம்னுதான் யோசிச்சிக்கிட்டிருக்கேன். காக்ஸ் டவுன்ல இருக்கிறபோது எளுதினேனே, ‘முகிலே கரிய முகிலே என் காதலி கூந்தலின் அகிலே...’ பிரமாதமா ட்யூனுக்கு ஒத்து வரும் அது...’

‘நூத்துக் கணக்கில் எளுதி வெச்சிருக்கீங்க... அதில ஒண்ணு தேறாதா?’

‘ஒரு பாட்டுக்கு முதல்ல நானூறு, ஐநூறுதான் கொடுப்பாங்களாம். கண்ணதாசன் ஆயிரக்கணக்கில் வாங்கறாராம். வாலிகூட.’

‘கக்’ என்றது குழந்தை. மேரி அதை அகஸ்மாத்தாகத் தொட்டுப் பார்த்தவள், உடனே நெற்றியில் தொட்டுப் பார்த்தாள்.

‘உடம்பு சுடறாப்பல இல்லை?’

அருமைராசன் தொட்டுப் பார்த்து, தன் கழுத்திலும் தொட்டுப் பார்த்துக்கொண்டு, ‘லேசா’ என்றான். ‘ட்ரெயின் புழுக்கம் பாரு!’

‘இல்லை, ஜுரம்’ என்றாள்.

Marriage is a public confession of a strictly private intention.

- James C. Dayenhart

அதிகாலைச் சூரிய கிரணங்கள் கொஞ்சம் ரப்பர் டயர் வாசனை கலந்து அவன் கனவுக்குள் நுழைந்தன.

எவளோ ஒரு பெண் அவனிடம் ஆட்டோகிராஃப் வாங்கி, சற்றும் எதிர்பாராமல் அவன் கன்னத்தில் முத்தமிட்ட அதிர்ச்சி கலைவதற்குள் கலைந்து எழுந்தான். தலைபூராவும் நேற்றைய 'கமலா' கனத்தது. கண்களைத் தேய்த்துக்கொண்டு நிமிர்ந்து பார்த்தான்.

'அட, இவுரா?' மணச்சநல்லூர் அதிகாலை பஸ் முதலாளி வந்திருந்தார். குளித்து, திருநீறு அணிந்து உடம்பெல்லாம் கதராக நின்றார்.

'ஆமாங்க. ராத்திரி பெட்ரோல் போட்டுக்கிட்டு காசில்லைன்னு கெடியாரத்தைக் களட்டித் தரேன்னான். நான் சும்மா விடுவேனா?'

'ஏய்! அறிவு கெட்ட முண்டம்! பொட்டைக் கிளம்...இந்தாளு யாருன்னு தெரியுமா?'

அருண், 'திட்டாதிங்க. ராத்திரி என்னை நல்லாவே கவனிச்சுக் கிட்டாரு!' என்று மீசைக்காரரைப் பார்த்துக் கண்ணிமைக்க, அவர் 'சொல்லாதே' என்று சைகை செய்தார்.

'ஓடிப்போயி ஒரு கப்பு காப்பியும் சூடா இட்லியும் வாங்கிட்டு வா. சைக்கிள் எடுத்துட்டுப் போயி மீனாச்சியில் வாங்ய்ட்டு வந்துரு. சீரங்கம் போயிறாதே.'

அவன் சென்றதும், 'அடாடாடா. எனக்குத் தெரியாமப் போயிருச்சுப் பாருங்க.'

'என்கிட்ட பணம் இல்லை. உடனே பெட்ரோலுக்குப் பைசா கொடுக்க முடியல.'

'ஐயோ! அதுக்கென்னங்க! பணம் சாவுகாசமா அனுப்பினாப் போதுமில்ல. எனக்கு ரெண்டு பொட்டப் பசங்க. ரெண்டும் இப்ப கேட்டதுன்னா, உடனே ஓடியாந்துரும்.'

'என்ன படிக்குது?'

'ஒண்ணு எட்டு, இன்னொன்று நாலுங்க. ஷூட்டிங்கா?'

'இல்லை, சொந்த விஷயமா வந்தேன். எல்லாம் முடிஞ்சுபோச்சு; கிளம்பிட்டேன். சாதாரணமா நான் பைல பணம் வெச்சுக்கற தில்லை.'

'மறந்துருங்க. அதைப் பத்திப் பேசாதீங்க. அதான் சொல்லிட்டிங் கேள! இப்ப எங்க போவுறதா உத்தேசம்?'

'திரும்ப மெட்ராஸுக்கு.'

'டிரங்க்கால் ஏதாவது போட்டு தகவல் சொல்லிறட்டுமா? தனியாப் போறிங்களே?'

'வேண்டாம்!'

'கைகால் முவம் கழுவிக்கறிங்களா? வயக்காட்டுப் பக்கம் ஒதுங்கறிங்களா? குவளை தரட்டுமா?'

'கொண்டாங்க' என்றான் அருண்.

மயில்கொன்றை மரங்கள், என்பது கிலோ மீட்டர் வேகத்தில் அவன் விழியோரத்தில் 'விஷ் விஷ்' என்று மறைய, காரின் உள்ளே காஸெட், ரஸ்புட்டின் பாடிக்கொண்டிருந்தது. அருணின்

சிந்தனைகளில் நேற்று இன்னும் இருந்தது. முன்தினம் காலையில் வந்தபோது, அவன் எதிர்பார்ப்பிலிருந்து உத்தமர் கோவில் சுத்தமாகச் செத்துவிட்டது.

'சினிமாக்காரனைக் கல்யாணம் பண்ணிக்கிறதுன்னா.'

'அடப் போய்யா. எனக்கு உன் பெண் வேண்டாம். எனக்கு ஒவ்வொரு விரலுக்கும் ஒரு பெண் வருவாய்யா.' அருண் இரைந்து பேசினான். 'நல்லா மடியில் உக்காத்தி வெச்சு கல்யாணம் செய்துகொடு. 'கெட்டி மேளம் கெட்டி மேளம், மாங்கல்யம் தந்துனானே மமஜீவன ஹேதுனா.' எத்தனை தடவை எத்தனை தாலி கட்டியிருப்பேன். ஒரே ஒரு விருப்பத் தாலி கட்ட முடியவில்லையே. போய்யா! நல்லா கல்யாணம் செய்து கொடு... பாங்கில கிளார்க்கு, நானூத்திச் சொச்சம் ரூபா வருமா? வருஷம் பதினைஞ்சு ரூபா இங்க்ரிமெண்டா? தினசரி லெட்ஜர் பார்த்துட்டு ராத்திரி ஒன்பதரைக்கு வீட்டுக்கு வருவாரு. ஓவர்டைம் உண்டா? வீட்டுக்கு வந்த உடனே படுக்கையை விரித்து... மூணாம் மாசம் கர்ப்பமா? கல்யாணிக்கு உடம்பெல்லாம் ஊதிப்போய், தலைமயிர் எல்லாம் கொட்டி கண்ணில் பொந்து விழுந்து, மார்பு தொங்கிப்போய்...'

விண்ட்ஷீல்டுக்கு வெளியே ஹோலோகிராஃப் போல கல்யாணி விகாரமாகிக்கொண்டிருந்தாள்.

One thing is sure and nothing is surer.
The rich get richer and the poor get?... Children.

என்று பாடினான்.

மத்தியானம் ஒரு மணிக்கு வீட்டு வாசலில் நிறுத்தி ஹாரன் அடித்தான். ஓடி வந்து ஒருவரும் திறக்கவில்லை. தானே இறங்கிக் கதவைத் திறக்கையில் 'சார். சார்! நான் வந்துட்டன் இல்லை' என்று குரல் கேட்டுத் திரும்பினான். 'இவனை எங்கே பார்த்திருக்கிறேன்?'

'யார்யா?'

'நான்தாங்க அருமைராசன். அன்னிக்கு நீங்க புகார் செய்ததில் எனக்கு வேலை போய்ருச்சுங்க! ரொம்ப கஷ்டப்பட்டு!...

'இங்க வந்தியா? சரிதான் இப்ப என்ன?'

'நீங்கதானே ராஜாவுக்கு அறிமுகம் செய்து தர்றதா சொன்னிங்க.'

அருண் அவனை முறைத்தான். அருமைராசன் உடம்பு பூரா சிரித்துக்கொண்டிருந்தான்.

'அடாடாடா. இதப் பாரு. நேரா இப்படியே போனன்னா பெரிசா ஒரு வாட்டர் டாங்க் வரும். இரும்புப் படி தெரியும். அது மேலே ஏறி உச்சாணிக்குப்போயி... வாய்யா கிட்டு.'

புதிதாக வந்த கிட்டு, 'விஜு என் கண்ணே' என்று அருணை அணைத்துக்கொள்ள வந்தார்.

'கிட்டு, என்னை எல்லாம் கட்டிக்கிற மாதிரி இல்லை உடம்பு. அப்புறம் வாங்க. இந்த ஆளுக்கு என்னவோ வேணுமாம். விசாரிச்சு அனுப்புங்க. பங்களூர்ல இருந்து என்னைத் துரத்திக் கிட்டு வந்திருக்கார்.'

'நீ உள்ளே போ கண்ணா. நான் கவனிச்சுக்கறேன்.'

'பாருங்க அருமைராசன், கிட்டு கூடப் போங்க! எல்லா ஏற்பாடும் செய்வாரு.'

'சரிங்க' என்றான் அருமைராசன் சந்தோஷத்துடன். அருண் காரில் பாய்ந்து, 'கிட்டு, கதவைச் சாத்திரு' என்றான்.

'சூ காட்டிட்டு போறே?'

'கெட் ரிட் ஆஃப் ஹிம்.'

போர்ட்டிக்கோ காலி. தான் இல்லாதபோது வீட்டில் எல்லாமே சுதாரித்துப் போகிறது. உள்ளே நுழைந்து... ஹாலில் வரிசையாக உறவுக்காரர்கள் மத்தியானத் தூக்கம் தூங்கிக் கொண்டிருந்தார் கள். மின்விசிறி ஐந்தில் பிசாசாக ஓடிக்கொண்டிருந்தது. சப்தம் போடாமல் மாடி அறைக்குச் சென்றான். மெலிதான சிரிப்புச் சப்தம் கேட்டது. எச்சரிக்கையாகிப் பைய நடந்தான். அழுத்தமே இல்லாத கைப் பிடியைப் திரு...கி மெல்ல கதவைத் தள்ளிப் பார்த்து... 'சரேல்' என்று திறந்தான்.

ரஜியும் தியாகுவும் 'விருட்'டென்று எழுந்தார்கள். உடையைச் சரிப்படுத்திக்கொண்டு பேஸ்த் அடித்து நின்றார்கள்.

'என்ன ரஜி? 'நீ காட்டினா நான் காட்டுவேன்' விளையாட்டா?' அவள் தலைகுனிந்து நிற்க, 'ச்சே! ஓடு! என்றான். இருவரும் ஓடி

மறைந்தபின் படுக்கையில் இருந்த ஸேஃப்டி பின்னைப் பார்த்துச் சிரித்துக் கொண்டான்.

'மாட்டேன்! ம்ஹூம், மாட்டவே மாட்டேன். இது மட்டும் மாட்டேன்!'

'கல்யாணி! இதப் பாரு கோலி...'

'வேண்டாம்!'

'தெள்ளு.'

'வேண்டாம்.'

'கொடுக்காப்புளி?'

'ம்ஹூம்.'

கெடிகாரம் (நிஜ முள்ளு), அப்புறம் நூறு புளியங்கொட்டை, பாரி மிட்டாய், புது பம்பரம், கொள்ளிடத்தில் கண்டெடுத்த கறுப்புச் சில்லு - எல்லாம் சேர்த்து ஒரு பெரிய லஞ்சமாகத் தரவேண்டி யிருந்தது.

அப்படியே மல்லாந்து படுத்து விட்டத்தைப் பார்த்தான். ஒரு செகண்டு தன்னிரக்கத்தில் கண்களில் மெலிசாகக் கண்ணீர் திரையிட்டது. டெலிபோனை எடுத்து யோசித்தான்.

'இப்படி வாங்க!' என்றார் கிட்டு. சற்று நேரம் அருமைராசனைப் பார்த்தார். கிட்டுவுக்கு ஐம்பது வயதிருக்கும். இரண்டு காதருகிலும் பூ வைத்தாற்போல நரை கிருதா பெரிசாக வைத்திருந்தார். அதற்கே மயிரெல்லாம் சரியாய்ப்போய் மண்டையின் மற்ற பாகங்கள் எல்லாம் வழுக்கையாகி பளபளவென்று மாம்பலத்துச் சூரியனைப் பிரதிபலித்தது. நெற்றியில் ஒரு கவனப்பொட்டு. நீல நிறத்தில் ஸஃபாரி சூட் அணிந்திருந்தார். பை நிறையக் காகிதங்கள். பி.டி.சி. பாஸ் ஒன்று.

'உங்க பேர் என்ன?'

'அருமைராசன்.'

'அட! நீங்கதானா?'

'தெரியுமா?'

'நேத்திக்கு அருண் சொன்னான். இந்த மாதிரி ஒரு ஆள் பெங்களூர்ல இருந்து வருவாருன்னு...'

'பாத்திங்களா!' மேரியிடம் சொல்லவேண்டும்.

'வாங்க, காப்பி சாப்பிடலாம்.'

பஸ் ஸ்டாண்டை நோக்கி நடக்க, 'சொல்லுங்க ராஜன், நான் உங்களுக்கு என்ன செய்யக் கொடுத்து வெச்சிருக்கேன்?'

உற்சாகமாக அருமைராசன், 'நான் வந்து... கவிதை எழுதுவங்க. இளையராஜாவுக்கு அறிமுகம் செய்து வெக்கிறதா அருண் பெங்களூர்ல வெச்சுச் சொன்னாருங்க...'

'அவ்வளவுதானே?'

'அறிமுகம் செஞ்சு எப்படியாவது ஒரு படத்தில் நம்ம பாட்டு வர்றமாதிரி...'

'அவ்வளவுதானே! செஞ்சுட்டாப் போறது.'

முரளிகிருஷ்ணா தியேட்டர் தாண்டி முனையில் இருந்த காப்பி ஹோட்டலில் ரேடியோவில் அகாலமாக ஒரு மாமி பிலஹரி பாடிக்கொண்டிருந்தாள். ஆட்டோ ரிக்ஷாக்காரர்கள் மலை போல் சாதத்தைக் குவித்துக்கொண்டு மத்தியில் சாம்பாரும் எண்ணெயும் ஊற்றிக்கொண்டார்கள்.

'கவிதைகள் கொண்டுட்டு வந்திருக்கிங்களா?'

'ஆமாங்க!' என்று அருமைராசன் தனக்குள் கைவிட்டு நாற்பது பக்கம் நோட்டை எடுத்தான்.

'திறமையை இப்படிப் பனியனுக்குப் பின்னால் ஒளிச்சு வெச்சுக்கலாமா? வெளியே வராம போயிடுமா? என்னப்பா இருக்கு சூடா?'

'சூடா ரவா இருக்கு மாமா. மத்ததெல்லாம் சுமார்தான்.'

'எனக்கு ரெண்டு ரோஸ்ட். நீங்க?'

'காப்பி போறுங்க!'

கிட்டு அந்தப் புத்தகத்தைப் புரட்டினார்.

'நில மடந்தை நிலவெடுத்துப் பொட்டணிந்தாள்...
நீல வான உடையெடுத்துப் பட்டணிந்தாள்'

'தோஸ் ஸாய்!' உள்ளே சொய்...

'சபாஷ்! பிரமாதம்!'

அருமைராசன் புன்னகைத்தான்.

'மலைமகளின் கொங்கைகளின் குங்குமம் போல...' கொங்கைன்னா சென்சார்ல புடிச்சுருவாங்க!'

'மாத்திடலாங்க... சம்பவத்துக்கு ஏற்ப கவிதைகள் எழுதவும் எனக்கு வரும். இது பொதுவா இயற்கை வர்ணனை எழுதினங்க!'

கிட்டு அந்தக் கவிதையைப் பின் கையால் தட்டி, 'இன்னிக்கு இந்தப் பாட்டையே கண்ணதாசன் எழுதியிருந்தா ஐயாயிரம் ரூபா கொடுப்பாங்க' என்றார்.

'எனக்கு எவ்வளவுங்க வரும்?'

'உங்களுக்கு வராது! ஆரம்பத்தில் நீங்க தரணும். அதான் இதில சோகம்! ஒரு நிமிஷம் இருங்க. ராஜா ஃப்ரீயா இருக்காரான்னு பார்த்துர்றேன். டெலிபோனுக்குச் சில்லறையா இல்லை. பெரிய நோட்டா இருக்கு.'

'நான் தர்றனுங்க.'

கிட்டு கல்லாவுக்குப் போய் டெலிபோனில் ஒரு நம்பரைச் சுழற்றினார். சற்று நேரம் சிரித்துப் பேசிவிட்டு, திரும்பி வந்தார்.

'கம்போஸிங்ல இருக்காராம். சாயங்காலம் பார்த்துறலாம்.'

அருமைராசன் பில் கொடுக்க, இரண்டு பேரும் வெளிவந்தார்கள். கிட்டு அவனை, மோதிலால் நேரு முனையில் ஒரு லாட்ஜுக்கு அழைத்துச் சென்றார்.

'தனியா வந்திருக்கிங்களா?'

'இல்லிங்க பேமிலியோட - கைக்குழந்தைக்கு சுரம்!'

வாசல் பக்கம் தச்சு வேலையைத் தாண்டி, ஒரு டைப்ரைட்டிங் இன்ஸ்டிடியூட்டைத் தாண்டி, ஒல்லியான மாடிப்படி ஏறி, 'ஜி.கே. இண்டர்நேஷனல்' என்கிற போர்டு உள்ள கதவைத்

திறந்து (ப்ரொப். ஜி. கிருஷ்ணமூர்த்தி) உள்ளே சென்று, மரப்பலகையை நகர்த்தி, பழைய டைப் இயந்திரத்தை நீக்கி, அருமைராசனை உட்கார வைத்தார்.

‘இதான் பிராஞ்ச் ஆபீஸ். மெயின் ஆபீஸ் மவுண்ட் ரோடில இருக்கு. சிங்கப்பூர்ல ஒரு பிராஞ்ச் இருக்கு...’

‘அப்படியா?’

‘இதப் பாருங்க அருமைராசன், இன்னித் தேதிக்கு திரைக் கவிஞர்கள் எத்தனை பேர் இருக்காங்க தெரியுமா? நூத்தி இருபது பேர். இதில ஒரு புது ஆளு என்னதான் திறமை இருந்தாலும், முன்னுக்கு வரணும்னா எவ்வளவு டிபிகல்டி பாருங்க. ஒரு ஆயிரம் ரூபாய் வரைக்கும் செலவு பண்ண வேண்டி வரும்...’

‘ஆயிரம் ரூபா யாருக்குத் தரணும்?’

‘பல பார்ட்டிங்களுக்கு.’

‘அவங்கதான் நமக்குக் குடுப்பாங்கன்னு...’

‘அது பிரபலமானதுக்கு அப்புறம். எல்லாத் தொழிலுக்கும் முதலீடு வேணும் பாருங்க. அது மாதிரி இந்த ஆயிரம் ரூபா. அப்புறம் தினம் ஆயிரம் ரூபா உங்களுக்கு வர்றப்ப கிட்டுவை ஞாபகம் வச்சிக்கிட்டிருந்தா சரி. என்ன ராஜன்?’ என்று அவன் இடுப்பில் விரலால் குத்தினார்.

‘என்கிட்ட ஆயிரம் ரூபாய் இல்லிங்களே.’

‘எவ்வளவு இருக்கும்?’

‘சுமாரா ஒரு நாப்பது ரூபா.’

கிட்டுவின் முகம் சட்டென்று மாறியது. ‘சரிதான்! நீங்க பெங்களூருக்கே திரும்பிப் போயிறலாம். சரியா ரெண்டு டிக்கெட்டுக்கு உண்டானது வெச்சிருக்கீங்க.’ தொடர்ந்து, ‘நல்ல சான்ஸ் வேஸ்ட் ஆய்டறதேன்னு பார்த்தேன்.

‘சாயங்காலமே அவரைப் பார்த்து அறிமுகம் செஞ்சு ஏன், நாளைக்குக் கூட ரிக்கார்டிங் வெச்சுறலாம். அதுல பாருங்க ராஜன், மியூசிக் டைரக்டருக்கும் இதுக்கும் சம்பந்தமில்லை. அவருக்கென்ன, புரொட்யூசர் எந்தக் கவிஞனைக் காட்டுறானோ

அவர் பாட்டுக்கு ட்யூன் போட்டுருவாரு... ப்ரொட்யூசரைப் பார்க்கணும்னா ப்ரொடக்‌ஷன் மேனேஜரைப் பார்க்கணும். அவனுக்கு சில்லறையா அஞ்சாறு பயலுவ... பரவாயில்லை, இப்ப இல்லைன்னா அடுத்த மாசம், அதுக்கு அடுத்த மாசம் - நீங்க எங்க போறீங்க, நான் எங்கே போறேன்.'

அருமைராசன் மனசில் பளிச்சென்று அவன் மனைவி சகாயமேரியின் கை வளையல்கள் பளிச்சிட்டன.

'எனக்காக ஒரு இரண்டு மூணு மணி நேரம் காத்திருக்க முடியுமா உங்களால?'

'இப்ப என்ன மணி?' தன் கைக்கடிகாரத்தை ஒரு தடவை ஆட்டிவிட்டுப் பார்த்தார். 'ரெண்டரை ஆறது. நாலு மணிக்கு சேம்பர்ல ஒரு மீட்டிங்.'

'நாலுக்குள்ள வந்துர்றனுங்க.'

அருமைராசன் அவசர அவசரமாக ஓடினான்.

'நீல முடி இல்லைம்மா... நீள முடி' என்றார் டைரக்டர்.

'அதெல்லாம் டப்பிங்போது பார்த்துக்கலாங்க. கான்வெண்ட்ல படிச்சதனால சில சமயம் 'ல'வுக்கும் 'ள'வுக்கும் வித்தியாசம் வர்றதில்லை... சார், நான் வீட்டுக்குப் போவலாமா?'

'இன்னும் ஒரே ஒரு ஷாட்?'

ப்ரேமலதா பொய் அழுகை சிணுங்கினாள். செட்டில் ஓரமாக இருந்த நாற்காலியில் போய் உட்கார்ந்தாள்.

சீர்வரிசை போல் மேக்-அப் சாதனங்களுடன் ஒரு பெண் வந்து நிற்க, அவற்றில் சிலவற்றைத் தேர்ந்தெடுத்து முகத்தில் ஒத்திக் கொண்டாள். காமிக்ஸ் எடுத்துப் படித்தாள்.

'டார்ஸான், நீயா?'

'ஜேன், என்ன ஆச்சு?'

ஜேன் டார்ஸானின் மார்பில் பதிந்து திடீரென்று, 'நான் ஒரு பயங்கர மனிதனைப் பார்த்தேன். பெரிய கண்கள்... கறுப்பு முட்டாக்கு.'

'ப்ரேமலதா, உங்களுக்கு போன்! அருண் கூப்பிடறார்.'

அப்படியே எல்லாவற்றையும் போட்டுவிட்டு ஓடினாள். செட்டுக்கு அருகில் இருந்த சவுண்ட் ஸ்டூடியோவில் இருந்தது போன்.

'ஹலோ!'

'ப்ரேம்? அருண்! அப்பாடா! உன்னைப் பிடிக்கிறதுக்குள்ள! ப்ரேம்! எனக்கு ஒரு சந்தேகம்...'

'என்ன?'

'என்னை நீ கல்யாணம் செஞ்சுப்பியா?'

My days are darker than your nights.

- ஹாஸன் பிரதர்ஸ் 'ராஜ பார்வை' அழைப்பிதழ்.

இந்திரா நகரில் ஒன்பதாவது குறுக்குத் தெருவில் ப்ரேமலதாவின் வீடு இருந்தது. சுற்றிலும் காம்பவுண்டு சுவரும் செடிகளும் உள்ளே நடைபெறும் புல்வெளி நிகழ்ச்சிகளை மறைந்தன. ஒரே ஒரு இடைவெளியில் பிச்சைக்காரச் செல்லாயி உள்ளே வெண் துண்டு விரித்த மேஜைமேல் நூற்றுக்கணக்கான பீங்கான் தட்டுகளில் ஒரே மாதிரியாகக் காத்திருக்கும் சாக்லெட் கேக்குகளைப் பார்த்துக்கொண்டிருந்தாள். மெத்து மெத்தென்ற கீழ்ப்பாகமும் மேலே க்ரீம் போர்வையின் சர்க்கரை சாத்தியம் களும்தான் அந்தச் சிறுமியின் கவனத்தைக் கவர்ந்திருந்தன. மேஜைக்கு அருகே சுமார் நூறு பேர் நின்று கொண்டிருந்தார்கள். எலக்ட்ரானிக் ப்ளாஷ்கள் ஓசைப்படாமல் கண்ணடித்தன. அருண் ப்ரேமலதாவின் தோள்மேல் கை வைத்து ஏறக்குறைய அவளை அணைத்துக்கொண்டு வீட்டுக்கு உள்ளிருந்து வெளிவர அவர்கள் செயல்பட்டார்கள்.

சிரிக்கச் சிரிக்கச் சிரிக்கப் பளிச்சுப் பளிச்சுப் பளிச் மெலிதான கை தட்டல், கங்க்ராஜுலேஷன்ஸ்... கன்னத்தில் முத்த முத்திரை கள்... கரடித் தழுவல்கள்.

'ஜென்டில்மன்! லெட்ஸ் ஈட்' என்றான் அருண். உடனே சகலமான பேர்களும் மேஜைக்கு வந்து ஆளுக்கொரு கேக் எடுத்துக்கொண்டு பெரிசாக வாய் திறந்து கடிப்பதையும் அவர்கள் தாடைகள் சிரமமின்றி மெல்லுவதையும் செல்லாயி சுவாரஸ்ய மாகப் பார்த்துக்கொண்டிருக்க, மஹாராஜா முண்டாசு அணிந்த வர்கள் ட்ரே ட்ரேயாகக் காப்பிக் கோப்பைகளுடன் ஊடே நடமாட, ஒரு மூலையில் தனியாக நின்றுகொண்டிருந்த பாஸ்கர், நிருபர்களையும், நண்பர்களையும், சினிமா முதலைகளையும், டைரக்டர்களையும், சக நடிகர்களையும், பாட்டு எழுதுபவர் களையும், நோட்டு எழுதுபவர்களையும் ஒரு விஸ்தாரமான பேன்-இயக்கத்தில் பார்த்தான். கடைசியில் அவன் பார்வை செடிகளைப் பிரித்துக்கொண்டிருந்த செல்லாயியின்மேல் பட, மெதுவாக நடந்து மேஜைக்குச் சென்று பெரிசாக புஷ்டியாக ஒரு கேக் எடுத்து அந்தப் பெண்ணிடம் சென்று 'சாப்பிடு' என்று கொடுத்தான். அந்தப் பெண் ஆச்சரியம், பயம், அவநம்பிக்கை, சந்தோஷம் எல்லாம் கண்களில் தெரிய கேக்கை வாங்கிக் கொண்டு பத்தாவது குறுக்குத் தெருவில் பிச்சை எடுத்துக் கொண்டிருந்த தன் தங்கை லெட்சுமியுடன் பகிர்ந்துண்ண ஒரே ஓட்டம்.

'அருண்! எப்ப கல்யாணம்?'

'நேற்றைக்கே பண்ணிக்க ஆசைதான் எங்களுக்கு!'

'கல்யாணம் ஆய்டுச்சுன்னு சொன்னாங்க!'

'இல்லை பிரதர்! உங்களுக்குத் தெரியாம நாங்க ஏதாவது செய்ய முடியுமா, சொல்லுங்க!'

'தேதி குறிச்சாச்சா?'

'ஜனவரி!' என்றாள் ப்ரேமலதா.

'ஹனிமூன் எங்கே?'

'ஸ்விட்ஸர்லாந்த்!'

'குளிர் பிடுங்கும்!'

'கல்யாணத்துக்குப் பிறகு ரெண்டு பேரும் தொடர்ந்து நடிப்பீங் களா?'

‘கல்யாணத்துக்குப் பிறகு எல்லாருமே நடிச்சாகணும்’ என்று கண்ணடித்தான் அருண். அவளை இறுக்க அணைத்துக் கொண்டு வாசனை பார்த்தான். ‘பளிச்.’

‘ப்ரேம் என் மனசில் ரொம்ப நாள் இருந்தாள். அவளை நான் மிகவும் விரும்பறேன்!’

‘ப்ரேம், நீங்க என்ன சொல்றீங்க?’

‘எனக்கு எல்லாமே ட்ரீம்போல இருக்கு...’

அருண் அவளைப் பின்புறத்தில் கிள்ள ‘ஆவ்’ என்று கிறீச்சிட்டாள். ‘சொப்பனம் இல்லை, நிஜம்.’

‘நாலு தெலுங்குப் படம். ரெண்டு மலையாளம். நாலு தமிழ்ப் படம் இருக்கு. எல்லாத்தையும் முடிச்சுட்டு நான் நடிக்கறதை நிறுத்திடப் போறேன். அவர் நடிக்கட்டும். எனக்கு ஆட்சேபணை இல்லை.’

‘நடிக்கிறதை நிறுத்திட்டு வீட்டில...’

‘அவருக்கு மனைவியா இருந்து ஒதவி செய்யப் போறேன். குழந்தைகள் பெத்துக்கப் போறேன். ஒரு இந்தியப் பெண்ணுக்கு அதைவிடப் பெரிய பாக்கியம் இருக்க முடியுமா?’

பாஸ்கர் மெதுவாக அந்த இடத்தை விட்டு நகர்ந்தான். வீட்டுக்குள் நுழைந்து அங்கே அநாதையாகக் கிடந்த போனில் ஒரு நம்பரைச் சுழற்றினான்.

‘ரவி! பாஸ்கர்... ஜனவரியில் ராஜேஸ்வரியைப் புக் பண்ணணும். அப்புறம் கொரமாண்டல்ல ஒரு பார்ட்டி அரேஞ்ச் பண்ணனும்.’

பாஸ்கர் பேசிக் கொண்டிருக்கையில் ஓரத்தில் மேஜைக் காலில் கட்டியிருந்த குட்டி நாய் ‘கிர்ர்ர்ர்’ என்று உறுமிவிட்டு அவனைப் பார்த்துச் சின்னக் குரலில் குலைத்தது.

அதே சமயம், ஏவி.எம். ரிக்கார்டிங் தியேட்டரில் மற்றொரு விழா நடந்துகொண்டிருந்தது. எல்பி (லட்சுமணன் - பாண்டு ரங்கன்) பிக்சர்ஸின் ‘இளந்தலைவன்’ ஆரம்ப விழா. டாக்சி டாக்சியாக வினோத வாத்தியங்கள் வந்து இறங்கிக் கொண் டிருக்க, குடுமி அய்யர் ஏராளமான சாமி படங்களுக்குப் பூஜை

செய்துகொண்டிருந்தார். அஸ்பெஸ்டாஸ் சாரம் அமைத்த வெராந்தாவில் டம்ளர்கள் அலம்பப்பட்டு காப்பி நதி. ஆரஞ்சு, ஃபாண்டா, 77 பானங்கள். பெரிய ஹாலில் வாத்தியக்காரர்கள் தத்தம் கருவிகளைத் தட்டிக் கொட்டிக்கொண்டிருந்தார்கள். சிந்த சைஸரின் பேஸை விரலால் தொட்டதும் ஹாலே அதிர்ந்தது.

லட்சுமணன் மாறுதலுக்குச் சட்டை போட்டிருந்தார். ஃபீல்டின் பற்பல ராஜாக்களும் மந்திரிகளும் வரக் காத்திருந்தார்கள்.

''இளந்தலைவன்' என்ன கதைங்க?'

'அது ஒரு மாதிரிங்க!'

'சரித்திரக் கதை மாதிரி இருக்கு டைட்டில்?'

'சேச்சே. ஃபேமிலி சப்ஜெக்ட்டுதாங்க!'

'இளந்தலைவன்! ஏழு எழுத்து! பரவாயில்லைங்க. இன்னும் இரண்டு எழுத்து சேர்ந்துட்டா உத்தமம்.'

'அதை எல்லாம் இப்ப மாத்திக்கிட்டு இருக்க முடியாது. முதல்ல கதை கிடைக்கட்டும்.'

'கதையில்லாமல் எப்படி ரிக்கார்டிங் பண்றிங்க?'

'பாட்டுக்கு என்னய்யா - கதையா? பொதுவா போட்டிருக்காரு.'

'பாட்டு வரிகள் இருந்துதுன்னா, அதைப் பத்திரிகைல போட்டா நல்லாயிருக்கும்' என்றான் ஞானசேகரன்.

'அதுக்கென்ன? அந்தக் காகிதத்தைக் கொடுங்க பாண்டுரங்கன்.'

ஞானசேகரன் அதைப் பிரிக்க... அதில்-

'ஊருக்கு நல்லது சொல்வான்-
யாருக்கும் கெட்டது செய்யான்
எங்கள் இளந்தலைவன்...'

'முதல் ரெண்டு வரியும் எங்கேயோ கேட்ட மாதிரி இருக்கே!'

'என்னய்யாது குண்டு விடறே?'

'சுப்ரமண்ய பாரதி வரிகள் மாதிரி இருக்கு!'

‘அப்படியா கேஸ் கீஸ் போட்டுறப் போறாரு அந்த ஆள்!’

‘அவர் காலமாயிட்டாருங்க!’

‘ஏன்யா, நீ அருண் பார்ட்டிக்குப் போவலியா?’

‘கூப்பிடலிங்களே?’

‘கூப்பிடலியா? எவ்வளவு பெரிய பத்திரிகை ஆசாமி நீ. உன்னைய வுட்டுட்டாங்களா?’

‘என்னமோ தெரியல.’

‘பணத் திமிர்!’

பட்டுப் புடைவை அணிந்த மனைவிகள் வந்து இறங்கினார்கள்...

‘இதுக்கு முன்னாடி அவன் சொந்த ஊர்ல ஒரு பொம்பளையை வெச்சுக்கிட்டிருந்தானாமே? நிஜமா?’

‘ஆமாங்க, நிஜம். என்கிட்ட அந்தப் பொண்ணு போட்டோகூட இருக்கு. பேரு கல்யாணி...’

‘அட! கொண்டு வாய்யா அதை!’

ஓரத்தில் நின்றுகொண்டிருந்த மனோன்மணியை யாரும் விசாரிக்கவில்லை. நெற்றிப் பொட்டில் ‘விண்’ என்று ஒற்றைத் தலைவலி இருந்தது மனோன்மணிக்கு.

பரிச்சயமான அறிகுறிகள். வியர்வையைத் துடைத்துக் கொண்டால் தூரத்தில் பாண்டுரங்கன் தெரிந்தார். மரத்தடியில், கையைக் காலை வீசிக்கொண்டு பேசிக்கொண்டிருந்தார். ஒரு தடவை அவளைப் பார்த்து சட்டென்று திரும்பிக்கொண்டார். யாருக்காக, எதற்காகக் காத்திருக்கிறோம் என்று தெரியவில்லை. அவளை யாரும் விசாரிக்கவில்லை. பாண்டுரங்கனைத் தனியாகச் சந்தித்து விசாரிக்கவேண்டும்...

‘இந்தச் சட்டை நல்லால்லை. இதை எடுத்துறலாமா?’

‘இதையும் எடுத்துறலாம்.’

‘இதையும் எடுத்துறலாம்.’

‘கண்ணு, எண்ணட்டுமா? ஒண்ணு, ரெண்டு…’ மனோன் மணியின் உடம்பில் மெலிதாக, மிக மெலிதாக ஆள்காட்டி விரலால் மிகச் சிறிய தொடுகைகள் உலவுகின்றன.

மனோன்மணி மெதுவாக நடந்தாள். தியேட்டருக்குள் நுழைந் தாள். வாத்தியங்கள் சுருதி சேர்க்கும் முயற்சிகளின் ஊடே நடந்து, அந்த ஹாலைக் கடந்து அந்தப்புறம் மரத்தடி பெஞ்சில் உட்கார்ந்து கண்ணை மூடிக்கொண்டாள். வர்ண விசித்திரங்கள் தெரிந்தன.

சிறு வயதில் அவளது பொறுப்பற்ற தந்தை, கண்ட பெண்களை வீட்டில் வைத்துக்கொண்டு, அந்த அறையில் மெலிதாகச் சிரிப்பொலி கேட்கும்போது, மனோன்மணி புரியாமல் விழித் திருக்கிறாள். படிப்பதற்காக அவளை மாமன் வீட்டுக்கு அம்மா அனுப்பிவைக்க, கிணற்றடியில் ‘வித்தை காட்டுகிறேன் வா’ என்று அந்தக் கோபால் அவளைப் பிடித்துத் தள்ளி, அவள் பதினைந்து வயது உடலைக் கட்டி வளைத்தபோது, அவனைக் கடித்திருக்கிறாள். அந்தப் பெண் மீரா டான்ஸ் கற்றுக் கொண்டபோது ஜன்னல் வழியாகக் கண்கொட்டாமல் பார்த்துக் கொண்டிருந்தபோது, ‘உனக்கும் டான்ஸ் கத்துக்கணுமா? வீட்டுக்கு வாயேன்!’ என்ற அழைப்பில் பொதிந்திருந்த காமத்தை உணர்ந்திருக்கிறாள்…

பள்ளிப் படிப்பு முடிக்கையில் ஒரு நாள் வண்டி ஓட்டிக்கொண்டு. அவள் தகப்பன் வந்து ஏகப்பட்டத் தின்பண்டங்களும் மல்லி கையும் தாவணிகளுமாக இறைத்துவிட்டு, ‘மனோ கண்ணு! உனக்குக் கல்யாணம். பாண்டிச்சேரியிலிருந்து ஒரு ராஜாவைக் கொண்டுவந்திருக்கேன். நீ படிச்சது போதும் வா’ என்று மாமனுடன் சண்டை போட்டு, அவளைக் கூப்பிட்டுச் சென்று, மற்றொரு ஊரில் மற்றொரு வீட்டின் அந்நிய முகங்களின் மத்தியில் உட்காரவைத்து, ‘பார்த்தீங்களா பொண்ணை? ரதியாட்டம்! நல்லா வீட்டு வேலை செய்யும், உப்புமா கிண்டும், கோழிக் கறி வைக்கும்… அய்யா, உங்களுக்கு அதிர்ஷ்டம்! உள்ள வாங்க.. மனோன்மணி! பெரியவங்களைக் கும்பிடும்மா. இவருதான்… இவருதான் மாப்பிள்ளை!’

நிமிர்ந்தபோது ஸ்தம்பித்திருக்கிறாள். வீட்டு வாசலில் நின்ற ஓட்டை கார். அதிலிருந்து இறங்கிய நரைத்த தலை, வைர மோதிரம் - அப்பன் பார்த்த மாப்பிள்ளை; தூரத்தில் காத்திருந்த கோவில். ‘ஐயரே விடியக் காலம் வந்துரு! சட்டுபுட்டுனு முடிச்சுறணும். என்ன? வளவளன்னுக்கிட்டு இருக்காதே…’

இரவில் புது நோட்டுக்கள் எண்ணப்பட்டு, 'இன்னிக்கு எல்லாரும் சந்தோஷமா இருக்கணும்!' என்ற விஸ்கி தோய்ந்த கட்டளை.

குடித்துவிட்டு உறங்கிக்கொண்டிருந்த அப்பனின் மல் ஜிப்பா வில் தெரிந்த ரூபாய் நோட்டுக்கள், அவற்றில் சிலவற்றை உருவிக்கொண்டு, பின்புறமாகச் சென்று கதவைத் திறந்து சாக்கடை வழி நடந்து தென்னை மரப் பிசாசுகளின் ஊடே நடந்து, ரயில் நிலையத்தில் 'பெண்கள்' உள்ளே மூக்கை பிடித்துக் கொண்டு மறைந்திருந்து, செங்கல் டைமண்ட் வடிவ ஓட்டை களின் ஊடே ரயில் வண்டி வந்து நிற்பதைப் பார்த்து அதில் பெண்கள் பெட்டியில் ஏறிக்கொண்டு ரயில் மெதுவாக ஊர்ந்த போது தன் மேல் கை பட்டதும் திடுக்கிட்டாள்.

'அம்மா!'

'ஆமாண்டி! நானும் வந்துட்டேன்!'

மனோன்மணி கைதட்டல் சப்தம் கேட்டு விழித்தாள். விஜயராஜா அடுத்த செட்டிலிருந்து மேக்கப்புடன் வந்திருக்கிறார். அவருக்கு ஆளுயர மாலை போடுகிறார்கள். பாண்டுரங்கனும் லட்சுமணனும் பக்கத்தில் நிற்க போட்டோ பிடிக்கிறார்கள். மனோன்மணி அருகே சென்றாள்.

'செகண்ட் ஈரோயின் யாருங்க?'

'உஷான்னுட்டு காலேஜ்ல படிக்குது. அசப்பில ஏமாமாலினி மாதிரி இருக்குதுங்க. நல்லா நாட்டியம் ஆடுது. கொஞ்சம் தமிள் தெரியல... படிக்க வரலை. ஆனா நல்லாப் பேசுது... இங்கிலீசுல எளுதி வச்சிக்கிட்டுப் படிச்சுட்டாப் போவுது...'

மனோன்மணி அவர்களுக்கு மிக அருகில் சென்றாள்.

'மிஸ்டர் பாண்டுரங்கன்! கொஞ்சம் இங்க வர்றீங்களா? என்கிட்ட அன்னிக்கு நீங்க என்ன சொன்னீங்க? எனக்குத்தானே அந்த பார்ட் தர்றதாச் சொன்னீங்க? சொல்லிட்டு என்னை அந்த ரூமுக்குள்ள என்னவெல்லாம் செய்ய வச்சீங்க? அதையெல்லாம் இந்த சபைக்கு முன்னால சொல்லிறட்டுமா? சொல்லிறட்டுமா?' என்று கேட்க நினைத்துக் கேட்காமல், மெதுவாக நடந்து ஸ்டூடியோ விட்டு வெளியே வந்தாள்.

'டாக்சியிலே போயிறலாமா?'

'வேண்டாம் சின்னராஜு!'

'ஒன்பது மணிக்கு வீட்டாண்டை வரட்டுமா?'

'வேண்டாம். சின்னராஜு! இன்னிக்கு வேண்டாம்.'

'உடம்பு சரியில்லையா மகளே, உடம்பை ஜாக்கிரதையாப் பார்த்துக்க! நீ எனக்கு வாடகை கொடுக்கவேண்டாம். வீட்ல வுட்டுர்றேன் ஏறிக்க!'

மனோன்மணி அந்த டாக்சியில் வீடு திரும்பிக் கொண்டிருக்கையில், அருணும் பாஸ்கரும் காரில் வீடு திரும்பிக் கொண்டிருந்தார்கள்.

'என்ன பாஸ்கர்! ஏன் பேசவே இல்லை? ஆர் யூ நாட் ஹாப்பி?'

'சேச்சே! அதெல்லாம் இல்லை.'

'என்னிக்காவது ஒரு நாள் கல்யாணம் செஞ்சுண்டுதானே ஆகணும்?'

'அருண்! லெட் மி ஃப்ராங்க்... நீ அவசரப்பட்டுட்டே! ஏன் இந்த அவசரம்? எதுக்காக? எனக்குப் புரியல. உன்னோட கேரியர் உச்சத்தில் இருக்கு இப்ப. உனக்கு இருக்கிறமாதிரி படம் யாருக்கும் இல்லை இப்ப. இப்பத்தான் நீ நடிக்க ஆரம்பிச்சிருக்க. இதுவரைக்கும் வேற டிரஸ் போட்டு நின்னுட்டு பாடிக்கிட்டு இருந்தே - இப்பத்தான் நடிக்க ஆரம்பிச்சிருக்கே. இந்த சமயத்தில் கல்யாணம்னா...'

'கல்யாணம் செஞ்சா நடிக்க முடியாதா? என்ன பேத்தறே! ரொம்ப அனாவசியமான கவலைகள் உன்னுது. பிறவியில் இருந்தே ஒரு பெஸிமிஸ்ட் நீ! ரிலாக்ஸ் பாஸ்கர்!'

பாஸ்கர் மெலிதாகச் சிரித்தான்.

'அப்பாடா! ஈத் கா சாந்த்!'

'எனக்கு வேலை போயிரும்போல இருக்கு. இப்பவே உன் எதிர்கால மனைவி உன் விவகாரங்களையெல்லாம் பார்த்துக்கப் போறேன்னு ஸ்டேட்மெண்ட் விடறா.'

'சேச்சே! அதெல்லாம் நடக்காது. அது ஒரு சோம்பேறி. அவளை எனக்கு நல்லாத் தெரியும்.'

'அப்படின்னு நினைச்சுக்கிட்டிருக்கே, அருண். க்ளார்க் கேபிளைப் பத்திப் படிச்சது ஞாபகத்துக்கு வர்றது...'

'என்ன?'

'Clark never really married any one. A number of womens married him... he just went aliong with the gag!'

Arun Vijay Invites...

Dear friend,

You know I am getting married to Premalatha. Please come for the marriage and for the cultural programme following.

- Arun Vijay

Place   : Rajeshwari
Day   : Sunday, 7-10-1979
Muhurtham : 10-30 to 11-30 AM
Reception : 6-30 PM
R3VT   . 111978

We are all crusoes No one knows our happiness and unhappiness like ourselves.

-John Fowies

சென்ட்ரல் - எழும்பூர் பாதையில் இருக்கும் சற்று தேசலான ஓட்டலின் பின்பக்கம் தினத்துக்கு 5 ரூபாய் அறைகள் இருந்தன. பத்து அறைகளுக்குப் பொதுவான பாத்ரூமின் மூக்கைத் தாக்கும் அம்மோனியா நெடியைக் கடந்து, 968-க்கு அப்புறம் வெள்ளை அடிக்கப்படாத சுவர் ஓரம் நடந்து, எப்போதும் ஈரமான ஒரு

பகுதியை (ஜாக்கிரதை? பாசி) கடந்து, உப்புக் காற்றில் புரையோடிப் போய் பச்சை பெயிண்ட் அடித்த தகர மரக் கதவைத் திறந்து பாருங்கள். சகாயமேரி, அருமைராசன் மனைவி, தரையில் உட்கார்ந்துகொண்டு கை கொள்ளாமல் அழும் குழந்தையை 'ஓ ஓ ஓ' என்று தட்டிக்கொடுத்துக்கொண்டிருந்தாள். சகாயமேரியின் கழுத்து நகைகளை அவள் புருஷன் கேட்டுக் கழட்டிக் கொடுத்து விட்டதால், காணோம். அந்த நகைகளோ அவள் புருஷன் சினிமாவுக்குப் பாட்டெழுதிச் சம்பாதிக்கப் போவதோ இப்போது சகாயமேரிக்கு முக்கியம் இல்லை. 'குழந்தை. இப்படியா உடம்பு சுடும். இப்படியா தூக்கித் தூக்கிப் போடும். இப்படியா கண் கலங்கி இருக்கும். இப்படியா வலிப்பு வரும். எங்கே போனார் இவர்? டாக்டருடன் சென்றவர் இன்னம் திரும்பவில்லையே. டாக்டர் ஏன் என்னுடன் பேசவேயில்லை. உடனே அவரை அழைத்துக் கொண்டு சென்றாரே. பிள்ளைக்குச் சரியானால் வேளாங்கண்ணிக்குப் போய்வந்துவிட வேண்டும். தங்கத்தில் செய்துபோடவேண்டும்.'

ஹோட்டல் வாசலில் பீடியைக் கடித்துக்கொண்டு நிழலான ஆசாமிகள் பாவங்களுக்கு ஆயத்தம் செய்துகொண்டிருக்க, டாக்டர் அருமைராசனிடம், 'குழந்தைக்குத் தீ...விரமான ஜாண்டிஸ், ரொம்ப லேட்டாயிருச்சுப்பா' என்றார்.

'உடனே ஜெனரல் ஆஸ்பத்திரிக்கு எடுத்துக்கிட்டுப் போயிறலாங் களா?' என்றான் அருமைராசன்.

'பிரயோஜனமில்லை' என்றார் டாக்டர்.

'போயிருமா டாக்டர்?' என்று அருமைராசன் அழாக் குறையாகக் கேட்க, 'அப்படித்தான் தோணுது' என்றார் டாக்டர். 'அழாதப்பா! தனியா இருக்கிங்களா? ஊருக்குப் புதிசா?'

அருமைராசன் கண்ணீர்விட்டுத் தலையாட்டி, 'என் சம்சாரத் துக்குப் பெரியப்பா மகன் பெரம்பூர்ல இருக்காங்க. டாக்டர், நம்பிக்கையே இல்லையா?'

'ஸாரி. பொய் சொல்ல விரும்பலை நான்.'

அருமைராசன் பொல பொலவென்று கண்ணீர் உதிர்த்தான். வெற்றிலைப் பாக்கு போட்டுக்கொண்டு பெரிசாகப் பொட்டு இட்டுக்கொண்டு பூப்போட்ட வாயில் சேலை அணிந்து

ஓட்டலுக்குள் அலட்சியமாக உள்ளே சென்ற ஒரு பதிவிரதை சற்று நேரம் அருமைராசனை நின்று பார்த்துவிட்டுச் சென்றாள்.

‘என்னால ஏதாவது உதவி செய்ய முடிஞ்சா...’ என்றார் டாக்டர்.

‘பக்கத்திலே கத்தோலிக் சர்ச் எதாவது இருக்குதா டாக்டர்.’

‘இப்படியே நேராப் போனா கவர்மெண்ட் காலேஜ் ஆஃப் ஆர்ட்ஸுக்கு எதிர்த்தாப்பல சர்ச் இருக்குது. நான் வரட்டுமா?’

குருவையும் அருமைராசனையும் பார்த்து மேரி திடுக்கிட்டாள். அழத் தொடங்கினாள். ‘மூச்சு சின்னதாயிருச்சுங்க. தலை தொங்கிப் போயிருச்சுங்க.’

‘இவ்வளவு தூரத்துக்குக் கொண்டுட்டு வந்துட்டீங்களே. ஆஸ்பத்திரியிலே சிகிச்சைக்கு எடுத்துட்டுப் போவலியே.’

‘எங்களுக்கு யாருமில்லையே ஃபாதர்.’

‘லூயிஸ், டாமினிக் லூயிஸ்?’ என்று மேரி விசித்து விசித்து அழ ஆரம்பித்தாள். குழந்தை நிதானமாகத் தன்னுடைய சின்னப் போராட்டத்தைக் கைவிட்டுக்கொண்டிருந்தது.

‘என் பிள்ளைங்க. என் பிள்ளைங்க. பெத்து இருபது நாள் ஆவலைங்க.’

‘அழாதம்மா. இந்தக் குழந்தை சர்வேசுவரனுடைய தேவதை மாதிரி. இது என்ன பாவம் செய்தது? ஒண்ணுமில்லியே. இதற்கு எப்பேர்ப்பட்ட மோட்ச சாம்ராஜ்யம் காத்திருக்குது தெரியுமா? குழந்தை இந்த ஸ்தூல சரீரத்தை விட்டு சூட்சும சரீரமாய் அந்த நாளில இது எந்திரிக்கிறபோது, இதைப் பரலோகத்து தேவதைகள் எல்லாம் தங்க வாசலிலே தாங்கி வாங்கிக்கிடுவாங்கம்மா. பேர் என்ன சொன்னீங்க?’

‘லூயிஸ் டாமினிக் அருமைராசன்.’

‘லூயிஸ் டாமினிக் அருமைராசன் சமாதானத்துடன் கடவுளோடு ஒன்றித்திருப்பாயாக. உன் ஆத்மா அந்த சர்வேஸ்வரனுடன் இளைப்பாறட்டும்.’

குரு அந்தக் குழந்தைக்குப் பரிசுத்த எண்ணெய் தடவ, அந்தக் குழந்தையின் பிராணன் என்னும் அழகான இளம் காற்று ஏதோ ஒரு பிரபஞ்ச காலத்துடன் கலந்துகொள்ள பிரயாணப்பட்டது.

அருமைராசன் தலையைச் சுவரில் முட்டிக்கொள்ள, பக்கத்து அறையில், 'யோவ், பேசின துட்டை வெச்சுட்டுப் போயிரு' என்று அதட்டல் கேட்டது.

லூயிஸ் டாமினிக் அருமைராசன், பெங்களூரில் பிறந்து பதினெட்டு நாள் வாழ்ந்து சென்னைக்கு வந்து அதன் வெளிப் புறத்தில் இருக்கும் சிமெட்ரியில் ஒரு சின்னப் பெட்டியில் அடக்கமானான்.

குரு, 'மண்ணிலே பிறந்தாய், மண்ணுக்கே போகிறாய்... கடவுளுடன் சமாதானத்தில் இளைப்பாறுவாயாக' என்று முணுமுணுக்க, சிமெட்ரிக்கு வெளியில் சகாயமேரி தெரு ஓரத்தில் உட்கார்ந்திருக்க, அவள் மார்பெல்லாம் முலைப் பாலால் நனைந்திருந்தது.

அருண் அழைக்கிறான்.

அன்புள்ள நண்ப,

எனக்கும் ப்ரேமலதாவுக்கும் விவாகம் என்பது உங்களுக்குத் தெரிந்திருக்கும். வாருங்கள். திருமணத்துக்கும் அதன்பின் இருக்கும் கலை நிகழ்ச்சிக்கும்.

அருண் விஜய்

இடம்: ராஜேஸ்வரி
தினம்: ஞாயிறு, அக்டோபர் 6, 1979
முகூர்த்தம்: காலை 10.00 - 11.30
வரவேற்பு: மாலை 6.30
ஆர்.எஸ்.பி.வி: 441978

தங்க எழுத்துத் தாள்களில் ஆர்.ஜே. பிரஸ்ஸில் அந்தப் பத்திரிகை அச்சாகிக்கொண்டிருக்க, அதே சமயம் ஸ்ரீரங்கத்தில் ஸ்ரீ வாணி விலாஸ் அச்சகத்தில், ரோஸ்கலர், மஞ்சள் கலர் காகிதத்தில் ஒரு ட்ரெடில் மெஷின் தடக் கக் தடக் கக் என்று ஒத்தி ஒத்தி மற்றொரு பத்திரிகையை அச்சடித்துக்கொண்டிருந்தது.

'நிகழும் புரட்டாசி மாதம், 21-ம் தேதி ஞாயிற்றுக் கிழமை விருச்சிக லக்னம் கூடிய சுபதினத்தில், என் தங்கையும், உத்தமர் கோவில் சிவசங்கரரின் ஜேஷ்ட குமாரத்தியுமான சௌபாக்கிய வதி கல்யாணியை, மன்னார்குடி ரங்கசாமி ஐயரின் (ரிடையர்ட்

தாசில்தார்) திவிதிய குமாரன் சிரஞ்சீவி விசுவநாதனுக்கு கன்னிகாதானம் செய்து கொடுப்பதாய் பெரியோர்களால் நிச்சயிக்கப்பட்டு...'

இருபது நாட்கள் தேனிலவு செல்வதற்காக கால் ஷீட்டுகளைப் புரட்டி எடுத்து அட்ஜஸ்ட் செய்து இரண்டு ஷிப்ட் மூன்று ஷிப்ட் செயல்புரிந்து அருண் தினமும் கண்கள் எரியும்வரை கால்கள் களைப்பில் தள்ளாடும்வரை நடித்தான்.

ப்ரேமலதாவும் தன் வாக்குறுதிகளை நிறைவேற்றும் நோக்கத்தில் எடுத்துக்கொண்ட படங்களை முடித்துத் தீர்ப்பதற்குப் பாடுபட்டாள். ஹைதராபாத் போயிருந்தாள். அரைமணிக்கு ஒரு தடவை அருணுக்கு டிரங்க்கால் போட்டுக்கொண்டே இருந்தாள்.

'அருண்! நான் என்ன செய்துக்கிட்டிருக்கேன்!'

'எனக்கு எப்படித் தெரியும்?'

'குளிச்சிக்கிட்டிருக்கேன்! ஈரமா, பாத்ரூம்ல இருந்து டெலிபோன் பண்றேன்.'

'அதான் சக்ளக் சக்ளாக்குனு சப்தம் கேட்குது! ப்ரேம் கண்ணு. ஒரு காரியம் பண்ணேன். பத்து நிமிஷம் விட்டு டெலிபோன் செய்யேன். எனக்கு முன்னாடி இப்ப எட்டு பேர் இருக்காங்க. எல்லாரும் சீரியஸா, ராத்திரிக்குள்ள முடிச்சுறணும்னு பார்க்கறோம்.'

'என்னைவிட ஸ்டோரி டிஸ்கஷன் முக்கியமா?'

'அப்படி இல்லை கண்ணு! இதப் பாரு. என்ன நம்பர்ல இருந்து போன் பண்ற சொல்லு? நான் உனக்கு கால் போடறேன்.'

'மாட்டேன், சொல்லமாட்டேன். உங்கமேல எனக்கு கோபம்.'

'வெச்சுறவா?'

'அவ்வளவு சுலபத்தில் வெச்சுர்றதா?'

'அப்பப் பேசு.'

ப்ரேமலதா பேசப் பேச, அருண் 'ம்... ம்... ம்...' என்று கேட்டுக் கொண்டே டெலிபோன் ரிசீவரைப் பொத்தி, 'நீங்க சொல்லுங் கண்ணே!' என்றான்.

எதிரே இருந்த திரைக்கதை - வசனம் - டைரக்ஷன், 'அப்புறம் ரெண்டும் பேரும் ஊட்டிக்குப் போயிர்றாங்க. அவன் அவ வீட்டில் தோட்டக்காரனா இருக்கானா?'

'யாரு?'

'இவன்.'

'சரி.'

'இவளானா பணக்காரி! என்ன இருந்தாலும் எப்படி ஒத்துப் பாங்க. சமூக மட்டத்தில், பண்பாட்டில் வித்தியாசம் பாருங்க!'

'எப்படி ஒத்துப்பாங்க?'

'அப்புறம் எட்டுப் புடைவை இதுக்குள்ள எடுத்திருக்கேன். அருண் கண்ணா, லாலிபாப்! ஓ மை ஸ்வீட்டிப்பை ச்சூ, ச்சூ!'

'டெலிபோனையே சாப்பிடறியா என்ன?'

'இல்லீங்களே! ஏன்?'

'உங்களை இல்லீங்க. நீங்க சொல்லுங்க. பண்பாடு.'

'பண்பாட்டுக்கு ஒத்துவர்றதில்லையா? இந்தச் சமயத்தில வில்லனும் யாரு, நம்ப விஜயன் - ஊட்டிக்கு பிசினஸ் விஷயமா வர்றான்.'

அந்த ரெண்டு கதைகளிலும் கவனம் இன்றி உத்தமர் கோவிலைச் சுற்றியது அவன் மனம்.

'பழைய பாத்திரங்களுக்கு பாலீஷ் கொடுத்துப் புதுசாக்கிக் கொடுத்திருந்தார்கள். பாட்டி நகைகள் அழிக்கப்பட்டு வீட்டு வாசல் திண்ணையிலேயே தட்டான் உட்கார்ந்து உமியை ஊத, காவேரியம்மாளிடம் பாலுக்குச் சொல்லி வைத்திருக்க, கோவில் தோட்டத்தில் இலை பறித்து கல்யாணியின் அத்தனை விரல்களிலும் தொப்பி போட, அப்பா லால்குடிக்குப் போய் பெரியண்ணா வீட்டிலிருந்து கல்யாணப் பாத்திரங்கள் வாங்கி வர, தென்னந் தோப்பில் நூறு தேங்காய்க்குச் சொல்லி வைக்க... ஒவ்வொன்றாகக் குருவி சேர்த்துக்கொண்டிருந்த சின்னக் கல்யாணம்.

'கல்யாணி, முகூர்த்தம் ஆன அன்னிக்கே சாந்தியாமே!'

'போடி!'

'என்னடி பண்ணுவா?'

'யாரு?'

'யாரு? கேக்கறதைப் பாரு?'

'உனக்குத் தெரியாதா? எத்தனை சினிமா பார்த்திருக்கே?'

'சினிமாவில வர்ற மாதிரி கிடையாதுன்னு சித்ரா சொன்னா?'

'சே! பேசறதுக்கு வேற விஷயம் கிடையாதா உன்கிட்ட?'

'எனக்கு வர சித்திரையில பண்ணிடலாம்னு தீர்மானிச்சுட்டா. எங்கக்கா எல்லாம் சொல்லித் தரேன்னிருக்கா.'

'பிலிமாலயா புதுசா?'

'ஆமா, இதப் பாரு அருண். நம்மூர் அருண்.'

அந்தப் பக்கம் பூரா அருண். அவனுக்குப் பின்னால் சிவப்பாக வெல்வெட்டு. அப்பா, எத்தனை அச்சா விழுந்திருக்கு போட்டோ. அப்படியே அந்தப் பக்கத்தை விட்டுப் பரிமாண மாகி வெளியே வந்து நிற்கிறது போல.

'கல்யாணி, நீ சொல்லு! நீ படிச்ச பொண்ணு, நீ என்ன சொல்றே? உனக்கு இஷ்டமா இல்லையா சொல்லு.'

அந்த பிம்பத்தை மாற்றி அந்த முகத்தில் தன்னைப் பெண் பார்த்த விசுவநாதனின் முகத்தைப் பொருத்த சிரமப்பட்டாள். மொத்தம் ஐந்து நிமிஷம் பார்த்த விசுவநாதனின் முகம் சரியாக ஞாபகம் இல்லை. பெரும்பாலும் தலை குனிந்துகொண்டு ஒரே ஒரு தடவை நிமிர்ந்து பார்த்தது. மூக்குக் கண்ணாடிக்குப் பின் பெரிசான விழிகள். பசைபோட்டு ஒட்ட வைத்ததுபோல் தலை கிராப், நிறைய எண்ணெய் தடவி வாரியிருந்தது. மிகச் சுத்தமான சோப்பு போட்ட விசுவநாதன்.

'எனக்கு அப்பா அம்மா நல்லதுதான் செய்வார்கள். குலம், கோத்திரம் விசாரித்து எனக்குத் தகுந்த மணாளனைத்தான் பார்த்து வச்சிருக்கா. சீ, ஆசைப்பட்டது தப்பு. அவனை அடியோடி மற!'

'வாடி கோவிலுக்குப் போகலாம்!'

'என்னிக்கியா கல்யாணம்?'

'ஏழாந்தேதி! உங்களுக்கு இன்விடேசன் வரலிங்களா?'

'எனக்கு எதுக்குய்யா அவன் அனுப்பறான்! எனக்கும் அவனுக்கும்தான் ஆவாதே! தூக்கி எறிஞ்சு பேசினவனாச்சே. நீ என்னை வெத்தலை பாக்கு வெச்சு அம்பாஸிடர் மார்க் ஃபோர் அனுப்பிச்சுக் கூட்டாக்கூட நான் போவனா! என்ன ஞானசேகரன் உனக்கு வந்ததா?'

'எனக்கும் அனுப்பலிங்க. இன்னித் தபாலை நான் பார்க்கலை! வந்திருக்கும்!'

'உனக்கும் வராது! நீ 'தேவி'ல அப்படி எழுதின இல்லே.'

'அதான்!'

'எழுதினதுதான் நிஜமாயிருச்சே! இனி ரெண்டு பேரும் கல்யாணம் செஞ்சுக்கிடறாங்களே. புஸ்ஸுனு போயிருச்சு.'

லட்சுமணன் ஒரு பொட்டலத்திலிருந்து ஜிலு ஜிலு என்று ஒரு பீடா எடுத்து வாயில் திணித்துக்கொண்டார். அதனுள் அடங்கி யிருந்த ஜர்தா சமாசாரங்கள் எச்சில் நதியாக உள்ளே ஊற, சற்று நேரம் பேசாமல் இருந்தார்.

'உங்க படம் என்ன ஆச்சு?'

'ம்.'

'பொங்கலுக்கு வந்திருமா?'

'ம்.'

'கதாநாயகி செலக்ஷன் ஆகலயாமே!'

'ம்.'

லட்சுமணன் ஜன்னலுக்கு வெளியே ப்ச்சூய் என்று துப்பிவிட்டு, 'அட நம்ம படத்தை விடுய்யா. அது இளுபறி, நீ போட்டோ காட்டறன்னியே எங்க அது?'

'கொண்டாந்திருக்கேன்.'

ஞானசேகரன் தன் பையிலிருந்து காபினட் சைசில் ஒரு புகைப்படத்தை எடுத்துக் காட்டினான்.

ஏவி.எம். ஸ்டூடியோவில் எடுத்த படம். தூரத்திலிருந்து ஃபோகஸ் செய்து திறமையான கேமராவின் டெலிபோட்டோ முறைப்படி துல்லியமாக எடுக்கப்பட்ட படம்.

கல்யாணி பக்கவாட்டில் நின்று எதிரே நோக்கிக்கொண்டிருக்க அருணும் அவளைப் பார்த்துக்கொண்டிருக்க அந்தக் கணத்தை சாமர்த்தியமாகச் சிறைப்படுத்தியிருந்தார் கேமராக்காரர்!

இதானாய்யா குட்டி?'

'ஆமாங்க.'

'சரியான கட்டை. இதெத்தான் ஊர்ல வெச்சிருக்கானா?'

'அப்படித்தான் சொல்லிக்கிறாங்க!'

'சரியான கில்லாடியா. இதுக்கெல்லாம் மச்சம் வேணும்னு சொல்லுவாங்க. ஞானம், நீ என்கிட்ட இத வுட்டுட்டுப் போ! போட்டோக்காரனுக்கு உண்டானதைக் கொடுத்துரு.'

'என்ன செய்யப் போறீங்க?'

'உபயோகப்படுத்தப் போறேன்! தக்க சமயத்தில் தக்க பத்திரிகையில இதைப் பிரசுரிக்க வேண்டாம்? கல்யாணம் என்னிக்கு சொன்னே? ஏழாந்தேதி ஞாயிற்றுக் கிழமைதானே?'

'வேண்டாங்க! எசக்கேடா எதாவது ஆயிறப்போவுது.'

'அதெல்லாம் நான் பார்த்துக்கறேன்!'

'என் பேரைப் போட்டுறாதீங்க!'

'சேச்சே! அதெல்லாம் ஒண்ணும் ஆவாது! பொண்ணு பேர் என்ன சொன்னே?'

'கல்யாணி.'

'நம்ம படத்தில நடிக்க வருமா? கேட்டுப் பாரேன். விலாசம் இருக்குதா?'

'காலேஜ் படிக்கிற ஐயர் பொண்ணுங்க. திருச்சி ஜில்லா. அதெல்லாம் வராதுங்க! நான் வரட்டுங்களா?'

அவன் சென்றபின்னும் லட்சுமணன் அந்தப் படத்தைச் சற்று நேரம் பார்த்துக் கொண்டிருந்தார். அறையில் இருந்த மெலிதான பச்சை நிற டெலிபோன் உறுத்தாமல் ஒலித்தது.

எடுத்தார்.

'நான்தாங்க பாக்கியம்! சாப்பிட வீட்டுக்கு வர்றீங்களா?'

'இல்லை கண்ணு! முக்கியமான வேலை இருக்குது. நீ அனுப்பிறேன்!'

'ராத்திரி படுக்க வருவீங்களா?'

'பார்க்கலாம். பாபு தூங்கிப் போயிட்டானா?'

அவள் அதற்குப் பதில் சொல்லாமல் வைத்தது மனைவியின் கோபத்தைக் காட்டியது.

டெலிபோனை வைத்துவிட்டுப் படுக்கையில் சாய்ந்தார் லட்சுமணன்.

கதவு தட்டப்பட்டது.

'யாரு?'

'நான்தாங்க மனோன்மணி.'

ஏறக்குறைய அந்தப் பெண் கதவை பலாத்காரமாகத் திறந்து உள்ளே நுழைந்தாள்.

'நகரத்தில் சில நிழலான நடவடிக்கைகளைத் தவிர்க்க தீவிர போலீஸ் முயற்சிகள் எடுக்கப்பட்டிருக்கின்றன - கமிஷனர் ரிப்போர்ட்.

- அக்டோபர் 1979

தயக்கத்துடன் உள்ளே நுழைந்த மனோன்மணியை லட்சுமணன் நேராகப் பார்க்காமல், 'என்ன?' என்றார்.

அவள் தலை கலைந்திருந்தது. முகத்தில் வியர்வை. நகச் சாயம் உடைந்திருந்தது. 'எனக்கு 'இளந்தலைவன்'லே பார்ட் கொடுக்கறேன்னிங்களே!'

அவள் ரவிக்கையில் வியர்வைத் திட்டுகள் லட்சுமணனுக்கு இச்சை அளித்தன.

'கொடுக்கலாம்! நிச்சயம் கொடுக்கலாம். வேணுதான் காஸ்டிங் கவனிச்சுக்கறார். அவரைப் பார்த்தியா?'

'பார்த்தேன்.'

'என்ன சொன்னார்?'

'ஒண்ணுஞ் சொல்லலை, ஆனா...'

லட்சுமணன் அவசரமாக கோட் ஸ்டாண்ட் கதர் சட்டையிலிருந்து ஒரு கவர் எடுத்து, 'செலவுக்குப் பணம் இருக்குதா?' என்றார். அவள் பதில் சொல்லவில்லை. 'நூறு ரூபா வெச்சுக்க. இந்தா, வீட்டுக்குப் போயி முகம் கழுவிட்டு நல்ல சேலையா உடுத்திட்டு பளிச்சுனு வந்திரு. ஸ்கிரீன் டெஸ்ட் எடுத்துறலாம்.'

'எடுத்தாங்களே! நடக்க வெச்சு நிக்க வெச்சுப் பார்த்தாரே டைரக்டர்!'

'டைரக்டரை மாத்திட்டனில்ல.' லட்சுமணனின் முகம் சிறுத்தது. 'அந்த ராங்கிக்காரன் சங்காத்தமே வேண்டாம். இருக்கிறவங்க கூட எல்லாம் சண்டை. மச்சான் ஒருத்தன் இருக்கான். அவனை ஹீரோவாப் போடணும், இல்லை நஸிருத்தீன் ஷாவை பம்பாய்ல இருந்து கூட்டி வாங்கறான், மேக்-அப் கூடாதாம். நம்ம டிரைவரையே ஹீரோவா போட்டுடுலாம்னு பார்க்கறேன். இந்த டிஸ்டிரிப்யூட்டர்கள் அருணைப் போடணும்னுங்கறாங்க. இடையில் கதையே கிடையாது. வெறும் டைட்டில் மட்டும்தான் இருக்குது ரோ... தனை போ! இங்க வாயேன். என் கையில் கொஞ்சம் சொடக்கு எடுத்துவிடேன்.'

மனோன்மணி நகராமல், 'எனக்கு என்ன சொல்றீங்க!' என்றாள்.

'பார்த்தேன். டைரக்டரை மாத்திப்புட்டேன். புதுசா பாக்கியராஜ் கிட்ட ஒர்க் பண்ணிட்டிருந்தவன். மதுரைப் பையன், ஒருமுறை நீ அவனைச் சந்திச்சுரு.'

மனோன்மணி அலுப்புடன் கிளம்பினாள்.

'பணம் வேண்டாமா?'

அவள் திரும்பி அவரைப் பார்த்து, 'எதுக்குப் பணம்? நடிக்கவா?'

'ஆமா... வேற என்ன... வச்சுக்க. நீ என் மக மாதிரி.'

'வேணுகோபால்கூட அப்படித்தான் சொன்னார்... 'மகளே மகளே' என்றார். பூஜைக்கு அழைப்பிதழ்கூட வரலை.'

'வரலை? அதெப்படி விட்டுப் போவும்? கணபதிப் பயலை வெசாரிக்கிறேன்.'

அவர் பார்வை தன் உடம்பெல்லாம் உலவுவதைக் கவனித்தாள். பிடி கொடுத்துப் பேசமாட்டார். காகிதத்தில் விலாசம் எழுதி, 'இதுதான் நம்ம எல்.வி. பிக்சர்ஸ் விலாசம் அங்க போயி...'

முடிப்பதற்குள் மனோன்மணி அந்த விலாசத்தை வாங்காமல் நடந்தாள். அவளுக்கு இந்த விளையாட்டின் விதிமுறைகள் புரிந்துவிட்டன. மாட்டேன் என்று ஒருவரும் சொல்வதில்லை. லட்சுமணன் வேணுகோபாலனிடம் அனுப்ப, வேணுகோபால் புரொடக்‌ஷன் மேனேஜரிடம் அனுப்ப, அந்த ஆசாமி வீட்டில் இருக்கவே மாட்டான். படப்பிடிப்பு எப்போது என்பதே தெரியாது. 'அவுட்டோர்' என்பார்கள். ஏதாவது ஒரு மயிலாப்பூர் வீட்டுக்குள்ளேயே எடுப்பார்கள். சந்தர்ப்பம் கிடைத்த போதெல்லாம் 'செலவுக்குப் பணம் இருக்கா? இந்தா வாங்கிக்க. சேலை மாத்திட்டுப் பளிச்சுனு வந்துரு.'

மெல்ல நடந்தாள். வாசலில் டாக்சிக்காரனின் சிரிப்பு, அவள் மேல் முத்திரை குத்தியது. இது கேஸ் கிராக்கி.

ஜெமினி சதுக்கத்தில் கார் மேல் கார் செல்ல, மேம்பாலத்தின் நிழலில் பரட்டைத்தலை ஒருத்தி சுள்ளி அடுப்புப் பற்ற வைத்துக் கொண்டிருந்தாள். ஒரு அலுமினியப் பாத்திரம், இரண்டு செங்கல், ஒரு பாய், ஒரு கணவன், இடுப்பில் சுயாட்சி பெற்று மார்பை உறிஞ்சிக்கொண்டிருக்கும் குழந்தை. ஒரு தடவை நிமிர்ந்து மனோன்மணியைப் பார்த்ததும், அவள் மனத்தில் சின்னதாக ஒரு செகண்டு சர்க்கரை விளக்குப் போட்டதுபோல இருந்தது. நம்பிக்கையின்றி பஸ்ஸுக்கு நின்றாள். எதிரே ஜிலுஜிலு எழுத்துக்கள்மேல் காலாவதியான படத்தின் இருபதடி உயர நடிகர்கள். பஸ் வராது. நடந்தாள். செருப்பு மறுபடி அறுந்திருந்தது. தன் சங்கிலியில் சேஃப்டி பின் தேடினாள்.

அவளைப் பார்த்துச் சிரித்த டாக்சிக்காரனை - சுமார் முப்பது வயதிருக்கும் - ஒரு ஆசாமி அணுகினார். மல் ஜிப்பாவின் உள்ளே தங்கச் சங்கிலி தெரிய, புதுசாக பவுடர், ஸ்னோ அணிந்து, தலை வாரி, சென்ட்டாக வந்தார்.

'வரியாப்பா?' என்றார்.

'எங்கேங்க?'

'நீ எங்க அழைச்சுட்டுப் போறியோ அங்க' என்றார்.

'புரியல.'

இதற்குள் மல் ஜிப்பா உள்ளே ஏறிக்கொண்டு தன் பக்கவாட்டுப் பாக்கெட்டிலிருந்து தங்க நிற சிகரெட் கேஸைத் திறந்து

அதிலிருந்து ஒரு நீள சிகரெட் எடுத்து, தட்டித்தட்டி உதட்டில் வைத்துக் கொண்டு நிதானமாகப் பற்ற வைத்தது. 'எவ்வளவு ரேட்டு?' என்றார்.

'யாருக்குங்க? நீங்க என்ன சொல்றீங்க?'

'அ! தெரியாதுபோல பாவனை செய்யறியே' என்று புதுசாக ஒரு ஐம்பது ரூபாய் நோட்டைக் கசக்கி அவன் கையில் அழுத்தினார்.

'ஓ, அப்படியா விஷயம்' என்றான். டாக்சி கொடியை ஒடித்து 'டிர்' என்றுவிட்டு உடனே புறப்பட்டான்.

'இப்பதான் ஒரு கேஸ் போறதுங்க. விருகம்பாக்கம்! பார்க்க லாமா?'

'ஓ பார்க்கலாமே!'

'இப்படித்தான் ஒரு நா ரவைக்கு பாம்குரோவ் போய்ட்டு ஒரு வெள்ளைக்காரனை வுட்டுட்டுத் திரும்பியாறேன்... அது என்ன கதி சொல்லட்டுமா? வாசனையா கீரே துரை...'

மனோன்மணி ஜி.என். செட்டி ரோடு போக விரும்பி ஒரு கால் செருப்பைக் கையில் பிடித்துக்கொண்டு குறுக்கு வழிச் சந்தின் இருட்டில் நடந்தாள்.

'துரை சொல்றான், 'கோபாலு, ஐ ஸீ லண்டன், ஐ ஸீ பாரீஸ், பட் மெட்ராஸ் பொம்பளிங்க வெரி குட்'ங்கறான்!'

'அப்படியா!'

'சும்மா சொல்லக்கூடாதுங்க. வெச்சா நூறு ரூபா நோட்டை வெச்சுத்தான் சிகரெட் பத்த வைப்பான்! துர எந்த ஊர். கோயமுத்தூரா?'

'இல்லைப்பா. இந்த ஊர்தான், பக்கம் எழும்பூரு.'

'இன்னாடா, பார்த்த மாரியாருக்கேன்னு யோசிக்கிறேன். தோ பாரு. சந்தில் நுளையறா பாரு! அதான் கிராக்கி.'

மனோன்மணி ஓரமாக நடந்தாள். செருப்புப் போட்டு நடக்காத பழக்கம் இன்மையால் காலில் ஊசி ஊசியாகக் குத்தியது. அவள் அருகில் டாக்சி வந்து நிற்க, 'என்ன கமலா? எங்க போறே?'

மனோன்மணி தயங்கி 'வீட்டுக்கு' என்றாள்.

'வண்டி அந்தப் பக்கம்தான் போவுது. ஏறு.'

டாக்சி டிரைவர் பார்த்த முகமாக இருந்தது. இருட்டில் உள்ளே ஓரத்தில் உட்கார்ந்திருப்பவரைக் கவனிக்காமல் செருப்பு இல்லாத சங்கடத்தினால் கதவைத் திறந்து உள்ளே ஏறிக் கொள்ளும்முன் திடுக்கிட்டான்.

'நம்ம ஆள்தான்... ஏறிக்க!'

மனோன்மணி ஓரத்தில் உட்கார்ந்தாள். செண்ட் வாசனை முகத்தைத் துளைத்தது. வண்டி கிளம்பியது.'

'சொல்லு கண்ணு. எங்க போகலாம்? நம்ம வீட்டுக்கா இல்லை ஓட்டலுக்கா.'

மனோன்மணி, 'என்ன சொல்றீங்க?' என்றாள்.

ஜிப்பாக்காரர், 'நான் சொல்றேன். எங்க போறதுன்னு, நேரா போலீஸ் ஸ்டேஷனுக்கு ஓட்டு' என்றார்.

'என்னய்யா விளையாடுறியா?'

'ஓட்டுறா டேய்' என்று அதட்டினார்.

'என்னய்யா நீ ராங் பண்ணிக்கிட்டு. இப்ப வண்டியை விட்டு எறங்கறியா, இல்லியா?'

'ஓட்டுறான்னா. நான் யார் தெரியுமில்லை. போலீஸ் சூப்ரண்ட்டு.'

மறுநாள் காலை பெரமபூர் இணைப்புப் பெட்டித் தொழிற் சாலை காலனியில் ஒரு நெருப்புப் பெட்டி வீட்டில் அருமை ராசன் தலையைப் பிடித்துக்கொண்டு உட்கார்ந்திருக்க, அவன் மனைவி சகாயமேரி தரையில் வெற்றுப் பார்வையுடன் அமர்ந் திருந்தாள். பக்கத்தில் உள்ள பெரியப்பா மகன் - தொழிற்சாலை அலுவலகத்தின் காண்டீனில் வேலை செய்யும் பீட்டர் கோபத்துடன் அருமைராசனைப் புரட்டிக்கொண்டிருந்தான்.

'இப்படி ஒரு காரியஞ் செய்யலாமா? முதல்ல குழந்தையைக் கூட்டியாந்ததே தப்பு. கைக்குழந்தை. பச்சைக் குழந்தை. சரி

கூட்டியாந்துட்டே, நேரா இங்க வரக்கூடாதா? நான் உறவு இல்லையா? ஓட்டலல்ல தங்கணுமா? நான் தங்கச்சியை விட்டுக் குடுத்துறுவனா? என்னதான் சின்னச் சின்ன விசயத்தில் ஒரு ஐயாயிரம் நாலாயிரத்துக்கு எப்பவோ தகராறு இருந்தாலும் இது பிரச்னையே வேற இல்லியா மாப்பிள. என்ன மேரி?'

மேரி அதற்குப் பதில் சொல்லாமல் 'என் குளந்தே' என்றாள்.

'எட்டு நாளா எத்தனை புலம்பல். உடம்பு கெட்டுப்போயிடும் தங்கச்சி.'

'போவட்டும்.'

'பீட்டர், அந்த ஆளு பணம் வாங்கிட்டு ரிக்கார்டிங் வரச் சொல்லியிருந்தாரு. இந்தச் சங்கடத்தில் போவ முடியல.'

மேரி 'ஆ...மா. அதான் முக்கியம் உங்களுக்கு' என்றாள் விரக்தியுடன்.

'இல்லை மேரி. உன் நகைகளையெல்லாம் வித்துட்டனில்ல? அதை மீட்கிற பொறுப்பு உண்டுல்ல?'

மேரி அதைக் கவனிக்காமல் மற்றொரு துக்க அலை வந்து மோத 'லூயிஸ் டாமினிக்' என்று அழ ஆரம்பித்தாள்.

'நீங்க போய் அதைக் கவனிச்சுட்டு வந்துருங்க. நான் தங்கச்சி யைப் பார்த்துக்கறேன். சாப்பிடக்கூட இல்லை. இத பாரு மேரி. கைக் குழந்தை... அது எங்க போயிருச்சு. சொர்க்கத்துக்கு.'

'நவம்பர் மாசம் அதுக்கு பிரார்த்தனை பண்ணுவாங்களாம். குரு சொன்னாரு, என் ராஜாவுக்கு அங்க சாம்ராச்சியம் வெச்சிருக்காங் களாம். குரு சொன்னாரு. சின்னதா தங்கத்தில் தொட்டில் வெச்சிருக்காங்களாம். சொன்னாரு. ஆட்ட முடியலையே. கலாபிக்கு என் குழந்தைதான் தேவைப்பட்டுதா. நேத்துப் பொறந்து சிரிக்கக்கூட ஆரம்பிக்கலியே இன்னும்... கொட்டுக் கொட்டுனு பெரிசா கண்ணை வெச்சுட்டு விளக்கையும் என்னையும் பார்த்துக்கிட்டு இருந்தது. என்ன சுரம் என்ன சுரம்...' மேரியை இப்போது அந்தத் துக்க சமுத்திரம் ஸ்வீகரித்துக் கொண்டுவிட, கண்கள் மூக்கு எல்லாம் ஒழுக அழுதாள்.

'நீங்க போயிட்டு வந்திருங்க! உங்களைப் பார்த்தா தங்கச்சி அதிகமா அழுவுது.'

அருமைராசன் வெளிவந்து நடந்து பஸ்ஸுக்காகக் காத்திருந் தான். எதிரே கருணா பேக்கரியில் பலகைகளை விலக்கிக் கொண்டிருந்தார்கள். வெற்றிலை பாக்குக் கடை முன்னே பெருக்கப்பட்ட தூசி சூரிய ஒளியின் உபயத்தில் கொஞ்ச நேரம் தங்கத் துகளாகியது.

'ஆயிரம் பேர் நடுவினிலே
அழகாய்ப் பிறந்த பயல்.'

ஏதோ ஒரு பஸ் வந்தது. ஏறிக் கொண்டான். அருமைராசனுக்கு அந்தக் கிட்டுவை எப்படி எங்கே தேடுவது என்பது தெரிய வில்லை. ஒன்றிரண்டு நாள் அருண் வீட்டு வாசலில் காத்திருந் தான். கதவு திறக்கவில்லை. கலர் பல்பு போட்டிருந்தார்கள். வீடு குதூகலத்தில் இருந்தது. இளையராஜா எங்கே இருக்கிறார்? அவரையே நேராகப் போய்ப் பார்த்து, 'அன்றைக்கு என்னால் ரிக்கார்டிங்க்கு வர முடியவில்லை. வீட்டில் ஒரு துக்கம் நிகழ்ந்து விட்டது. என் குழந்தை, என் மகன் தவறிவிட்டான். கடவுள் அவனைத் திரும்பப் பெற்றுக்கொண்டுவிட்டார். அதனால்தான் வர இயலவில்லை' என்று சொல்லவேண்டும். அன்று கிட்டு நிச்சயம் ஏற்பாடு செய்திருப்பார். ராஜா போன்ற கலைஞர்கள் எல்லாம் காத்திருக்க நேர்ந்துவிட்டது. அவரிடம் சொல்ல வேண்டும். அவர் எங்கே இருக்கிறார் என்பது தெரியவில்லை. சினிமா ஸ்டூடியோக்கள் எங்கே இருக்கின்றன என்பது சரியாத் தெரியவில்லை. கோடம்பாக்கம். ஆம், அங்கேதான் இருப்பாரா?

'கோடம்பாக்கமா?' என்று ஒரு தடவை கண்டக்டர் சிரித்துவிட்டு சரேல் என்று ஒரு டிக்கெட் கிழித்துவிட்டு 'பாரீஸ்ல இறங்கிக்க' என்று அவனிடமிருந்து ஒரு ரூபாய் நோட்டைப் பிடுங்கி மடக்கி விரலிடுக்கில் வைத்துக்கொண்டு ஒரு தடவை தோல் பையைக் குலுக்கி சில்லறை கொடுத்தான்

அருமைராசன் விளம்பரங்களைப் பார்த்துக்கொண்டே வந்தான். 'ஒரே மாதத்தில் ஆங்கிலம்'... அவன் மனசில் பதியாமல் போன வார்த்தைகள் தத்தளித்தன.

'ஆயிரம் பேர் நடுவினிலே
அழகாகப் பிறந்த பயல்
தாயொருத்தி மடியினிலே
தங்காமல் இறந்த பயல்.

லூயிஸ்...'

கனவுத் தொழிற்சாலை ♦ 141

பஸ் பாரிமுனை போய்ச் சேர்ந்தது. டிரைவர், கண்டக்டர், பிரயாணிகள் எல்லோரும் விடுபட்டுக் காலியாகிவிட்ட பின்பும் அருமைராசன் உட்கார்ந்திருந்தான்.

அழுதுகொண்டிருந்தான்.

'ட்டப்'

மேல்மூடி சிதறியது. நுரை பொங்கியது.

'சீர்ஸ்.'

'பாட்டம்ஸ் அப்.'

ஏர் கண்டிஷன் அறைக்குள் அருணும் பாஸ்கரும் மட்டும் உட்கார்ந்திருக்க, அருணின் கடைசி பிரம்மச்சாரி தினத்தை அவர்கள் மௌனமாகக் கொண்டாடிக்கொண்டிருந்தார்கள். பாஸ்கர் எப்போதும் ஸின்கானோ போன்ற உபத்திரமில்லாத பானங்கள்தான் சாப்பிடுவான். இன்றைக்கு மட்டும் விதி விலக்காக பீர். அருண் எப்போதும்போல ஸ்காட்ச்.

'ப்ரெண்ட்! ஒரு நாடகத்தில் ஒரு ஆசாமி வருவான். அவனுக்குத் தண்ணீர் போட்டாத்தான் சத்தமாவே பேச வரும். மயக்கம் கலைஞ்சுட்டா உளற ஆரம்பிச்சுருவான். அது மாதிரி ஒரு ட்ரிங்க் எறங்கினதும் எனக்குப் பளிங்கு மாதிரி இருக்குது பாஸ்கர்!'

'இனிமே நீ குடிக்க முடியாது!'

'ஏன், ரெண்டு பேரும் சேர்ந்து குடிச்சாப் போறது.'

'ப்ரேமலதாவை உனக்குத் தெரியாது.'

'பாஸ்கர்! ஒண்ணும் மட்டும் சொல்றேன். எனக்குக் கல்யாணம் ஆனதினால் இந்த வீட்டில் ஒரு மாறுதலும் ஏற்படப் போறதில்லை. அண்டர்ஸ்டாண்ட்?'

'லெட்ஸ் ஹோப் ஸோ!'

'வாட் டு யூ மீன்? என் வீடு இல்லியா இது!'

'ஆமாம்...'

'என் வீட்டில் நான் ராஜா! தெரியுதா?' அருண் மற்றொரு ஸ்காட்ச் ஊற்றிக்கொண்டு, அதில் ஐஸ் கட்டி ஒண்ணே ஒண்ணு போட்டுக்

கொண்டு, அதை அப்படியே மடக்கினான். காட்டமான திரவத்தினால் தாற்காலிகமாக அவன் தொண்டை குரலிழந்தது.

'நீ குடிக்கிறதைப் பார்த்தா இன்னிக்குத்தான் கடைசி தினம் மாதிரி குடிக்கிற! ஈசி! ஈசி!'

அருண் படுக்கையில் உட்கார்ந்து, 'பாஸ்கர்! இதுவரைக்கும் நான் எனக்குன்னு ஒரு பொருளைக் கேட்டதில்லை. ஒரு தடவை கேட்டேன், கிடைக்கவில்லை.'

'என்ன கேட்டே?'

'கல்யாணி, ஏண்டி. என்னைக் கட்டிக்கிறாயான்னு... கட்டிக் கிறாயான்னு கட்டிக்கிறயான்னு...'

ஸ்காட்சின் உக்கிரத்தில் அவன் வாக்கியம் தடங்கியது.

'சரி, கேட்டே. அவ மாட்டேனுட்டா?'

'மாட்டேங்கலை. அவ அப்பா அம்மாவாம்... அப்பா அம்மா சொல்றபடி நடக்கிறாளாம். நீ படிக்கலை? உனக்கு ஒரு ஒபீனியன் கிடையாது? அப்பா, அம்மாவைக் கேட்டுட்டுத்தான் பாத்ரூம் போவியோ?'

'சரி, அதெல்லாம் என்ன பழைய கதை? என்ன உபயோகம்?'

மற்றொரு மடக்!

'பாஸ்கர்! எனக்கு அவ வேணும். கெட் ஹர் பாஸ்கர்.'

'இதப் பார் அருண். நாளைக்குக் கல்யாணம். மற்றொருத்தியோட கல்யாணம் செஞ்சுக்கறவன் பேச்சில்லை இது. நீ பேசலை, உனக்குள்ள ஸ்காட்ச் பேசறது.'

'கெட் ஹர் பாஸ்கர். கெட் ஹர்.'

'ஆல்ரைட், ஆல்ரைட். அவதானே உனக்கு வேணும்? சரி, காலைல அதை டிஸ்கஸ் பண்ணலாம்.'

'காலைல கல்யாணம், சீர்ஸ், ஒன் மோர் ட்ரிங்க் பாஸ்கர்.'

'பாட்டில் காலி.'

'போய் வாங்கிட்டு வா.'

'சரி, போறேன். நீ படுத்துக்க.'

'காலையில கல்யாணம், கல்யாணிக்குக் கல்யாணம்.'

டெலிபோன் ஒலிக்க, பாஸ்கர் எடுத்தான். 'அருண், ப்ரேம்.'

'அருண் இல்ல. பாஸ்கர்.'

'பாஸ்கர்! வாட் ஆர் யு டூயிங் இன் ஹிஸ் பெட்ரூம்?' ப்ரேமலதாவின் குரல் கிறீச்சிட்டு சிரித்தது.

'அருண் தூங்கறான்.'

'எழுப்பு பாஸ்கர்.'

'எழுப்ப முடியாதுன்னு நினைக்கிறேன்.'

'பாஸ்கர்? எழுப்பப் போறியா, இல்லியா?'

'எழுப்ப முடியாதுன்னா சொல்றேன்? ப்ரேம், இட்ஸ் லேட். ஹி ஈஸ் டயர்ட்.'

டெலிபோனை வைத்த ப்ரேமலதா, 'அம்மா முதல் காரியமா பாஸ்கரை ஒழிச்சுக்கட்டணும்' என்றாள்.

'ஓ பெண்ணே! பகன், துர்யமா, சூரியன், இந்திரன், மற்ற தேவர்களும் நான் கிரஹஸ்தாஸ்ரமத்தை நடத்த உன்னை எனக்கு அளித்தார்கள். அதாவது, அவர்கள் அருள் பெற்று அவர்கள் சாக்ஷியாக உன்னை நான் மணந்துகொள்கிறேன். நீயும் நானும் கிழமானால்கூட ஒருவரையொருவர் விட்டுப் பிரியாதபடி உன் கையை நான் பிடிக்கிறேன்.'

- பாணிக்ரஹண மந்திர அர்த்தம்

அருமைராசன் பிரசாத் ஸ்டூடியோவில் வாசலில் நின்றுகொண்டு நிறைய கார்கள் உள்ளே போய் வந்த வண்ணம் இருப்பதைப் பார்த்துக்கொண்டிருந்தான். கால்நடையாகவும் நிறைய சுதந்தரர்கள் நுழைந்துகொண்டிருக்க, இவனை மட்டும் காவலகாரன் அனுமதிக்கமாட்டான் என்று தோன்றியது. தைரியம் சேகரித்துக் கொண்டு அணுகினான். 'கிட்டுங்கறவரைப் பார்க்கணும்...' என்றான்.

'யார்யா கிட்டு?'

'சிவந்த ஆளுங்க... வழுக்கையா புதுச் சட்டை போட்டுக்கிட்டு இருப்பாரு...'

'தெரியாது. தள்ளி நில்லு. முதலாளி வர்ற நேரம்.'

‘மத்த ஸ்டூடியோக்கள்லாம் எங்க இருக்கு?’

ஒரு டாக்சி நிறைய அரிதாரப் பெண்கள் சிரித்துக்கொண்டு உள்ளே சென்றார்கள்.

‘பக்கத்தில் பிரகாஷ் இருக்குது. ஆற்காடு ரோடில்தான் பெரும்பாலும் எல்லா ஸ்டூடியோவும் இருக்குது. விஜயா வாகினி, ஏவி.எம்., வாசு, பரணி...’

ஒவ்வொன்றாகச் சென்று விசாரித்துப் பார்த்தான். உச்சி வெயில் மண்டையில் காய்கிறவரை கிட்டு கிட்டவில்லை. பசி குலையைப் பிடுங்கியது. பைக்குள் பாக்கி சில்லறையில் ஒரு மசால் தோசை சாப்பிட்டால் பெரம்பூர் போக முடியாது. சக்கர வண்டியில் சாக்கு விரித்து குப்பல் குப்பலாகக் கடலை வகைகளில் உப்புக் கடலை நாலணாவுக்கு வாங்கிக்கொண்டு நடந்தான். பெட்ரோல் பங்க்கில் நின்றுகொண்டிருந்த ஒரு அரதல் டாக்சியில் கிட்டு பின் சீட்டில் தென்பட்டார். ஓடினான்.

‘கிட்டு சார்! கிட்டு சார்!’

திரும்பிப் பார்த்த கிட்டு, ‘நீங்க யாரு’ என்றார்.

‘தெரியலியா? அருமைராசன். பாட்டு எழுதுபவன்!’

‘ஓ! ராஜன்! ஏன்யா, அன்னிக்கு நீங்க வரலை? ஆர்கெஸ்ட்ரா எல்லாரும் காத்திருந்தார்களே’

‘என் குழந்தை செத்துப் போயிருச்சுங்க.’

‘நீங்க வருவீங்கன்னு எதிர்பார்த்து அவர்களுக்கு வாக்குக் கொடுத்து பேஜாராப் போச்சு. என்ன கிருஷ்ணமூர்த்தி? கொடுத்த வாக்கைக் காப்பாத்தணுமா இல்லியா?’

அருகாமை கிருஷ்ணமூர்த்தி, முத்து காமிக்ஸ் படித்துக் கொண்டிருந்தார்.

‘மறுபடி எப்பங்க வர்றது?’ என்றான் அருமைராசன். ஆயிரம் ரூபாய் பற்றிக் கேட்டால் அசந்தர்ப்பமாகி விடுமோ என்று பயந்தான்.

‘இன்னிக்கு என்ன கிழமை ராஜன்?’

‘வியாழன்ங்க.’

‘சனிக்கிழமை சாயங்காலம் ஆறரைக்கு டாண்ணு வந்துரு. சரியா?’

‘சரிங்க.’

டாக்சி புறப்பட்டுச் சென்றதும்தான் ஞாபகம் வந்து அருமை ராசன் ‘எங்க வர்றதுங்க? என்றான். சற்று தூரம் ஓடிப் பார்த்தான். எந்த டாக்சி என்று தெரியவில்லை. எதிரே பஸ் ஸ்டாண்டு கடை நிழலுக்குச் சென்று நின்று கடலை தின்றான். ‘சே! என்ன முட்டாள் நான்! இது அவசர உலகம். கிட்டு சுறுசுறுப்பான ஆசாமி. சட்டென்று கேட்டு வைத்துக்கொள்ள வேண்டாமோ? முதல் சந்தர்ப்பத்தை விதிவசமாக இழந்தாகிவிட்டது. இரண்டாவது நழுவப்போகிறது...’

கண்ணாடிப் பெட்டிக்குள் முகம் மட்டும் ஹேமமாலினி ஒட்ட வைத்த மரச்சட்டம் பச்சைப் புடைவை அணிந்திருந்தது. சகாயமேரிக்கு நேர்த்தியாக இருக்கும். விலைச் சீட்டு 150 ரூபாய் என்றது. முன்பெல்லாம் பாட்டெழுதினால் பட்டுச் சால்வை தரும் புரவலர்கள் இருந்தார்கள். புரியாத பஸ்கள் வந்து விலகின. கிட்டு சென்ற திசையிலேயே மெதுவாக நடந்தான்.

சற்றே தூரத்தில் டிராஃபிக் அடைபட்டு பற்பல வாகனங்கள் கொம்பொலி எழுப்பிக் கும்பலாக நின்றுகொண்டிருக்க, அந்த டாக்சி நட்ட நடுரோடில் நின்றுகொண்டிருக்க, டிரைவர் அதன் எஞ்சின் பகுதிக்குள் தலைவிட்டு நோண்டிக்கொண்டிருக்க, அருகே இடுப்பில் கை வைத்து, கிட்டு கிருஷ்ணமூர்த்தி.

‘கிட்டு சார்! கிட்டு சார்!’ என்று அருமைராசன் ஓடினான். அவர் திரும்பி, ‘வந்திட்டீங்களா?’ என்றார்.

‘சனிக்கிழமை எங்கிட்டு வரதுன்னு சொல்ல மறந்துட்டீங்களே?’

‘சொன்னேனே - ஏவி.எம்.தான். ஆர்.ஆர்.ஸ்டூடியோ!’

‘அப்புறம் வந்து...’

‘பணம்தானே? பயப்படாதீங்க பத்திரமா இருக்கு. ஆயிரம் ரூபா கேட்பாங்க. சாதாரணமா ‘ஆள் புதுசுடா! புதுக் கவிஞர்களை நாம என்கேரஜ் பண்ணணும்டா’ன்னு 750-க்குப் பேசி முடிச்சு அட்வான்ஸ் கொடுத்துட்டேன்...’ பையைத் தட்டி, ‘பாக்கியை

அப்படியே வெச்சிருக்கேன். இன்னும் 500 ரூபாய் புரட்டித் தந்துடுங்க. ரெண்டு பாட்டு போட்டுறலாம். ஒரு பாட்டுல அவ்வளவு இம்பாக்ட் வராது பாருங்க?'

அருமைராசன் 'என்கிட்ட சுத்தமா பணம் இல்லிங்க. அடுத்த வேளைச் சோற்றுக்குத் தவிக்கிறனுங்க. தூரத்து உறவுக்காரங்க கிட்ட தொங்கிட்டு. இன்னும் ஒரு வாரத்துக்குள்ளாற ஏதும் தெரியலின்னா ரொம்ப நெருக்கடியாய்டுங்க. அந்த இரு நூத்தம்பதையே நீங்க திருப்பிக் கொடுத்தீங்கன்னா உபகாரமா இருக்கும். ஒரு பாட்டுப் போதுங்க. கருத்தாளம் இருந்தா, ஒரு பாட்டிலகூட முன்னுக்கு வரலாமில்லிங்க' என்று கிருஷ்ண மூர்த்தியிடம் சப்போர்ட் தேடிப் பார்த்தான்.

'ஏன்யா, கார்புரேட்டரைக் கள்ட்டிப் பார்த்துறதுதானே?' என்றார் அவர்.

டிரைவர், 'இல்லிங்க பம்புதான் சூடாயிருச்சுங்க. ஆயில் வேற குடிக்குது. முதலாளிகிட்ட சொல்லி ஒரு மாசமாயிடுச்சு' என்று தன் பனியனைக் கழற்றி, ஓட்டலுக்குப் போய் அதை நனைத்து வந்து பம்ப்பின் மேல் சுற்றுவதை அருமைராசன் பார்த்துக் கொண்டிருந்தான்.

கிட்டு, '250 என்ன, முழு ஆயிரத்தையே திருப்பிடறேன்! எனக்கு என்ன, உன் பணத்தை வெச்சுக்கிட்டு விளையாடணும்னு ஆசையா? ராஜா வீட்டுக்கு நடையா நடந்தது என்ன ஆச்சு? டாக்சி சார்ஜ் என்ன ஆச்சு? அப்புறம் யமஹா வாடகை என்ன ஆச்சு? வாத்தியக்காரங்களுக்கு அட்வான்ஸ் கொடுத்தது? நீ எனக்கு நூற்றம்பது தரணும்... ஏதோ ஆரம்பிச்சாச்சு, அட்வான்ஸ் கொடுத்தாச்சு. சனிக்கிழமை வந்துடேன்.'

சற்றுக் குளிர்ந்து போன எஞ்சின் இசைய, புகை மண்டலம் எழுப்பி ர்ர்ர் என்று...

'கிளம்பிடுச்சுங்க!'

'இப்ப என்கூட வர்றியா அருமைராசன், ரிக்கார்டிங் பார்க்க?'

'வர்றங்க!'

'ஏறிக்க!'

டாக்சிக்குள் ஏறிக்கொண்ட அருமைராசனுக்குப் பெருமையாக இருந்தது. ஸ்டுடியோவுக்குள் டாக்சி நுழைந்தபோது அந்தக் காவல்காரன் சலாம் போட்டான். திரையுலகமே, வருகிறேன்.

திருச்சி - லால்குடி பாஸஞ்சரில் மாப்பிள்ளை வீட்டார் பதினைந்து பேர் வந்து இறங்கினார்கள். சுந்தரம் அவர்களை ஜங்ஷனிலிருந்தே போற்றிப் பாதுகாத்து அழைத்து வந்தான். உத்தமர் கோவில் ஒத்தை மாட்டு வண்டிகள் அத்தனையும் காத்திருந்தன. ஸ்டேஷன் வாசலிலேயே ஓலைச் சீவாளியைப் பீப்பிவிட்டு நாதசுரத்தில் கல்யாணி வாசிக்கும்போது சுந்தரம் மாப்பிள்ளையை ‘என்ன ராகம் தெரியறதா?’ என்று கேட்க, விசுவநாதன், ‘எனக்கு கர்நாடக சங்கீதத்தைப் பற்றித் தெரியாது’ என்றான்.

ஏறக்குறைய தெருவை அடைத்துப் பந்தல் போட்டிருந்தார்கள். அருண் வீட்டில் இல்லாமல் அடுத்த வீட்டில் மாப்பிள்ளை வீட்டாரை இறக்கியாயிற்று. சொம்பு சொம்பாகக் காப்பி கடத்தப் பட்டது. புறக்கடையில் வானம் பார்த்த தாற்காலிக அடுப்புகளில் பெரிய பாத்திரங்களில் சாம்பார் தத்தளித்தது. விதவைகள் ஓயாமல் பேசிக்கொண்டு ஓயாமல் காய்கறி நறுக்கினார்கள். பட்டணத்துக் குழந்தைகள் பார்த்திராத ஊஞ்சலில் பட்டாளமாக ஆடினார்கள். கல்யாணியை உக்கிரான அறையில் வைத்து தாழம்பூ வைத்து இழையப் பின்னினார்கள். நாக்கால் ‘இத்லக்’, ‘இத்லக்’ என்று சொல்லிக்கொண்டே அவள் கன்னத்திலும் நெற்றியிலும் பொட்டிட்டார்கள். மாமா திருச்சியில் பன்னீர் புகையிலை எங்கு கிடைக்கும் என்று விசாரித்தார். அம்பி ‘காளி கோவில் கபாலி’ திருச்சியில் எங்கே ஓடுகிறது என்று விசாரித்து வைத்துக்கொண்டான். சுந்தரம் பாலுக்கு ஏற்பாடு பண்ணிவிட்டு வீடு திரும்புகையில் அச்சுதன் கடையில் வெற்றிலைக்குச் சொல்லி வைத்திருந்ததை விசாரிக்கச் சென்றான்.

‘தங்கச்சி போட்டோ பேப்பர்ல வந்திருக்கே’ என்றான் அச்சுதன்.

‘உனக்கு தங்கச்சி வேற இருக்கா?’

‘என் தங்கச்சி இல்லை. உன் தங்கச்சி கல்யாணி.’

‘என்னது? என்னய்யா சொல்றே?’

‘இதப் பாருங்க’ என்று சினிமாலயா பத்திரிகையை எடுத்துப் பிரித்துக் காண்பித்தான்.

பக்கம் பூரா கல்யாணியும் அருணும். ஏவி.எம்-மில் கல்யாணி வேடிக்கை பார்க்கச் சென்றிருக்கையில் டெலிபோட்டோ லென்ஸ் உபயோகித்து எடுக்கப்பட்ட போட்டோ. கல்யாணி அருணை, அருண் கல்யாணியை அன்பாக, பாசமாகப் பார்க்கும் ஒரே ஒரு நுண் கணத்தை 'பக்' என்று பிடித்துவிட்ட போட்டோ. அதன் அடியில்,

'அருண் விஜயுடன் நெருக்கமாகப் பழகினவர்களில் இந்தப் பெண்ணும் உண்டாம். பெயர் கல்யாணி. திருச்சிப் பெண். காலேஜ் கன்னி. 'என்னை நிராகரித்து மற்றொருத்தியை மணம் புரிவது நியாயமா!' என்று கேட்கிறாரா என்ன?

'இருவருக்கும் முன்பே திருமணமாகி விட்டது என்று சொல்வது எல்லாம் வதந்தி. ஆனால் திருமணத்துக்குமுன் இந்தப் பெண்ணைப் பார்க்க அருண் ஒரு ஸ்பெஷல் டிரிப் அடித்தது என்னவோ நிஜம்.'

சுந்தரத்துக்கு ரத்தம் கொதித்தது. 'ராஸ்கல்!' என்றான். 'அச்சு! இந்தப் புஸ்தகம் எத்தனை காப்பி வந்திருக்கு?'

'பதினைஞ்சு இருக்கும். நல்லாப் போறது!'

'எத்தனை வித்திருக்கு?'

'இப்பத்தான் வந்தது. ஒத்தக்கடை சம்பத்து ஒண்ணு வாங்கிட்டுப் போயிருக்கு...'

பாக்கி அத்தனை பிரதிகளையும் எங்ககிட்ட கொடுத்துடு. வேற ஏதாவது கடையில இது விக்கிறாங்களா?'

'நம்ம ஊர்ல இல்லை.'

'கிராதகப் பயலுகளா? உருப்படுவீங்களாடா?'

'யாரைத் திட்டறது?'

'இதை அடிச்சவங்களை! எவ்வளவு பெரிய பொய், கொடு எல்லாத்தையும் கொடு நம்ம கணக்கில...'

அச்சுதன் அத்தனை 'சினிமாலாயா'க்களையும் க்ளிப்பிலிருந்து பிடுங்கிப் பிடுங்கி அடுக்கி 'கட்டித் தந்துரவா?' என்றான்.

அந்தப் பொட்டலத்தைக் கக்கத்தில் இடுக்கிக்கொண்டு வீட்டுக்கு வந்தான் சுந்தரம். இந்நேரம் சம்பத் திருச்சி போயிருப்பான். வந்ததும் அவன் வாயைப் பொத்தவேண்டும்.

சுந்தரத்துக்கு அருண்மேல் அபாரக் கோபம் வந்தது. வேண்டு மென்றேதான் செய்திருக்கிறான். என்ன கீழ்த்தரமான செயல்! சேச்சே! இப்படி மாறியிருப்பான் என்று கனவிலும் நினைக்க வில்லை. சூட்டோடு சூடாக தபாலாபீஸ் போய் தந்தி ஃபாரத்தை நிரப்பினான்.

'For heaven's sake stop further publication of photo and drivel appearing in recent Cinemalaya. Don't take undue revenge and create mental agony.

Sundaram'

அருணுக்கு அதை அனுப்பியபின் சற்று நிதானமானான். இன்னும் கைகள் நடுங்கிக்கொண்டிருந்தன. கிராதகன்! பழிகாரன்!

'ஏய் சுந்தரம்! எங்க போய்ட்டே? எல்லாரும் தேடறா உன்னை. மாப்பிள்ளை வீட்டில வெந்நீர்த் தவலை வேணுமாம்.'

'இதோ... வரேன்.'

'கைல என்ன புஸ்தகக் கட்டு? வெச்சுட்டு வாயேன்!'

வைக்கமாட்டேன்! என்னோட வைத்திருப்பேன். நாளை முகூர்த்தம். இன்றைக்கு இந்த போட்டோ! வேண்டுமென்றே தான் செய்திருக்கிறான்.

மாப்பிள்ளை வீட்டுக்குச் சென்று முதல் காரியமாக, 'மாப்பிள்ளை! நீங்க என்ன மாகஸின்ஸ் படிப்பீங்க?'

'எனக்கு எங்க டயம்? சண்டே, நியூ டில்லி பார்ப்பேன்...'

'தமிழில?'

'கலைமகள் - எப்பவாவது.'

அப்பாடா! 'சினிமா பத்திரிகை எதும்?'

'பார்க்கறதில்லை. சினிமா பார்ப்பேன். அருண்கூட உங்க ஊர்தானாமே?'

'ஆமாம் மாமா. அதோ பாருங்கோ, எதிர்த்த வீடு, அதான் அவா வீடாம்.'

'உங்களுக்கு அந்தாளைத் தெரியுமா?'

'தெரியும்.'

'அவ்வளவு பிரபலமான ஆசாமி, இந்த ஊர்ல இருந்திருக்கான்னு ஆச்சரியமா இருக்கு. நல்ல நடிகர். நீங்க 'வயசுக்கு வந்த பொண்ணு' பார்த்தீங்களா?'

'இல்லை.'

'வருவாரா எப்பவாவது இந்த ஊருக்கு?'

'வருவான்.'

சுந்தரம் யோசித்தான். 'சொல்லிவிடலாமா? இதுதான் தருணமா? ம்ஹூம். ரிஸ்க். கல்யாணம் முடியட்டும் முதலில். அதுக்கப்புறம் காட்டி, எது உண்மை எது புரளி என்று சொல்லிவிட்டால் மாப்பிள்ளை ஏற்றுக் கொள்ளாமலா போகிறான்? சாதுதானே! நல்ல குணம். நல்ல குடும்பம். உண்மையை அதிகம் ஒத்திப் போடக்கூடாது. மூடி மறைப்பதற்கு ஒன்றுமே இல்லை. இப்போதே சொல்லிவிடலாம். ஆனால் அவன் பெற்றோர் எப்படி ஏற்றுக்கொள்வார்களோ? சொல்லாமலேயே இருந்து அவனாகக் கண்டுபிடிப்பதைவிட ஒரு சந்தர்ப்பத்தில் இரண்டு பேரும் சின்ன வயசிலிருந்தே தெரிந்தவர்கள் என்று சொல்லி விடுவதுதான் உத்தமம். எப்போது? எப்போது சொல்வது?' சுந்தரம் தவித்தான்.

'ஏன் ஒரு மாதிரி இருக்கீங்க?'

'ஒண்ணுமில்லை.'

'மாப்பிள்ளை எங்கே? சங்கல்பத்துக்கு கூப்பிடறா!'

அன்று இரவு மாப்பிள்ளை அழைப்புவரை அந்தப் பத்திரிகை போட்டோ செய்தியை சுந்தரம் மறந்திருந்தான். புதுப்புடைவை அலங்காரங்களுடன் தங்கை அறையைவிட்டு வெளியே வந்து வணங்கிவிட்டு மணையில் புது சூட் விசுவநாதனுடன் உட்கார்ந்திருந்தபோது பூரிப்படைந்தான். கல்யாணி அழகாக இருந்தாள். சுந்தரத்தின் வயிற்றில் 'குபீர்' என்று ஒரு கவலைப் பிரட்டல் ஏற்பட்டது.

கொஞ்சம் அப்பா, கொஞ்சம் அம்மா - இரண்டு பேர்களின் ஜீன்களிலிருந்து நல்ல அம்சங்களைப் பெற்றிருந்தாள். அந்த மூக்கு செதுக்கினாற்போல இருந்தது. உதட்டோரத்தில், கன்னத்தின் பூரிப்பில், நெற்றியின் அளவில்... இளமை!

> வாணிலா முறுவல், சிறுநுதல், பெருந்தோள்.
> மாதரார்...

மண வாழ்க்கையின் ஆரம்பத்தில் அந்த அலங்கார வாசலில் நிற்கும் தன் தங்கையின் அழகைப் பற்றிக் கவலையாக இருந்தது சுந்தரத்துக்கு.

மாப்பிள்ளை விசுவநாதன் தன் அருகில் இருப்பவளைப் பற்பல பிரமேயங்களில் பார்த்துக்கொண்டு, 'அடேயப்பா நான் அதிர்ஷ்டக்காரன். இவள் என்னுடையவளா?' என்று அடிக்கடி ஆச்சரியப்பட்டான். 'இவளை நான் கண்ணிமை போலக் காப்பேன். வேண்டிய பண்டங்கள் வாங்கித் தருவேன். ராப் பகலாகச் சம்பாதித்து இவளுடன் இருப்பதற்கு வீடு அமைத்து, அதை அலங்கரித்து முத்துப் போல இவளை வைத்துக் கொள்வேன். எனக்கு எவ்வளவு அதிர்ஷ்டம்! இல்லை கடவுள் தந்த பரிசு இவள்...'

மாட்னிக்குத் திருச்சிக்குப் போயிருந்த மாப்பிள்ளை வீட்டு அம்பி திரும்புகையில் ஸ்டேஷனில் 'சினிமாலயா' என்று பிரதி வாங்கிக்கொண்டான். ரயிலில் உட்கார்ந்து மெதுவாகப் புரட்டினான்.

'இரவினில் ஆட்டம் பகலினில் தூக்கம் இதுதான் எங்கள் உலகம்'னு நவராத்திரி படத்தில் ஒரு பாடல் வரும். அதுதான் என் வாழ்க்கை என்று பேசத் தொடங்கினார் நடன நடிகையான கிரேசி...'

புரட்டினான்.

'ஸ்ரீப்ரியாவும் சுமித்ராவும் யாரைக் கவரப் போட்டி போடுகிறார் கள்? படம்: தெய்வத் திருமணங்கள்.'

புரட்டினான்.

'அருண் விஜயுடன் நெருக்கமாகப் பழகினவர்களில் இந்தப் பெண்ணும் உண்டாம்; பெயர் கல்யாணி...'

கல்யாணி... கேட்ட பெயராக இருக்கிறதே?

ஏறக்குறைய அதேசமயம் சுந்தரம் அருணுக்கு காலை அடித்த தந்தி அருண் வீட்டில் கொடுக்கப்பட்டது. ஏகப்பட்ட வாழ்த்துத் தந்திகளுடன் கலந்து கேட்பாரற்று அந்த மேஜை மேல் பாஸ்கர் வரவுக்காகக் காத்திருந்தது. பாஸ்கர் டெலிபோனில் பிஸியாக இருந்தான்.

'இது வேற! மினி ஹனிமூன்னு வெச்சுக்கங்களேன். ஸ்விட்ஸர் லாந்த், அப்புறம் மிஸ்டர் - மிஸஸ் ஷேகர்னு. போடுங்க. யாருக்கும் தெரியவேண்டாம்!' பாஸ்கர் ஒரே மாதிரியான தாமரைப்பூ தந்திகளைப் புரட்டிப் புரட்டிக் கொண்டே பேசினான். 'ஜனவரி வரைக்கும் வெய்ட் பண்ணணுவான்னுதான் நினைச்சேன். அக்டோபர்லேயே முடிச்சாகணும்னு பிடிவாதம் பிடிச்சாங்க. ராஜேஸ்வரியை புக் பண்றதுக்கே... ஜஸ்ட் எ மினிட் ஐல் ரிங் யூ பேக்!'

டெலிபோனை வைத்துவிட்டு சுந்தரத்தின் தந்தி மட்டும் தனி யான பல்பொடி கலரில் இருந்ததால், அதைப் பிரித்திருந்தான். படித்தான். புரியவில்லை. டெலிபோனை எடுத்துச் சுழற்றினான்.

'ப்ரேம்! பாஸ்கர் ஹியர், அருண் இருக்கானா?'

'தூங்கறார். எழுப்ப வேணாம்னு பார்க்கறேன்! என்ன? சினிமாலயா போட்டோ பத்திதானே?' என்றாள்.

'நான் பார்க்கலை...'

'யார் இந்தக் கல்யாணி?'

'அருணையே கேட்டுடேன். பத்திரிகைக்காரங்களுக்கு விவஸ்தையே கிடையாது. அதையெல்லாம் நம்பாதே!'

'சேச்சே! ஐ டோன்ட் கேர்!' என்றாள் ப்ரேமலதா.

அம்பி கல்யாணப் பந்தலில் நுழைந்து, கல்யாணியைப் பார்த்து ஸ்தம்பித்து நேராக விசுவநாதனிடம் போய், 'உன்கிட்ட ஒண்ணு காட்டணுமே விசு...' என்றான்.

XX

இரத்தினங்கள் வைத்து இழைத்து
இராவைப் பகலாக்கும்
சித்திரங்கள் வகை வகையாய்
செய்வேன் மனோன்மணியே.

- குணங்குடி மஸ்தான் சாஹிப்

மாப்பிள்ளை விசுவநாதன் அம்பி காட்டின சினிமாலயா படத்தை நம்பிக்கையில்லாமல் பார்த்தான். தான் மணக்கப் போகிற பெண்ணா! 'என்னடாது' என்றான். அம்பி, 'விசு! பாத்தியா? உன் உட் பி ஒய்ஃப் பிரபலம் போல இருக்கே?'

'எந்த விதத்தில் சொல்ற?'

'அடியில் என்ன எழுதியிருக்கு பாரு?'

விசு பார்த்தான், 'என்னை நிராகரித்து மற்றொருத்தியை மணம் புரிவது நியாயமா என்று கேட்கிறாரா என்ன?''

'அடப்பாவி!' என்றான்.

‘அப்பாகிட்ட சொல்லிடறது நல்லது’ என்றான் அம்பி.

‘அப்பா கேட்டா ‘கல்யாணத்தை இந்த க்ஷணம் நிறுத்து’ன்னுடுவார். அதற்கு முன்னாடி... அந்த சுந்தரத்தைக் கொஞ்சம் கூட்டிண்டு வாயேன்...’

‘ஜானவாசத்துக்குக் கோவிலுக்குக் கிளம்பணுமே... எல்லாரும் இப்படி அஸமஞ்சமா உட்கார்ந்திருந்தா எப்படி?’

‘ஓய்! இரும் ஓய்! ஜானவாசத்தைவிட முக்கியமா ஒரு பிரச்னை இப்ப. ஓரத்தில் உட்கார்ந்து கிடவும்!’

சுந்தரம் வந்தவுடன் அந்தப் பத்திரிகையைப் பார்த்துவிட்டான்.

‘மிஸ்டர் சுந்தரம், உங்ககிட்ட ஒண்ணு கேக்கணும்.’

‘அந்தப் போட்டோவைப் பத்தித்தானே?’

‘ஆமாம். என்கிட்ட முன்னாடி சொல்லியிருக்கக் கூடாதா?’

‘இன்னிக்குத்தான் சார் நான் போட்டோவைப் பார்த்தேன்.’

‘போட்டோவைச் சொல்லலை நான். இந்த விஷயத்தைப் பத்தி...’

‘எந்த விஷயம்?’

‘உம்ம தங்கைக்கும் அருணுக்கும்... சொல்லவே ரசாபாசமா இருக்கு...’

‘சரிதான்; நீங்க அதை நம்பறீங்களா?’

‘பின்னே பொய்யா போட்டிருக்கான்?’

‘விசுவநாதன். நான் ஒரே ஒரு கேள்வி கேட்கிறேன். நீங்க மன்னார்குடிதானே?’

‘ஆமாம்...’

‘நீங்க படிக்கிறபோது பக்கத்து வீட்டில எதிர்த்த வீட்டில பொம்மனாட்டிப் பசங்க இருந்ததில்லையா? யோசிச்சுச் சொல்லுங்கோ.’

அவன் யோசித்தான். ‘என்ன விசு, ஊக்கைக் கொஞ்சம் போட்டு விடேன்...’

‘இருந்திருக்கா அதுக்கென்ன? பொம்மனாட்டி இல்லாத ஊரா?’

‘எல்லோருடைய பள்ளி வாழ்க்கையிலும் இந்த மாதிரி ஒரு அசிங்கமில்லாத துல்லியமான சிநேகதம் - ‘காஃப் லவ்’ன்னு சொல்வாங்க - இருந்திருக்கு. இல்லையா? அது மாதிரிதான் அருணும் என் தங்கையும் பழகினாங்க...’

‘பழகினவங்கன்னா, ஓடிப் புடிச்சு விளையாடினாங்களா?’

‘எனக்கு அவ்வளவு டிடெய்லா ஞாபகமில்லை.’ சுந்தரத்துக்குக் கோபம் வந்தது. விசுவநாதனின் கண்களில் இன்னும் நம்பிக்கை ஏற்படவில்லை. பிடிவாதமாக மறுக்கிறான். ‘ஒரு காலகட்டத்தில் அருண் எங்ககூட வளர்ந்திருக்கிறான் அவ்வளவுதான்...’

‘அப்ப இந்த போட்டோ?’

‘உங்களை மறுபடி ஒரு கேள்வி கேட்கணும் மாப்பிளே! நீங்க மெட்ராஸ்ல சினிமா ஸ்டூடியோவுக்கு எப்பவாவது போயிருக்கீங்களா?’

‘எனக்கு சினிமா எல்லாம் இஷ்டம் கிடையாது.’

‘சினிமா பார்க்கவேண்டாம். சினிமா ஸ்டூடியோவுக்கு வேடிக்கை பார்க்கப் போனதில்லை?’

போயிருக்கிறான். ‘இல்லை.’

‘சரி, ஒரு பேச்சுக்கு வெச்சுக்கலாம். எத்தனையோ பேர் போயிருக்கா. அது மாதிரி நீங்களும் வேடிக்கை பார்க்கப் போறீங்க. அப்ப ஸ்ரீப்ரியா, ஸ்ரீதேவின்னு யாராவது ஒருத்தரை ஷூட்டிங்போது பார்க்கறீங்க. அப்ப பக்கத்தில் ஒரு போட்டோக்காரர் பளிச்சுனு போட்டோ எடுத்துடறார். எடுத்து, பத்திரிகையில் போட்டுட்டு, கீழே இந்த மாதிரி ‘ஸ்ரீதேவிக்கும் விஸ்வத்துக்கும் சின்ன வயசில இருந்தே சிநேகம்’னு அச்சடிக்கிறான்னும் வெச்சுக்குங்க. அது மாதிரிதான் இதுவும்.’

‘ஸ்ரீதேவி மன்னார்குடியா?’ என்றான் அம்பி.

‘அடப் போய்யா, ஒரு பேச்சுக்குச் சொன்னேன்?’

‘மன்னை மணின்னு எங்கூர்க்காரன். சினிமாவில் ஆக்டிங் பண்றான். பாணா விளையாடுவான். ஸ்டண்ட் வேலை எல்லாம் செய்வான்.’

‘அம்பி! சித்த நேரம் சும்மாரு. சீரியஸாப் பேசிண்டிருக்கோம். சுந்தரம், நீங்க என்ன சொல்றேள்! உங்க தங்கைக்கும் இந்த அருணுக்கும் எந்தவிதமான சம்பந்தமும் கிடையாதுன்னு சத்தியம் பண்றேளா?’

‘அப்படி இல்லை, இரண்டு பேரும் ஒண்ணா ஒரு காலகட்டத்தில் வாழ்ந்து...’ சே, என்ன இது, இதை எப்பிடி சரியாகச் சொல்வது...

விசு யோசித்தான். ‘இந்த போட்டோ பொய்யிங்கறேள்.’

‘போட்டோ நிஜமா எடுத்ததுதான். அதில குறிப்பிட்டிருக்கிற செய்திதான் பொய். திரிப்பு. சரடு. நான் தந்தி கொடுத்திருக்கிறேன். ‘இந்த மாதிரி போட்டோ வர்றதை உடனே நிறுத்து’ன்னுட்டு...’

‘இதை எங்க அப்பாகிட்ட எப்படிச் சொல்றது?’ என்று விசுவநாதன் யோசித்து விட்டுச் சொன்னான்.

‘என்னைக் கேட்டா இப்ப சொல்லவேண்டாம்னு தோண்றது. அசந்தர்ப்பமா ஆயிடும்...’

‘மறைச்சு வெக்கச் சொல்றேளா?’

‘இல்லை. கொஞ்சம் ஒத்திப்போடச் சொல்றேன். கல்யாணம் சுபகாரியம். அது முடிஞ்சு பிற்பாடு இதை மெல்லச் சொல்லிக்கலாம். முக்கியமா உங்க மனசில ஒருவிதமான சந்தேகமும் இருக்கக்கூடாது. கிளீன் ஸ்லேட்டோட ஆரம்பிக்கணும் நீங்க. அதான் முக்கியம். அதான் நான் உங்களைக் கெஞ்சிக் கேட்டுக்கறது.’

விசு மறுபடி யோசித்தான். கல்யாணியின் அழகிய முகம் ஞாபகம் வந்தது. பட்டுப்புடைவை சரசரக்கப் பக்கத்தில் உட்கார்ந்ததும் மெலிசாக அந்தப் புடைவை தன்மேல் பட்டதும், ‘இவளை நான் வாழ்நாள் முழுவதும் போற்றிப் பாதுகாப்பேன்’ என்று நினைத்துக்கொண்டதும். இருக்காது, இருக்க முடியாது. அந்தக் குற்றமற்ற கண்களே போதும் எனக்கு. இவள் களங்கமற்றவள். நான் மன்னார்குடியில் பெண்களைப் பார்த்ததில்லையா? சைக்கிள் எடுத்துக்கொண்டு சாவுக்கார் வீட்டு வாசலில் அந்த ரேணுகா தென்பட மாட்டாளா என்று அலையாய் அலைந்ததில் லையா? அப்புறம் மெலிசாக மீசை முளைத்ததுபோல் இருக்கும் அந்த ரமணி என்கிற பெண்ணின்மேல் ஒரு விபரீத இச்சை எத்தனை நாள் வயிற்றில் தொந்தரவு செய்தது? அப்புறம் முனிசிபாலிட்டி குழாயில் தண்ணீர் எடுக்க வரும் கறுப்பு கமலா?

இப்போது நானே பிரபலமாக இருந்து எனக்கும் கமலாவுக்கும் கதை கட்டிவிட்டால் அதுபோலத்தான் இது...

'சுந்தரம்! நீங்க சொல்றதை நான் நம்பறேன். ஆனா தக்க சமயத்தில் உங்க தங்கைக்கு நீங்களே சொல்லிடுங்கோ! கல்யாண மாகி வந்தப்புறம் அந்த அருண்கிற வார்த்தை எங்க வீட்டில் கேக்கவே கூடாது!'

சுந்தரத்துக்கு அது சிறுபிள்ளைத்தனமாகப் பட்டாலும், 'சரி' என்றான்.

அம்பி ஏதோ சொல்ல வாயெடுக்க, 'நீ கொஞ்ச நாழி கம்முனு இருக்கியா? இந்த விஷயத்தை நீ வேற யார் கிட்டயும் சொல்லிடாதே...'

'சேச்சே! நான் சொல்லுவேனா? சொல்லவே மாட்டேன்' என்றான். தங்கத்திடம் மட்டும் சொல்லவேண்டும்!

படுக்கையிலிருந்து விலகி ஸாட்டின் போர்வை சரிய ஒரு சிகரெட் பற்ற வைத்துக்கொண்டான் அருண். எதிரே சுவரில் பெரிய போஸ்டரில் மூன்று நீக்ரோ பெண்மணிகள் எச்.எம்.வி-யின் டிஸ்கோமேனியை அறிவித்தார்கள். கதர் தொப்பி அணிந்த மேஜை விளக்கின் அருகே ப்ரேமலதா படிக்கும் காமிக்ஸ்கள் சிதறியிருந்தன. ஆர்ச்சி, டின் டின்...

'ஆஸ்ட்ரிக்ஸ் படிப்பியா?'

'ம்ஹூம் பிடிக்காது.'

'எனக்குப் பிடிச்ச ஒரே காமிக்ஸ், 'சார்லி பிரவுன்!''

'அதுவும் போர்!'

'சரிதான்! உனக்கு மகாராஜாவும் நாற்பத்தெட்டு பெண்களும் ஜோக் தெரியுமா?'

'எனக்கு ஜோக் வேண்டாம்.'

படுத்திருந்தவளைப் பார்த்தான். ஒரு தடவை தன் போர்வையைத் திறந்து மூடிவிட்டு சிரித்தாள்.

கல்யாணம் ஆறதுக்கு முன்னாடி ஹனிமூன் பண்ணிவிட்ட சரித்திரம் காணாத கப்பிள் நாம்!'

'ஹனிமூனுக்கு நாம ஸ்விட்ஸர்லாந்தில்ல போறம்?'

'ஸ்விட்ஸர்லாந்திலயும் இதேதானே செய்யப் போறம்!'

'ஏய்!' என்று அதட்டினாள். அவனை அருகில் கூட்டி வைத்துக் கொண்டு தலைமுடிக்குள் விரல்களைச் செலுத்திக் கலைத்தாள். பின் முதுகில் விரல்களால் வரைந்தாள். அங்கே தலையைப் பதித்துக்கொண்டு, 'அருண்! பாஸ்கர் போன் பண்ணியிருந்தான்...'

'பாஸ்கர் என்னைவிட வயசானவன். 'சார்'ன்னு சொல்லு.'

'சினிமாலாயாவில் ஒரு போட்டோ வந்திருக்கு!'

'சரி.'

'நீயும் கல்யாணியும் ஒருத்தரை ஒருத்தர் காதலோட பாத்துக்கிறீங்க.'

அருண் விருட்டென்று எழுந்தான். 'என்ன?'

'ஆமாம்! அது நடிப்புன்னா, நீங்க உலகத்திலேயே மிகப் பெரிய நடிகர்! அருண்! யார் இந்தக் கல்யாணி!'

'போட்டோவா?'

'சினிமாலயா பார்க்கிறீங்களா?' படுக்கையின் அடியில் செருகியிருந்ததை எடுத்துக் கொடுத்தாள்.

'பத்தொன்பதாம் பக்கம்னு நினைக்கிறேன்!'

சரக் சரக் என்று அதைப் புரட்டினான். இதோ!

அவன் தோளின்மேல் தலை வைத்துக் கொண்டு ப்ரேம்லதா படித்தாள். 'ஆனால் திருமணத்துக்கு முன் இந்தப் பெண்ணைப் பார்க்க அருண் ஒரு ஷ்பெஷல் ட்ரிப் அடித்தது என்னவோ நிஜம்.'
'எப்ப போயிருந்தீங்க திருச்சிக்கு?'

'அந்த ஞானசேகரன் செஞ்ச வேலை இது. படவா கொளுத்திப் புடறேன் உன்னை.'

'ஈஸி ஈஸி! எனக்காக நீங்க ரொம்ப கோவிச்சுக்கற மாதிரி பாவனை செய்யவேண்டாம்.'

'உனக்காக இல்லை ப்ரேம்! இதில் அடிச்சிருக்குற பொய்க்காக. அத்தனையும் ஷிட்.'

'படம் பிரமாதமா இருக்கு!'

'ச! நீ வேற.' டெலிபோனை எடுத்து விர்ர்ரக் விர்ர்ரக் என்றது விரல். 'பாஸ்கர். அருண். என்னது! சினிமாலயா பார்த்தியா?'

'பார்த்தேன்! சுந்தரம்கிட்ட இருந்து ஒரு தந்தி வந்திருக்குது. கோபமான தந்தி.'

'என்ன சொல்றான்.'

'Don't take undue revenge and create mental agony. நீதான் இந்த வேலையைச் செஞ்சிருக்கிறதா நினைச்சுட்டிருக்கான்...'

'சரிதான். முதல் காரியமா அந்தப் பத்திரிகைக்காரனை டெலிபோனில் கூப்பிட்டு அதட்டிக் கேளு. அப்புறம் என்ன செலவானாலும் சரி, ஒரு மான நஷ்ட வழக்குப் போட்டு அந்த ஆளை அண்டர்வேர் வரைக்கும் உருவி விட்டுரு!'

'கமான். ரிலாக்ஸ் அருண். நான் ஒண்ணும் சொல்லமாட்டேன்.'

'ஷட் அப் ப்ரேம்! நான் உன்னைப் பற்றி நினைக்கலே...'

'நல்லாத்தான் இருக்கா! மூக்குதான் கொஞ்சம் கொஞ்சம் மும்தாஜ் மூக்கு.'

'ஷட் அப் ப்ரேம்.'

ப்ரேமலதா சிரிப்பை அடக்கிக்கொண்டு, வாயை உப்பலாக வைத்துக்கொண்டு படுக்கை மேல் சப்பணமாக உட்கார்ந்தாள்.

'பாஸ்கர், டூ ஸம்திங். காலைல கோர்ட் திறந்த உடனே கால் தெம் அப். அப்புறம் அந்த ஞானசேகரனை இங்க உடனே கூப்பிடு. தனியா நாலு தட்டி அனுப்பலாம்.'

பாஸ்கர், 'நீ கொஞ்சம் ஓவரா ரியாக்ட் பண்ற இதுக்கு' என்றான்.

'எனக்கு இதில் ஒரு பாதிப்பும் இல்லை பாஸ்கர். அந்தப் பெண்ணோட லைஃப் ஸ்பாய்ல் ஆய்டாது? நாளைக்கு கல்யாணம். இன்னிக்கு இந்த மாதிரி போட்டோ வந்ததுன்னா சுந்தரத்தின் தந்தியைப் பூரா வாசி.'

கனவுத் தொழிற்சாலை ♦ 161

பாஸ்கர் படித்தான்.

'பதில் போட்டுரு.'

'போட்டுட்டேன். 'எனக்கும் இந்த அயிட்டத்துக்கும் எந்த விதமான சம்பந்தமும் இல்லை'ன்னு. லீகல் ஆக்ஷன் எதுவும் இப்ப தேவையில்லைன்னு என் அபிப்பிராயம். எப்படியும் ராத்திரி பன்னிரண்டு மணிக்கு எந்த வக்கீலும் வரமாட்டான். காலைல யோசிச்சுப் பாரு. இதனோட காட்டம் கொஞ்சம் குறையும்...'

'குறையாது. குறையக்கூடாது. காலைல எழுந்து உடனே கேஸ் போட்டு ஆகணும். என்னன்னு நெனச்சிக்கிட்டிருக்கானுங்க?'

எதிரே ப்ரேமலதா மற்றொரு தடவை தன் போர்வையை விலக்கிக் காட்டிவிட்டுச் சிரித்தாள்.

'இதப் பாரு ப்ரேம், நீயும் நானும் கல்யாணம் செஞ்சிக்கிட்டு ஒருநாள் ஆகலை. ரெண்டு பேரும் கணவன் மனைவியா நிறைய நாள் வாழப்போறவங்க... இனி ஒருமுறை என்னை இந்த மாதிரி டீஸ் பண்ணாதே. எரிச்சலா வர்றது.'

'எந்த மாதிரி? இந்த மாதிரியா?' மறுபடி... அப்புறம் அடக்க முடியாத சிரிப்பு.

'மை காட், வாட் ஹெவ் ஐ டன் ஐ ஸே, இவளைப் போய் கல்யாணம் செஞ்சுக்கிட்டேன். பாஸ்கர், நாளைக்கு விவ காரத்துக்கும் சேர்த்து ஒரு வக்கீலைப் பாரு.'

பாஸ்கர், 'அருண், எந்த விஷயத்தில் விளையாட்டாப் பேசணும்னு உனக்குத் தெரியறதில்லை...'

'ப்ரேமலதா இன்னும் அடக்க முடியாமல் சிரித்துக்கொண்டே மறுபடி அந்தப் போர்வை வித்தை செய்து காட்டிக் கொண்டிருந் தாள்.

'என்னடி?'

அம்மா ஸ்டேஷனுக்கு வந்திருந்தாள். கூடவே சங்கத்தைச் சேர்ந்த செல்வகுமார். பக்கத்து வீட்டு சரஸ்வதியம்மாள்...

அம்மாவைப் பார்த்ததும் மனோன்மணி அழுதாள். 'சும்மா நாம் பாட்டுக்கு ரோடில போயிக்கிட்டே இருக்கம்மா. வேணும்

ணுட்டே டாக்சிக்காரர் வந்து என் மேல இடிக்கிறாப்பல நிறுத்தி, 'வூட்டுக்குப் போறேன். அங்க கொண்டாந்து வுட்டுர்றேன்'னு ஏமாத்தி டாக்சிக்குள்ள ஏத்திக்கிட்டாங்கம்மா. உள்ள மப்டியில போலீஸ்காரரு...'

'யாரு மனோ டாக்சிக்காரரு?'

'பேர் தெரியலிங்கண்ணே. பார்த்த மூஞ்சியா இருந்தது...'

'யாரு நம்ம துரையா? கோவாலா? பாண்டுரங்கமா?'

'பேர் தெரியலிங்க...'

'ஏய்யா, எம் மவ ஒரு பாவமும் தெரியாத பொண்ணு. இதைப் போய் ஏமாத்தி அடைச்சு வெச்சியே. நீ நல்லா இருப்பியா? உனக்கு பெண்சாதி, தங்கச்சி கிடையாது? மாரியாயி, பொன்னுத் தாயி, உக்கிரமாரி உன்னை வாரிப் பிடுங்கிக்கிட்டுப் போயிறாது? சீதபேதி வந்து நீ...'

'ஏய், சும்மாரு, எங்க சூப்ரண்டே நேராப் புடிச்ச கேஸு இது. ஜோடிச்ச கேஸில்லை.'

'எங்க தொகுதி எம்.எல்.ஏ.கிட்ட சொல்லணுமா சார்?'

'அந்த ஆளே மாட்டிக்கிட இருந்தாரு. போய்யா, இந்தப் பொண்ணு ஓட்டல்லே வெச்சு செஞ்சதெல்லாம் சொன்னா நாறிப் போயிரும். பேசாம மேஜிஸ்ட்ரேட் கோர்ட்டாண்ட போயிருங்க. அவராதம் விதிப்பாங்க. சுகமா நாலு நாள் இருந்துட்டு வந்திருங்க! ஜெயில்ல சாம்பார் சாதம் துண்ணதில்லை நீ?'

மனோன்மணியின் அம்மா, 'ஒரு பாவமும் அறியாத பொண்ணுங்க!' என்று தன் வாயில் அடித்துக்கொண்டு அழுதாள். மனோன்மணி அழுகையை நிறுத்தி குமாருடன் பேசிக் கொண்டிருந்தாள். 'குமாரு, இவுங்களுக்கு எதுனாச்சியும் கொடுக்கணும். விசாரிச்சுருங்க! நவையை கிவையை வித்துக் கொடுத்துறலாம்!'

'கேட்டுப் பாத்துட்டனே! ...த்தா வளிக்கு வரமாட்டேங்கறானுங்களே, சூப்ரண்டு சூப்ரண்டுன்னு உதர்றானுக! நீ எங்க எங்கெல்லாம் போயி மாட்டிக்கின மனோ?'

'பார்ட்டு கேக்கப் போயிருந்தேன்...'

'யார்கிட்ட?'

'லட்சுமணன்கிட்ட.'

'யாரு? எல்.வி. பிக்சர்ஸ்?'

'ஆமாம்.'

'தந்தாரா?'

'தருவாரா?'

'அம்மா கண்ணகி, பதிவிரதை, கொஞ்சம் இப்படி வரியா? வளைகாப்பு மாட்டணும் உனக்கு.'

'மனோ, கவலைப்படாதே. நான் முதல்ல எவனாவது டப்பா வக்கீலைப் பார்த்துகிட்டு வர்றேன். அப்புறம் அந்த லட்சுமணனைப் போய் சிண்டைப் பிடிச்சு சில்லறை வாங்கிட்டு ஒன்னை ஜாமீன்ல விடுதலை செய்ய ஏற்பாடு செய்திடறேன். கவலைப்படாதே. எலக்சன் டயம் பாரு - யாருமே ஸ்ட்ரிக்ட்டா இல்லை. அதனால் சீக்கிரமே உன்னை வுட்டுருவாங்க.'

மனோன்மணி அப்போதுதான் அந்த இளைஞனை முதலில் பார்த்தாள்.

'பர்த்தாவுக்கேற்ற பதிவிரதை உண்டானால் எத்தாலும் கூடி இருக்கலாம்.'

- ஔவையார்

மனோன்மணி அவனை அதற்குமுன் பார்த்ததில்லை. ஆனால் அவன் தன்னை நோக்கித்தான் வருகிறான் நேராக; வைத்த கண் வாங்காமல் பார்த்துக்கொண்டே வருகிறான்.

'என்னம்மா விஷயம்?' என்றான் புதியவன்.

அம்மா உடனே, 'சும்மா நடந்து போயிக்கிட்டு இருந்தவளைப் புடிச்சு செயிலில் போட்டிருக்காங்க. தம்பி, என்ன அநியாயமா பார்த்தியா?'

அவன் இன்னும் மனோன்மணியையே பார்த்துக்கொண்டிருந்த பார்வையைச் சமாளிக்க முடியாமல் இமைகள் சரிந்தன.

'யாருய்யா நீ?' என்று போலீஸ்காரன் கேட்க, 'நான் சங்கத்தில் இருந்து வந்திருக்கிறேன். நீங்க ஏம்மா அழுவறீங்க? உங்க மகளா? கவலைப்படாதீங்க. நான் வெளியே கொண்டாந்து காட்டறேன். ஏட்டய்யா, கேஸு ரிஜிஸ்டர் ஆயிருக்கா?'

‘தள்ளி அப்பால நிக்கறியா? எங்க சூப்ரண்டு பிடிச்ச கேஸ் இது, அவரே கைப்பட பிடிச்சிருக்காரு. சான்ஸே இல்லை.’

அவன் மனோன்மணியிடம் வந்து, ‘என்பேர் மாணிக்கம். எஸ் எம்-னு எல்லோரும் கூப்பிடுவாங்க. புதுசா சங்கத்தில் பதவி ஏற்றிருக்கேன்...’

முப்பது வயசிக்கும். சுருட்டை சுருட்டையாக ஏராள தலைமுடி. சதுக முகம் அகலமான நெற்றி. கண்களில் மிகக் கொஞ்சம் பெண்மை. திறமையாகச் செதுக்கப்பட்ட மூக்கு மீசைக் கோட்டின் கீழே சற்று அழுத்தமான தாராளமான உதடுகள்.

‘உங்க பேரு மனோன்மணிதானே?’

‘ஆமாம் சார்.’

‘இந்த சார் எல்லாம் வேண்டாம். சங்கத்தில் மெம்பரா நீங்க?’

‘ஆமாம்.’

‘கார்டு எங்கே?’

‘வீட்டில இருக்குதுங்க.’

‘இந்த மாதிரி போலீஸ் தொந்தரவுக்குத்தானே கார்டு கொடுத்திருக்கோம்?’

‘கார்டைக் காட்டினா விட்டுருவாங்களா?’

‘சூப்ரண்டே பிடிச்சிருக்கார். விடமாட்டார். நடந்தது என்ன? - அவன் ஒரு பீடி எடுத்துப் பற்ற வைப்பது அசந்தர்ப்பமாக இருந்தது. அவள் ஒரு மாதிரி பார்ப்பதை உணர்ந்து, பற்ற வைத்த பீடியை உடனே அணைத்துப் போட்டுத் தேய்த்தான். ‘ஒருத்தர் ரெண்டு பேர் மோசமாத்தான் இருக்காங்க. அதனால ஒட்டுமொத்தமா துணை நடிகைங்க எல்லாருமே விபசாரம் பண்றாங்கன்னு சொல்லிடறாங்க பாருங்க.’

‘நான் ஒண்ணும் செய்யலிங்க... ஓட்டலுக்குப் போய் பார்ட்டு கேட்டேன்.’

‘யாருகிட்ட?’

‘லட்சுமணன் சார்கிட்ட. ‘இளந்தலைவன்’ல.’

‘இளந்தலைவன்ல பார்ட் கொடுக்கறதா ஒரு கோஷ்டியே அலையுது. அதை அப்புறம் பார்க்கலாம். முதல்ல உன்னை விடுதலை செய்யணும். கொஞ்ச நேரம் இருங்க... ஏங்க, கேஸ் பதிவாயிருச்சுங்களா?’

‘அதெல்லாம் சர்க்கிள் வந்தப்புறம் தெரியும்.’

‘இருங்க! துடியா ஒரு வக்கீலைக் கூட்டியாந்துட்டா நிமிஷமா பெயில் வாங்கிக் கொடுத்துருவான்.’

‘தம்பி! சமயத்தில சஞ்சீவி மாதிரி வந்தியே!’

‘உங்க வீட்டில வந்து தகவல் சொன்னபோது நான் எதிர்த்தாப்பல பொட்டிக் கடையண்டை இருந்தேன். முதல்ல உங்க பெண்ணை விடுதலை செய்யறேன். அப்புறம் அவுங்ககூட நான் கொஞ்சம் பேசணும்... அண்ணே, எதுக்கு இழுப்பறி? பேசாம ஒரு அஞ்சு பத்து வாங்கிக்கிட்டுப் போவியா?’

‘என்னய்யா, ஒன்னையும் உள்ளே தள்ளணுமா?’

‘நான் வரேன் மனோன்மணி! கவலைப்படாதீங்க!’

அவன் சென்ற பின்னும் அந்த வாக்கியம் மிச்சமிருந்தது.

‘அப்புறம் அவுங்ககூட நான் கொஞ்சம் பேசணும்.’

திருச்சி ஜங்ஷன் ராக்ஃபோர்ட் எக்ஸ்பிரஸை வழியனுப்ப ஆயத்தங்கள் செய்துகொண்டிருந்தது. இரண்டாம் வகுப்புப் பெட்டியின் ஜன்னல் ஓரம் எதிர் எதிராக மாப்பிள்ளை விசுவநாதனும் கல்யாணியும் உட்கார்ந்திருக்க, பிளாட்பாரத்தில் அப்பா, அம்மா, சுந்தரம் மற்றும் வழியனுப்ப வந்த உத்தமர் கோவில் சந்நிதித் தெரு அன்னியோன்யங்கள், வேலைக்காரி குப்பம்மாள், பெட்டிக்கடை அச்சுதன்... எல்லோரும் நின்று கொண்டிருந்தார்கள். நீளவாட்டு சீட்டில் பவானி ஜமக்காளத்தில் இரண்டு பெரிய படுக்கைகள் சுற்றியிருந்தன. கல்யாணி தழைய வாரிக்கொண்டு, தலையில் ஏராளமாகக் கதம்பம் சூடிக்கொண்டு தங்க வளையல்கள் அடிக்கடி ஒலிக்க, லேசாக அழுது கொண்டிருந்தாள்.

'என்னடி பைத்தியம்! எங்க போற?' என்று அம்மா சமாதானப் படுத்த, அப்பா ஸ்டேஷன் கடிகாரத்துடன் தன்னுடையதைச் சமாதானம் பண்ணிக்கொண்டிருந்தார். சுந்தரம், மாப்பிள்ளையிடம், 'நிறையப் படிப்பா, எழுதுவா, டிராயிங் போடுவா, எம்ப்ராய்டரி போடுவா. ஆனா, இவ இன்னும் குழந்தைதான் மாப்பிளே! அவகிட்டே ஏதாவது குற்றம் குறை இருக்கிறதா நினைச்சீங்கன்னா, மனசுல வெச்சுக்காதீங்க. உடனே அவகிட்டச் சொல்லிடுங்க. திருத்திப்பா. குற்றம்னு சொன்னா அவகிட்ட அறியாமையினாலே ஏற்பட்ட குற்றமாத்தான் இருக்க முடியும். இன்னோஸண்ட்.'

மாப்பிள்ளை வெளியே பார்த்து, 'இன்னும் அஞ்சு நிமிஷம் இருக்கா கிளம்பறதுக்கு? அண்ணாவும் அம்மாவும் இந்நேரம் மன்னார்குடி போய்ச் சேர்ந்திருப்பா இல்லே? அவர்கிட்டே இன்னும் சொல்லல பாருங்கோ.'

'எதை?'

'அதான்! இந்த விவகாரத்தை!'

சுந்தரத்தின் முகம் மாறியது. 'நீங்க இன்னும் அதை மறக்கலைனு தெரியறது. ரொம்பச் சின்ன விஷயம் விசுவநாதன் இது. இதனோட நிழல் உங்க லைஃப்ல படவே கூடாது.'

'சேச்சே! நீங்கதான் புட்டுப் புட்டு வெச்சுட்டளே.'

'விசுவநாதன்! எப்படி நான் உங்களுக்குச் சொல்றது? என் தங்கை ஒரு ஜெம் மாதிரி. அதைப் போற்றிப் பாதுகாக்கறது உங்களுடைய பொறுப்பு. கடமை.'

'நான்கூட ரொம்பக் கட்டுப்பாடா வளர்ந்தவன்தான் மிஸ்டர் சுந்தரம். இப்பகூடத் தவறாம சந்தி பண்றேன். கன்னாபின்னா புஸ்தகங்கள் ஏதும் படிக்கிறதில்லை. சினிமா காற்றே கிடையாது. 'தெய்வத்தின் குரல்' முழு வால்யூம் படிச்சிருக்கேன். ஹிண்டு படிப்பேன். பவன்ஸ் ஜெர்னல், சயன்ஸ் டுடே எல்லாம் படிப்பேன். தமிழ்ப் பத்திரிகைகளைத் தொடறது கிடையாது. தொடர்கதையா எழுதறாங்க? கண்றாவி! எதை எடுத்தாலும் காதல் - இல்லை செக்ஸ். எனக்கு வேலை இல்லையா? பாங்க்கிங் பரீட்சை படிக்கவேண்டாமா?'

சுந்தரத்துக்கு லேசாகத் தலை வலித்தது.

அந்த ஓரத்தில் கல்யாணியுடன் ரகசியம் பேசிக் கொண்டிருந்தாள் அம்மா. 'எதிர்த்து எதிர்த்துப் பேசாதே. அவருக்கு என்ன பிடிக்கும் என்ன பிடிக்காதுன்னு தெரிஞ்சு வெச்சுக்கோ. மாமியார், மாமனார் உள்ளே வந்தா எழுந்து நில்லு; கேட்ட கேள்விக்குப் பதில் சொல்லு. வேளா வேளைக்கு ஒரு பிள்ளையைப் பெத்துக்கோ. கண்ட கண்ட மாத்திரையெல்லாம் சாப்பிடாதே. எப்பவும் உனக்கு 'டண் டண்'ணு இருமல் இருக்கு. வாட்டர் பரீஸ் காம்பவுண்டு தவறாம சாப்பிடு. மூணு மாசத்துக்கு உண்டான வடாம் வத்தல் எல்லாம் வெச்சிருக்கேன். முடியறதுக்கு முன்னாடி எழுது. ஆர்.எம்.எஸ். பாச்சாகிட்ட அனுப்பறேன். வாரம் கடுதாசி போடு. ரசத்துக்கு உப்பு கொஞ்சம் தூக்கலாப் போட்டு வழக்கம் உனக்கு. குறை. பொடி வாசனை அடங்கறதுக்குள்ள...'

'அம்மா, எனக்குப் பயமா இருக்கும்மா...'

'போடி பைத்தியம்! உன் வயசில எனக்கு சந்துரு வந்துட்டான். தாவணியோட புக்காத்துக்குப் போனவ நான்.'

'அம்மா, நீ மெட்ராஸ் வரயாம்மா?'

'மாப்பிள்ளையைக் கூட்டு எழுதச் சொல்லு, வரேன்.'

வண்டி மணியடித்து ஊதிச் சட்டென்று கிளம்பிவிட்டது.

'கல்யாணி! கல்யாணி! சமர்த்தாயிரும்மா. லெட்டர் போடு.' என்றான் சுந்தரம். கஷ்டப்பட்டுக் கண்ணீரை அடக்கிக் கொண்டான்.

சிரிப்பு, அழுகை, சந்தோஷம், துக்கம், வயிற்றில் கனம், வேதனை, பயம் எல்லாம் கதம்பமாக உணர்ந்தாள் கல்யாணி. வண்டி நகர, அவளைச் சார்ந்தவர்கள் அத்தனை பேரும் பிளாட்பாரத்தில் நின்றுகொண்டே விலக, பிரவாகமாக அழுகை வந்தது அவளுக்கு.

விசுவநாதன் அவளைப் பார்க்காமல், அக்கவுண்டெண்ட் என்கிற பத்திரிகை படித்துக்கொண்டிருந்தான்.

எதிரே உட்கார்ந்திருந்த அம்மாள், 'அழாதம்மா முதலில் அப்படித்தான் இருக்கும், போகப்போகச் சரியாப் போயிடும்' என்றாள்.

'நீங்கள்லாம் திருச்சிதானா' என்றாள்.

‘ஆமாம் மாமி’ என்றாள் மூக்கை உறிஞ்சிக்கொண்டு. ‘திருச்சி ஜில்லா உத்தமர் கோவில்.’

‘உன்னை அசப்பில் பார்த்த மாதிரி இருக்கு!’

‘உத்தமர் கோவிலா! அருண் உங்க ஊர்தானே?’ என்றான் அருகில் இருந்த அவர்கள் பையன்.

‘அருணை உனக்குத் தெரியுமா?’ என்றாள் அம்மாள்.

கல்யாணி தயங்க, விசுவநாதன் நிமிர்ந்து, ‘எங்களுக்குத் தெரியாது மாமி’ என்றான்.

‘இந்தப் பெண்ணை நான் எங்கேயோ பார்த்திருக்கேன்.’

விசுவநாதன் கல்யாணியைப் பார்த்தான். ‘சொன்னேன் பார்த்தியா?’ என்றது அவன் பார்வை.

ராக்ஃபோர்ட் எக்ஸ்பிரஸ் சென்னை எழும்பூர் நோக்கி வந்து கொண்டிருந்த அதிகாலை. அருண் படுக்கையிலிருந்து எழுந்தான். பக்கத்தில் புதுசாக இது யார் என்று அரைத் தூக்க அரை விழிப்பில் வியந்தான். ஓ! ப்ரேமலதா! அடடா எனக்குக் கல்யாணம் ஆகிவிட்டது.

ப்ரேம் கம்பளிப் பந்தாகத் தன்னை முழுவதும் சுருட்டிக்கொண்டு உறங்கிக் கொண்டிருந்தாள். சன்னமான குறட்டை.

அந்தப் போர்வையை மெதுவாக விலக்கினான். ‘கிர்’ என்று உள்ளே சின்ன உறுமல் கேட்டது. அவள் நாயும் போர்வைக்குள் இருந்தது. அந்த பாக்கெட் நாய் அருணைப் பார்த்த பார்வை ‘உன்னைப் பிடிக்கவில்லை’ என்றது. ‘சட்’ என்று அலுத்துக் கொண்டு வாஷ்பேசினை அடைந்தான். கண்ணாடி அலமாரியைத் திறந்தான். சுருட்டி வைத்த தலைமுடி. ப்ரேமலதாவின் விக். டூத் பிரஷ்ஷைத் தேடினான். என்னென்னவோ பெண்கள் சாதனங் களுக்கு இடையில் அகப்பட்டது. குழம்புகள், கலங்கல்கள், வர்ணங்கள் அருகே ஒரு ப்ரா தொங்கியது. ஏராளமான கொண்டை ஊசிகள், வளையல்கள்.

ஒரு இஞ்ச் டூத் பேஸ்ட் எடுத்துப் பல் தேய்க்க ஆரம்பித்த உடனே ‘சே’ என்றான். டூத் பேஸ்ட் இல்லை. வேறு ஏதோ கிரீம். ‘என்ன எழவு. என் டூத் பேஸ்ட் எங்கே? ப்ரேம். ஏய் ப்ரேம். எழுந்திரு.

என் டூத் பேஸ்ட்டை எங்கே வெச்ச? பாஸ்கர், பாஸ்கர், இண்டர்காமைத் தட்டி, 'பாஸ்கர் உடனே மேல வா, டூத் பேஸ்ட் இல்லை. இந்தப் பாழாப் போற வீட்டில்' என்றான். ப்ரேமலதா இதற்குள் எழுந்து, 'குட்மார்னிங் ஜூலி' என்று தன் நாயை மூக்கால் நெருடினாள். ஜூலி 'ஹக்ஸ்' என்றது.

'என்னடி கண்ணு. ஜலதோஷமா?'

'என் டூத் பேஸ்ட் எங்கே? அதைக் காணோமே. எதையோ வாயில போட்டுக்கிட்டேன். வழவழங்குது!'

ப்ரேம் கைகொட்டிச் சிரித்தாள்.

'இதிலே சிரிக்க என்ன இருக்கு?'

பாஸ்கர் உள்ளே டூத்பேஸ்ட் கொண்டுவந்து வைத்தான். 'சீ, பாஸ்கர் இனிமே நீ சொல்லாம உள்ள வர்றது நல்லால்ல. அதுவும் நான் நைட் டிரஸ்லே இருக்கிறபோது. அருண், சொல்லிடுங்க... பழைய முறைகள் சிலதை மாற்றி ஆகணும். நமக்குக் கல்யாணம் ஆயிடுச்சு...'

'ஸாரி' என்று பாஸ்கர் விலகினான்.

'அந்த கிரீமைத் தனியா வெக்கக்கூடாதா? என் அலமாரிதான் அகப்பட்டதா? உனக்குனு தனியா ஒரு டிரஸ்ஸிங் டேபிள் வெச்சுக்கக் கூடாதா?'

'இந்த வீட்டில வேற எடமே இல்லையே?'

'என்ன உளர்றே? எவ்வளவு பெரிய வீடு இது.'

'வீடு பெரிசுதான். ஆனா வீடு பூரா உங்க உறவுக்காரங்க உக்காந்துக்கிட்டு இருக்காங்களே. அம்மாவுக்கு ஒரு ரூம் கொடுத்திருக்காங்க பாருங்க, சகிக்கலை. பாஸ்கருக்கு மட்டும் அப்படி என்ன ஒஸ்தியா தனி ரூம்.'

ஜூலி மறுபடி 'ஹக்ஸ்' என்றது.

'இந்த ஏஸி எனக்கும் ஜூலிக்கும் ஆவறதில்லை. இன்னி ராத்திரி அணைச்சுடலாம். குளிர் பிடுங்குது. எப்படித் தூங்கறீங்க?'

'உனக்குக் குளிர்னா, வேற ரூம்லே படுத்துக்க.'

'கல்யாணம் ஆயி ஒரு வாரம் இல்லை. தனியாப் படுத்துக்கிட்டா சிரிப்பாங்க. இன்னிக்கு என்ன என்ன கால்ஷீட்?'

'பாஸ்கரைக் கேட்கணும்.'

'எனக்கு இன்னிக்கு ஃப்ரீ. அருண், மகாபலிபுரம் போகலாமா?'

'சேச்சே. எனக்கு ஷூட்டிங் இருக்கு.'

'கேன்சல் பண்ணிடுங்க!' பட்டனைத் தொட்டு. 'பாஸ்கர்' என்றாள்.

'எஸ்' என்றது இண்டர்காம்.

'அருணுக்கு என்ன ஷெட்யூல் இன்னிக்கு?'

'நாள் பூரா பிரசாதில். சாயங்காலம் கே.எம்.ஆஸ்பிட்டல்ல. அப்புறம் ஒன்பது மணிக்கு டப்பிங். பதினோரு மணிக்கு...'

'எல்லாத்தையும் கேன்சல் பண்ணிடு.'

'பாஸ்கர் டோண்ட். கேன்சல் பண்ணாதே.'

'கேன்சல் இட் பாஸ்கர். மகாபலிபுரம் போகணும்!'

'ப்ரேம். சொல்றதைக் கேளு. பாஸ்கர் காப்பி அனுப்பிடு. நான் எட்டரைக்கு ரெடியாயிடறேன்.'

'அப்படியா சேதி' என்று இடுப்பில் கை வைத்துக்கொண்டாள்.

'ப்ரேம், பீ ரீஸனபிள். ஞாயிற்றுக் கிழமை எனக்கு ஷூட்டிங் கிடையாது. ஞாயிற்றுக்கிழமை போகலாம்.'

'சண்டே எனக்கு ஷூட்டிங்.'

'கேன்சல் இட்' என்றான் அருண்.

'ஏன், எதுக்கு?'

'அப்படித்தானே எனக்கும்? ஆ, கம் ஆன். கல்யாணம் ஆயி இவ்வளவு சீக்கிரம் சண்டை போடவேண்டாம். நம்ம அபிஷியல் ஹனிமூனே இன்னும் ஆரம்பிக்கலை.' இண்டர் காமை அணைத்துவிட்டு அருண், 'ப்ரேம். கிவ் மி எ கிஸ். வா' என்றான்.

கன்னத்தில் முத்தமிடுவதற்கு முன் அவள், ‘பாஸ்கர் கிட்ட பர்மிஷன் கேக்க வேண்டாமா?’ என்றாள்.

‘தட்ஸ் நாட் ஃபன்னி.’

‘அம்மா ரூமை முதல்ல மாத்தச் சொல்லுங்க.’

‘எங்க மாத்தணும்?’

‘பாஸ்கர் ரூமுக்கு. அவனுக்கு எதுக்கு இந்த வீட்டில ரூம்?’

‘டோண்ட் பி ரிடிகுலஸ். பாஸ்கர்தானே எல்லாம் பார்த்துக் கிறான்.’

‘இனிமே நான்தான் பார்த்துப்பேன்!’

‘உளறாதே. உனக்கு அதெல்லாம் தெரியாது.’

‘தெரிஞ்சுகிட்டாப் போவுது.’

இண்டர்காமைத் தட்டி, ‘பாஸ்கர், கொஞ்சம் வரியா?’ என்றாள்.

‘வேண்டாம் பாஸ்கர், வரவேண்டாம்’ என்றான் அருண்.

பாஸ்கர் மறுமுனையில் பெருமூச்சுவிட்டான். எதிரே பழனிசாமி உட்கார்ந்திருந்தார். ‘என்ன சண்டைங்களா?’

‘அதெல்லாம் இல்லை. ரெண்டு பேரும் சாதாரணமா இப்படித் தான் பேசிப்பாங்க. நீங்க எதுக்கு வந்தீங்க?’

‘ஏப்ரல் கால்ஷீட்டுங்க. முன்னால புக் ஆனதுதாங்க!’

‘பின்ன?’ பாஸ்கர் தன் நோட்டுப் புத்தகத்தைப் பார்த்து ‘ஏப்ரல் 20 டு 27 முழு கால்ஷீட், எட்டு நாளைக்கு...’

‘தெரியுங்க... நடிக்கிறாரா இல்லியான்னுதான் இப்பப் பேச்சு அடி படுது. கல்யாணத்துக்குப் பிற்பாடு ஒண்ணு ரெண்டு ஒப்பந்தங் களை கேன்சல் செய்துட்டாருன்னு...’

‘யார் சொன்னது? எல்லாம் புரளி. கொடுத்த வாக்கை மீறவே மாட்டோம்.’

‘அப்படி ஏதாவதுன்னா முன்னாடியே சொல்லிடுங்க. வேறு ஏற்பாடு செய்யறதுக்குக் கொஞ்சம் டயம் வேணுமில்லை?’

'அந்தப் பேச்சே இல்லியே! அதெல்லாம் நடக்காது பழனிசாமி. நீங்க கவலைப்படாதீங்க.'

'ரொம்ப நன்றிங்க.'

சென்றவரை கண்கொட்டாமல் பார்த்துக்கொண்டிருந்தான் பாஸ்கர். மேஜை மேல் அருணுக்கு வரும் கடிதங்கள் அத்தனையும் அவன் பார்வைக்கு வைத்திருக்கும் ஒன்றையும் காணவில்லை. ஆடிட்டரிடமிருந்து முக்கியமான கடிதம் ஒன்றை எதிர்பார்க்கிறான்.

மெல்ல மாடிக்குச் சென்றான். அருணின் அறைக் கதவைத் தட்டினான். முன்பெல்லாம் தட்டாமல் நுழைவான். இரண்டு நாட்களில் எத்தனை மாறுதல்? கதவு பிளந்து ப்ரேமலதா, 'மறுபடி நீயா? பெரூட்மை விட்டு நகரமாட்டே போலிருக்கே!'

பாஸ்கரின் முகத்தில் மாறுதல் எதுவும் ஏற்படவில்லை. 'லெட்டர்ஸ் பார்க்கணும்' என்றான்.

'என்ன லெட்டர்ஸ்?'

'அருணுக்கு வந்தது. ஆடிட்டர்கிட்ட இருந்து ஒரு லெட்டர் எதிர்பார்க்கிறேன்.'

'சரி, நான் எடுத்து வெக்கறேன்.'

'உடனே வேணும். ஐ.டி. அட்வான்ஸ் டாக்ஸ் ஸ்டேட்மெண்ட் ஒண்ணு போகணும்.'

'எடுத்து வெக்கறேன். சொன்ன இல்ல?'

'எப்ப?'

'மத்தியானம் வாங்க!'

'அருணைக் கூப்பிடுங்க.'

'குளிக்கிறார். பாத்ரூமுக்குள்ளேகூட வரணுமா?'

'நீங்க பேசறது ஆபாசமா இருக்கு.'

'நீங்க நடந்துக்கறது?'

பாஸ்கரின் முகத்தில் இப்போதுகூட சலனம் ஏதும் ஏற்பட வில்லை. நெற்றி ஓரத்தில் ஒரே ஒரு நரம்பு சற்று நகர்ந்தது. ஒருவிதமாக அவளைப் பார்த்து ஏளனமாகப் பாதிப் புன்னகை செய்துவிட்டுக் கிளம்பினான்.

'க்ளுக்'கென்று அவள் சிரிப்பது அவன் முதுகுப்புறம் கேட்டது. மெல்லப் படி இறங்கி வந்தான். நேராக நடந்தான். மேஜைக்கு வந்து பேனா எடுத்து, காகிதத்தில்...

'அன்புள்ள அருண்...'

என்று எழுத ஆரம்பித்து நிறுத்தினான். இரண்டு நிமிஷம் யோசித் தான். அந்த முற்றுப்பெறாத கடிதத்தைக் கிழித்தெறிந்தான்.

Cutaway: A shot related to the narrative but not directly to the principal subject.

அருமைராசனுக்கு அன்று முதலில் ஏற்பட்ட அனுபவம் உடம்பெல்லாம் சிலிர்த்தது. ஒரு சிறு காகிதத்தில் எழுதியிருந்த எட்டு வரிப் பாடல் எப்படி அத்தனை வாத்தியக்காரர்கள் மத்தியில் மெட்டமைக்கப்பட்டு ஒரு திரைப்படப் பாடலாக மாறுதல் அடைகிறது என்பது வியத்தகு சாதனையாகத் தோன்றியது. ஒருநாள் அருமைராசன் பாடலும் அவ்வாறு பருவமடையும் என்ற நம்பிக்கையில் அவன் பகல் கனவு கண்டான்.

வாத்தியக்காரர்கள்... கண்ணாடி ஜன்னல்களுக்குப் பின் இயந்திர சாதனங்களின் அருகில் வீற்றிருக்கும் பொறியியல் வல்லுனர்கள். எத்தனை இனிமை! அங்கொரு மத்தளம் தட்டப்படுவதும், இங்கொரு கம்பி வருடப்படுவதும், எதிரே ஒரு மேல்நாட்டு வீணை முறுக்கப்படுவதும், வினோத வினோத முரசுகள் கொட்டப்படுவதும், ஓரத்தில் தனியே பாலசுப்பிரமணியமும் ஜானகியும் காதில் ஏதோ அணிந்துகொண்டு காத்திருப்பதும்...

சட்டென்று ஸ்விட்ச் போட்டாற்போல் நின்றுவிட்டன.

'அருமைராசன் வந்துட்டாரு!'

‘யோவ் தள்ளி நில்லுய்யா. டேக் எடுக்கப் போறாங்க. பாட்டு கேக்கணுமின்னா அந்த உள்ள போயிரு!’

‘அடாடாடா! அவுங்களாலயே ரோதனையாப் போச்சுய்யா!’

அருமைராசனுக்கு அந்த அறையைத் திறந்துகொண்டு உள்ளே போக ஆசையாக இருந்தது. தைரியம் இல்லை. மூடியிருந்த கதவிலிருந்து இனிய இசை கசிந்தது. அதைத் தன் உள்ளத்தில் பெரிதாக்கிக்கொண்டு கேட்டுக்கொண்டிருந்தான். கிட்டு எங்கே போனார் என்பது தெரியவில்லை. அவருக்கு எல்லா இடத்திலும் அனுமதி கிடைக்கிறது. இன்னும் இருநூற்றைம்பது ரூபாய் கொடுத்தால், இரண்டு பாட்டாகப் போட்டுவிடலாம் என்று பேசியிருக்கிறார். இருநூற்றைம்பதுக்கு எங்கே போவான்? விற்கக் கூடியதை எல்லாம் விற்றாயிற்று. கிட்டு தெளிவாகவே சொல்லிவிட்டார். இரண்டு பாட்டுக்குத் தலா ரூ. 750 என்று வாக்குக் கொடுத்துவிட்டாராம். இருநூற்றைம்பது ரூபாய் கொண்டுவந்தால் உடனே இசையமைப்பைத் தொடங்கிவிட லாமாம். பாக்கியை அப்புறம் கொடுக்கலாமாம். இல்லை யென்றால், முன்பு கொடுத்த ஆயிரத்தை அப்படியே திரும்பக் கொடுத்துவிடுகிறேன் என்றார். எவ்வளவு பெருந்தன்மை. எத்தனை பெருந்தன்மை. எனக்குத்தான் அதிர்ஷ்டம் இல்லை. இருநூற்றைம்பது ரூபாய் எனக்கும் புகழுக்கும் உள்ள தூரம்...

அருமைராசன் ரிக்கார்டிங் ஸ்டூடியோவின் வெளியே இருக்கும் மர நிழலில் வந்து நின்றான். அமைதியான காவலர்கள் போல் மரங்கள். குட்டைப் பனைமரங்கள். மெல்ல நடந்தான். சின்னச் சின்ன கட்டடங்களின் இடையே நிறையச் சுறுசுறுப்பான ஆசாமி கள் உலவிக்கொண்டிருந்தனர். அருமைராசன் நிழலில் உட்கார்ந் தான். இன்னும் உண்ணவில்லை. பசி வயிற்றைத் தொட்டது. நேராக வீட்டுக்குப் போனால் நிச்சயம் சோறு கிடைக்கும். கிட்டு உள்ளே சென்றவர் இன்னும் வெளியே வரவில்லை, அவர் வரட்டும். தகவல் தெரிந்துகொண்டு புறப்படலாம். ‘ரூ. 750-க்கு ஒரு பாட்டுக்கு ஏற்பாடு செய்ய முடியுமா?’ என்று உள்ளே சென்றிருக் கிறார். வந்தவுடன் புறப்பட்டு விடலாம். அவரால் ஏற்பாடு செய்ய முடியவில்லை என்றால், அவன் ரூ. 250-க்கு ஏற்பாடு செய்ய வேண்டும். ஜெனரல் ஆஸ்பத்திரியில் ரத்தம் கொடுத்தால் ரூபாய் இருபது கொடுப்பார்கள். எனக்கும் மேரிக்கும் தலா இருபது என்றால் நாற்பது. இம்மாதிரி ஆறுமுறை தரவேண்டும். உடனே உடனே ரத்தம் தர அனுமதிக்கமாட்டார்கள்.

மேரியின் பெரியப்பா மகனைக் கேட்டுப் பார்க்கலாம். தயக்கமாக இருக்கிறது. ஏற்கெனவே அவர்கள் வீட்டில். இருப்பது ஒரு பெரிய பாரம். இலவசமாகச் சோறு போடுகிறார்கள். அதற்காக மேரி அங்கு உழைக்கத்தான் செய்கிறாள். சமையல் செய்கிறாள். வீட்டுவேலை செய்கிறாள். பச்சை உடம்பு, பிள்ளை பெற்றுக் கொஞ்ச நாள்தான் ஆயிற்று. பிள்ளை பறிபோன துக்கம் வேறு. பாவம் மேரி மேரி மேரி. என்றாவது ஒரு நாள் உன்னை நான் என் கவிகளால் சம்பாதித்துக் கண்ணீரைத் துடைத்துக் காரில் ஏற்றி வைத்து, நகைகளால் அலங்கரித்து...'

'ஏன்யா, உன்னை எங்கல்லாம் தேடறது? அங்கதான் இருன்னு சொன்னேனே.'

கிட்டுவைப் பார்த்ததும் திடுக்கிட்டு எழுந்தான்.

'மன்னிச்சுக்குங்க. உள்ள விடமாட்டேன்னுட்டாங்க.'

'யார் சொன்னது? கிட்டு சார் சொன்னார்னு சொன்னியா?'

'இல்லிங்க.'

'அதான் தப்பு. இதப் பாருங்க அருமைராசன், நான் உங்க கவிதை களைப் பத்தித் தீவிரமாகவே உள்ள பேசிட்டிருந்தேன். 'இதோ ஒரு தரமான கவிஞன். நாம அவனுக்குப் பணம் கொடுத்துப் பாட்டெழுதச் சொல்றதை விட்டுட்டு அவனிடம் நாம் பணம் கேக்கறதே தப்பு' அப்படின்னு புடிச்சு விளாசிட்டேன். ஆனா அவுங்களுக்குக் கவிதையைப் பற்றி என்ன தெரியும்? எப்போதும் இதுதான் வழக்கமாம். புதுசா பாட்டெழுதறவங்க, உள்ள வரணும்னா பணம் கொடுத்துத்தான் வரமுடியுமாம்.'

'பணம்தான் கொடுத்தாச்சுங்களே!'

'போதாதே! ஆயிரம் ரூபாதானே கொடுத்தீங்க!'

'ஒரு பாட்டுப் போட்டா போதுமின்னு...'

'ம்ஹூம்! கேட்டுப் பார்த்துட்டேன். ஒத்தைப் படையா அவங்க ஆரம்பிக்கவே மாட்டாங்களாம். ரெண்டு போட்டே ஆகணும்னு கட்டாயம்.'

'அப்ப இன்னும் ரூபாய் இருநூற்றைம்பது வேணுமின்னு சொல்றிங்க.'

‘இல்லை இன்னும் ஐநூறு.’

‘அதெப்படிங்க?’

இரண்டு பாட்டுக்கு ரூபாய் ஆயிரத்தைந்நூறு... ஆயிரம் கொடுத்திருக்கிங்க. பாக்கி ஐநூறு. எப்படி இருநூற்றைம்பதுன்னு சொல்றீங்க!’

‘கணக்கு தப்பாப் போட்டுட்டேங்க!’

‘எங்கிட்ட கணக்கு அப்பழுக்கில்லாம சுத்தம்! நீங்க எதுக்கும் யோசிச்சு முடிவு பண்ணுங்க. ஐந்நூறு முடியலைன்னா கொஞ்சம் கொஞ்சமாக் கொடுங்க... அதுவும் முடியாது வேண்டாம்னா என்கிட்டச் சொல்லிடுங்க. ஆயிரம் ரூபாயைத் திரும்பித் தந்துடறேன். ஆனா ஒருநாள் முன்னாடி சொல்லிடுங்க! பாங்கில போய் பணம் எடுக்கணும் பாருங்க!’

‘உங்க அட்ரஸ்!’

‘நான் கண்டபடி அலைவேன். டபிள் ஃபோர் டபிள் சிக்ஸ் டபிள் சிக்ஸ், இந்த போன்ல கேட்டா, நான் எங்க இருக்கேன்னு சொல்லுவாங்க... சாப்பிட்டீங்களா?’

‘இல்லிங்க!’

கிட்டு தன் பையிலிருந்து பத்து ரூபாய் எடுத்துக் கொடுத்தார். ‘வெச்சுக்கங்க. நல்லா சாப்பிடுங்க. பஞ்சத்தில் அடி பட்ட மாதிரி இருக்கீங்க.’

அருமைராசன் தயக்கத்துடன் பத்து ரூபாயை வாங்கிக் கொண்டான். கிட்டு, அங்கே காத்திருந்த பற்பல மோட்டார் வண்டிகளின் அருகில் சென்று ‘யாரப்பா எல்.வி. பிக்சர்ஸ் டிரைவர்?’ என்று கேட்க, ஒருவன் வர, காரின் கதவைத் திறந்து, ‘உனக்கு எங்க போகணும்?’ என்றார்.

‘பெரம்பூர்.’

‘பெரம்பூர்? தூரமாச்சே! நான் டிரிப்ளிகேன் பக்கம் போறேன். ஏறிக்கங்க. மவுண்ட் ரோட்டில எறக்கி விட்டுர்றேன். அங்க நல்ல ஓட்டல்ல சாப்ட்டுட்டு, நிதானமா போய்ச் சேருங்க. முதல்லே உடம்பைப் பார்த்துக்கங்க. அப்புறம்தான் கவிதை.’

'சமீபத்தில ஃபேமிலில துக்கமாயிருச்சுங்க!'

'அடடா! நேராப் போயிருப்பா.'

மவுண்ட் ரோடில் அவனை உதிர்த்துவிட்டுப் புன்னகையுடன் கையாட்டிவிட்டுச் சென்ற கிட்டுவை, அருமைராசனுக்கு ரொம்பப் பிடித்திருந்தது. தன்னிடம் பணம் இல்லை என்பதை நாசூக்காக அறிந்துகொண்டு பணம் கொடுத்த அவர் திறமை அவனைப் புல்லரிக்கச் செய்தது. நடந்தான். எத்தனையோ கார்கள் உலவும் சுறுசுறுப்பான அண்ணா சாலைச் சுவரின் மேல்புறத்தில் பானர்கள். எம்.எஸ். விசுவநாதன், கண்ணதாசன், பாபு...

எம்.எஸ்.விசுவநாதன், அருமைராசன், பாபு... சரியாகத்தான் வருகிறது. புத்தகக்கடை ஒன்றைப் பார்த்து வியந்தான். இத்தனை புத்தகங்களா?

உள்ளே நுழைந்து தமிழ் மூலையை விசாரித்துக்கொண்டு சென்றான். எத்தனை புத்தகங்கள். எத்தனை கவிதைகள்! பாரதி தாசன் முழுவதையும் வாங்கிவிடவேண்டும்போல இருந்தது. படித்திருக்கிறான். கண்ணதாசன்? மனப்பாடம். புதுசா ஏதாவது? பத்து ரூபாய் அதிகம். ஒரு சாப்பாடு என்ன- இரண்டு? இரண்டரை? பஸ்ஸுக்கு ஒரு ரூபாய் அல்லது ஒன்றரை. ஐந்து ரூபாய்க்குத் தாராளமாகப் புத்தகம் வாங்கலாம். அருமைராசன் அப்துல் ரகுமானின் 'நேயர் விருப்பத்'துடன் வெளியே வந்தான்.

ஓட்டலில் சாப்பிடுகையில், பஸ் மாறும்போது மற்றொரு பஸ்ஸில் அதைப் படித்துக்கொண்டே சென்றான்.

மழையாகி வரவண்டும் நீ-என்
மனம்தந்த விதை யாவும்
மகரந்த மொழி பேசும்.
மலராக்கித் தரவேண்டும் நீ!

மேரியின் நினைவு வந்தது. வீட்டுக்குச் சென்றான். அவன் மனைவி வாசலில் உட்கார்ந்து விசித்து விசித்து அழுது கொண்டிருந்தாள்.

அருணும் ப்ரேமலதாவும் சென்ற ஐரோப்பிய ஹனிமூன் மிகப்பெரிய ஏமாற்றமாகிவிட்டது. அவர்கள் கிளம்பிய சமயம் சரியில்லை. டிசம்பர் குளிரில் என்னதான் லேயர் லேயராகக் கம்பளிச் சட்டையும் கோட்டும் ஓவர்கோட்டும் அணிந்திருந்

தாலும், போகிற இடங்கள் எல்லாம் - கட்டடங்கள் எல்லாம் - சூடு பண்ணி உள்ளே சௌகரியமாக இருந்தாலும் காலாறத் தெருவில் நடந்தோம், பாப்கார்ன், கடலைக்கொட்டை, ஐஸ் க்ரீம் தின்றுகொண்டு பராக்கு பார்த்துக்கொண்டு நடந்தோம் என்றில்லை. ரோமாபுரியின் சிஸ்டைன், செயிண்ட் பீட்டர் தேவாலயங்களின் அற்புதமான சிற்பங்களும், ஓவியங்களும் சுலபமாக அலுத்துவிட்டன. பாரிஸ் நகரத்தின் லூவர் மியூசியத் தின் மோனாலிசாவின் கோடி ரூபாய்ச் சிரிப்பு அவர்களைக் கொள்ளை கொள்ளவில்லை. மூலான் ரூஷ், லிடோ போன்ற நைட் கிளப்களின் மகத்தான ஃப்ளோர் ஷோக்கள் அவர்களைக் கவரவில்லை. ஸ்விட்ஸர்லாந்து என்பது ஒரு மகத்தான குளிர் நகரம்போல இருந்தது. ப்ரேமலதாவுக்கு ஒரு வாரம் தொடர்ச்சியாகத் தலைவலி ஏற்பட்டு, சரியாகப் பத்து நாளில் ஊருக்குத் திரும்பிவிடலாம் என்கிற அலுப்பு வந்துவிட்டது. இந்த ஒரே ஒரு விஷயத்தில் மட்டும் இருவருக்கும் கருத்து வேறுபாடு இல்லை. மற்றவை எல்லாவற்றிலும் ஏறக்குறைய எதிரும் புதிரும்தான்.

பாரிஸ் நகரத்தில் அருண் சில எக்ஸ் படங்களுக்குப் போக வேண்டும் என்றான். அவள் ஊர் சுற்றிப் பார்க்கவேண்டும் என்றாள்.

'இந்தக் குளிர்லயா. எச்சத் துப்பினாகூட ஐஸா வரது... பாத்ரூம் போனா...'

'இந்த ஜோக்கை எட்டாவது தடவை சொல்றிங்க!'

'எத்தனை விஷயம் நாம திருப்பித் திருப்பிச் செய்யறோம். அது போலத்தானே. நீ அந்தப் படத்துக்கு வரப்போறியா இல்லியா?'

'நான் வரமாட்டேன். நீங்களும் என்னைத் தனியா விட்டுட்டுப் போகக்கூடாது. வந்ததிலிருந்து சக்கை போர், குளிர்ல அழைச்சிட்டு வந்து உயிரை வாங்கறீங்க. ஸ்விட்ஸர்லாந்தில் ஹோட்டல்ல கேட்டான்... 'இந்த மாசத்தில ஹோட்டல் பூரா காலியா இருக்கும். நீங்க ஒருத்தர்தான் டூரிஸ்ட்டு'ன்னான். எல்லாம் அந்த பாஸ்கர் ஏற்பாடு செஞ்சதுதானே?'

'பாஸ்கர் என்ன செய்வான்? நாம சொன்ன தேதிக்கு புக் பண்ணி யிருக்கான். நான் ஏப்ரல் மாசம் போகலாம்னு சொன்னேன். நீதான் இப்பவே போகணும்னு பிடிவாதம் பிடிச்சே.'

'நானா? பொய் சொல்லாதீங்க அருண். உங்களுக்குத்தான் வருஷம்பூரா கால்ஷீட், டிசம்பர்லதான் கொஞ்சம் கழட்டிக்க முடியும்னு பாஸ்கர்...'

'பாஸ்கர், பாஸ்கர்! ஏன் அவன்மேல ஆத்திரம்?'

'வேலைக்காரனா இல்லே. அவன் சர்வாதிகாரியா இருக்கான். அவன்தான் உங்களுக்கும் கல்யாணிக்கும்...'

'எனக்கும் கல்யாணிக்கும்...'

'ஃபர்கெட் இட்!'

'என்ன சொல்ல வந்தே? சொல்லிடு, முழுங்காதே! கமான், பி ஃப்ராங்க்!'

'நீங்க கோவிச்சுப்பிங்க!'

'இப்படிப் பாதியில சொல்லாம நிறுத்தினாத்தான் எனக்கு கோபம் வரும். சொல்லு.'

'பாஸ்கர்தான் உங்களுக்கும் கல்யாணிக்கும் அடிக்கடி சந்திப்பை ஏற்பாடு பண்ணிக் கொடுத்து, உங்கள் காதலை வளர்த்ததா இண்டஸ்ட்ரியில பேசிக்கிறாங்க.'

'அப்புறம் என்ன பேசிக்கிறாங்க?'

'நீங்க கோபத்தில இருக்கீங்க. உதடு நடுங்கறது உங்களுக்கு.' சிரித்தாள்.

'ப்ரேம், நீ இதை நம்பறியா?'

'என்னைப் பொருத்தவரையிலும் நம்ப ரெண்டு பேருக்கும் கல்யாணம் ஆய்டுச்சு. இனிமே நீங்க அவளைப் பற்றி நினைக்கிறது சரியில்லை.'

'யார் சொன்னா அப்படி?'

'நான் பார்த்தேன்!'

'என்ன?'

'தூக்கத்தில கல்யாணிங்கறிங்க.'

'பொய்.'

'சரி, பொய். அன்னிக்கு - அதாவது நாம ரெண்டு பேரும் யூரோப்புக்குப் புறப்படறதுக்கு ஒருநாள் முன்னாடி - நீங்க அவளைப் போய் பார்த்ததுகூடப் பொய்.'

'டோன்ட் பி ரிடிக்யுலஸ். எனக்கு அவ என்ன ஆனா, எங்க இருக்கா, எதுவும் தெரியாது. அதைப் பற்றி எனக்கு அக்கறையும் கிடையாது...'

'நல்லது.'

'நீ நம்பலை.'

'எனக்கும் அவளைப் பற்றி அக்கறை இல்லை. அதைப் பற்றிப் பேசவேண்டாம்னாகூட. நீங்கதான் அந்த டாபிக்கை மறுபடி மறுபடி கொண்டு வர்றீங்க. எல்லாம் பாஸ்கரால வர்றதுன்னு நினைக்கிறேன். அவன் என்னைப் பார்க்கிற பார்வை சரியா யில்லை. ஏதோ ஒரு அழையாத விருந்தாளியைப் பார்க்கிற மாதிரி பார்க்கிறான். செக்ரட்ரி பழகற மாதிரி இல்லை... எனக்கு ஒரு சில சமயம் சந்தேகம் வர்றது. உங்களால பாஸ்கரை டிஸ்மிஸ் பண்ண முடியாதோன்னு.'

'ஏன்?'

'அவனுக்கு உங்க ரகசியம் எல்லாம் தெரியும்.'

அருண் அவள் புஜத்தைப் பிடித்துத் திருப்பி... 'இதப் பார் ப்ரேம், பாஸ்கரை நிறுத்தறதோ வெச்சுக்கறதோ என் இஷ்டம். நீ சொல்லி நான் தீர்மானிக்கப் போறதில்லை. இதையும் கேளு. என்னை நீ என்ன வேணுமானாலும் நினைச்சுக்க. மேல் ஷாவனிஸ்ட் பிக்னு சொல்லிக்க. பரவாயில்லை. என் வீட்டில் நான்தான் எஜமானன். என்கூட வாழணும்னா, நான் சொல்றதை நீ கேக்கணும். ஏன்னா நான்தான் சம்பாதிக்கிறவன்... யு மஸ்ட் லிஸன் டு மி.'

'ஏன், நான் சம்பாதிக்கலையா?'

'நீ சம்பாதிக்க முடியாது. சீக்கிரமே நடிக்கிறதை நீ நிறுத்தி ஆகணும்...'

'ஏன்?'

'தெரியாத மாதிரி கேக்கறே?'

கனவுத் தொழிற்சாலை ♦ 183

'நான் கர்ப்பமா இருக்கறதாலேயா?'

'ம்.'

'ரெண்டு மாசம்கூட ஆகலை. அபார்ட் பண்ணிக்கப் போறேன்' என்றாள் அலட்சியமாக.

'ஓ நோ! ப்ரேம்! டோன்ட் பி ஸில்லி! அந்த மாதிரி நினைக்கிறது கூட பாவம், ஏன், எதுக்கு?'

'என் காரியர் அஃபெக்ட் ஆய்டும்! நான் நடிக்க வேண்டாமா? இத்தனை சீக்கிரம் பெத்துக்கிட்டா உடம்பு பாழாய்டும்... இது வேண்டாம். ரெண்டு மூணு வருஷம் கழிச்சு அப்புறம் பார்க்கலாம். என்ன? கர்ப்பமாறது என்ன, ரொம்ப ஈஸி! யூ ஆர் வெரிகுட் அட் இட்!'

ஒரு கணம் அவளை அப்படியே பிடித்து உலுக்கிச் சுவரின் மேல் அறையவேண்டும் என்ற தோன்றியது அருணுக்கு.

No picture shall be certified for public exhibition which will lower the moral standards of those who see it.

- Ministry of I & B. Directions to the Board of film censors.

ஏர் பஸ் விமானம் இரையுண்ட மலைப்பாம்பு போல மெதுவாக ஊர்ந்து வந்து நின்று, ஏணிப்படி வைத்து, கதவு திறந்து, இரு நூற்றைம்பது பிரயாணிகளை உதிர்த்தது. வெயில் கண்ணாடி அணிந்துகொண்டு அருணும் ப்ரேமலதாவும் நடந்தார்கள்.

டெர்மினல் கண்ணாடிக்குப்பின் பாஸ்கர் காத்திருந்தான். அருகே இரண்டு புரொடக்ஷன் ஆசாமிகள் நிற்க, சில ரசிகர்கள் மாலையுடன் வந்திருந்தார்கள். பொழுது போகாத ஒரு பத்திரிகை நிருபர் டாய்லெட்டிலிருந்து வெளிப்பட்டார். ப்ரேமலதாவின் கையிலிருந்த சிறிய பெட்டியை வாங்கிக்கொள்ள விரும்பினான் பாஸ்கர். அவள் மறுத்தாள், அம்மா வந்திருந்தாள்.

'ஹாய் பாஸ்கர்!' என்றான் அருண். 'பாம்பே கஸ்டம்ஸ்ல உருவி விட்டுட்டாங்க.'

'ஹாய் அருண்!' ரசிகர்கள் மாலை போட்டதை உடனே கழற்றினான்.

'மத்தியானம் கால்ஷீட் இருக்கு தம்பி' என்றவரிடம், 'வந்துர்றேனுங்க அண்ணாச்சி' என்றான்.

'சௌகரியமெல்லாம் எப்படி?'

'ப்ரேம்! நீ முன்னால போயிடு. நான் அடுத்த கார்ல வர்றேன்' என்றான். ப்ரேமலதா நேராக ஒன்றும் பேசாமல் தன் தாயுடன் நடந்தாள். ரசிகர்கள் அருணைத் தொடர, ஏர்போர்ட் சிப்பந்திகளும் சேர்ந்துகொண்டார்கள். பத்திரிகைக்காரர், 'உங்க படம் மூணு கேன்சல் ஆயிருச்சாமே. கமல், ரஜினியைப் போட்டுட்டாங்களாமே' என்றார்.

'ஏன்யா வந்த சூட்டில ராவறீங்க?'

'அதெல்லாம் உண்மையில்லை' என்றான் பாஸ்கர்.

'அவர் சொல்லட்டுமே!'

'ஹி இஸ் டயர்ட்.'

'ஏன் ப்ரேமலதா தனியாப் போய்ட்டாங்க.'

அதற்குப் பதில் சொல்லாமல் அருண் நடந்து காரில் ஏறிக் கொள்ள, அவனிடமிருந்து பாக்கேஜ் டிக்கெட்டுகளை வாங்கி, 'பரமசிவம்! சாமான்களோட வேன்ல வந்துரு' என்று சொல்லி விட்டு, பாஸ்கர் காரின் டிரைவிங் சீட்டில் ஏறிக்கொள்ள, ரசிகர்கள் கொஞ்ச தூரம் கூட ஓட கார் புறப்பட்டது.

'ஹனிமூன் எப்படி?'

'டிஸாஸ்டர்!' என்றான் அருண்.

'வெளிநாட்டில் போய் நிறையப் பணம் கொடுத்து சண்டை போட்டுக்கிட்டோம். குளிர் பிடுங்கிடுச்சு!' சற்று நேர மௌனத்துக்குப் பிறகு, 'என்ன பாஸ்கர், கால்ஷீட் அட்ஜஸ்ட் பண்ணிக்கிட்டுத்தானே புறப்பட்டேன். படம் எதாவது கேன்சல் ஆயிடுச்சா - வாஸ்தவமா?'

'ஆமா.'

'எத்தனை படம்.'

'நாலு.'

‘ஏன்?’

‘பிரச்னை கால்ஷீட் இல்லை அருண். வரிசையாக உன்னோட மூணு படம் கவிழ்ந்திருக்கு. ‘வயசுக்கு வந்த பொண்ணு’க்கு அப்புறம் ஒண்ணும் ஓடலே. அதுவும் ‘மலர்ச்சரம்’ படு ஃப்ளாப். ஒரு வாரத்திலே தூக்கியிருக்காங்க!’

‘நல்ல படம். அதனாலதான் ஓடலை.’

‘யூ நீட் எ ஹிட்.’

‘பாஸ்கர், ஒரு ஐடியா. ஒரு சொந்தப் படம் எடுக்கலாம். சினிமாஸ்கோப். கலர், ‘தரம்வீர்’ மாதிரி. ‘தக்டக் தக்டக்’குனு குதிரை. பம்பாய்ல இருந்து பர்வீன் பாபியைக் கொண்டுட்டு வரலாம்... சலீம் ஜாவேதைக் கதை கேட்கலாம்...’

‘ஒரு கோடி ரூபா செலவாகும்.’

‘டிஸ்ட்ரிப்யூட்டர்ங்க கொடுக்க மாட்டாங்களா?’

‘எங்க? பத்து லட்சத்துக்கே இங்க சிங்கியடிக்குது. கிராமம் கிராமம்னு தெருவில் வர்றவங்களை எல்லாம் ஹீரோவாப் போட்டு ஒரு லட்சத்தில் படத்தை ஆரம்பிச்சுர்றாங்க... ஏரியா வித்துர்றாங்க... அருண், உன் மாதிரி ஸ்டார்ங்களுக்கு இப்ப மதிப்பு கழண்டுக்கிட்டிருக்கு.’

‘என் மூஞ்சியைப் பார்த்து அலுத்துப் போச்சு.’

‘அதில்லை காரணம்... இண்டிஃப்ரண்ட் ஆக்டிங். ‘உதிரிப்பூக்கள்’ பார்த்தியா?’

‘இல்லை.’

‘பாரு. புதுசா வந்தவங்க. ரொம்ப சின்ஸியராச் செய்யறாங்க...’

‘ஓடுதா?’

‘சுமாரா ஓடுது.’

‘பயப்படாதே பாஸ்கர். ஐ’ல் கம் பேக்’ சற்று யோசித்து. ‘வித் எ பாங்’ என்று டாஷ்போர்டில குத்தினான். ‘பாஸ்கர். ஒண்ணு மட்டும் செஞ்சுறாதே.’

‘என்ன?’

‘என்னை விட்டுறாதே.’

‘அதைப் பற்றி யார் நினைச்சாங்க?’

‘ப்ரேம்.’

‘அவ என்னை வெறுக்கறா. தெரியும்.’

‘அவ என்ன சொன்னாலும் நீ என்னை விட்டுப் போகக்கூடாது. பிராமிஸ்.’

‘ம்’ என்றான் பாஸ்கர்.

‘எனக்கு ஒருத்தரும் கிடையாது. என்னைச் சுற்றி இருக்கிற உறவுக்காரங்க. இப்ப என் மனைவி, எல்லாருக்கும் என்னைப் பற்றி அக்கறையில்லை.’

‘அப்படி நினைக்காதே. அது தப்பு.’

‘பாஸ்கர், எனக்கு ஒரு குழந்தை வேணும், ஒரு மனைவி கொடுக்கக்கூடிய சுலபமான பரிசு. அதைத் தரமாட்டாளாம். பாஸ்கர், ஷி வாண்ட்ஸ் டு அபார்ட்.’

‘ஸாரி’ என்றான் பாஸ்கர்.

அவர்களுக்கு முன் சென்ற காரில் ப்ரேமலதா, ‘அம்மா, சாயங்காலம் டாக்டரை அவசியம் பார்க்கணும்மா? என்றாள்.

‘எதுக்கு?’

‘அப்புறம் பேசலாம்.’

அருமைராசன், ‘என்னம்மா ஆயிருச்சு?’ என்றான் மேரியிடம்.

‘வாங்க, திரும்பிப் போயிறலாம். பங்களூருக்கே போயிறலாம். என்னால இந்த வீட்டில இனி இருக்க முடியாது.’

‘ஏன்? என்ன ஆச்சு?’

‘ஓட்டலுக்குப் போயிறலாம்.’

‘என்ன நடந்தது - சொல்லித் தொலையேன்!’

‘தொலையேன்’ என்பதில் இருந்த அழுத்தத்தில் அவள் அடி பட்டாள். தொடர்ந்து அழுதாள்.

உள்ளேயிருந்து குரல் கேட்டது. 'ஒண்ணுமில்லைப்பா! நீ இல்லாதபோது, இங்க நடக்கிற சிலது நல்லால்லே. என்னதான் பெரியப்பா மகள் சித்தப்பா மகள்னு உறவிருந்தாலும் துக்கம் இருந்தாலும், சேலை வாங்கிட்டு வர்றதும், பணியாரம் வாங் கிட்டு வர்றதும், 'அவ சாப்பிட்டாளா? அவ குளிச்சாளா?'ன்னு அடிக்கடி விசாரிக்கிறதும் கொஞ்சங்கூட நல்லால்லே!'

'பிள்ளையைப் பறிகொடுத்தவளுக்கு இந்தப் பொல்லாப்பு பாருங்க!' என்றாள் மேரி விசும்பிக்கொண்டே. அருமைராசனுக்கு அந்த நிலைமையின் விபரீத அர்த்தம் லேசாகப் புரிய, அப்படியே திகைத்து நின்றான். 'என்னம்மா சொல்றீங்க? என்ன இது அபாண்டம்!'

'ஒண்ணுவிட்ட உறவு. அது போற போக்கு எனக்குப் பிடிக்கலை. மன்னிச்சுக்க தம்பி. நான் பொம்பளை சன்மம். என் புருஷனை நல்லாத் தெரிஞ்சவ நான்... வந்தா கட்டையைத் தூக்கிறுவாரு...'

'என்னங்க கேட்டுக்கிட்டே நிக்கறீங்க? இப்படி ஒரு சொல்லா? சொல்லுங்க. என்னைத் தெரியாதா உங்களுக்கு. நான் அப்படிப் பட்ட சன்மமா?'

'நீ அப்படின்னு சொன்னனா மேரி? எனக்குத்தான் நம்பிக்கை இல்லை. நான் பார்த்தவ... அனுபவிச்சவ... அடிப்பட்டவ...'

'இப்ப என்ன செய்யணுங்கறீங்க?'

'என்னங்க நீங்க - வக்கணையாக் கேட்டுக்கிட்டு இருக்கிங்க! வாங்க போயிறலாம்!'

'எங்கே மேரி?'

'எங்கேயோ! வாங்க!'

ஒரு தகரப்பெட்டி, சுருட்டி வைத்த படுக்கையுடன் அவர்கள் தெருவில் வெயிலில் நடந்தார்கள். 'ஏம்பா சைக்கிள் ரிக்ஷா! போகலாமா?'

பஸ் நிலையத்துக்கு வந்தார்கள்.

'மேரி! உன்கிட்ட காசு இருக்குதா?'

'இல்லிங்க. எப்படியாவது ரயில் ஏறிடலாம். பங்களூர் போய்ச் சேர்ந்தாப் போதும்!'

அருமைராசன் மிச்சமிருந்த ரூபாய் இரண்டு. சில்லறையாக இருபத்தைந்து பைசாவைப் பார்த்தான்.

எப்படிப் போவது? அடுத்து என்ன செய்வது என்று அறியாமல் திகைத்து நின்றான்.

'அண்ணே! உங்களுக்குக் கூடப் பிறந்த தங்கச்சி இல்லையா? அம்மா அக்கா யாரும் இல்லையா? யோசித்துப் பாருங்க. அவங்கள்லாம் பொம்பளைங்கதானே?'

'அவுங்க பொம்பளைங்கன்னா, நீ வேற பொம்பளைடி!'

'விட்டுருங்க விட்டுருங்க! அண்ணே, கடவுள் சாட்சியா இது பாவம்!'

'கடவுளை ஏண்டி கூப்பிடறே! அவரு மேலோகத்தில படுத்திட்டிருக்காரு...'

இழுத்துச் சாத்தி உள்பக்கம் தாளிடப்பட்ட செட்டில் 'இளந் தலைவன்' படப்பிடிப்பு நடந்துகொண்டிருந்தது. டைரக்டர், லட்சுமணன், கேமராமேன், அஸிஸ்டண்ட், வில்லன், மனோன் மணி - அவ்வளவுதான். ஓரத்தில் வேணுகோபால் நின்றிருந்தார்.

'நீங்க என்ன பண்றீங்க பாலகோபால், 'நீ வேற பொம்பளை'ன் னுட்டு அப்படியே 'சரசர'ன்னு புடைவையைப் பிடிச்சு இளுத்துர்றீங்க... மனோ, நீங்க என்ன செய்யறீங்க, சுத்திச் சுத்திப் படுக்கையில விளந்துர்றீங்க... எங்க ஒரு ட்ரையல் பார்த்துறலாம்...'

'சேவிக்காதீங்க! மார் மறைக்குது பாருங்க!'

'கடவுள் சாட்சியாங்கறபோது சேவிச்சா நல்லாருக்குங்க!'

'ஒரு தபா சேவிச்சாப் போதும்.'

'குப்புற விழணுமா சார்?'

'இல்லை. மல்லாக்க. அப்புறம் பாலகோபால் உன் ஜாக் கெட்டைப் பட்டுனு கிளிச்சுடறாரு...'

'கடவுளை ஏண்டி கூப்பிடறே! அவரு மேலோகத்தில உக்காந் திருக்காரு!'

'படுத்திருக்காரு!'

'ஆ! படுத்திருக்காரு!' சரக்கென்று ஜாக்கெட் கிழிபட்டது. மனோன்மணி பூப்போட்ட உள்ளாடை அணிந்திருந்தாள்.

'கையைக் கட்டாதீங்கன்னு எத்தனை தரம் சொல்றது?'

'ஸாரி சார்! தானாவே வந்துருது!'

'ஏன்யா! நான் ஜாக்கெட்டைக் கிழிக்கவா சொன்னேன்...'

'ஸாரிங்க. நடிக்கிற வேகத்தில் படபடப்பில அப்படி ஆயிருச்சு!'

'வேற ஜாக்கெட் இருக்குதா? இப்ப டேக்குக்கு வேணுமே!'

'துரை. வெளியே போய் காஸ்ட்யூமர்கிட்ட சொல்லி மனோவுக்கு ஒரு ஜாய்ட் வாய்ட்டு வா. நீ உக்காரும்மா.'

மனோன்மணி தன் சேலையைக் கவர்ந்து தன்னை முற்றிலும் ஒரு கோக்கூன்போலச் சுற்றிக்கொண்டு உட்கார்ந்தாள்.

'ஏங்க, சென்சார்ல இதை அனுமதிப்பாங்களா?' என்றார் வேணு கோபால்.

'கதைக்கு ஒத்து வர்றதில்ல... இது ஆரம்பம், இன்னும் இருக்கு. முழுசா உருவிப்பிடறான்... அவன் காரக்டர் அப்படிய்யா... அதுக்கு நாம என்ன செய்ய முடியும்? முதல்ல இருந்தே அவனைக் காமுகனா காட்டிட்டு வர்றமில்ல?'

'எனக்கென்னவோ இது சென்சார்ல அடிப்பட்டுப் போயிரும்னு தோணுது.'

'கவலைப்படாதீங்க. சூப்ரண்டைப் பார்த்துட்டு ஏ.சி.ஓவைத் தனியாக் கவனிச்சுட்டுக்கிட்டாப் போறது. மெம்பர்கள் கொஞ்சம மைல்டா இருக்கறவங்களாப் பாத்துப் போடுவாங்க.'

'இருந்தாலும் இவ்வளவு தூரத்துக்கு விடுவாங்களா?'

'விட்டுருவாங்க பாரேன், பி, சி எல்லாம் பிச்சு உதறப்போவுது.'

'நீங்க 'சரித்திரத்தில் ஒரு ராத்திரி' பார்த்தீங்க இல்லே, அதை விடவா இது?'

'என்ன மனோ, ஆர்ட் ஃபிலிம் ஒண்ணுல ஆக்ட் பண்ணப் போறியாமே? 'குடிசை' எடுத்தாங்களே, அவங்களா?'

‘இல்லிங்க. இவர் புதுசா எடுக்கறாரு. இன்ஸ்டிட்யூட்டில படிச்சவரு.’

‘என்ன இன்ஸ்ட்யூட் - புடலங்கா. ஒரு டயலாக் பேசிட்டான்னா முளுசா ஒரு சிகரெட் குடிச்சிட்டு வந்துறலாம். அப்புறம்தான் அடுத்த டயலாக். இதெல்லாம் படமாய்யா? படம்னா மக்களுக்கு ஒரு படிப்பினை வேணும். இப்ப நம்ம கதையெ எடுத்துக்குங்க. பாலகோபால் கெட்டவன், தப்புத்தண்டா செய்யறான்னு காட்டறம்... ஏன் காட்டறம்? பின்னால ஜெயிலுக்குப் போயிர்றானா இல்லியா? திருந்திடறானா இல்லியா?’

‘கதை அப்படிங்களா?’ என்றார் வேணுகோபால்.

‘பின்னே? மனோ, நான் சொல்றதைக் கேளு. அவுங்ககூட எல்லாம் சேராதே. பத்தாயிர ரூவா வெச்சுக்கிட்டு ரீலுக்கு ரீல் சிங்கியடிக்கிற பயலுவ. இந்தப் படம் வரட்டும். உனக்கு எவ்வளவு பெரிய சான்ஸ் எல்லாம் வரப்போவுது... நான்தான் சகிண்ட் ஹீரோயின் பார்ட் கொடுக்கறேன்னு சொன்னேன் இல்லை. கொடுத்தேன் இல்லையா? அவசரப்பட்டுக்கிட்டு சங்கத்தில் சொல்லிப்பிட்டு அந்த ஆள் வந்து சத்தம் போட்டு... இதெல்லாம் வேண்டாமில்ல... இண்டஸ்ட்ரியில வாக்குத் தவறாத ஆளு ஒருத்தன்னா நான்தான். இதப் பாருய்யா பால கோபால், இப்படி வாங்க. என்ன இப்படித் தயங்கறிங்க? ஜோரா நடிங்க.’

‘முத முத ரேப் சீன் செய்யறாங்க. அதான் கொஞ்சம் தயக்கம்.’

‘சரியாப் போய்டும். என்னய்யா, ஜாக்கெட் கொண்டாந்தியா?’

‘கொண்டாந்தனுங்க.’

‘மனோ. இதைப் போட்டுக்கிட்டு வாம்மா.’

‘ஒரு நிமிஷம்’ என்றார் கேமராமேன். ‘சார், ஜாக்கெட் பச்சை நிறத்தில இருக்குது. கண்டின்யூட்டி உதைக்கும். அவ முதல்லே போட்டிருந்தது சிவப்பு.’

‘அடாடாடா, எவ்வளவு எடுத்திருக்கீங்க?’

‘உள்ள வராப்பல, கண்ணாடி முன்னால நிக்கறாப்பல. பின்னால பாலகோபால் வராப்பல - எல்லாம் சிவப்பு ஜாக்கெட்ல

எடுத்துட்டு இப்படி திடீர்னு பச்சைக்கு மாத்தினா விமர்சனத்தில் புடிபுடின்னு புடிச்சுடுவாங்க.'

'விமர்சனம்! அத யாருய்யா படிக்கறாங்க. கருந்தட்டாங்குடி டெண்டுக் கொட்டாயில பச்சை சிவப்பா பார்க்கறாங்க?'

'இருந்தாலும் இப்படி எடுக்கக் கூடாதுங்க.'

'யோவ் சாவு கிராக்கி... கலர் மாத்தி வாய்ட்டு வாய்யா. நீ உக்காரும்மா மனோ.'

மனோன்மணி மறுபடி போய் ஓரத்தில் உட்கார்ந்தாள். அவளுக்குப் பயமாக இருந்தது. கேமராவுக்கு முன் முதலில் துகில் உரித்தல், அப்புறம் மார்புச் சட்டையை அப்புறப்படுத்தி, அப்புறம் நிச்சயம் அதற்குமேலும் செய்யுமாறு சொல்வார்கள். செட் பூட்டப்பட்டதிலிருந்தே இந்த விபரீதம் தெரிந்துவிட்டது. அந்தக் கண்ணாடிக் கண் என் உடம்பு முழுவதும் வருடப் போகிறது. 'விர்ர்ர்' என்ற இயக்கத்தில் என் அத்தனை அங்கங் களையும் விழுங்கப் போகிறது. ஒரு கண் இல்லை. ஒரு ஜோடிக் கண்கள். இந்தப் பூட்டின அறையின் பாசாங்கு கற்பழிப்பு ஊர் ஊராக, கிராமம் கிராமமாகத் திரையில் விரியப் போகிறது. என்ன பிழைப்பு இது... எல்லாரையும்போல் எனக்குக் கல்யாணம் ஆகி, மெதுவாக வெட்கப்பட்டு, இரண்டே இரண்டு ஜீவன்களின் பிரத்தியேக அனுபவமாக இது நடக்கக்கூடாதா?

'வாம்மா. ஜாக்கெட் வந்துருச்சு.'

மனோன்மணி சற்று ஒதுங்கிச் சென்று அந்தச் சிவப்பை அணிந்து கொண்டாள்.

'அண்ணே, உங்களுக்குக் கூடப் பிறந்த தங்கச்சி இல்லையா?'

படிப்படியாக - அணு அணுவாக - அந்தக் காட்சி படம் பிடிக்கப் பட்டது.

'ஒரு தடவை சட்டுனு திரும்பிரும்மா.'

லட்சுமணன், 'எதுக்கும் ரெண்டு ப்ரிண்ட்டு போட்டுறலாம்...' என்றார்.

மனோன்மணி வெளியே வந்தாள்.

'வேன்ல விட்டுறச் சொல்லிட்டேன்... ஏம்பா, நீ டைரக்டரை ட்ராப் பண்ணிட்டு அப்படியே வந்துரு...' யாரோ காரில் சென்றார்கள். கதவுகள் சாத்தப்பட்டன. பீடிகளும், சிகரெட்டுகளும் பற்ற வைக்கப்பட்டன.

'வாங்கம்மா.'

மனோன்மணி அந்த வண்டியில் ஏறிக்கொண்டாள். இருட்டில் சீறிக்கொண்டு புறப்பட்டது வண்டி.

'எங்கம்மா - விருகம்பாக்கம்தானே?' என்றான் டிரைவர்.

இல்லைப்பா - 'மாம்பலம்' என்றாள்.

'மாம்பலத்தில் எங்க?'

'நீங்க போங்க. சொல்றேன்.'

அதே சமயம் திருவல்லிக்கேணி தேரடித் தெருவில் நிறைய குடும்பங்கள் வாழும் ஒரு பழைய பெரிய வீட்டில் ஒரு அறையில் ஒரு படுக்கையில் கல்யாணி மெலிதாக விசும்பிக் கொண்டிருந்தாள்.

துத்திப்பூ மாலை - எனக்குத் தோளிலிட்ட நாள் முதலா துன்பம் ஒருபுறமே - இப்போது துயரம் இருபுறமே.
- ஒப்பாரிப்பாடல், திருவாட்டி சின்னத்தாய் பாடியது

கல்யாணிக்கு அம்மாவைப் பார்க்கவேண்டும்போல் இருந்தது. அண்ணாவுக்குக் கடிதம் எழுதவேண்டும்போல் இருந்தது. இந்தப் புரியாத மனிதர் மூலையில் உட்கார்ந்து அக்கவுண்டன்சி படித்துக்கொண்டிருக்கிறார். மேஜை விளக்கு ஒளியில் கண்ணாடி அணிந்த அந்த முகத்தின் தீவிரம் இங்கிருந்து அச்சுறுத்தியது. கீழே சினிமாப் பத்திரிகை கிடந்தது. ஜன்னல் காற்றில் தன் பக்கங்களை விரித்துக் காட்ட - அருண்.

சண்டை ஒன்பது மணிக்குத் தொடங்கியது.

'எத்தனை தடவை சொல்லியிருக்கேன். இந்தப் பைத்தியக்காரப் புஸ்தகம் எல்லாம் வேண்டாம்னு?' என்று வெடித்தான்.

'வனஜாதான் கொடுத்தா; போது போகலைன்னு பொம்மை பாத்திண்டிருக்கேன்.'

'போது போலைன்னா அலமாரியில எத்தனை புஸ்தகம் இருக்கு? மர்க்கண்டைல் லா, பாங்கிங்... 'தெய்வத்தின் குரல்' படியேன்!'

‘ஸாரி! தெரியாமப் பார்த்துட்டேன்!’

‘அதைத் தலைகாணிக்கு அடியில எதுக்கு ஒளிச்சு வெக்கணும்?’

‘நீங்க வந்து கோவிச்சுப்பிங்களேன்னு.’

‘தெரியறதோல்லியோ? பாக்காம இருக்கிறது.’ சின்னச் சின்ன ஊசிகள், நிதானமாக ஒவ்வொன்றாக எடுத்து எடுத்துக் குத்தப் படும் அங்குபங்ச்சர். ‘ஏன் பார்த்தே? உனக்கு ரகசியமா இன்னும் அந்த ஆசை இருக்கு, அதனாலதான்.’

‘இல்லை, இல்லவே இல்லை!’

‘சும்மா பார்த்துப் பிரயோசனமில்லை. அவனையே நினைச்சு மருகறே.’

‘சேச்சே, அப்படியெல்லாம் பெரிய பேச்சு பேசாதீங்க.’

‘என்ன பெரிய பேச்சு?’

‘அவன் படம் இதில அகஸ்மாத்தா இருந்தது. இதில எத்தனையோ படம் இல்லையா, கமலஹாசன், ரஜினி காந்த்னு? எல்லாரையும் நான் நினைச்சுக்கறதா அர்த்தமா?’

‘அருண் பிரத்யேகமாச்சே உனக்கு! சின்ன வயசில என்னடி செஞ்சான்? பின்கட்டுக்குத் தனியா அழைச்சுண்டு போய் தாவணியை உருவினானா?’

‘அய்யோ, ஏன் இப்படித் திருப்பித் திருப்பி அவன் பேரையே இழுக்கறீங்க. நான் என்ன செய்ய முடியும்? எதையெடுத்தாலும் விபரீதமா?’

‘இந்த மாதிரி புஸ்தகங்களைத் தொடாம இருக்கலாமோல்லியா?’

‘ஒரு பத்திரிகை பார்த்ததுக்கு இத்தனை பேச்சா?’

‘திருப்பித் திருப்பி எதிர்த்துப் பேசற பார்த்தியா?’ அவன் குரல் உயர்ந்து கண்கள் பெரிதாயின. ‘இதப் பார், என் மனசில உறுத்திக்கிட்டு இருக்கறத சொல்லிடறேன். நீ என்னைத் தழுவுற போதெல்லாம் அவனை நினைச்சுண்டுதான் தழுவறேன்னு நினைக்கிறேன்.’

அவ்வளவுதான். 'புசுக்'கென்று அழுகை வந்துவிட்டது கல்யாணிக்கு. 'அம்மா! அம்மா, தெய்வமே!'

'இப்ப எதுக்கு அழுகை?'

மேலும் அழுதாள். சற்று நேரம் அவளையே பார்த்துக் கொண்டிருந்தவன். 'அழு!' என்று சொல்லிவிட்டு வெளியே சென்றான். அடுத்த அறையிலிருந்து, 'இனிமே இந்த மாதிரி நடக்காம பார்த்துக்க. இந்தத் தடவை மன்னிக்கிறேன்' என்றான்.

படுக்கையில் முழந்தாளிட்டு உட்கார்ந்து, சற்று நேரம் அழுதாள்.

திரும்பி வந்தவன், 'என்ன அழுதாச்சா?' என்றான். மௌனமாக இருந்தாள்.

'கல்யாணி.'

மௌனம்.

'பேசாட்டிப் போயேன். உனக்கு நல்லதுக்குத்தானே சொன்னேன்?'

மூலையில் உட்கார்ந்து படிக்க ஆரம்பித்தான். கல்யாணி அப்படியே படுத்து, அந்தப் பக்கம் திரும்பிக்கொண்டு தூங்கிப் போனாள். ராத்திரி 11 மணிவரை படித்துவிட்டு, ஒரு கொட்டாவியைச் சொடக்கிவிட்டு. விளக்கணைத்து அவளருகில் வந்து படுத்தான். புழுப்போல் சுருண்டு படுத்திருந்தவளைத் திருப்பி, 'ஏய்' என்று உலுக்கினான். 'வா' என்றான்.

மௌனமாக, மிக மௌனமாக, தூக்கக் கலக்கத்தில் தனக்கு நிகழ்வது வேறு யாருக்கோ நிகழ்வதுபோல் இருந்தது. உஷ்ணமான மூச்சுக் காற்று அவள் மார்பில் படர, அவள் உடம்பெல்லாம் இஷ்டப்படி அவன் கரங்கள் உலவ...

... அப்புறம் அசதியுடன் அருகில் படுத்திருந்தவனை, 'என்மேல் கோவமா?' என்று கேட்டாள். சன்னமான குறட்டைதான் பதிலாக வந்தது.

மனோன்மணி தெருத் திருப்பத்தில் இறங்கிக்கொண்டாள். 'நீங்க போயிருங்க' என்றாள். வேன் டிரைவரின் 'சரிம்மா'வில் பொதிந்திருந்த 'எனக்குத் தெரியும்' பற்றி மனோ கவலைப் படவில்லை.

கனவுத் தொழிற்சாலை ♦ 197

நடந்தாள். 'ப்ரேமா ட்ரை க்ளீன்' பூட்டியிருந்தது. பக்கத்து 'நேரு கபே'யின் ராத்திரி அலம்பலின் 'சீய் சீய்' கேட்டது. விக்கெட் கதவையும், சின்ன இடைவெளியில் ஒரு பரிதாபத் தோட்ட முயற்சியையும் கடந்து பின்புற மாடிப் படி ஏறினாள். நல்ல வேளை, கதவு பூட்டியிருக்கவில்லை. தட்டினாள்.

'யாரு?' என்றது உட்குரல்.

'நான்தான் மனோன்மணி.'

சற்று நேரத் தயக்கத்துக்குப் பின் திறந்த கதவில் தெரிந்த மாணிக்கம் ஆச்சரியத்துடன், 'என்ன மனோ இந்த வேளையில?' என்றான்.

சுவாதீனமாக உள்ளே வந்து, 'ஒரு டம்ளர் தண்ணி' என்றாள். மாணிக்கம் கழுத்து குறுகலான பானையின் தலையைத் திறந்து நீர் சரித்துக் கொடுத்தான். அதை ஒரே மடக்கில் குடித்தாள். 'சொல்லுங்க' என்றாள்.

'என்ன, இந்த வேளையின்னேன்?'

'சும்மாத்தான்.' அறை சுத்தமாக இருந்தது. ஒன்றிரண்டு சட்டை பேண்ட்டுகள் மடித்துத் தொங்கின. உள்ளுடைகளில் துவைத்த முறைப்புத் தெரிந்தது. அலமாரி நிறைய ஆங்கில, தமிழ்ப் புத்தகங்கள் இருந்தன.

'படிச்சவருங்களா நீங்க?'

'ஆமாம்.' பகவத் கீதை, புதிய ஏற்பாடு, இளஞ்சேரனின் 'எழில் வேட்கை'.

'அடேயப்பா. பார்த்தா சட்டுனு படிச்சவருன்னு தெரியலை.'

'பீடி செய்யற சாகசம் அது.'

'ரூம்ல மட்டும் சிகரெட்டா?' அலமாரியிலிருந்த சிகரெட் பெட்டியைப் பார்த்தாள்.

'அஞ்சாந் தேதி வரைக்கும் சிகரெட்டு' என்றான்.

'என்ன படிச்சிருக்கீங்க?'

'பி.ஏ. அப்புறம் அடையார் இன்ஸ்ட்யூட்டில் டைரக்ஷன். ஆரம் பத்தில் கனவுகள் சகிதமாத்தான் கோடம்பாக்கம் வந்து சேர்ந்

தேன். சினி உலகத்தையே ஒரு கலக்குக் கலக்கிடறதுன்னு... ஒரு வருஷத்தில் புஸ்ஸுனு போயிருச்சு. இப்ப துணை நடிகன், ஆனா ஏ கிளாஸ்!'

'எப்படி துணை நடிகர் ஆனீங்க?'

'சோத்துக்கு லாட்டரி. பின்ன என்ன செய்யறது? ஒரு கால் ஷீட்டுக்குப் பதினஞ்சு ரூபா வரதே சும்மாவா? சண்டை போட்டு வாங்கிருவேன். சினிமாலயும் சண்டை, வெளிலயும் சண்டை. அதான் இந்த வருஷம் செயலாளராக்கிட்டாங்க. ரொம்பப் பொல்லாப்பு. இந்த ஏஜன்ஸி சிஸ்டத்தை ஒழிச்சன்னா அதுவே எனக்குப் பெரிய சாதனை. நம்ம ஊதியம் நமக்குத் தெரியாது. மனோ, ஒரு படத்தில் ஏழு சீன்ல போலீஸ் இன்ஸ்பெக்டரா நடிச்சேன். ப்ரொட்யூசர் முன்னூறு ரூபா கொடுத்தான். எனக்கு வந்தது எழுபது ரூபா. பாக்கி? ஏஜண்ட்! பில்லுப் போடற உரிமை நமக்கு வந்தாத்தான் உருப்படுவோம் இருக்கட்டும். 'இளந்தலைவன்'ல கிடைச்சுதா உனக்கு?'

'கிடைச்சுது. ஷூட்டிங்குல இருந்துதான் வர்றேன். ப்ரமோசன். ரேப் சீன்! புடைவையைப் பதினஞ்சு தபா உருவிட்டாங்க.'

'மேற்கொண்டு எடுத்தாங்களா?'

'ம்! மாணிக்கம், எனக்கு ஓடிடலாம்னு தோணுது. பேசாம திரும்பிப்போய் எங்கப்பன் சொன்ன பாண்டிச்சேரி ஆசாமியையே கல்யாணம் செய்திடலாம்னு தோணுது. நீங்க படம் எடுக்கறது என்ன ஆச்சு?'

'ஸ்கிரிப்ட் ரெடி பண்ணிக்கிட்டிருக்கேன்.'

'அதெல்லாம் எதுக்கு? எங்க 'இளந்தலைவன்'ல பாருங்க... ஒருத்தருக்கும் கதை தெரியாது...'

'என் படம் அப்படி இல்லை. ஃப்ரேம்... ஃப்ரேமா எழுதிக்கிட்டு வர்றேன்.'

'என் கதையையே எடுங்களேன்.'

'உன் கதை என்ன? எல்லார் போலயும் வீட்டில சொல்லாம ஓடி வந்திருப்பே. விருகம்பாக்கம் பூரா இதே கதைதானே?'

‘இல்லிங்க! சின்னப் பிள்ளையில எங்கப்பா வீட்டிலேயே ஏ-படம் நடிச்சுக் காட்டினதும், என் மாமன் கிளவன் அறியாத வயசில எனக்கு வித்தை காட்டினதும், என்னைப் பாண்டிச்சேரில ஒரு வெத்துக் குண்டனுக்கு விலைபேசினதும், நான் தப்பிச்சு ஓடியாந்ததும், கூட என் அம்மாவும் ரயிலேறி வந்ததும் - எவ்வளவோ இருக்கு...’

‘ஒரு நா சாவகாசமாச் சொல்லு... நான் எழுதறது என் கதை. எனக்கு உருப்படியாகத் தெரிஞ்ச ஒரே கதை... இதைப் பாரு...’

அலமாரியிலிருந்து ஒரு சிவப்பு அட்டைப் புத்தகத்தை எடுத்துக் காண்பித்தான். அச்சு அச்சாக எழுத்து ஒரு பக்கத்தில் எழுதி யிருக்க, இடது பக்கத்தில் சின்னச்சின்ன கோட்டுச் சித்திரங்கள்...

Full shot கரு நீல இரவு.

குரல்: என்னை விட்டுருங்க! என்னை விட்டுருங்க எஜமான்!

Full sky to day

Lap dissolve to long shot.

பள்ளிச் சிறுவர்கள்: பதினொண்ணு, பன்னண்டு, பதிமூணு.

Pan towards little boy.

கன்னத்தில் சூட்டுக்காயம்.

‘புரியல. ஆனா பார்த்தா விஷயம் தெரிஞ்சவர் போலத்தான் இருக்கு!’ என்றாள்.

‘பணம் போடறதுக்கு பார்ட்டி காத்திருக்குது. முழுக்க புது நடிக நடிகைங்கதான். இருந்தாலும் ஏரியா விக்க முடியுது. இது ஒரு விதத்தில் முன்னேற்றம்தான். ஏழு லட்சம் வரை போடறதா ஒருத்தர் இருக்கார். ப்ரொடக்ஷன் பார்த்துப்பாரு. அவுட்டோர் போய் ரெண்டு மூணு ஷெட்யூல்ல முடிச்சுறலாம். ஆனா நான் தான் முழு ஸ்க்ரிப்ட் இல்லாம கேமரா நகராதுன்னுட்டேன்.’

‘எனக்கு பார்ட் உண்டா?’

‘தர்றன்னு சொன்னேனே. என் மனசில பதிஞ்ச ஒரு பெண்ணோட வடிவத்தை நீ ஞாபகப்படுத்தற! கதையில நீ செத்துர்றே!’

‘சந்தோஷம்.’

‘சரி, நேரமாவுது, உனக்கு பஸ் கிடையாது. அப்புறம் டாக்சிக் காரன் வரமாட்டான்.’

‘காலைல போறேனே?’

‘வேண்டாம். நல்லாருக்காது. ஏற்கெனவே எதித்த வீட்டு அய்யர் எட்டு முறை எட்டிப் பார்த்துட்டாரு!’

‘நீங்க என்ன செயில்ல விடுதலை செஞ்சதுக்குப் பிரதியா ஏதும் செய்யவேண்டாமா?’

‘செய்யலாம்- பட்டப் பகல்ல!’

மனோ அவனை முறைத்துப் பார்த்துவிட்டுச் சிரித்தாள்.

பஸ் ஸ்டாண்டுவரை சற்று தள்ளித்தான் நடந்துவந்தான்.

‘கட்!’ என்று ஆலோசித்தார் டைரக்டர்.

அருண் தலையில் அடித்துக்கொண்டான். ‘ஸாரி! அடுத்த டேக் ஒழுங்காகச் செய்யறேன்.’

‘ஓ.கே... ஓகே!’ அலுப்புடன் சிகரெட் புகை பரவ க்ளாப்பர் போர்டில் அடித்து சீன் நம்பர் 55. டேக் 8 என்று எழுதப்பட்டது.

‘சவுண்ட்! கேமரா ரன்னிங்? ஆக்ஷன்!’

அருண் நடந்துவந்து மானசீக ஃபோகஸ்ஸில் நின்றான்.

‘இதப் பார் மீனா. வாழ்க்கையில எத்தனையோ தப்புகள் செய்யறம். இந்தச் சின்னத் தப்புக்காக நீ ஏன் கலங்கலாமா? நான் உன் அண்ணன் இல்லையா?’

‘கட் இட்! மறுபடியும் ‘என் கண்ணொல்லியோ’ விட்டுட்டிங்க!’

‘ஸாரி சார். தங்கச்சி இல்லாம காத்தைப் பாத்துப் பேசறது எனக்குக் கஷ்டமா இருக்கு... தங்கச்சி எங்கே?’

‘அந்தம்மா ஹைதராபாத்தில் இருக்காங்க. கால்ஷீட் பிரச்னை. தனியா டைட்லதானே எடுத்துக்கிட்டிருக்கம். என்ன ஆச்சு உங்களுக்கு... கல்யாண ஞாபகமா?’

'இந்த ஷாட் சரியாத்தானே இருக்கு? 'கண்ணோல்லியோ? இல்லாட்டா என்ன? ஓகே செய்துடுங்களேன்!'

'சரி!'

'அவ்வளவுதானே?'

'இருங்க, பறக்காதீங்க. இன்னும் ஒண்ணு ரெண்டு துண்டு இருக்கு. அம்பத்தொம்பதாவது சீன்ல உங்க தந்தை இறந்து போயிட்டதா தந்தி வர்றது. தந்தியைப் பார்த்ததும் அப்படியே பதறிப் போயிடறீங்க... எங்கேப்பா தந்தி?'

தந்திக்குப் பாய்ந்தார்கள். செட்டில் தந்திக் கடுதாசி இல்லை. 'இது ஆகுமா பாருங்க.'

'ஏன்யா சாவுச் செய்தியை இன்லண்டிலயா அனுப்புவாங்க? என்னய்யா ப்ரொடக்‌ஷன் பாக்கறிங்க? ஒரு தந்தி இல்லியா?'

'ஆபீஸ்ல இருக்குங்க! உடனே கொண்டுவரேன்.'

தந்திக்குக் காத்திருந்தபோது அருண் ஃப்ளோருக்கு வெளியே வந்தான். சிகரெட் பற்றவைத்து யோசித்தான்.

'ப்ரேம் ப்ளீஸ்! வேண்டாம்.. நான் சொல்றதைக் கேளு.'

'இதப் பாருங்க, பெறவேண்டியவ நானு, சுமக்கவேண்டியவ நானு. எனக்கு இப்ப இருக்கிற பிசியில இது முடியாது. உங்களுக்கு மேல எனக்குப் படம் இருக்கு. எதுக்குக் கவலைப் படறீங்க? நாப்பது நாள்கூட ஆகலை. அடுத்த வருஷம் பெத்துக்கலாம்.'

'ப்ரேம்! ப்ளீஸ்! எனக்கு இந்தக் குழந்தை வேணும்.'

'எனக்கு வேண்டாம். டோண்ட் பி ஸில்லி!'

'அருண் சார்? ஷாட் ரெடி!'

தந்தியில் ஏதோ வியாபார வாசகங்கள் இருந்தன. அவனுக்கு அவை வேறுவிதமாகத் தெரிந்தன.

'ஆக்‌ஷன்!'

தந்தியைப் பார்த்தான். 'உன் முதல் குழந்தை கலைக்கப்பட்டது.' பொலபொலவென்று கண்ணீர் விட்டு அழுதான்.

'ஓகே! கட் இட்! பிரமாதம், அருண். இப்பத்தான் பழைய அருண்! சூப்பர்ப்!'

இரவில் புகையேற்றப்பட்ட கண்ணாடிக்குள் காரில் வீடு திரும்பும்போது இன்னும் அந்தத் துக்கம் பாக்கி இருந்தது. 'எனக்கு ஒரு தனிப்பட்ட சுதந்தரம் கிடையாதா அருண்? எப்பப் பெத்துக்கணும்னு நான் தீர்மானிக்க உரிமை கிடையாதா?'

வீட்டுக்கு வந்தவுடன் முதல் காரியமாக பாஸ்கரின் அறைக்குள் நுழைந்தான். அவன் கண்ணாடி அணிந்து, டைப் அடித்துக் கொண்டிருக்க, பாஸ்கர்! கல்யாணி எங்க தங்கியிருக்கான்னு கண்டுபிடிக்கணும்' என்றான்.

'Include me out'

- Sam Goldwyn

பாஸ்கர் அவன் கேள்வியை ஆச்சரியம் நிறைந்த பார்வையில் வாங்கிக்கொண்டு சற்றுநேர மௌனத்துக்குப் பிறகு, 'என்ன ஆச்சு உனக்கு?' என்றான்.

'கல்யாணி எங்கே? கண்டுபிடி. அவ கல்யாணப் பத்திரிகையைத் தேடிப் பிடிச்சு அவ ஹஸ்பண்ட் அட்ரஸ் தெரிஞ்சுக்க.'

'எதுக்கு?'

'அவளை நான் பார்த்துப் பேசணும். உன்னால முடியாதுன்னா, நான் தேடறேன்.' அலமாரிக் காகிதங்களைக் கண்டபடி இறைத்துத் தேட ஆரம்பித்தான் அருண்.

'நீ வேற எதையோ நினைச்சுக்கிட்டு உள்ளுக்குள்ளே புழுங்கறே!'

'எங்கே அந்தக் கல்யாணக் கடுதாசி?' என்று அதட்டினான்.

'பத்திரமா வெச்சிருக்கேன். உனக்கு அது கிடைக்காது.'

'பாஸ்கர்! கொடு அதை.'

'விஷயம் என்னன்னுசொல்லு அருண்.'

'ப்ரேம் வந்தாளா?'

'ரூம்ல இருக்கா.'

'க்ளினிக் போயிருந்தாளா?'

'ஆமாம்.'

'ராட்சசி!' மேஜைமேல் பலமாகக் குத்த, டைப்ரைட்டரின் ஓர மணி ஒரு தடவை ஒலித்தது.

'அவளுக்கு ஒரு நியாயம் இப்ப! இவ சம்பாதிச்சு என்ன ஆகணும்? நான் சம்பாதிக்கலையா? இருக்கிற பணம் போதாதா?' என்று கத்தினான்.

அதற்கு நேர் எதிராக நிதானமாக பாஸ்கர், 'அவளுடைய கோணத்தில் இது வேறுவிதமாக இருக்கலாமில்லையா? அவளுக்கு இப்ப குழந்தை பெத்துக்க இஷ்டம் இல்லாம இருக்கலாம். ஏன், குழந்தை பெறுவதைப் பற்றிப் பயமாகக்கூட இருக்கலாம். எப்பவாவது நிதானமா, பொறுமையா இதைப் பத்தி நீங்க விவாதிச்சிருக்கீங்களா?'

'வாய்யா புத்தர்!'

'உனக்கு எல்லாம் உன் வழியில போனாத்தான் சரிப்பட்டு வர்றது. நீ நினைக்கிறது நடக்கலைன்னா உடனே ஃப்ளேர் அப்!'

'எங்க அந்தக் கடுதாசி?'

'நீ அந்தப் பெண்ணோட தொடர்புகொள்வது மகா பைத்தியக்காரத்தனம். ரெண்டு பேர் வாழ்க்கையும் பாழாயடும்.'

'என் வாழ்க்கை இதுக்கு மேல பாழாக முடியுமா?'

'என்ன ஆய்டுச்சு, இப்படி ஓவர் ரியாக்ட் பண்ண!'

'என்ன ஆச்சு? சமீபத்தில் நான் நடிச்சு வெளிவந்த நாலு படமும் டப்பா. நாலு காலையும் தூக்கிருச்சு. என் கேரியர் சரிய ஆரம்பிச்சுடுச்சு. சின்ன ஆட்கள் எல்லாம் முன்னுக்கு வந்துட்டாங்க. 'அருணைப் போட்டா நூறு நாள்' என்கிற மித் கலைஞ்சு போச்சு. அவங்களுக்கு என்னைப் போல ஸ்டார் தேவையில்லை

இனிமேல். ஒரு கிராமபோனும் ஏதோ ஒரு மூஞ்சியும் போதும். ஒரு பாட்டு நல்லா இருந்தாப் போதும். ஹீரோவா வர்றவனுக்கு ஒண்ணும் தெரியவேண்டாம். பாஷை தெரியவேண்டாம். குரல் டப்பிங், தலைமுடி, புருவம், மீசை எல்லாமே டப்பிங். இந்தச் சூழ்நிலையில் என் மாதிரி க்ளாஸிகல் ஆக்டருக்கு எங்கே இடம்? என்னுடைய மாஜிக் தீர்ந்து போச்சு. 'காலி பண்ணிட்டுப் போடா!'ங்கறாங்க.'

'மறுபடி சக்கரம் திரும்பும். திரும்பாட்டாலும் நீ இந்தக் கணத்துக்குத் தயாரா இருக்கணும். நீ விரும்பறது என்ன?'

'புகழ், இன்னும் கொஞ்சம் புகழ்!'

'நிறைய புகழ் சம்பாதிச்சாச்சே!'

'போதாதே.'

'அது இல்லை. நீ விரும்பறது வேற!'

'அருண் சற்றுத் தயங்கி, 'கல்யாணி!' என்றான்.

பாஸ்கர் அலுத்துக்கொண்டு, 'ஸ்டபர்ன் லைக் எ ம்யூல்...'

'அவ அட்ரஸைக் கண்டுபிடிக்கப் போறியா இல்லியா?'

'மாட்டேன்.'

'யூ ஆர் டிஸ்மிஸ்ட்.'

'சரி' என்று சிரித்தான்.

'நான் கண்டுபிடிச்சுக்கறேன்.'

'முடியாது. தனியா நீ ஒரு காரியம் செய்ய முடியாது. மிச்சம் இருக்கிற புகழ் உன்னைத் துரத்தும். அருண்! நான் ஒண்ணு சொல்வேன், கோவிச்சுக்கமாட்டியே?'

'கோவிச்சுப்பேன். ஆனா சொல்லு.'

'உன் கேரியர் சரிஞ்சுடுச்சுங்கறே. உன் மனைவி செய்தது தப்புங்கறே. எல்லாம் எதுக்கு? ஏராளமா தன்னிரக்கத்தைச் சேகரிச்சுக்கிட்டு நீ செய்ய விரும்பற ஒரு பாவ காரியத்துக்குக் காரணம் அமைச்சுக்க நீ பண்ற முயற்சிதான் இதெல்லாம்!'

‘ஸ்டுப்பிட். உன்னுடைய ட்ரக் ஸ்டோர் சைக்கியாட்ரியெல்லாம் என்கிட்ட வெச்சுக்காதே!’ என்று புறப்பட்டான் அருண்.

‘முதல்ல போய் உன் பொண்டாட்டியைக் கவனி.’

அருண் மேலே வந்தான். அறைக் கதவைத் திறந்தான். ஏஸி அணைந்திருந்தது. படுக்கையில் ப்ரேம் கண்ணாடிமேல் கைக் குட்டை கட்டி மயக்க மருந்தின் அசதியில் உறங்கிக் கொண்டிருந் தாள். அருகில் சென்று அவளைத் தொட்டு ‘ப்ரேம்’ என்றான். நாய் உறுமியது. அதைத் தோண்டி எடுத்து வீசி எறிந்தான். ‘குய்க்’ என்று சப்தமிட்டு நாற்காலிக்கடியில் போய் ஒளிந்துகொண்டது. ப்ரேம் எழுந்திருக்கவில்லை. அவள் வயிற்றை மெல்லத் தடவினான்.

‘ஸாரி என் மகனே, ஏதோ ஒரு கணத்தின் உத்வேகத்தில், க்ரோமஸோம் நீச்சலில் உருவான சிறிய உயிர்க்கட்டி, ஒரே ஒரு துளி என்னுடைய - அவளுடைய அத்தனை அடையாளங்களை யும் தன் டி.என்.ஏ. சாகசத்தில் ஒளித்து வைத்துக்கொண்டு ஒரு நாள் சின்ன மூக்கு, சின்னக் காது, சின்னச் சின்ன விரல்கள், நகங்கள் என்று வளர ஆசைப்பட்டு, இதுவும் ஒரு மரணம்தானே. வலித்ததா மகனே?’

நிம்மதியாகத் தூங்குகிறவளை ஒருவித உணர்ச்சியுமில்லாமல் சற்று நேரம் பார்த்தான்.

பாஸ்கரின் அறைக்கு இறங்கி வந்தான். சப்தமின்றி நெருங்கி னான். பாஸ்கர் அந்தக் கல்யாண அழைப்பிதழைப் பார்த்துக் கொண்டிருக்க, ‘சரக்’கென்று அதைக் கவர்ந்தான்.

அருமைராசன் சைனா பஜாரில் மெல்ல நடந்து சென்று கொண்டிருந்தான். கையில் பெட்டி, அருகில் மேரி. வண்ண விளக்குகளின் பிரகாசத்தில் பெட்டி பெட்டியாக நெட்டி பொம்மைகள், ஆடை அணிந்து ஸ்திரமாகச் சிரித்துக் கொண்டிருக்க, எவ்வளவு துணிக்கடைகள். இவர்கள் எல்லோருக்குமே வியாபாரம் ஆகுமா என்று அருமைராசனுக்குக் கவலையாக இருந்தது. உடனே அந்த கவலையை அவன் சொந்தக் கவலை விழுங்கியது. கடிகாரக் கடையில் முன்னூறு கடிகாரங்கள் நாக்கை ஆட்டிக்கொண்டிருந்தன. மணி என்ன ஏழு நாற்பதா, பன்னிரண்டு இருபதா?’

'எங்க நீங்க பாட்டுக்கு நடந்துக்கிட்டே இருக்கீங்க?'

'நேராப் போனா சென்ட்ரல் வந்துரும். இன்னும் கொஞ்சம்தான் மேரி!'

'பங்களூர் போயிறலாங்க!'

அந்தக் குறிக்கோளுடன்தான் சென்ட்ரலை நோக்கி நடந்தான். அன்றைய தினம் கிட்டு கொடுத்த பத்து ரூபாய்தான் அவன் கடைசியாகப் பார்த்த காசு. வயிற்றில் பசி கவ்வியது. ரயில் நிலையத்துக்கு வந்தான். ஒன்பது ஒன்பதரைக்குப் புறப்படும் மெயில் வண்டியில் எப்படியாவது ஏறிவிடவேண்டும். உள்ளே செல்பவர்களை டிக்கெட் கேட்பதாகவும் தெரியவில்லை. ஊமைப் பெண்கள் காப்பி பலகாரம் விற்றார்கள். நூற்றுக் கணக்கில் ஜனங்கள். கை வண்டிகளின் இரைச்சல், போர்ட்டர்களின் சிவப்பு, எதிரே ஆஸ்பத்திரியில் ரத்த தானத்துக்கு அழைப்பு. டிக்கெட் இல்லாமல் செல்லத் தைரியம் இன்றித் தயங்கி நின்றான். போலீஸ் விசில் அவ்வப்போது ஒலிக்க எத்தனை கார்கள். கிடைத்த சந்தில் எல்லாம் முந்திவந்து செருகிக்கொள்ளும் டாக்சிகள், ஏராளமான படுக்கை பெட்டிகள். எங்கே போவது? உண்மையாகவே தெருவுக்கு வந்துவிட்டேன். கூர்மையாகப் பசிக்கிறது. அடுத்த வேளைச் சந்தேகம் பசியைப் பெரிதுபடுத்துகிறது... இரவு எங்கே படுப்பது, மாடிப் படி அருகில் மேரியுடன் உட்கார்ந்தான்.

சென்ட்ரல் தன் கைவசம் இருக்கும் எல்லா ரயில் வண்டிகளையும் வழியனுப்பிவிட்டுச் சற்று ஓய ஆரம்பித்த நேரத்தில் அருமை ராசன் தன்னைப் போன்று நிழலில்லாத ஜனங்கள் ஒரு கோஷ்டியே இருப்பதை உணர்ந்து சந்தோஷப்பட்டான். ரிசர்வேஷன் பகுதி இழுத்து மூடப்பட்டது. ஒரு சௌகரியமான மூலை இருட்டில் இரண்டு பேர் உற்சாகமாகப் படுக்கைக்கு ஆயத்தம் செய்வதைப் பார்த்து, அங்கே சென்று சற்றுத் தயங்கி உட்கார்ந்தான். 'உக்காரு மேரி!' என்றான். அவள் பெட்டியைக் கீழே வைத்து அதனருகில் சோர்ந்து உட்கார்ந்தாள்.

அந்த அந்நியர்களில் ஒருவன் ஓரப் பார்த்து, 'யாரு வாத்யாரே புச்சா கீரே?' என்றான்.

'அய்யா, என் பேரு அருமைராசன்.'

'கூட யாரு குட்டி?'

'என் மனைவிங்க.'

'நம்ம எடத்துக்கு ஏன் வந்த?'

'வேற இடம் இல்லிங்க.'

'படுக்கப் போறியா?'

'ஆமாங்க.'

'காளிமுத்து வந்தா ஓரசிப்புடுவான். அ... ஆம் பார்த்துகிணே இரு.'

'காளி புர்சாக்கம் போயிருக்காரு வாத்யாரே.'

'அவரு வரவரைக்கும் இருக்கேங்க.'

'அப்ப சரி படுத்துக்க.. டேய், புடிறா.'

அவன் சிஷ்யன் உடம்பு பிடித்துவிட, அவன் ஒரு பீடி எடுத்துப் பற்ற வைத்துக்கொண்டான். கழுத்தில் கைக்குட்டையும் புஜத்தில் தாயத்தும் கட்டியிருந்தான். மேரி திரும்பிப் பார்த்தாள்.

'பன்னு துண்றியா?'

'காசு இல்லிங்க.'

'கபாலி, நான் கேட்டேன்னு நாலு பன் வாய்ட்டு வா.'

கபாலி சென்றதும் அவனைப் பார்த்து, 'சொல்லு, என்ன சேதி? பார்த்தா படிச்சவன் மாறிக் கீரே?'

'சினிமாவுக்குப் பாட்டெழுத வந்தேங்க.'

'அடி சக்கை.'

கபாலி நாலு பன்களுடன் திரும்பி வர, 'த பார்றா இவரு பாட்டு எழுதுவாராம்' என்று அவன் முதுகில் அடித்தான். எங்க எளுது பார்க்கலாம்.'

'பேப்பர் பென்சில் இல்லாம உடனடியா முடியாதுங்க.'

'டேய், பென்சில் குச்சி இருக்குதாடா?'

'எங்கங்க.'

கனவுத் தொழிற்சாலை ♦ 209

‘த பாரு வாத்யாரே! நான் சொல்றேன் பாட்டு. சினிமாவில போட்டுக்க. எங்கம்மா டெத் ஆய்ட்டாங்க. ஏய் கபாலி. அடிடா.’

‘கேட்டேன் ஒரு கோடி - உன்னோட
பாடிருந்தேன் முக்கோடி - நான்
பட்ட கதை சொன்னமின்னா
பாட்டுக் கிடம் கொள்ளாதே.’

கபாலி வாயால் வினோத சப்தங்கள் எழுப்பித் தாளம் செய்தான்.

‘ஆத்துக்கு அப்பாலே
அசையாத தந்தி மரம்
அமர்ந்த நிளலுமில்ல
ஆதரிப்பார் யாருமில்ல’

கபாலி ‘ஆமாம்’ போட ஒருவித ராகத்தில் செயற்கைக் கேவல்களுடன் பாடினான். ‘இந்தா, பன்னு.’

அருமைராசன் அதைப் பாதியாகக் கிழித்துத் தன் மனைவிக்குக் கொடுத்தான். ‘இந்தாய்யா, எல்லாம் உனக்குத்தான். தின்னு!’ மௌனமாக இரண்டு பேரும் சாப்பிட்டார்கள்.

‘இப்ப நீ பாடு’ என்றான்.

அருமைராசன் தயக்கத்துக்குப் பின் யோசித்து மெலிதாக.

‘எத்தனை நாள் காத்திருந்தேன்
முத்தாய் மகன் பிறந்தான்
பத்து நாள் முன்னே அவன்
செத்து விட்டான்!’

‘பிரமாதம் போடு. நல்லாருக்கே பாட்டு! ஏன் அளுவறே? இதப் பார், ஒண்ணு பாடு. இல்லே அளு! ஏன் தங்கச்சி, நீயும் அளுவறே? அளுவாதிங்க.’

‘புள்ளையப் பறிகொடுத்துட்டம்யா?’

‘அடடா, டெத் ஆயிருச்சா? ஸாரி பிரதர், படுத்துக்குங்க. படுத்துத் தூங்குங்க, தூங்குங்க.’

சுருண்டு படுத்திருந்த அருமைராசனை ஒரு போலீஸ் குச்சி ‘யோவ் எழுந்திருய்யா’ என்று அதட்ட கண் விழித்தான். வானம்

வெளுக்கத் தொடங்கியிருந்தது. 'மேரி மேரி' என்று எழுப்பி னான். அவள் திடுக்கிட்டு எழுந்தாள். பெட்டியைத் தொட்டுப் பார்க்க அவன் கை சென்றது.

'பெட்டி எங்கே?'

'இங்கேதானே இருந்தது' சற்று முற்றும் பார்த்தார்கள். ராத்திரி சகாக்கள் ஒருவரையும் காணோம். மேரி இங்கே அங்கே மிரண்டு பார்த்து, 'பொட்டி போயிருச்சு' என்றாள். போலீஸ்காரரையும் காணோம்.'

அருமைராசன் திகைத்தான்.'பொட்டில என்ன இருந்தது?'

'பொடவ. உங்க பேண்டு துணி... காகிதம், பேனா, காலி பர்ஸு.'

'இப்ப எங்கன்னு தேடறது? என்ன மேரி, கொஞ்சம் சாக்கிரதையா இருக்கக்கூடாதா? இப்ப அழத் தொடங்காதே. இரு இங்கேயே இரு. எங்கயும் போயிறாதே.'

'எங்க போறிங்க?'

'இரு, நகராதே. வர்றேன்.'

அருமைராசன் மெல்ல நடந்து வெளியே வந்தான். அதிகாலை சுறுசுறுப்பு தொடங்கியிருந்தது. பாலம் கடந்து மூர் மார்க்கெட் வரை நடந்தான். இந்த நகரம் அவனுக்குப் புரியவில்லை. நேற்று இருட்டில் பார்த்தவர்கள் நல்லவர்களா? கெட்டவர்களா? அவர்கள் முகம்கூட நினைவில் இல்லை. தின்னக் கொடுத்து, பாட்டுப் பாடி, அவ்வளவு உற்சாகமாக இருந்தவர்கள் திருடர் களாக இருக்க முடியாது. வேறு யாரோ கவர்ந்திருக்கவேண்டும். அந்தத் துணிகளை விற்கலாம் என்று யோசித்திருந்தான். அதுவும் இல்லை. அருமைராசன் இப்போது பரிபூரண ஏழை...

பஸ்ஸுக்காகக் காத்து சிலர் நின்றுகொண்டிருந்தார்கள். எல்லோரும் சம்பாதிப்பவர்கள். எல்லோரும் காத்திருப்பவர்கள்.

அருமைராசன் அவர்களை அணுகி... எப்படி ஆரம்பிப்பது? கவிதை எழுதுவதற்கு முன் ஆரம்பத் தயக்கம்போல உணர்ந்தான்.

மெல்ல அவன் கை நீண்டது.

'பிரதர், என் சம்சாரமும் நானும் சரியா சாப்பிட்டு ரெண்டு நாள் ஆகுது. சமீபத்தில் குளந்தை இறந்துருச்சு. ஏதானும் உதவி. சிஸ்டர் பிரதர்!'

முதலில் இருந்தவர் கோபித்துவிட்டுப் பின் வாங்கினார். அடுத்த அம்மாள் கூலிங்கிளாஸ் அணிந்துகொண்டாள். மூன்றாமவர், 'சில்லறையா இல்லைப்பா, போ' என்றார். நான்காவது பெண்மணி வெறுத்துக்கொண்டு நெற்றியைச் சுருக்கிக்கொண்டு தன் கைப்பையைத் திறந்து சின்ன பர்ஸை எடுத்து, அதன் பட்டனைத் திறந்து, குலுக்கி, கட்டை விரலையும் ஆள்காட்டி விரலையும் சேர்த்து நாணயம் தேர்ந்தெடுத்து, படாமல் கையில் போட்டாள்.

'ஐந்து பைசா!'

அந்த ப்ரொஜக்ஷன் தியேட்டரில் மூன்று பேர் மட்டுமே உட்கார்ந்திருந்தார்கள். குளிர்ப்பதனப்படுத்தப்பட்ட சிறிய தியேட்டர் அது. இருபத்தைந்து சுகமான சீட்டுகள். எதிரே திரையில் சம்பந்தமில்லாமல் படம் ஓடிக்கொண்டிருந்தது. 'இளந்தலைவன்' கற்பழிப்புக் காட்சியின் ரஷ்.

லட்சுமணன் அருகில் அமர்ந்திருப்பவனிடம் 'எப்படி?' என்றார்.

'சென்சார்ல இதை விடுவாங்களா?'

'ஏ' கொடுப்பாங்க, அவ்வளவுதான்! நான் பார்த்துக்கறேன். நீங்களும் கவலைப்படாதீங்க.'

'பொண்ணு யாரு?'

'விருகம்பாக்கம் மனோன்மணி... அனுப்பட்டுங்களா?'

'எவ்வளவு கேக்கறிங்க?'

'இவளுக்கா? ஒரு சின்ன நோட்டு போதுங்க.'

'இவளுக்கில்லை. ஏரியாவுக்கு.'

'ஏரியாவுக்கு ரெண்டரை ரூபா கொடுங்க.'

பேராசை பிடிச்சு அலையாதீங்க லட்சுமணன்! ஒரு ரூபாய்க்கு மேல சரக்கில்லை அதில.

‘சேச்சே. ஒரு ரூபா ஒத்து வராதுங்க. சீன் பார்த்திங்க இல்ல? என்ன டாப்பா இருக்குது?’

‘ஜெயமாலினி டான்ஸ் இருக்கா?’

‘கால்ஷீட் கிடைக்கலிங்க.’

‘எவ்வளவு எடுத்திருக்கீங்க.’

‘ஆச்சு, முடிச்சுற வேண்டியதுதான். ஒரு சாங். ஒரு க்ளைமாக்ஸ். கொஞ்சம் டப்பிங்.’

‘கதை என்ன?’

‘கதை ஒரு மாதிரி செட் அப் பண்ணி வெச்சிருக்கம்.’

‘‘கரையெல்லாம் தாமரைப்பூ’ன்னு ஒரு கதை நல்லாருக்கறதாப் பேசிக்கிட்டாங்களே.’

‘இது வேறங்க, ஈரோ சப்ஜெக்ட்டு.’

‘ஒண்ணரை ரூபாய்க்கு முடிச்சுருங்க.’

லட்சுமணன் உடனே ‘சரிங்க’ என்று சொல்லிவிட்டு ‘பொண்ணை அனுப்பி வைக்கட்டுங்களா?’ என்றார்.

‘இல்லிங்க. இந்த முறை ஐயப்பன் கோவிலுக்குப் போய்க் கிட்டிருக்கேன்.’

மௌனத் திரையில் மனோன்மணி திமிறிக்கொண்டிருந்தாள்.

Nothing succeeds like success

- Alexandre Dumas (1802-1870)

அந்த அழைப்பிதழை அருண் பாஸ்கரிடமிருந்து பிடுங்கினான். 'ஆப்டுடுச்சா? விசுவநாதன். இந்தியன் பாங்க் ஹெட் ஆபீஸ், மெட்ராஸ்...'

'அருண்! நீ செய்யப் போறது மகா ஸில்லி.'

'நான் என்ன செய்யப் போறேன்னு நினைக்கிறே நீ?'

'அவளைப் போய்ப் பார்க்கறது நல்லதில்லே.'

'சேச்சே. நான் அப்படிச் செய்யமாட்டேன். வேற விதமா. வேற விதமா.' அதை மறுபடி பார்த்து, 'கல்யாணி! கல்யாணி விசுவநாதன்' என்றான். பாஸ்கர் சற்று நேரம் அருணையே பார்த்திருந்துவிட்டுப் பெருமூச்சு விட்டான். டெலிபோனை எடுத்து அவசரமாகச் சுழற்றி, 'துரைராஜ் இருக்காரா?' என்றான். அடுத்த முனை பதில் சொல்ல, 'என்ன சார். டெலிபோன் பண்றதாச் சொன்னீங்களே? ரேட்டு ஒத்துவரலையா?' சற்று மௌனம். அருண் மேஜைமேல் இருந்த கடிதங்களை அசுவாரஸ்யமாகப் புரட்ட, 'அப்படியா? அப்படியா?' என்று

பாஸ்கர் டெலிபோனில் அவ்வப்போது பதிலளிக்க அருண் அங்கிருந்த ஒரே ஒரு வாழைப்பழத்தை நிதானமாக உரித்துச் சாப்பிட்டான். 'அருண்! வி மஸ்ட் டூ சம்திங்' - டெலிபோனை வைத்தான்.

'நீ எவ்வளவு கேட்டே?'

'ஒண்ணரை, செவண்டிஃபைவ் பிளாக்கிலே?'

'மொத்தம் ஒண்ணரை?'

'ஆமாம்.'

'இதப் பார் பாஸ்கர், எப்பலேர்ந்து இப்படி ரேட்டைக் குறைச்சிருக்கே?'

'சமீபத்திலேதான். படம் வரமாட்டேங்குதே அருண்.'

'அதுக்காக இப்படி ரேட்டைக் குறைக்கவே கூடாது. பயலுக்குப் படம் சோடை. அதனால ரேட்டைக் குறைச்சுட்டான்னு எல்லாரும் ஒதுக்கிருவானுங்க. ரேட்டை மட்டும் குறைக்காதே. ஒரே ஒரு 'ஹிட்' வந்தாப் போதும். எல்லாம் சரியாப் போயிரும்.'

'எங்க அந்த ஹிட்? நாலு படம் சரிஞ்சிருச்சே.'

'காத்திரு மகனே! இந்த அருண் ஃபீனிக்ஸ் மாதிரி. என்னை எரிச்ச சாம்பலில் இருந்துகூட மறுபடிப் புறப்படுவேன். நான் செஞ்ச ஒரே ஒரு மடத்தனம் இந்தக் கல்யாணம்! அதுக்கப்புறம் என க்ளாமர் குறைஞ்சிருக்கு. ஆனா சொல்ல முடியாது. ஒரு டபிள் ரோல் படம் பண்ணிக்கிட்டிருக்கேன். நானே கதாநாயகன். வில்லன், இது பத்திக்கும்னு தோணுது.'

இண்டர்கம் ஒலித்தது. 'பாஸ்கர்! அருண் வந்தாச்சா!' என்றது ப்ரேமின் குரல்.

'வந்துட்டார் எஜமானி' என்றான் அருண்.

'அருண்! மேலே வாங்களேன் சீக்கிரம்.'

'தாய்க்குலம் அழைக்கிறது. வருகிறேன்' என்று அருண் கிளம்பினான். மாடி அறைக்கு வந்தான். அவள் விழித்திருந்து படுத்திருந்தாள். நெற்றி சுருங்கி வேதனையில் இருந்தாள்.

‘அருண்! கிட்ட வாங்க!’ அருகில் அரை மனத்துடன் சென்று நின்றான். அவன் கையை வாங்கிக்கொண்டான்.

‘அருண் வலிக்குது’ என்றாள்.

‘எங்க?’

அவன் கையைத் தன் வயிற்றில் கொண்டு சென்றாள். தடவிக் கொடுத்தான். ‘சரியாப் போயிடுமா அருண்?’

‘ம்ஹூம்! சான்ஸே இல்லை. இது ஒருவகை விஷ ஜூரம். ராத்திரி 12 மணி ஆனப்புறம்தான் சொல்ல முடியும்.’

‘விளையாடாதீங்க ப்ளீஸ்! எனக்கு எத்தனை வேதனை தெரியுமா?’

‘வேதனை!’ அவள் கையை உதறினான். ‘எனக்கு எத்தனை வேதனை தெரியுமா? அடி வயிற்றில் இல்லை. இன்னும் கொஞ்சம் மேல. இதப் பார். அதைக் கொல்ல உனக்கு என்ன உரிமை இருந்தது? அது ஒரு உயிர். அதை ஆயுதம் கொண்டு நசுக்கினபோது அதுக்குக் கொஞ்சூண்டு வலிச்சிருக்காது? அந்தக் கொஞ்சமாவது நீ வேதனைப்படவேண்டாம்?’

‘அருண், திட்டாதீங்க ப்ளீஸ். எனக்குக் குழந்தை வேணும்னு ஆசைதான்!’

‘எப்ப, பாட்டி ஆனப்புறமா?’

‘இப்ப இல்லை அருண்! இப்ப எனக்கு பயம். அருண் பிரசவத்தில் இறந்து போயிடுவேனோன்னு பயம்!’

‘பயம், புதுசா ஒரு காரணம். தினத்துக்குத் தினம் உன் காரணம் மாறும். அன்னிக்கு கேரியர் பாழாய்டும், அதனாலன்னே. இன்னிக்கு பயம் என்ன, பாழாப் போற பயம். கோஷா ஆஸ்பத்திரியில் போய்ப் பாரு. நிமிஷத்துக்கு ஒரு பேபி. இதப் பார் ப்ரேம், நீ என்னை ரொம்ப ஏமாத்திட்டே. வரப்போற குழந்தைக்காக பாஸ்கர்கிட்ட கான்வென்ட் ரிஜிஸ்ட்ரேஷன் ஃபாரம் எல்லாம் வாங்கி வெக்கச் சொன்னேன், தெரியுமா? ரொம்ப ஆசைப்பட்டேன். ஒரு செகண்டில எல்லாத்தையும் நசுக்கிட்டே. ஐ வாண்டட் தட் சைல்ட் ப்ரேம். எனக்குன்னு ஒரு உறவு, என்னோட உறவு, என் ரத்தம். என் ஜாடை, என்

வாரிசுன்னு ஒண்ணு. கூடப் பிறந்தவங்க கிடையாது. அப்பா அம்மா கிடையாது. எல்லாரும் என்னைச் சுத்தி ரத்தம் உறிஞ்சற அட்டைகள்!'

'எல்லாரையும் அனுப்பிடலாம்!'

'செய்வே. அதான் செய்வே!'

'உங்களுக்குக் குழந்தைதானே வேணும்! கமான் அருண்!'

'ப்ளடி ஹெல்! நான் இன்னும் மூணு மாசத்துக்கு உன்னைத் தொடப் போறதில்லை. காயமெல்லாம் ஆறட்டும். என்னோட காயம்!'

அருமைராசன் தயக்கத்துடன் அந்த நாற்காலியில் உட்கார்ந் தான். 'உக்காரு மேரி!' மேரி சோர்வுடன் எதிர் நாற்காலி நுனியில் உட்கார, டப்பாக் கட்டுடன் ஒரு ஆள் தட்டு நிறைய பச்சை - சிவப்பு பேஸ்ட்ரிகளைக் கொண்டுவந்து மையத்தில் வைத்தான். ஒட்டுமொத்தமாக அத்தனையும் 'என்னைச் சாப்பிடு' என்று மெத்து மெத்தென்று அழைக்க, 'அதில ஒண்ணு என்ன விலைங்க?' என்றான்.

சர்வர் 'எழுபத்தஞ்சு' என்றார்.

'வேண்டாங்க! ஒரு டீ, ஒரு பன்னு போதும்.'

'ஒரு டீ, ஒரு பன்?'

அவர் சென்றதும் அருமைராசன் தன் சட்டைப் பை நாணயங் களை எண்ணினான்.

'காசு ஏதுங்க?'

'சம்பாதிச்சேன்.'

'பிச்சை எடுத்தீங்களா?'

'இல்லை.'

'பிச்சை எடுத்திருக்கீங்க! பிச்சை எடுக்காதீங்க!'

அருமைராசன் சுற்றுமுற்றும் பார்த்து, 'இதப் பார், எதுக்காக அழற நீ? என்ன ஆயிடுச்சு இப்ப?'

'இந்தக் கதிக்கு வந்துட்டமே! வாங்க. தூத்துக்குடி போயிறலாம். எங்க அக்கா இருக்காங்க. சோறு போடுவாங்க. இல்லை. பங்களூர் போயிறலாம். பழைய வேலைக்கே. என்னங்க இது பிச்சை நிலைக்கு வந்துட்டம்!'

'இதப் பார், அழுவறதை நிறுத்து. எல்லாம் பாக்கறாங்க... பங்களூர் போறதுக்குக் காசில்லையே மேரி.'

'நகையெல்லாம் வித்தீங்களே.'

'அந்தாளு சந்தர்ப்பம் தரேன்னு சொல்லியிருக்காரு. இன்னும் கொஞ்ச நாள் தாக்குப் பிடிச்சுட்டமின்னா...'

'டிக்கெட் எடுக்காமப் போயிறலாம்.'

'அதெல்லாம் தப்பு மேரி. கொஞ்சம் பொறு, இந்தா டீ குடி!'

'உங்களுக்கு?'

'எனக்கு வேண்டாம். நீ குடி.'

டீயை சாஸரில் ஊற்றி ஆற வைத்து, மனைவிக்குப் பரிவாகக் கொடுத்தான். பிரமை பிடித்தவள்போல் குடித்தாள். பன்னைப் பாதியாக்கி அதில் தேய்த்துக்கொண்டு, தானும் சாப்பிட்டான்.

'அவரு எங்க இருக்காருன்னாவது தெரியுமா?'

தேடிப் போகலாம். டெலிபோன் நம்பர் கொடுத்தாரு மறந்து போச்சு...'

கல்லாவில் அவன் சம்பாத்தியம் அத்தனையும் சமர்ப்பித்தான்... அதைச் சலிப்புடன் பிரித்துப் பார்த்து எண்ணிய முதலாளி. 'இந்த அஞ்சு பைசா தேசல், வேற குடுங்க என்றார்.'

அருமைராசன் தயக்கத்துடன் 'வேற இல்லிங்க' என்றான். முதலாளி ஒருமுறை அவர்களைப் பார்த்தார். முள் முள்ளாகத் தாடி, பெண்டாட்டி தலையில் புழுதி, மார்பில் ஈரம்.

'இந்தாய்யா... வெச்சுக்க! காசு வேண்டாம்!'

'ஏங்க?'

'வேண்டாம். வெச்சுக்க' என்று அந்த நாணயங்களை அவன்பால் தள்ளினார்.

பிரமிப்பில் அவற்றை அள்ளி பைக்குள் போட்டுக்கொண்டு வெளியே வந்தான். சற்று நேரம் நின்றான். என்ன செய்யலாம்?

'முதல்ல அந்த ஆள் எங்கிருக்கார்னு கண்டுபிடிச்சுட்டு கொடுத்த பணத்தைத் திருப்பி வாங்கப் பாருங்க.'

'ஸ்டூடியோ ரொம்ப தூரம் இருக்கு மேரி.'

'நடக்கலாம் வாங்க.'

'இரு. கொஞ்சம் விசாரிச்சுப் பார்க்கறேன். கொஞ்ச தூரமாவது பஸ்ல போயிறலாம்...'

அந்த ஸ்டூடியோ வாசலுக்கு அவர்கள் வந்தபோது, பிற்பகல் தாராள வாசலில் கார்களும் டாக்சிகளும் வந்துபோன வண்ணம் இருக்க, கரும்பச்சைச் சட்டையில் ஒரு இந்திக்கார தர்வான் அவற்றைக் கணித்து அனுப்பிக்கொண்டிருந்தான்.

'இங்கதான் அடிக்கடி வருவாரு... கிட்டுன்னு பேரு... டாக்சியில வருவாரு. கொஞ்சம் வழுக்கையா, தாட்டியா... சிவந்த ஆளு.'

ஒரு மணி நேரம் காத்திருந்தார்கள். சற்று அசதியாக இருந்த போது 'விர்'ரென்று ஒரு ஃபியட் கார் உள்ளே செல்ல அதன்பின் சீட்டில் தாராளமாக உட்கார்ந்திருந்த கிட்டுவைப் பார்த்தான். 'கிட்டு சார், கிட்டு சார்!' என்று பின்னால் ஓடினான். தர்வான் தடுத்து நிறுத்தி, 'எய், அந்தர் ஜானா மனா ஹை' என்றான். 'அதோ அவருதாங்க. என் பணம் அவர்கிட்ட இருக்குதுங்க. என்னைக் கூப்பிட்டு அனுப்பியிருக்காங்க!' கார் ஸ்டூடியோவின் சோலை ரகசியங்களுக்குள் மறைந்துவிட, அந்தக் காவலாளி அவனைத் தள்ளித் தடுத்தான்.

'அய்யா, உள்ளே விட்டுடுங்க. கிட்டு, அவரை எனக்குத் தெரியும். அவரை நான் சந்திக்கணும்.'

'யெஹின் கடே ரஹோ.'

'இல்லை. நான் உள்ள போய்த்தான் ஆகணும். விடுங்க. என்னை விடுங்க' என்று பிடுங்கிக்கொண்டு உள்ளே ஓட அந்த ஆசாமி மறுபடி அவனை ஓடிப் பிடிக்க, மேரி விசித்து அழ, அருகே ஒரு சின்னக் கூட்டம் கூடிவிட்டது.

'என்னம்மா?'

கனவுத் தொழிற்சாலை ♦ 219

மேரி அழுகைக்கு இடையில் 'பணம் பூரா போயிடுச்சுங்க! என் நகை பூரா வித்துக் காசைக் கொடுத்துட்டம். ஏமாந்துட்டம்!'

'இல்லை மேரி, அப்படிச் சொல்லாதே. ஏமாறலை. ஒரு ஆள் கிட்ட அட்வான்ஸ் கொடுத்திருக்கங்க. அவரைச் சந்திக்கணும். உள்ற போயிருக்காரு. விடமாட்டேங்கிறாங்க.'

'யோவ்! உட்ருய்யா, உனிக்கென்னாச்சு?'

'அவன் டூட்டியை அவன் செய்றான். யோவ், பாஸ் வெச்சிருக்கியா?'

'என்னய்யா தகராறு இங்கே?' - ஒரு அதட்டல் குரல் கேட்டது. தர்வான் சல்யூட் அடித்தான்.

'அந்தர் ஜானா மாங்தா ஹை யே.'

'யோவ், தமிள்ளே பேசு, தமிள்நாடு இது. இது உங்க ஊர் இல்ல.'

'உள் போறேன்னு சொல்றான்.'

'யாருங்க நீங்க?'

'அய்யா! கிட்டுன்னு ஒருத்தர்கிட்டே என் பணம் முடங்கிக் கிடக்குது. அவர் உள்ளே போயிருக்காரு. அவரைப் பார்க்கணும். வழி விடமாட்டங்கறாங்க.'

'கிட்டுவா? எவ்வளவு பணம்?'

'ஆயிரம் ரூபாய்ங்க.'

'எதுக்குக் கொடுத்தே?'

'பாட்டு எளுத.'

'அடி சக்கை. உன் பேர் என்ன?'

'அருமைராசன். இது என் மனைவி மேரி.'

'வாங்க. என்கூட வாங்க. என் பேர் மாணிக்கம். முதல்ல உங்க நண்பர் கிட்டுவைச் சந்திக்கலாம். அஞ்சாவது ஃப்ளோர்ல டிபன் சாப்பிட்டுக்கிட்டு இருப்பாரு! யோவ் பூனை மூஞ்சி. உள்ள விடு. நீங்க வாங்க. வாங்கம்மா.'

அவன் பின்னால் தயங்கிச் சென்றான்.

வரிசையான மரங்கள். வெட்டிவிடப்பட்ட புல்தரை. பெரிய பெரிய ஷெட்கள். 'வணக்கம் மாணிக்கம் அண்ணே.'

மேரி சன்னமான குரலில், 'பங்களூர்ல வேலையை வுட்டுட்டு, குளந்தையைப் பறிகொடுத்துட்டு தெருத் தெருவா அலைய றோம்யா. எங்க பணத்தை வாங்கிக் கொடுத்துட்டிங்கன்னா...'

'கஷ்டம், கிட்டுகிட்ட கொடுத்தாச்சில்ல. பேராது.'

'இல்லிங்க. ரிக்கார்டிங்குக்கு எல்லாம் ஏற்பாடு செஞ்சி அட்வான்ஸ் கொடுத்து வெச்சிருக்காங்க.'

'இதப் பாருங்க அருமைராசன், நீங்க பாட்டெழுதுவீங்களா?'

'ஆமாம். நிறைய எழுதியிருக்கேங்க...'

'எந்த ஊர் சொன்னீங்க?'

'பங்களூர்...'

மாணிக்கம் விரல்விட்டு எண்ணி, 'கோயமுத்தூர், மதுரை, திருநெல்வேலி, வட ஆற்காடு, தென்னாற்காடுன்னு எல்லா மாவட்டங்களில் இருந்தும் தினம் நூறு கவிஞர்கள் இங்க வர்றாங்க. எல்லாரும் ஒரு மாசத்தில் கண்ணதாசனா ஆயிடணும் னுட்டு ஆசையில! இதப் பாருங்க, மரத்தடில பத்து பேர் நிக்கறாங்க பாருங்க, அவங்கள்லாம் யாரு? கவிஞர்கள்... பெண்டாட்டி நகையை வித்து, காசு தீர்றவரைக்கும் கெஞ்சிட்டுத் திரும்பிப் போறவங்க!'

'நாங்களும் போயிடறங்க! எங்க பணம் வந்துட்டா சரி!'

'எனக்கென்னவோ நம்பிக்கை இல்லை. முயற்சி பண்ணிப் பார்க்கலாம்.'

'அய்யா! நீங்க...'

'நான் ஒரு நடிகன்!'

'அதான்! பார்த்தமாதிரி இருக்குது. மேரி! பார்த்தியா?'

'பொய் சொல்லாதீங்க. நான் துணை நடிகன். ஓரத்தில் தூரத்தில் வர்றவன். சங்கம் வெச்சிருக்கோம். கிட்டு மாதிரி பயலுவளைக் கொஞ்சம் ஒழுங்கு பண்ணலாம்னு உத்தேசம்...'

'அண்ணே வணக்கம்!' அவர்கள் ஒரு பிரம்மாண்டமான வாசலில் நின்றார்கள். கதவு சாத்தி அதன்மேல் ஒரு சிவப்பு விளக்கு எரிந்துகொண்டிருந்தது! 'அண்ணே! டேக் எடுத்துக் கிட்டிருக்காங்க. கொஞ்சம் இருங்க.'

மாணிக்கம் கதவுகளின் பிரிவில் எட்டிப் பார்த்து, டேக்குமில்ல கேக்குமில்ல, ஷாட் மாத்திக்கிட்டிருக்காங்க... வாங்க.'

பெரிய கதவில் சிறிய திட்டுக் கதவு இருந்தது. அதைத் திறந்து உள்ளே சென்றான். உள்ளே பெரிய இருளாக இருந்தது. சிக்கலான கேபிள்கள் தரையில் புரண்டன, 'கொஞ்சம் ஸன் கன் போடுங்க பார்க்கலாம்... ஒரு பேபி கொடுங்க' விளக்குகள் எதிர்பாராமல் உயிர் பெற உச்சாணியில் ஆட்கள் உலவினர். மையத்தில் ஒரு வெளிச்சத் தீவில் நடிகனும் நடிகையும் நின்று பேசிக்கொண்டிருந்தார்கள்.

'அட, அருண்!' என்றான் அருமைராசன். செட்டுக்கு போடப்பட்டிருந்த ஸோபாவில் கிட்டு உட்கார்ந்திருந்தார். மாணிக்கம் மெதுவாக அவரை அணுகினான். 'கிட்டு சார்! கொஞ்சம் வரீங்களா?' என்றான்.

கிட்டு இருட்டில் கண்ணைக் குறுக்கிக்கொண்டு கையால் நிழல் பண்ணிக்கொண்டு பார்த்தார்.

'யாரு? மாணிக்கம்! வாய்யா! படம் எடுக்கப் போறயாமே! பி.ஆர். யாரைப் போட்டிருக்கே!'

'கிட்டு சார்! ஒரு சின்ன விஷயம். இந்த ஆளைத் தெரியுமா உங்களுக்கு?' அருமைராசனைப் பிடித்து முன்னால் துருத்தினான் மாணிக்கம்.

ஒரு கணம் கிட்டுவின் கண்கள் அடையாளம் தேடி உடனே மலர்ந்தன. 'அட! அருமைராசன்! இவரைத் தெரியாதா என்ன? மாணிக்கம்? இவரு நல்லா கவிதை எழுதுவாரு. அருமைராசன். உங்களை எங்கெல்லாம் தேடறது? ஆர்க்கெஸ்ட்ரா, டைரக்டர் எல்லாரும் அன்னிக்குத் தயாரா இருந்தாங்க. மாணிக்கம், கவிஞரைக் காணோம். அரை கால்ஷீட் வேஸ்ட்!'

‘கிட்டு சார்! அந்த டாவெல்லாம் நம்மகிட்ட விடாதிங்க! முதல்ல அந்த ஆள் பணத்தைத் திருப்பித் தந்துருங்க!’

‘நீ என்னய்யா இதில மத்தியஸ்தம்? அருமைராசன், உங்களுக்குப் பணம் திருப்பி வேணும்னா கேட்டிருக்கலாமே, அன்னிக்கே நான் சொல்லலையா?’

‘உங்களைச் சந்திக்கிறதே சிரமமா இருக்குதுங்க! பாட்டுப் போடலைன்னா, திரும்பப் பெத்துக்கிடலாம்னு.’

‘பாட்டாவது போடறதாவது. இதப் பாருங்க அருமைராசன், இந்த ஆள் மகா ஃப்ராட்!’

‘இரையாதே செட்டில. இப்ப என்ன ஆயிடுத்து? பணம்தானே. குடுத்துட்டாப் போச்சு! செக்கா வாங்கிக்கறாரா கேளு... கொஞ்சம் இரு. டேக் எடுக்கப் போறாங்க!’

‘சைலன்ஸ். எங்கய்யா தங்கச்சிக்கு டூப்பு!’

‘இங்க இருக்கேன் சார்.’ என்று இருட்டிலிருந்து மனோ வெளிப் பட்டாள்.’

XX

> Film is expensive. Thorough planning is necessay to use efficiently, the film you have.
>
> - Pocket Book on Movie Making

மாணிக்கம் மனோன்மணியை எதிர்பார்க்கவில்லை. 'என்ன மனோ. அருணுக்குத் தங்கையா நடிக்கிற அளவுக்கு முன்னேற்றமா? பரவாயில்லை.'

மனோன்மணி அவனை அணுகி மெலிதாகச் சிரித்து அருணுக்குத் தங்கையா நடிக்கப் போறது என் முதுகு. அந்தம்மா கால்ஷீட் கிடைக்காததனால் என்னை டூப் வெச்சு எடுக்கறாங்க.'

'கன்டின்யுட்டி டிரஸ் கரெக்டாய்யா?' என்றார் டைரக்டர்.

'கரெக்ட் சார்.'

'அருண் வாங்க. வாங்கம்மா.'

மனோ அருண் எதிரில் போய் நின்றாள். முதலில் அவளை அவன் கவனிக்கவில்லை. கவனித்தபோது சற்று உற்றுப் பார்த்து, 'மன்னிக்கணும், நீங்களா என் தங்கச்சி?'

'இல்லிங்க, நான் டூப்புங்க?'

'அதான பார்த்தேன். சட்டுனு குழம்பிடுச்சு. என்ன டைரக்டர் சார்?'

'எதிர்த்தாப்புல ஆள் இல்லாம பேசறதுக்கு கஷ்டப்படறீங்க. இந்தம்மா அதே உயரம், அதே உடல் அமைப்பு. முதுகுதானே!'

'இவங்களையே தங்கச்சியாப் போட்டுரலாமே சொச்சப் படத்துக்கு?'

'அதெப்படி முடியும்? எடுத்ததெல்லாம் என்ன ஆறது?'

'ஒரிஜினல் தங்கை இறந்துபோய் ஆவி ரூபமா இவங்க வடிவத்தில் சேர்ந்துகிட்டு அண்ணனுக்குச் சேவை செய்யறதா கதையை மாத்தலாமா... எங்கே கதாசிரியர்?'

'விளையாடாதீங்க... என்னய்யா ரெடியா?'

'ரெடி சார்.'

'பளிச் பளிச்' சென்று எல்லா விளக்குகளும் எரிய கேமரா மனோன்மணியின் பின்னாலிருந்து விர்ர்ரத் தொடங்க, அருண் மனோன்மணியின் தோள்மேல் கைவைத்து மற்றொரு கையால் அவள் முகத்தைத் தொட்டு வசனம் பேசுவதை மாணிக்கம் கவனித்தான். அருமைராசனுக்கு வியப்பாக இருந்தது. மேரி தன் பழைய சீலையும் புழுதி படர்ந்த தலை மயிரும் வெட்கம்தர, இருட்டில் அழுந்திக்கொண்டாள். படப்பிடிப்பு ஒரு துண்டு முடிந்ததும் ஏற்பட்ட சின்ன இடைவெளியில் அருண் விளிம்பில் இருந்த நாற்காலியில் அமர்ந்தான். அவன் முகத்தை யாரோ ஒத்திவிட்டார்கள். யாரோ சிகரெட்டை வாயில் பொருத்த, வேறு யாரோ பற்ற வைத்தார்கள். கிட்டு அவன் அருகில் சுவாதீனமாகச் சென்று, 'விஜய்க்கண்ணா. இது யாரு தெரியுமோ? மாணிக்கம். துணை நடிகர் சங்கச் செயலாளர். பவர்ஃபுல் மேன். புதுசா படம் எடுக்கறார்...'

அருண் ஒரு முறை மாணிக்கத்தை நிமிர்ந்து பார்த்து, அரைச் சிரிப்பு சிரித்து, 'அப்படியா, என்ன படம்?' என்றான்.

'லோ பட்ஜெட் மூவி அருண்! நீங்க அதில ஒரு கெஸ்ட் ஆர்ட்டிஸ்டா வரீங்களா?'

'எதுக்கு?'

'வித்தியாசமா இருக்கும்.'

'அதில்லை. உங்களுக்கு பப்ளிசிட்டிக்கு நான் தேவைப்படறேன். இல்லை? அருண் நடிக்கறார்னு போஸ்டர் போட்டு ஏமாத்தறதுக்கு ஒரு ஸ்டார் வேணும்.'

'அதானே! என்றார் கிட்டு.'

மாணிக்கம் நிதானமாக, 'நான் கெஸ்ட் ஆர்ட்டிஸ்டுன்னு சொன்னதை நீங்க தப்பா அர்த்தம் பண்ணிட்டிங்க. ரோல் நல்ல ரோல்தான். ஆனா நீங்க பணம் வாங்காம நடிக்கணும்!'

'ஸாரி. எனக்கு அவ்வளவு இன்கம் டாக்ஸ் பிரச்னை இல்லை.'

'கலைக்காக ஒரு படத்தில இலவசமா நடிக்கக் கூடாதா?'

'நீங்க சினிமாவிலே ரொம்ப பாலபாடத்தில் இருக்கீங்க. அதான் கலைன்னு பேசறீங்க. கலைங்கிறது தமிழ் சினிமாவிலே கெட்ட வார்த்தை - தெரியுமா?'

'ஒரு நல்ல சந்தர்ப்பத்தைத் தவறவிடறீங்க.'

'தாங்க்ஸ். எனக்கு டயம் இல்லை' என்றான் அருண்.

'அருண், வரீங்களா?' அருண் எழுந்து மறுபடி அந்த வெளிச்ச வெள்ளத்துக்குள் நனைந்தான்.

'அகராதி புடிச்ச ஆள். கிட்டு, நான் உங்களைப் பார்க்கத்தான் வந்தேன்.'

'அருண் கால்ஷீட் வேணுமா? அட்ஜஸ்ட்மெண்ட்டு.'

'வேண்டாம், யோவ். ஏன்யா ஏழை ஜனங்களை ஏமாத்தறே? இந்த ஆள் காசைத் திருப்பிக் கொடுத்துரு!'

'மாட்டேன்னா சொன்னேன். மாணிக்கம் இவர்தான் 'வெச்சுக்குங்க ரெண்டு பாட்டுக்கு அட்வான்ஸ¬'னு ஆயிரம் ரூபாய் கொடுத்துட்டு இன்னும் ஐநூறு கொண்டுவரேன்னு சொல்லிட்டுப் போனார். பணத்தைத் தொடாம அப்படியே வச்சிருக்கேன். உண்டா இல்லையா அருமைராசன்?'

'கிடக்கட்டும் கிட்டு! பணத்தைக் குடுத்திடுங்க திருப்பி. ஆசாமி நடுத்தெருவில் நிக்கறார்.'

'ஆரம்பத்தில் ஸ்ட்ரகிள் இருக்கத்தானே இருக்கும். இப்ப நாமெல்லாம் கஷ்டப்படலையா?'

'இப்பவே கொடுத்துடறிங்களா?'

'இரு, பார்க்கறேன்.' தன் பையிலிருந்து பர்ஸை எடுத்துத் திறந்து, 'இந்தா அருமைராசன், நாற்பது ரூபா வெச்சுக்க. அன்னிக்கு பத்து மொத்தம் அம்பதாச்சு. பாக்கி பணத்தை செக்கா நாளைக்கு மூஞ்சில எறிஞ்சுடறேன்.'

'ரப்பர் செக்கெல்லாம் உதவாது. பணமாக் கொடுத்துட்டா சரி! என்ன அருமைராசன்?'

'நன்றிங்க! பணம் கொடுக்காட்டி சந்தர்ப்பம் கொடுத்தாகணும்.'

'இதானே வேண்டாங்கறது. இதப் பாருங்க, நீங்க இந்த ஆள் பேச்சை நம்பாதீங்க. பணத்தை வாங்கிட்டு ஊர் போய்ச் சேருங்க...'

'ரொம்ப வார்ரியே மாணிக்கம். அருமைராசன். அப்ப சான்ஸ் வேண்டாம்?'

'நீங்க நிக்காதிங்க! பாக்கி பணத்தை எங்க வந்து வாங்கிக்கிறது கிட்டு?'

'இதே ஃப்ளோரில் நாளைக்கு.'

'பார்க்கலாம் அருமைராசன். நாளைக்கு வந்து பாருங்க. பணம் கிடைக்கலைன்னா என்கிட்ட வந்து சொல்லுங்க. ஒரு காயிதம் கொடுங்க. விலாசம் எழுதித் தரேன்.'

எழுதித் தரும்போது, 'மாணிக்கம்! நீ பண்றது நன்னா இல்லை. என்னவோ நான் ஏமாத்தறவன் மாதிரின்னா ட்ரீட் பண்ற. கொஞ்சம் தனியா வாயேன்! நீ போய்யா அருமைராசன!'

'நன்றிங்க!' என்று பிரமிப்பில் அருமைராசன் புறப்பட்டுச் சென்றான்.

மாணிக்கத்தைத் தனியே அழைத்துச் சென்ற கிட்டு, 'என்னப்பா... சபைல அவமானப்படுத்தறியே, பணம் எங்க போயிரும்?'

'இத பாருங்க... அந்த ஆள் நல்ல கிறிஸ்டியன். அப்பாவி. அவரை ஏமாத்தினா நரகத்தில் சூடா டபிள் ரோஸ்ட் ஆயிடுவீங்க! பேசாம பணத்தைக் கொடுத்துருங்க, என்ன?' என்றான்.

மனோன்மணி அவர்களுடன் வந்து சேர்ந்துகொண்டாள். 'என்னம்மா! லட்சுமணன் படத்தில நல்ல ரோலாமே உனக்கு? 'சினிமா'ல ஒரு இண்டர்வியூ போட்டுறலாமா? என்றார் கிட்டு.

'வேண்டாங்க!'

'ஸ்டில் ஒண்ணு பார்த்தேன். பிரமாதம்!'

'உங்க படம் என்ன ஆச்சு மாணிக்கம்?'

'ஜுூர வேகத்தில் ஸ்கிரிப்ட் எழுதிக்கிட்டிருக்கேன். வர்ற வெள்ளிக்கிழமை பூஜை, ரொம்ப சிம்பிளா.'

'யார் டைரக்‌ஷன்?'

'நான்தான்.'

'அடி! நம்ப அருமைராசனுக்கு ரெண்டு பாட்டு கொடுத்துடேன்! சரிக்கட்டிடலாம்.'

'நம்ம படத்தில பாட்டே கிடையாது. ஒரே ஒரு டைட்டில் சாங் மட்டும்தான். அதுவும் நாட்டுப்புறப் பாடல்!'

'வேற வினையே வேண்டாம்!'

அருண் மேக்கப்பைக் கலைத்துக்கொண்டு முகம் துடைத்துக் கொண்டு செட்டைவிட்டு வெளிப்பட்டான். அடுத்த ஃப்ளோரில் ப்ரேமலதா தெலுங்குப் படத்தில் நடித்துக் கொண்டிருந்தாள். அங்கே சென்றான். ஜிலுஜிலு என்ற ராஜகுமாரி உடையணிந்து அவள் நடுவே நிற்க, அவள் தோளில் முகம் வைத்து இடுப்பைச் சுற்றிக் கைகளை வளைத்துக்கொண்டு ஏதோ ஒரு பாபு - தெலுங்கு நடிகர்கள் யாவரும் ஒரே முக ஜாடையில் இருப்பதாகப் பட்டது அருணுக்கு - அந்த பாபு 'நீகோஸம் நாகோஸம்' என்று வசனம் பேசிக்கொண்டு ப்ரேமலதாவின் கன்னத்தைத் தன் ஆந்திர மூக்கால் நீவி விட்டுக்கொண்டிருந்தான். சற்று நேரம் கவனித்தான்.

அவளைப் பார்த்ததும் ப்ரேம், 'ஹாய் அருண்' என்றாள். அவன் அருகில் வந்தாள். ஏராளமான நகைகள் ஒலித்தன.

'டயம் ஆகுமா?'

'ஒன்பதாயிரும்.'

'உடம்பு எப்படி இருக்கு?'

'சரியாப் போச்சு! இருக்கீங்களா? ஷெட்யூல் கேன்சல் பண்ணிடட்டுமா? தலைவலிக்குதுன்னு?'

'வேண்டாம். நடி. கேரி ஆன்! நான் வரேன்!'

'உங்களுக்கு முடிஞ்சிருச்சா?'

'ம்! நான் வரேன்!'

'வீட்டுக்குத்தானே போறீங்க?'

'வேற?'

அருகில் இருந்த பத்திரிகையாளர், 'அருண்! உங்களுக்கும் ப்ரேமலதாவுக்கும் மனக்கசப்புன்னு இண்டஸ்ட்ரீல வதந்தி உலாவுதே! அதை நீங்க தகர்த்தெறிய வேண்டாமா?'

ப்ரேம் அருணின் அருகில் வந்து, 'இந்தாங்க, போட்டோ எடுத்துக்குங்க!' என்று அவன் கன்னத்தில் 'பச்'சென்று முத்தமிட்டாள். பளிச்! 'போட்டோவைப் பெரிசாப் போடுங்க, என்ன?'

'சரி!' என்று சந்தோஷத்துடன் அவர்கள் விலக, 'ப்ரேம்மா! ஒஸ்தாவா?' என்று ஒரு குரல் கூப்பிட, அருண் செட்டுக்கு வெளியே வந்தான். ஓரத்தில் தனியாக இருந்த டெலிபோனை நோக்கிச் சற்று நேரம் யோசித்தான்.

'இண்டியன் பாங்க்? மிஸ்டர் விசுவநாதனோட பேசணும்.'

'எந்த விசுவநாதன்? ஜி.எஸ். விசுவநாதன், ஆர் விசுவநாதனா?'

'சமீபத்தில கல்யாணம் ஆச்சே!'

'நீங்க ஆர்.விசுவநாதனைச் சொல்றீங்க. கொஞ்சம் இருங்க. அட்வான்ஸ்ல இருக்காரு அவர்.'

சற்று நேரம் அருண், 'டெலிபோனை வைத்துவிடலாமா' என்று யோசித்தான். 'அவனுடன் நான் என்ன பேச முடியும். என்ன பேச வேண்டும்? என்ன ஒரு பைத்தியக்காரத்தனமான செயல் இது! அருண் - தென்னிந்தியாவின் உச்ச நடிகன் - ஏதோ ஒரு பாங்கின் மூலையில் கூட்டல் கணக்கு போட்டுக்கொண்டிருக்கும் குமாஸ்தாவுக்கு டெலிபோன் செய்வது எதற்கு?'

‘ஹலோ! அட்வான்ஸஸ்.’

‘மிஸ்டர் ஆர்.விசுவநாதனோட பேசணும்.’

‘அவர் ஆடிட்டுக்குப் போயிருக்காரே!’

‘எங்கே?’

‘வெளியூருக்கு.’

‘அவர் வீட்டு விலாசம் கிடைக்குமா?’

‘நீங்க யார் சார்?’

‘அவர் மனைவி வழி உறவு!’

‘கொஞ்சம் இருங்க...’ அந்த விசாரிப்பு மெல்லக் கேட்டது. ‘ராஜ கோபால், நம்ப ஆர்.வி. அட்ரஸ் தெரியுமாய்யா?’

‘தேரடித் தெரு, எழுபத்தெட்டோ, ஏதோ ஒரு மெடிக்கல் ஷாப் பக்கத்தில்.’

‘ரொம்ப நன்றிங்க!’

‘உங்க பேர் என்ன சொன்னீங்க?’

வைத்துவிட்டான். மெல்ல வெளியே வந்து தன் காரில் உட்கார்ந்தான். ‘பாஸ்கர் வரலியாய்யா?’

‘இல்லிங்க. அவரை நுங்கம்பாக்த்தில் விட்டிருக்கேங்க?’ என்றான் டிரைவர். அளவோடு பேசுபவன், மௌனமாக அருணின் ஆணைக்குக் காத்திருந்தான்.

‘திருவல்லிக்கேணி தேரடித் தெருவுக்குப் போ’ என்றான். கார் புறப்பட்டது. ‘என்ன செய்யப் போகிறாய்? தேரடித் தெருவில் உன்னால் காரைவிட்டு இறங்கி நடக்க முடியுமா? இல்லை, கார் மெதுவாகத்தான் போக முடியுமா? உன் மூஞ்சி உன்னைக் காட்டிக் கொடுத்துவிடும். எதற்காக அங்கே போகிறாய்? இதில் என்ன நியாயம் இருக்கிறது? நீ அங்கே போவது எத்தனை சிக்கல்களை ஏற்படுத்தும் தெரியுமா? ஏன்? ஏன்? அருண் காரின் கறுப்புக் கண்ணாடியை உயர்த்தினான்.

கார் சந்து திரும்பி, பார்த்தசாரதியைச் சுற்றி, மண்டபத்தைக் கடந்து, பச்சைக் குளத்தைப் பார்த்து, தேரடித் தெருவில் ஊர்ந்தது.

'நிறுத்தனுங்களா?'

'நேராப் போ...'

சிறுவர்கள், பால்காரார்கள், சைக்கிள் ரிக்ஷாக்கள், வெங்கடா லாட்ஜ், பாத்திரக்கடை, சில்க் அணிந்த பொம்மைகள், ஆனந்தா மெடிக்கல்ஸ்.'

'மெல்லப் போப்பா...'

'ஆனந்தா மெடிக்கல்ஸ் - 79, தேரடித் தெரு...

'சரி, வீட்டுக்குப் போயிறலாம்' என்றான்.

டிரைவர் எந்தவிதமான உணர்ச்சியும் காண்பிக்காமல் புறப் பட்டான்.

யுத்தக் காயங்களுடன் மீசை வைத்துக்கொண்டு ஆஜானுபாகு வாக நிற்கும் பார்த்தசாரதி சுவாமியைத் தரிசித்துவிட்டு கல்யாணி யும் வனஜாவும் சந்நிதியிலிருந்து வெளிப்பட்டு பிரகாரச் சுவர்களில் ஆழ்வார் பாடல்களைக் கடந்து, நரசிம்மரைச் சேவித்துவிட்டு மண்டபத்துக்கு வந்து, சின்னதாக மரத்தில் குங்குமச் சிமிழ் வாங்கிக்கொண்டு நடந்தார்கள்.

வனஜாதான் பேசிக்கொண்டே வந்தாள். 'என்னடி பயந்து பயந்து சாகறே, ஒரு மார்னிங் ஷோ போனா என்னவாம்.'

'என்னைக் கொன்னு போட்டுருவார்.'

'தெரிஞ்சாத்தானே?'

'எப்படியாவது தெரிஞ்சுண்டுவார். சினிமா வாசனையே அவருக்கு...'

'இவர் அப்படியில்லை. சமையல் பண்ணி மூடிவெச்சுட்டா எடுத்துப் போட்டுண்டு எல்லாப் பாத்திரத்தையும் அலம்பி வெச்சுடுவார்! அட்வான்ஸ் புக்கிங்கூட பண்ணிடுவார்.'

'எல்லாரும் ஒரே மாதிரியே இல்லியே வனஜா.'

கல்யாணி சற்று இளைத்திருந்தாள். நெற்றியில் சந்நிதியில் தந்த குங்குமம் சாந்துப்பொட்டின் ஓரத்தில் தெரிய, வாயில் புடைவையை இழுத்துப் போர்த்திக்கொண்டு ஒரே ஒரு கம்பி

வளையலும் ('நான் இல்லாதபோது நகையெல்லாம் போட்டுண்டு தனியாத் திரியாதே. ட்ரிப்ளிகேன் ப்ராஞ்சில் ஒரு லாக்கர் ஏற்பாடு செய்திருக்கேன்.') காலில் ரப்பர் செருப்பும் ('கோவிலுக்குப் போய்ட்டு வர்றதுக்கு ரப்பர் செருப்பு போறும்... இந்த ஒஸ்தி செருப்பைக் கல்யாணம் கார்த்தின்னா போட்டுக்கலாம். தேயாம பளப்பளப்பா இருக்கும்.') அணிந்து நடந்தாள்.

'ஏண்டி இப்படி குசினிக்காரி மாதிரி டிரஸ் பண்ணிண்டு வரே? வெள்ளிக்கிழமையும் அதுவுமா சித்தப் பளிச்சினு மூஞ்சி அலம்பிண்டு கொஞ்சம் பவுடர் போட்டுண்டு வரமாட்டியோ? உனக்கென்ன அழகில் குறைச்சலா?' என்றாள் வனஜா.

'போடி' என்றாள். ('நான் இல்லாதபோது பளபளன்னு டிரஸ் பண்ணிக்கக்கூடாது. வாசல்ல நிக்கக் கூடாது. தெரியறதா?')

'அவர்தான் ஊருக்குப் போயிருக்காரே, எல்லாப் பத்திரிகையும் கொணடு தரட்டுமா?'

'வேண்டாம் வனு!'

'இப்ப ரூம்ல உக்காந்துண்டு என்னதான் பண்ணப் போறே?'

'பிளாஸ்டிக் மணி நிறைய வாங்கிக் கொடுத்திருக்கார். பை நோக்கறேன். எம்ப்ராய்டரி போடறேன்..'

'குளிச்சுண்டுதான் இருக்கே?'

'ம்.'

'இல்லை, எம்ப்ராய்டரி போடறியே ஏதாவது விசேஷமோன்னு...'

'இல்லை வனு, இன்னும் இல்லை.'

கம்பிக் கேட்டைக் கடந்து, இருட்டான இடைகழியைக் கடந்து நடுவே சற்று வெளிச்சம் காட்டும் முற்றத்தையும் அதில் குழாயடியில் ஸ்திரமாகக் காத்திருக்கும் குடித்தனக்காரர்களையும் கடந்து, பின்கட்டு மாடிப்படியேறி, சாவியை எடுத்து ('எப்பவும் சாவியை தாலியில் ஊக்குப் போட்டு வெச்சுக்கோ, கழட்டாதே!') கதவைத் திறந்தாள். மேஜை மேல் விசுவநாதன் வெளியூர் சென்று எழுதியிருந்த முதல் கடிதம் இருந்தது. பிரித்துப் படித்தாள்.

அநேக ஆசீர்வாதங்கள். இப்பவும் நான் சௌக்கியமாக வந்து சேர்ந்தேன். ஆடிட் வேலைகள் அதிகமாக இருந்தபடியால் உடனே உனக்குக் கடிதம் எழுத முடியவில்லை. இங்கு ரூம் வசதியாக இருக்கிறது. சாப்பாட்டில் காரம் அதிகம். நான் வரும்போது எலக்ட்ரிசிடி பில் கட்ட மறந்துவிட்டேன். அதை அலமாரியின் மேல் தட்டில் மொர்க்கண்டைல் லா புஸ்தகத்தின் அடியில் வைத்திருக்கிறேன். அதை எடுத்து (நம்முடைய மீட்டர் இடப்பக்கத்திலிருந்து நான்காவது) அதனுடன் ஒட்டியிருக்கும் அட்டையில் உள்ள ரீடிங்குடன் சரி பார்த்து பக்கத்து போர்ஷன் சீனிவாச வரதனிடம் கொடுத்து, நான் கட்டச் சொன்னதாகச் சொல்லவும். பணம் 18.40 என்று ஞாபகம். வந்ததும் தருகிறேன் என்று சொல்லவும். நீ தனியாக எங்கும் போகவேண்டாம். உடம்பை ஜாக்கிரதையாகப் பார்த்துக்கொள்ளவும். இந்த லெட்டர் கண்டவுடன் பதில் போடவும். அலமாரி இரண்டாவது தட்டின் இடது ஓரத்தில் கார்டு வைத்திருக்கிறேன்.

இப்படிக்கு

ஆர்.விசுவநாதன்

கல்யாணி தன்னைச் சுற்றிலும் பார்த்தாள் வெஸ்ட் கிளாக்ஸ் கடிகாரமும், சுவரில் கணவனின் பி.காம். பட்டத்தின் சென்னை யுனிவர்சிட்டியின் அலைபாயும் எழுத்துக்களும், புதுப் பெரிய வாளின் சிரித்த முகமும் காலண்டரும், கட்டிலில் சுருட்டி வைக்கப்பட்டிருந்த மெத்தையும்...

கதவை யாரோ தட்டினார்கள்...

'யாரு?'

'நான்தாம்மா ஆனந்தா மெடிக்கல்ஸ்.'

'என்னப்பா?' என்று ஜன்னல் வழியாக எட்டிப் பார்த்தாள்.

ஒரு சின்னப் பையன். 'நீங்கதானே கல்யாணிங்கறது?'

'ஆமாம் ஏன்?' அந்தப் பையனைக் கடையில் பார்த்திருக்கிறாள்.

'உங்களுக்கு போன் வந்திருக்கு கடையில.'

'யாரு?'

'தெரியலிங்களே?'

'யாரு!' என்று வியந்துகொண்டு அறைக் கதவைப் பூட்டிவிட்டு அவன் பின் சென்றாள்.

கண்ணாடிப் பெட்டியின்மேல் டெலிபோன் ரிசீவர் படுத்திருந்தது. 'ஒரு பட்டை டெகட்ரான் எடுங்க. இது யாருக்குப்பா போனு?'

'இதோ வராங்க?'

'ஹலோ!' என்று அதை எடுத்துக் காதில் அழுத்திக்கொண்டாள்.

'கல்யாணி?'

'ஆமாம்... யாரு?'

'நான்தான் அருண். ஞாபகம் இருக்கா?'

The film editor, the unsung hero of the motion picture industry, assumes a major part of the responsibility for the completed film presentation.

- Eli. L. Levitan

கல்யாணிக்குச் சட்டென்று உடலுக்குள் ஒரு பய அலை உதறியது.

'இது என்ன கஷ்ட காலம்!' உடனே வைத்துவிட நினைத்தாள்.

'கல்யாணி! இரு இரு! வெச்சுறாதே. என்னோட டெலிபோன்ல பேசினா சேதம் எதுவும் இல்லை. உன்னை எப்படிக் கண்டு பிடிச்சேன் பார்த்தியா கல்யாணி! சௌக்கியமா இருக்கியா?'

'ம்!' என்றாள். 'நீங்க?' என்று கேட்க நினைத்து அடக்கிக் கொண்டாள்.

அது கேட்டதுபோல் அவன், 'நான் இருக்கேன் ஏதோ!' என்றான்.

'வெச்சுறட்டுமா?' என்றாள்.

'வைக்காதே. உன்னோட நான் பேசணும்.'

'எ... என்ன?'

'கல்யாணி. நான் உன்னைப் பார்க்கணுமே.'

'அவர் ஊர்ல இல்லை.'

'உன்னைப் பார்க்கணும்.'

'வேண்டாம். அவர் வரட்டும்.'

'உன்னோட பேசத்தான் போறேன், பயப்படாதே... பயப்படாதே...'

'பேசியாச்சே.'

'உன்னைப் பார்த்துப் பேசணும் கல்யாணி! நான் இன்னும் உன்னை நினைச்சுக்கிட்டிருக்கேன். நீ?'

மௌனம்.

'எனக்கு நிம்மதி இல்லை. என்னுடைய சூழ்நிலையில் எனக்கு ஆறுதல் இல்லை. கல்யாணி, நீ இப்ப அந்த மெடிக்கல் ஷாப் கடைக்காரன்கிட்டப் பேசலியா? அதுபோல என்கிட்ட பேசலாமே. பயப்படாதே, இதில களங்கம் எதுவும் இல்லை. பேசினா பாவம் இல்லை. இத பார், நீ என்ன பண்றே, இன்னிக்கு ராத்திரி ஏழரை மணிக்கு உங்க வீட்டுக்குப் பக்கத்தில குளத்தங் கரையோட பீச்சுக்குப் போறதே ஒரு ரோடு...'

'நான் வரமாட்டேன்...'

'சொல்றதைக் கேளு. அந்த ரோடு பீச்சு ரோட்டை சந்திக்கிற முனைக்கு வந்து நில்லு. நான் கார்ல வரேன். 3366, ஃபியட் கார்'.

'நான் வரலை.'

'வருவே. கட்டாயம் வருவே. வந்துதான் ஆகணும்.'

'வெச்சுடறேன்' என்று டெலிபோனை அவசரமாக வைத்து விட்டாள்.

அவள் கை நடுங்கியது. 'யாரம்மா?' என்றார் கடைக்காரர் புன்னகையுடன்.

'தெரிஞ்சவங்க' என்றாள் நிதானமாக. 'முதலாளி இந்த போன் வந்ததை எங்க வீட்டுக்காரர்கிட்ட சொல்லிடாதீங்க' என்று

கேட்க நினைத்தாள். கேட்கவில்லை. பதற்றத்துடன் தன் அறைக்குள் வந்தாள். கதவை உடனே தாழிட்டுக்கொண்டாள்.

'இங்கேகூட வந்துருவானா? என்ன உபத்திரவம் இது. என்ன சோதனை இது. என்ன செய்வேன் தெய்வமே. உடனே அவருக்கு லெட்டர் எழுதலாமா? வேண்டாம். புரிந்துகொள்ளமாட்டார். அண்ணாவுக்கு? அன்புள்ள அண்ணா, நான் மிகுந்த குழப்பத் துடன் எழுதுகிறேன்... வேண்டாம்... லெட்டர் எழுத வேண் டாம். பதில் வரும். பிரித்துப் படிப்பார். எல்லாக் கடுதாசியையும் பிரித்துப் படிப்பார்...'

'க்ளிக் க்ளிக் க்ளிக் க்ளிக்' என்றது மேஜை கடிகாரம். மணி ஏழு. எப்படி நான் இருக்குமிடம் அவனுக்குத் தெரிந்தது?

'வருவே கட்டாயம் வருவே. வந்துதான் ஆகணும்.'

'கல்யாணி, நீ எவ்வளவு அழகா இருக்கே.'

'சே, நினைக்கக்கூடாது. தப்பு, பாவம், போகாதே.'

அறைக் கதவின் மற்றொரு தாழ்ப்பாளையும் போட்டுவிட்டு நாற்காலியை நகர்த்தி அதன்முன் வைத்தாள். மார்பு படபட வென்றது. கணவனின் கடிதம் மேஜைமேல் கிடந்தது... அதை எடுத்துப் படித்தாள்... 'எலக்ட்ரிசிடி பில். என்னை விசாரித்து அன்பாக ஒரு வார்த்தை உண்டா? மீட்டர் ரீடிங் 18 ரூபாய் நாற்பது பைசா. இவ்வளவுதானா? 'என் கண்ணே, நான் இவ்வளவு தூரத்திலும் உன்னையே நினைத்துக்கொண்டிருக்கிறேன்' என்று எழுதினால் என்ன மோசமா? என்ன செய்யலாம்? 'தெய்வத்தின் குரல்' படிக்கலாம். 'அந்த வேத தர்மங்களை அனுஷ்டிப்பதற்குத் துணை சேர்த்துக் கொடுப்பது, உத்தம தம்பதிகளாக இருந்து உன்னதமாக வேத தருமத்துக்கு எதிர்கால வாரிசுகளை உற்பத்தி செய்து தருமாறு பண்ணுவது - அதாவது வரப்போகிற காலத்தில் லோகத்தில் உயர்ந்த மனோபாவமுள்ள ஜனங்கள் இருக்கும் படியாக ஏற்பாடு செய்வது...'

மணியைப் பார்த்தாள். எழுந்தாள். நாற்காலியை நகர்த்தி, கதவைத் திறந்து கணவன் கடிதத்தை எடுத்துக்கொண்டு உடன் குடித்தனக்காரர் சீனிவாசவரதனிடம் எலெக்ட்ரிசிடி பில் பற்றிச் சொல்லச் சென்றாள்.

கனவுத் தொழிற்சாலை ♦ 237

அருண் ஏழரைக்கு பீச் ரோட்டில் மெதுவாக காரைச் செலுத்தினான். மெர்க்குரி விளக்குகள் வெளிச்சம் பரப்ப, எங்கேயும் அவனுக்கு நிறுத்த நிழல் கிடைக்கவில்லை. இதோ இந்த மூலைக்குத்தான் வரச் சொல்லியிருக்கிறேன். வருவாள். வராமல் போய்விடுவாளா?

திட்டுத் திட்டாக ஜனங்கள் மணல் நோக்கிச் சென்று கொண்டிருந்தார்கள். அங்கங்கே பெட்ரோமாக்ஸ் சிமிட்டல்களில் மாங்காய், பேல்பூரி, மிளகாய் பஜ்ஜி என்று வாணிபம் நடந்து கொண்டிருந்தது. கடலைப் பற்றிக் கவலைப்படாமல் கடலைக் கொட்டை மென்றுகொண்டிருந்தது மெட்ராஸ்.

இறங்கி அவர்களுடன் காலாற நடந்து, 'பிரியமுள்ள நண்பனே. நானும் உங்களில் ஒருத்தன். என்னையும் சேர்த்துக்கொள்ளுங்கள். நானும் விசில் அடிக்கிறேன்... பலூன் விரட்டுகிறேன். சடுகுடு ஆடுகிறேன்...' ஊஹூம், முடியாது. டிராஃபிக் நின்றுவிடும். கூட்டம் சூழ்ந்துகொண்டு என்னைச் சாப்பிட்டுவிடும்.

அந்த இடத்தைக் கடந்து காந்தி அருகில் யு டர்ன் அடித்து மறுபடி ஒரு தடவை ஓரமாக மிதந்தான். கல்யாணி தென்படவில்லை. வந்து போயிருப்பாளோ? வந்திருப்பாளோ! என்ன ஒரு நம்பிக்கை எனக்கு! கூப்பிட்ட குரலுக்கு மற்றொருத்தன் மனைவி உன்னுடன் காரில் ஏறிக்கொண்டு பேச வருவாள் என்று எப்படி நினைக்கலாம் நீ? இல்லை, என்னைத் தெரியும் அவளுக்கு. அவளோடு பழகிய நாட்களின் நினைவுகள் இன்னும் நீங்கி இருக்காது. நான் கெட்ட எண்ணத்துடன் கூப்பிடவில்லை என்பது சத்தியமாக அவளுக்குப் புரியும்... அதோ இவளோ! இவள்தானா? நிறுத்தினான். அந்தப் பெண் திரும்பித் திரும்பிப் பார்த்து எதிர்சாரியில் யாரையோ புன்னகையுடன் கூப்பிட, இல்லை கல்யாணி இல்லை இது.

'வாத்யாரே, அருண்தானே இது!'

'அட, ஆமடா!'

'ஹாய் அருண்!'

'ஏய் தனபால், ஓடியா! ஓடியா! அருண்!'

சற்று நேரத்தில் அங்கே ஐம்பது பேர் சூழ்ந்துவிட்டனர்.

'கண்ணாடியை எறக்கேன், கொஞ்சம் நல்லாத்தான் பாக்கறம் உன்னைய.'

ஐந்து விரல்கள் ஐந்து விரல்களாகக் கண்ணாடியில் ரசிக முத்திரை கள். 'டம்டம்' என்று காரின் பானெட்டில் தட்டல்கள். ஹாரனை அழுத்தினான். வழிவிடவில்லை. 'திறதிற' என்றார்கள்.

கண்ணாடியைப் பாதி திறந்து, 'என்னய்யா?' என்று கேட்டதைக் கூட்டத்தின் கைதட்டல் மூழ்கடித்தது.

கையெழுத்துக்காகப் பத்து ரூபாய் நோட்டு திணிக்கப்பட்டது.

'யோவ், தொடாதய்யா!' என்றான்.

'என்ன பிரதர், வரவர உன் படம் எல்லாம் ஃப்ளாப் அடிக்குது?'

'அறுவை! அதும் இப்ப வந்துதே - அது என்னாது?'

'வாத்யார் டீலாய்ட்டாருய்யா. ப்ரேமலதாவைக் கல்யாணம் செஞ்சப்புறம் ஆட்டம் க்ளோஸ்!'

ஆக்ரோஷத்துடன் அருண் காரிலிருந்து வெளிவந்து அவன் சட்டையைக் கொத்தாகப் பிடித்து, 'என்னடா சொன்னே?' என்றான். கூட்டம் சற்றுப் பின் வாங்கியது.

'யோவ்! சட்டையை விடுய்யா!'

'பளீர்!' என்ற ஒரு அறை அறைந்து அப்படியே அவனைப் பிடித்துக் கூட்டத்தின்பால் தள்ளினான்.

அவன் எழுந்து வருவதற்குள் காருக்குள் பாய்ந்து மூர்க்கத் தனமாகச் சீறிப் புறப்பட்டு, கூட்டத்தை ஏறக்குறையக் கிழித்துக் கொண்டு வெளிப்பட்டான். கூட்டத்தின் கடைசி அடிகளும் உதைகளும் காரின் பின்பகுதியில் வெடித்தன. 'என்ன திமிர் பார்றா அவனுக்கு?'

'நம்பர் நோட் பண்ணிக்க. போலீஸ்ல கம்ப்ளெய்ட் கொடுக்கணும்.'

'இந்தச்சம்பவத்தை எழுதினா பத்திரிகைல போடுவான்!' என்றார் துணுக்கு எழுத்தாளர்.

மூளையில் அதிக ரத்தம் பாய்ந்து, உஷ்ணமாகக் காரோட்டி னான். சீய்த்துக்கொண்டு டெலிவிஷன் பாதையில திரும்பி

எண்பது கிலோ மீட்டரில் மவுண்ட் ரோடு வந்தான். 'ராமாயி வயசுக்கு வந்துட்டா', 'பெண்ணுக்கு யார் காவல்', 'உல்லாசப் பறவைகள்' எங்கேயும் என் முகத்தைக் காணோம்? எங்கே என் பேனர்கள்? எத்தனை புதிய முகங்கள்! என் முகம் எங்கே? போன வருஷம் இந்தச் சாலை பூராவும் நான் சிரித்துக்கொண்டிருந் தேனே! அவ்வளவு சீக்கிரம் மறந்து போவார்களா என்ன... 'என்ன பிரதர் வரவர உன் படம் ஃப்ளாப் அடிக்குது? அர்றுவை...' வாங்கடா டேய். எல்லாத்தையும் தூக்கிச் சாப்பிடறாப்பல ஒரு படம் பண்றேன். உயிரைக் கொடுத்து செய்யறேன். சூப்பர் ஹிட். என்னன்னு நினைச்சுக்கிட்டிருக்கீங்க என்னை...

கேட்டுக்குள் கார் திரும்பும்போது பின்பகுதி பம்பர் கேட்டின் முனையில் இடித்து நசுங்கியது. அவன் கோபம் அத்தனையும் காட்டி சீறிவிட்டு, போர்ட்டிகோவில் நிறுத்தினான். 'எங்க போய்ட்டே? ஸ்டூடியோ ஸ்டூடியோவா உன்னை டெலிபோன்ல துரத்திக்கிட்டிருக்கேன்!'

'பாஸ்கர்! நாம் ஒரு சொந்தப் படம் எடுக்கலாம். நாளைக்கு பத்திரிகையில அறிவிப்பு கொடுத்துரு.'

'விளையாடறியா?'

'ஐம் நெவர் மோர் சீரியஸ், மை டியர் செக்ரட்ரி!'

'என்ன இது திடீர்னு?'

'அருண் யாருன்னு அவர்களுக்குக் காட்டணும்.'

'இப்ப நடிக்கிற படத்திலேயே காட்டலாமே!'

'அதில எல்லாம் சான்ஸே இல்லை. கதாநாயகி யார் பெஸ்ட்? ஸ்ரீதேவி? ரத்தி? ராதிகா? இல்லை மூணு பேரையுமே போட்டுடலாம்'

'ப்ரேமலதா?' என்றான்.

'வேண்டாம்! பெஸ்ட் ரைட்டர் யாரு? பெஸ்ட் டைரக்டர் யாரு? எல்லாருக்கும் கரன்ட் ரேட்டுக்கு ஒரு பத்து ரூபா அதிகமாகவே ஆஃபர் பண்ணு...'

'இதைப் பற்றி காலைல பேசலாமே.'

'வேண்டாம். இப்பவே பேசலாம்.'

‘அருண், நான் சொல்றதைக் கொஞ்சம் கேக்கறியா?’

‘கேக்கமாட்டேன்.’

‘சினிமா எடுக்கறது அவ்வளவு சுலபமில்லை அருண். நம்ம கிட்ட அதுக்குரிய மெஷினரி, மேன் பவர் கிடையாது.’

‘இல்லைன்னா ஏற்படுத்து. உனக்கு எதுக்கு சம்பளம் கொடுத்து வெச்சிருக்கு?’

‘சரி சரி. ஏற்பாடு பண்றேன். போய்ப் படு. வேற என்னவோ உன் மனசில குழம்பறது. ஷல் ஐ கெட் யு ஸம் ஸ்காட்ச்?’

‘வேண்டாம்.’

‘வேற என்ன வேணும்?’

‘எனக்கு வேண்டியது கிடைக்கலை.’

எடிட்டிங் அறையில் இடதுபுறம் ஒரு புராதன மூவியோலா இருந்தது. சின்னச் சின்னத் தகர வட்டங்களில் என்னென்னவோ எழுதி ஒட்டி பிலிம் சுருள்கள், அருகில் ஒரு ட்ரேயில் வரிசைக்கு ஏற்ப பிலிம் துண்டுகள் தொங்கிக்கொண்டிருந்தன. வலதுபுறம் எடிட்டிங் மேஜை ஸ்ப்லைஸர், வ்யுவர், ஸிங்க்ரனைஸர் என்று பற்பல எடிட்டிங் சாதனங்கள். ஒட்டுவதற்கு ஸிமெண்ட் மைலார் டேப்.

‘இளந்தலைவன்’ எடிட்டிங் டேபிளுக்கு வந்திருந்தது. லட்சுமணனும் டைரக்டரும் ஓரமாக நிற்க, ஸ்ரீ சூர்ணம் அணிந்த எடிட்டர் ரங்கன், அந்தப் படத்தின் ரஃப் கட் பிலிமை மூவி யோலாவில் வெள்ளோட்டம் பார்த்துக்கொண்டிருந்தார். மூவியோலா திரையில் மனோ சின்னதாக ஓடிக்கொண்டிருக்க, வில்லன் அவளைத் தூக்க-

‘அய்யங்கார், இந்த சீன்ல மட்டும் கத்தரி போடாதே! ஒரு ஃப்ரேம்கூடத் தொடாதே’ என்றார் லட்சுமணன்.

‘எங்க சாமி, ஸிங் ஆக மாட்டேங்குதே’ மூவியோலாவின் இடதுபக்க சவுண்ட் பிலிமும் வலதுபுறக் காட்சி பிலிமும் இணைந்துகொள்ள மறுத்தன.

‘அதது அப்படி அப்படி அட்ஜஸ்ட் பண்ணிடு! எடிட்டிங்கை யாரு பார்க்கப் போறா? விகடன் மட்டும்தான் குடி முழுகிப் போன மாதிரி கத்தும்!’

மூவியோலா ஒரு உதறு உதற, அய்யங்கார் அதை ஒரு தடவை உதைத்தார். 'இது ஒரு ஹைதர் காலத்து மெஷின். பத்தடிக்கு ஒரு தடவை உதைக்கணும்... ஏன் சார், முதலாளிகிட்ட சொல்லி ஒரு புது மெஷின் வாங்கச் சொல்லக் கூடாதா? தேவுடு ஐயர் ஹார்மோனியம் மாதிரி இதைக் கட்டிண்டு எத்தனை வருஷம் மாரடிக்கிறேன்.'

'அதில்தானே சாமர்த்தியமே இருக்குது அய்யங்காரே?'

'என்ன சாமர்த்தியம்? பம்பாய்ல வெச்சிருக்கான் ஸ்டீன்பெக் கான்ஸோல்னு, அதுன்னா மெஷின். இதில ஒரு மணி ஆறதை அதில அஞ்சு நிமிஷத்தில முடிக்கலாம். எல்லாருக்கும் பணத்தில தான் குறியே ஒழிய... இதென்னது' என்று உற்றுப் பார்த்தார். மனோன்மணி சின்னதாகப் படுத்திருக்க, சில விநாடிகள் அவள் மார்பு வெளிப்படையாகத் தெரிய...

'ஸ்வாமி. இதை இங்கேயே வெட்டிடறது நல்லது. திருப்பி நிச்சயம் இந்த டேபிளுக்கு இந்த சீன் வந்துரும்.'

'நீ அதைப் பத்தி ஏன் கவலைப்படறே அய்யங்காரே?'

'படம் என்ன பேர் சொன்னே?'

'இளந்தலைவன்!'

'என் பொண்ணுகிட்ட சொல்லணும், போகக் கூடாதுன்னு. அதுக்குத்தான் கேட்டேன்.'

லட்சுமணன் வெளியே வந்தார். வேணுகோபாலுக்கு ஏர் கண்டிஷன் ஆகவில்லை. சிகரெட் பிடித்துக்கொண்டு வெளியே உலவிக்கொண்டிருந்தார். 'என்ன ரவைக்குள்ள முடிஞ்சுடுமா?'

'ஒரு ஐநூறு ரூபா எடுங்க.'

'ஐநூறு ஐநூறா கணக்கு வழக்கில்லாம போய்க்கிட்டு இருக்கு, சென்சார் தேதி தந்துட்டாங்களா?'

'எங்க? இன்னும் ஸ்க்ரிப்ட்டே காப்பி எடுத்து முடிச்ச பாடில்லை.'

'வட்டி விஷம் கணக்கா ஏறிக்கிட்டிருக்கு. ரிலீஸ் டேட்டை என்னவோ அறிவிச்சுட்டீங்க. தியேட்டர் புக் ஆயிடுச்சா?'

'கவலைப்படாதீங்க. முடிச்சுடலாம். குதிரை மேல போகிற மாதிரி ஒரு சீன் பாக்கியிருக்குது. குதிரை கிடைக்கவில்லை!'

'ஸோஷல் பிக்சர்ல குதிரை எங்கங்க வர்றது!'

'இது ஒரு மாதிரி ஜமீன்தார் பிக்சர் ஆச்சுங்களே!'

வேணுகோபால் கவனமின்றி 'த்ர' என்று ஏப்பம் விட்டார்.

'இன்னும் கோயமுத்தூர் விக்கலை.'

'பரவாயில்லை. வெச்சுக்கலாம். படம் ஷ்யூரா ஹிட்டு! ஒரு ஏரியாவிலேயே போட்ட காசை எடுத்துறலாம்...'

ரங்கன் வெளியே வந்து, ஏதோ அப்படி இப்படி ஓட்ட வெச்சிருக்கேன். 'லிப் ஸிங்க் உதைக்குது. அங்கங்கே ஜம்ப் கட் கொடுத்து ஒப்பேத்தி வெச்சிருக்கேன். பாக்கறீங்களா?'

'நீ கில்லாடி அய்யங்காரே! உன்னால முடியாததா?'

இருவரும் உள்ளே சென்றார்கள்.

'டாண்ணு வந்துட்டீங்களே!' என்றார் கிட்டு. 'உள்ள விட்டுட்டாங்களா?'

'மாணிக்கம் பேர் சொன்னேங்க! உள்ள விட்டுட்டாங்க' என்றான் அருமைராசன். கிட்டு சுற்றுமுற்றும் பார்த்தார். ஒரு சிகரெட்டைத் தட்டி பற்றவைத்துக்கொண்டு, 'உடனே பணம் வேணுமா?'

'ஆமாங்க. நீங்க கொடுத்த நாற்பது ரூபாயில ஓட்டல்ல ரெண்டு நாள்கூடத் தங்க முடியாதுங்க. சம்சாரத்தை அங்க விட்டுட்டு வந்திருக்கேங்க. பணம் கொடுத்துட்டிங்கன்னா ராத்திரியே பங்களூர் திரும்பிடலாம்...'

'ஏன்யா?'

'எனக்கு வேண்டாங்க சினிமா உலகம். தயவு செஞ்சு என் பணத்தைத் திருப்பிக் கொடுத்துருங்க. புண்ணியம் உண்டு. நான் போய்டறேன்.'

கிட்டு கடிகாரத்தைப் பார்த்தார். 'ரெண்டு மணி ஆய்டுத்தே. பாங்க் மூடியிருப்பானே! செக்கா வாங்கிக்கிறியா?'

'அதை வைச்சுக்கிட்டு நான் என்ன பண்ண முடியும்?'

கிட்டு யோசித்தார் 'கொஞ்சம் இரு... ஒரு ஒண்ணரை அவர் ஆகும் அரேஞ்ச் பண்ண.'

'உங்க கூடவே இருக்கேன்!'

'உள்ளே கம்போசிங் நடக்கிறது. பாக்கறியா? என்கூட வா!' அருமைராசன் நொந்துபோய் கிட்டு பின்னால் சென்றான். ரிக்கார்டிங் ஸ்டூடியோவை அடுத்து, அஸ்பெஸ்டாஸ் சாய்ந்த தாழ்வாரத்தைக் கடந்து அவரைத் தொடர்ந்து சென்றான்.

அந்த அறையில் எட்டு பேர் இருந்தார்கள். ஒரு ஆர்மோனியம், ஒரு கித்தார், ஒரு தபலா தட்டுபவர். எதிரே சாய்மானத்தில் ஆஜானுபாகுவாக ஒருவர் உட்கார்ந்திருந்தார். தரையில் உட்கார்ந்திருந்தவர் காகிதத்தில் முத்து முத்தாக எழுதிக் கொண்டி ருந்தார். பல காகிதங்கள் கிழித்துப்போடப்பட்டிருந்தன. 'தனதனத் தந்தான தனந்தம்' என்றார். கவிஞர் யோசித்து 'என்ன கருத்து?' என்றார். 'பொம்பளைய வர்ணிக்கிற பாட்டுங்க.'

'தன தனத் தந்தான தனந்தம்'

'வரிகளில் சிக்காத சிரிப்பு!' என்றார் அந்தக் கவிஞர்.

'பிரமாதம்! எழுதிக்கப்பா. அப்புறம் அடுத்தவரி?'

'தானதம் தனதான தானதன தனந்தம்.'

'சிக்கலான சந்தமா இருக்கு.'

'மெட்டு அப்படி இருக்கே? உங்களால முடியாததா?'

கவிஞர் நெற்றியைச் சுருக்கிக்கொண்டு யோசித்தார். ஆர்மோனியம் மறுபடி தானதம் தனதான தானதன தனந்தம் என்று வற்புறுத்தியது.

உஹூம்! தடுமாற்றம். எல்லோரும் கவிஞரின் உதட்டையே பார்த்துக்கொண்டிருந்தார்கள்.

ஓரத்தில் நின்றிருந்த அருமைராசன் தெளிவாக, 'வரிகளில் 'சிக்காத சிரிப்பு. என் வார்த்தைகள் தடுமாறும் வானுலக விரிப்பு' என்றான்.

வானத்துப் பறவைகளைப் பாருங்கள். அவை விதைப்பதும் இல்லை. அறுப்பதும் இல்லை. களஞ்சியத்தில் சேர்த்து வைப்பதும் இல்லை. உங்கள் வானத் தந்தை அவற்றுக்கும் உணவளிக்கிறார்.

- மத்தேயு 6-ம் அதிகாரம்

அறையில் சட்டென்று அமைதி நிலவ, எல்லோரும் அருமைராசனைப் பார்த்தார்கள். நடுவாந்திரக் கவிஞர், 'ஏன்யா. இங்க பாடலாசிரியர் நானா, இல்லை ரோடுல போற எவனாவதா?' என்றார். கோபம்.

அருமைராசனின் அருகே ஒரு அதட்டல் கேட்டது. 'ஏன்யா குறுக்கே பாடறே?' அருமைராசன் பயத்தில் பேசவராமல் வாசலை நோக்கி நடந்தான்.

'வார்த்தைகள் தடுமாறும் வானுலக விரிப்பு - சரியாத்தாங்க இருக்குது' என்றார் இசையமைப்பாளர். ஆர்மோனியத்தின் பற்களை நெருடி ஒரு தடவைப் பாடிப் பதம் பார்த்தார்.

கவிஞர், 'வேண்டாங்க. முதல் வரியை மாத்திட்டேன். 'வரிகளில் சிக்காத சிரிப்பு' வேண்டாம். பதிலா, 'சொற்களில் சிக்காத பற்கள்'னு மாத்திறலாம்' என்றார்.

‘சொற்களில் சிரிக்காத பற்களா இப்ப’ என்றார் கீழே அமர்ந்திருந்த பிள்ளையார்.

‘எதுக்கும் ரெண்டையும் கைவசம் வெச்சுக்கலாம’ என்றார் இசை.

‘அடுத்த சந்தம் சொல்லுங்க.’

ஆர்மோனியம் அடுத்த சந்தத்தைப் பேச, கவிஞர் மறுபடி நெற்றியைச் சுருக்கி யோசித்தார். சற்றுநேரம் காத்திருந்தார்கள். அருமைராசன் கதவுக்கு அருகே நின்றான்.

‘சொற்களில் சிக்காத பற்களுக்கு மேல?’ என்று இசையமைப்பாளர் சுற்றிலும் பார்த்து அருமைராசனைப் பார்வையால் பிடித்து, ‘நம்ம ரோட்டோரக் கவிஞர் என்ன சொல்றார்? உங்களுக்கு ஏதாவது தோணுதுங்களா அண்ணே?’

அருமைராசன் தயக்கத்துடன் தகாத வார்த்தை பேசுபவன் போல, ‘அவை சொர்க்கத்தை விலை பேசும் வைர மணிக் கற்கள்’ என்றான்.

எல்லோரும் அதிர்ந்துபோய் நிற்க, இசையமைப்பாளர், ‘இவரு யாருங்க. பிரமாதமா வார்த்தைகளில் விளையாடறாரே?’ என்றார்.

‘இவரு பேரு அருமைராசன். நான்தான் அறிமுகப்படுத்தினேன்’ என்றார் கிட்டு. கவிஞர் மிகவும் கோபம் கொண்டு, ‘கண்ணபிரான், எவ்வளவு அட்வான்ஸ் வாங்கியிருக்கம்?’

‘ஒரு பாட்டுக்குத்தாங்க.’

‘ஒரு பாட்டு போட்டாச்சில்ல! நான் வரேன். அகராதி புடிச்சவங்களுக்கு எல்லாம் என்னால பாட்டுப் பாட முடியாது. பிளாட்பாரம் பயலுவ எல்லாம் குறுக்கே பாடறான். அனுபவம் உள்ளவனுக்கு எல்லாம் மரியாதை கிடையாது! திருவிளா மாதிரி கூட்டம்.’

‘மன்னிச்சுக்கங்க அண்ணே! யோவ்! எல்லாரும் போங்க வெளியே!’

‘அவுங்களுக்கு முன்னால நான் போறேன். கண்ணபிரான், வா. ‘உன்னையறிந்தோ தமிழை ஓதினேன்’னு கம்பர் இந்த மாதிரி அடாஸுங்களுக்காக அப்பவே பாடிட்டார். வாய்யா’ என்று துண்டை உதறிவிட்டு விருட்டென்று புறப்பட்டார்.

அவர் சென்றதும், 'என்னது இப்படி கோவிச்சுக்கிட்டுப் போறாரே?'

'அவர் சொல்றதும் நியாயம்தானே? இப்படி குறுக்கே குறுக்கே பாடினா எப்படி இருக்கும் அவருக்கு? எப்பேர்ப்பட்ட கவிஞர் அவர்? இந்தாளை வெளிய விரட்டுய்யா. வேடிக்கை பார்க்க வந்தா, சும்மா வாயைப் பொத்திக்கிட்டு கம்முனு இருக்க வேண்டாம்? போய்யா, ஓடு!'

அருமைராசன் புறப்பட, 'இருங்க' என்றார் இசையமைப்பாளர். அருமைராசன் தயங்கினான்.

'வாங்க.'

'பேர் அருமைராசன். நம்ம ஃபைண்டு ராஜா' என்றார் கிட்டு.

'இந்தப் பாட்டை முடிச்சுக் கொடுத்துடுங்க. இனி கவிஞர் கால்ஷீட் கிடைக்கிறது கஷ்டம். நீங்க சொன்ன வரிகள் இதுவரை சரியாவே வந்திருக்கு.'

'என்ன சொல்றீங்க? எனக்கு பாடல் எழுத ஒரு சான்ஸா?'

'ஆமாம். உக்காருங்க.'

அருமைராசன் உணர்ச்சிவசப்பட்டு அப்படியே மடங்கினான்.

'இங்க வாங்க. என்ன தரையில் மண்டிபோடறீங்க?'

அருமைராசன் கைகளைக் கோர்த்துக்கொண்டு கண்களில் கண்ணீருடன் 'விண்ணுலகில் இருக்கின்ற எங்கள் தந்தையே, உங்கள் திருப்பெயர் தூயதெனப் போற்றப்படுவதாக, உமது அருளாட்சி வருவதாக' என்று தியானித்தான்.

'ஏங்க, இதுகூட நல்லா இருக்குதே. நம்ம படத்தில் உபயோகப் படுத்திக்கலாமில்ல.'

'கவிஞர் அருமைராசன், உட்காருங்க' என்றார் கிட்டு. 'இங்க வாங்க. இந்த நாற்காலியில் உக்காருங்க! யாருப்பா, சித்த ஒரு காப்பி கொண்டு வா, ப்ரொடக்‌ஷன் நீங்களா அண்ணே? ஒரு ஐநூறு ரூபா எடுங்க.'

அருமைராசனின் சட்டையெல்லாம் கண்ணீர் நனைந்தது.

ஆயிரம் அடிக்கு நாற்பத்தைந்து வீதம் பணம் கட்டி டிராஃப்ட் பெற்றுக்கொண்டவுடன் எட்டுப் பிரதி பாடல்கள், எட்டுப் பிரதி கதைச் சுருக்கம், லாபரட்ரீ சர்ட்டிபிகேட் என்று கத்தையாக உறையில் போட்டுக்கொண்டு அரசாங்க சென்சார் ஆபீசுக்குச் சென்றார் லட்சுமணன். உள்ளே நுழையுமுன் தன் பையில் ரூபாய் நோட்டுக்களை ஆராய்ந்து, 'நூறு ரூபாய்க்கு சில்லறை வாங்கி வந்துடு' என்று டிரைவரிடம் கொடுத்தார். வெளியே கட்டடம் சுமாராக இருந்தாலும், உள்ளே மத்திய சர்க்கார் குணாதிசயங்கள் அத்தனையும் அந்த ஆபீசுக்கு இருந்தன. ஒரு வாரமாகக் கழுவாத பாத்ரூம். அதை ஒரு வருஷமாக மூடாத கதவு. உடனே கண்ணாடிப் பெட்டிக்குள் நோட்டீஸ் போர்டு. பழுப்புக் காகிதங்களில் ஆங்கிலத்திலும் தேவையில்லாத ஹிந்தியிலும் அரசாங்க அறிக்கைகள். ப்யூன்களின் காரிடார் அரசாட்சி. ஒரு அறை வாசலில் ஸ்டூல் போட்டு ஒரு முழங்கால் மண்டியிட்டு உட்கார்ந்திருந்த பீடியிடம் சென்று, 'முத்துசாமி! சௌக்யமா?' என்றார் லட்சுமணன்.

அவர் எழுந்திருக்காமல், 'வாங்க' என்றார்.

'சூப்ரண்ட் இருக்காரா?'

'பாத்ரூம் போயிருக்காரு. வரட்டும்' என்றார். ஐந்து ரூபாய் கை மாறியதும், 'இருங்க, உள்ற இருக்காரான்னு பார்த்துடறேன்' என்று கதவைத் திறந்து எட்டிப் பார்த்துவிட்டு, 'போங்க' என்று அனுமதித்தார். முத்துசாமி மறுபடி ஸ்டூலில் உட்கார்ந்து கொண்டு, 'கொழுந்தியாளுக்கு உடல் நலமில்லைன்னு சொல்லி பி.எஃப் லோன் எடுக்க முடியுமா பீட்டர்?' என்று எதிர்சாரி பியூனைக் கேட்க, லட்சுமணன் அந்த அலு வலகத்துக்குள் நுழைந்தார். சிற்சில கிளார்க்குகள் இவர் உள்ளே நுழைந்ததைக் கவனிக்கவில்லை. சூப்பிரண்ட் ஓரத்தில் ஏராளமான ஃபைல்களின்பின் மறைந்து விகடன் படித்துக் கொண்டிருந்தவர், லட்சுமணனைப் பார்த்து அதை மடக்கி டிராயருக்குள் செருகினார். ஜன்னல் காற்று வராமல் காத்ரெஜ் அலமாரிகள் தடுத்தன. எல்லாவற்றிலும் இங்க் கறை. புராதன மேஜைகள். எந்த நாற்காலியும் உருப்படியாக இல்லை. ஒன்று, உட்காரும் இடத்தில் தொய்வு அல்லது பொத்தல். ஒன்று ஒரு கை, ஒன்று ஆடிப்போன கேஸ். 'என்ன விஷயம்?' என்றார் சூப்ரண்ட்.

'டேட்டு வாங்கிட்டுப் போகலாம்னு வந்தேன்' என்று மனுவைச் சமர்ப்பித்தார். அதை அவர் அலட்சியமாக வாங்கி 'சரக்'கென்று உருவி, 'விநாயகம்! ஒரு எண்ட்ரி போட்டுருங்க' என்றார்.

'ஆபீஸரை ஒருமுறை பார்த்துறலாங்களா?'

'ஓ! தாராளமா. இப்படியே போனீங்கன்னா கோடியில இருக்கும் ரூம்' என்று ஃபைலில் மிகையாகக் கவனம் செலுத்தினார்.'

'வந்து... ம் 19-ம் தேதி ரிலீஸ் டேட் வெச்சுட்டம்...'

அவர் காலண்டரைப் பார்த்து, '19-ஆ! இம்பாஸிபிள். ஸ்க்ரீனிங்கே 18-ல்தான் முடியும்.'

'19 முடிவு பண்ணிட்டமே.'

'யாரைக் கேட்டு முடிவு பண்ணீங்க? என்ன விளையாடறீங்களா?'

ஒரு அற்புதமான மென்மையான கணத்தில் சூப்ரண்டின் மேசை டிராயர் ஓசைப் படாமல் திறக்கப்பட்டு அதில் ரூபாய் நூறு சரணடைந்தது. அதிகாரி சற்றும் முகம் மாறாமல், 'ம்ஹூம், ரொம்ப கஷ்டம். வேணும்னா 17 ஸ்கிரீன் பண்ணிட்டு கட் எதுவும் இல்லைன்னா 18-ம் தேதி சர்ட்டிபிகேட் கிடைக்கும் படியாச் செய்யறேன். பேர் என்ன?'

'இளந்தலைவன்.'

'என்னோட வாங்க, எதுக்கும் ஆர்.ஓ.வைப் பார்த்துருங்க. படம் க்ளீன்தானே?'

'ம்... அப்படித்தாங்க...' என்றார் தயக்கத்துடன்.

தனி அறையில் அக்கடா என்று உட்கார்ந்திருந்த ரீஜனல் சென்சார் ஆபீசர் லட்சுமணன் காதிலிருந்து காதுவரை சிரித்ததற்கு ஒரு புன்னகைகூடச் செய்யாமல் சூப்ரண்டையே பார்த்து, 'என்ன விஷயம்?' என்றார்.

'19 ரிலீஸாம். இப்ப டேட் கேக்கறாங்க.'

'என்னிக்கு முடியும்?'

'17 முடியும்னு நினைக்கிறேன்.'

'எப்படியாவது பார்த்து...'

‘அதான் சொன்னாரே 17! இதுக்குத்தான் புஸ்தகமே அச்சடிச்சு ஆளுக்கு ஒண்ணு கொடுத்திருக்கமில்ல? விதிமுறைகள் க்ளீனாத் தானே வெச்சிருக்கம்?’

‘கட்டு கிட்டு ஆயிருச்சுனா லேட் ஆயிடும். ரொம்ப நெருக்கமா இருக்குது!’

‘அதுக்காக? ரிலீஸ் டேட்டை போஸ்ட்போன் பண்ணிருங்க!’

சூப்ரண்ட், ‘வாங்க’ என்றார். வெளியே வந்ததும் ‘அப்ப நான்...’ என்றார் லட்சுமணன்.

‘அவரு ரொம்ப ஸ்ட்ரிக்ட்.’

‘இன்னுரு விஷயமில்ல?’

‘என்ன?’

‘மெம்பர்ஸ் கொஞ்சம் மைல்டாப் போட்டா நல்லது. படம் ஒரு மாதிரிங்க. ஏ குடுத்தாலும் பரவாயில்லை. கி.வா.ஜ, பாலசந்தர் மாதிரி இல்லாம பார்த்துக்கிட்டாச் சரி?’

‘பார்க்கலாம்.’

‘வரேங்க’ - லட்சுமணன் உற்சாகத்துடன் புறப்பட்டார்.

அருண் மறுபடி அந்த மெடிகல் ஷாப்புக்கு டெலிபோன் செய்தான். ‘தயவுசெய்து பக்கத்து வீட்டில இருக்கிற கல்யாணிங் கறவங்களைக் கூப்பிடறீங்களா?’ என்றான்.

‘நீங்கதானே நேத்து போன் பண்ணது?’

‘ஆமாம்.’

‘பையன் இல்லிங்களே. ஒரு பத்து நிமிஷம் விட்டு போன் பண்றீங்களா? கடையில கொஞ்சம் பிசியா இருக்கம்.’

வெறுப்புடன் வைத்தான்.‘பாஸ்கர் பாஸ்கர்!’ என்று முன் அறைக்குச் சென்றான். பாஸ்கர் இல்லை, ஹாலுக்கு வந்தான். ஒருவரும் இல்லை. சுவர் முழுவதும் அவன் வெற்றிக் கணங்கள் நிறுத்தி வைக்கப்பட்ட படங்கள்... அவற்றை வெறுப்புடன் பார்வையிட்டான். சின்னப் பையனாக சரோஜாதேவியின் மடியில். முதல் படம், முதல் ஹீரோ, முதல் நூறு நாள் கேடயம்.

முதல் மலேசியா பிரயாணம். மேல்நாட்டில வெள்ளைக்காரர் களுடன் எடுத்த படம், அலமாரி பூராவும் விருதுகள், கேடயங்கள். இருபத்தைந்து வார பூதங்கள்... ஹாலைக் கடந்து பின் கட்டுக்கு நடந்தான். யாருமில்லை, எல்லோரும் எங்கே? மறுபடி முன்புறம் வந்து மாடியேறி ப்ரேமின் அறைக் கதவைத் தட்டினான். திறந்துகொண்டது. உள்ளே ப்ரேமலதாவின் அம்மா கண்ணாடி முன் முகத்தில் லாக்டோகாலமின் தேய்த்துக் கொண்டிருந்தாள்.

'எல்லோரும் எங்கே?' என்றான்.

'யாரு?'

'என் உறவுக்காரங்க.'

'தெரியாதண்டி. வெளியூர் போறதாச் சொன்னாங்க.'

'விரட்டி விட்டுட்டீங்களா?' என்று அதட்டினான்.

'ஐயோ இல்லியே! வரலட்சுமி வரலட்சுமி, கொஞ்சம் இக்கட ரா' என்றாள். அருகிலிருந்த அறையிலிருந்து ப்ரேம் வெளிப்பட்டு 'ஏமம்மா?' என்றாள்.

'என்ன என்னவோ சொல்றார் அருண், பயம்கா உந்தி.'

'என்ன அருண்?' என்றாள்.

'அவா எல்லாரையும் நீங்க ரெண்டு பேரும் சதி பண்ணி விரட்டி விட்டுட்டீங்க இல்லே!'

'அப்படி யார் சொன்னது?'

'பின்ன எங்கே அவங்கெல்லாம்?'

'எனக்கென்ன தெரியும். என்கிட்டயோ அம்மாகிட்டயோ அவுங்க பேசறாங்களா? எங்க ரெண்டு பேரையும் ஏதோ தீண்டப் படாதவங்க மாதிரி இல்ல ட்ரீட் பண்றாங்க! பாஸ்கரைக் கேளுங்க. சொல்வார்! அவன்தான் இந்த வீட்டில எல்லாம்.'

'நீங்க விரட்டலியே?'

'நாங்க ஏன் விரட்டறோம்?'

'அதான் பார்த்தேன். உனக்கு எவ்வளவு உரிமை இருக்கோ, அவ்வளவு உரிமை அவுங்களுக்கும் இருக்கு. தெரியுமா?'

'நல்லாத் தெரியும்! இதை நீங்க திருப்பித் திருப்பிச் சொல்ல வேண்டாம்.'

'தொட முடியாது, தெரியுமா?'

ப்ரேம் அலுத்துக்கொண்டு, 'நீங்கபோற விதம் உங்களுக்கே நல்லா இருக்கா சொல்லுங்க!'

'உண்மையைச் சொல்றேன்!'

'அதுக்கு ஏன் இப்படிச் சத்தம் போடணும்? ஏன் இப்படிக் கோபப்படணும்? அருண் எனக்குத் தெரிஞ்சு போச்சு. உங்க படம் ஃபெயிலாறதுன்னு கோபம் உங்களுக்கு. அதைக் காட்டறதுக்கு நான் ஒருத்திதான் இந்த வீட்டில் அகப்பட்டிருக்கேன். வீடா இது? எனக்கும் அம்மாவுக்கும் ஒரு ரூம் கொடுத்தீங்க. அவ்வளவுதான்! அதுக்கு மேலே ஒரு விஷயம் கேட்கக்கூடாது. உங்க மனைவிங்கற முறையில என்ன உரிமை தந்திருக்கீங்க!'

'ஹ மனைவி! பேசாதே' என்று இரைந்தான்.

'அம்மா, நீ உள்ள போம்மா, இவரோட நான் தனியாப் பேசணும், அருண் போகாதீங்க.'

'ஏடுகொண்டலவா...' என்று அம்மா உள்ளே செல்ல அருண் அலுப்புடன்... 'என்னவாம்?' என்றான்.

'அருண் நான் ஒண்ணு கேக்கறேன். இப்ப எதுக்கு அந்த கல்யாணிக்கு நீங்க போன் செய்யணும்?'

திடுக்கிட்டான். 'இவளுக்கு எப்படித் தெரிந்தது? உடனே இதற்கு என்ன பதில்?'

'ஏன் பேசாம இருக்கீங்க?'

'டெலிபோன்ல ஒட்டு கேக்கறதுதான் உன் தொழிலா?'

'எதுக்கு எக்ஸ்டென்ஷன் போன் என் ரூம்ல வெச்சிருக்கீங்க. அதை எடுத்தேன். கேட்டது. அப்புறம் இதைப் பாருங்க' என்று ஒரு தினப் பத்திரிகையை அவன் முன் எறிந்தாள்.

'பிரபல நடிகர் அருண் பீச்சில் கலாட்டா! அடிதடி! ரசிகர்களுடன் கைகலப்பு.'

‘ராஸ்கல்ஸ்’ என்றான்.

‘அவளைப் பார்க்கத்தான போனீங்க?’

அருண் மௌனமாக இருந்தான். எப்படிச் சொல்வது இவளிடம்? சாங்கோபாங்கமாக எப்படி வியாக்கியானம் செய்து கொண்டிருக்க முடியும்?

‘அவளை நான் பார்க்கலை!’

‘நம்பச் சொல்றீங்க!’

‘நான் எங்கே போனா உனக்கென்ன? அது என் இஷ்டம்.’

‘அதே மாதிரி நானும் இருந்துற முடியுமா? சொல்லுங்க!’

‘இரேன்! எல்லாரையும் பார்த்தவதானே! நீ’

‘அருண்! டோன்ட் பி க்ரூயல்!’அவள் கண்களில் மெலிதாக நீர் திரையிட்டது. ‘நீங்க செய்யற காரியத்தை யோசிச்சுப் பாருங்க? கல்யாணமான பொண்ணுக்கு டெலிபோன் செய்து அவளைப் போய் சந்திக்கலாமா நீங்க?’

‘ஒரு ஃப்ரெண்ட் மாதிரி இருக்கக்கூடாதா?’

‘தாராளமா! அவளை இங்கே கூப்பிடுங்க! நானும் இருக்கேன். நிறையப் பேசலாம்.’

‘அவளுக்கும் உனக்கும் ஈடு கிடையாது!’

‘ஈடு என்ன ஈடு, அவகிட்ட இருக்கிறது என்கிட்டயும் இருக்குது அருண்’ என்றாள் நடுங்கும் குரலில்.

‘சீ.’

‘அருண், இது நல்லதில்ல. ஒருத்தருக்கும் நல்லதில்ல. எப்படி அருண், பெண்டாட்டி வீட்டில இருக்கிறபோது, உங்களுக்கு இதுமாதிரி நினைக்கத் தோன்றது? அவகிட்ட என்ன தேடறீங்க? எதைத் தேடறீங்க? எனக்கும்தான் சொல்லுங்களேன். அவஸ்தைப்பட்டுக்கிட்டு இருக்கேன்.’

‘உனக்குச் சொன்னாப் புரியாது. உனக்கு உன் கேரியர்தான் முக்கியம். குடும்பம் முக்கியமில்லை. குழந்தை முக்கியமில்லை. ப்ரேம், நீ என்னை ரொம்ப ஏமாத்திட்டே.’

‘எதுக்காக அப்படிச் செஞ்சேன்? பாஸ்கரைக் கேட்டுப் பாருங்க, உங்க படம் எவ்வளவு கேன்சல் ஆகியிருக்குன்னு. இன்னி தேதிக்கு உங்களுக்கு பாங்க் பாலன்ஸ் எவ்வளவு தெரியுமா? அருண், உங்க சம்பாத்தியம் குறைஞ்சுக்கிட்டு வர்றது. நான் சம்பாதிச்சுத்தான் ஆகணும். இந்தச் சமயத்தில வயத்தை சாச்சுக்கிட்டு நின்னா எப்படி என்னாலே எட்டுப் படத்தில நடிக்க முடியும்? இந்த வீட்டில ஒரு நாளைக்கு உண்டான செலவு எவ்வளவு தெரியுமா? பாஸ்கரைக் கேட்டுப் பாருங்க. பெட்ரோல் சார்ஜ், மளிகை, சாப்பாடு, வேலைக்காரங்க சம்பளம்... எல்லாத்துக்கும் எங்கிருந்து பணம் வரும்? ஒவ்வொரு படமா கவுந்துக்கிட்டிருந்தா யோசிச்சுப் பாருங்க.’

அவள் சொன்னதன் அழுத்தமான உண்மைகளைச் சமாளிக்க முடியாமல் ‘நான் போறேன்’ என்று புறப்பட்டான்.

காலை. விசுவநாதன் டூர் போய்விட்டுத் திரும்பி வந்ததும் ஆட்டோ ரிக்ஷாவுக்குப் பணம் கொடுக்க சில்லறை இல்லாமல் மெடிக்கல் ஷாப்பில் பத்து ரூபாய் நோட்டை மாற்றும்போது கடைக்காரர், ‘நீங்க போயிருந்தபோது ரெண்டு மூணு முறை உங்க வீட்டுக்குப் போன் வந்ததுங்க’ என்றார்.

The chain of wedlock is so heavy it needs two sometimes three.

- யாரோ

ஆட்டோ ரிக்ஷாவுக்குச் சரியான சில்லறை கொடுத்துவிட்டு விசுவநாதன் மறுபடி ஆனந்த் மெடிகல்ஸுக்கு வந்து விசாரித்தான்.

'போன் வந்ததா? எனக்கா?'

'இல்லீங்க. அம்மாவுக்கு. அவுங்கதான் அட்டெண்ட் பண்ணாங்க.'

'யாருன்னு சொன்னாங்களா?'

'அவரு சொல்லலிங்க.'

விசுவநாதன் தன் சிறிய பெட்டியையும் காற்றுத் தலையணையையும் சேகரித்துக்கொண்டு உள்ளே சென்றான். 'யாரு? சுந்தரமா? சுந்தரம் எதற்கு போன் செய்யவேண்டும். அதுவும் இரண்டு மூன்று தடவை...' மெல்ல மாடியேறித் தன் மனைவியை நோக்கிச் சென்றான். கதவைத் தட்டினான். 'யாரு?' என்று அவள் குரல் ஒலித்தது. 'நான்தான் விசுவநாதன்' என்றான்.

கதவு திறந்தது. இன்னும் அவள் குளிக்கவில்லை.

'அட வந்துட்டிங்களா? இப்பத்தான் உங்களுக்கு லெட்டர் எழுதிக்கிட்டிருந்தேன்' என்று சிரித்தாள். மௌனமாக உள்ளே வந்து உட்கார்ந்தான். 'ஒரு நிமிஷம்! காப்பி கொண்டு வரேன்!' என்று உள்ளே சென்றாள். அடுத்த அறையிலிருந்து, 'ட்ரெயின்ல இடம் கிடைச்சுதா? நன்னாத் தூங்கினேளா?' என்றாள். விசுவநாதன் எழுந்து அலமாரியைப் பார்வையிட்டான். சினிமாவின் பாதி டிக்கெட்! சினிமாப் பத்திரிகைகள்! ஏதாவது கடிதம்! அவன் எழுதிய கடிதத்தை 'தெய்வத்தின் குரலி'ல் அடையாளமாக வைத்திருந்தாள்.

காப்பியை ஒரு தடவை சப்பிவிட்டு அதைக் கீழே வைத்து விட்டான்.

'ஏன்? சர்க்கரை சரியாயில்லியா?'

'யார் போன் பண்ணது?' என்றான் நிதானமாக.

கல்யாணி ஸ்தம்பித்து நின்றாள்.

'என்னது?'

'நான் இல்லாதபோது உனக்கு ரெண்டு மூணு தடவை யார் போன் பண்ணதுன்னு கேக்கறேன். கேள்வி புரியறதா?'

அவள் மௌனமாக இருந்தாள்.

'சுந்தரமா?'

'இல்லை' என்றாள் ஈனமாக.

'உங்க அப்பாவா?'

தலையாட்டினாள்.

'பின்ன யாரும்மா?'

அவள் அவனிடமிருந்து சற்றுப் பின்வாங்கினாள். உள்ளுணர்வில் அடிக்கப் போகிறானோ என்ற பயம். கல்யாணிக்குக் கை நடுங்கியது. அவளுக்குப் பொய் சொல்ல வரவில்லை. 'அந்த அருண்!' என்றாள்.

'என்ன பேசினான்?' என்றான் குழைவாக.

'வந்து... வந்து... சௌக்கியமான்னு கேட்டான். நான் உடனே வெச்சுட்டேன். அவ்வளவுதான்.'

'இதை நீ நம்பச் சொல்றியா? அவனுக்கு எப்படி நாம இங்க இருக்கிறது தெரிஞ்சுது? எப்படி பக்கத்து மெடிகல் ஷாப் நம்பர் தெரிஞ்சுது?'

'எனக்கு சொல்லத் தெரியலையே' என்றாள்.

'மூணு தடவையும் 'சௌக்கியமா?'ன்னுதான் கேட்டானா?'

'இல்லைன்னா... இல்லை. ஒரே ஒரு தடவைதான் செஞ்சான். நான் வேற எதுவும் பேசலை. எங்க அப்பா அம்மா, அண்ணா, சாமி சத்தியமா சொல்றேன், அதுதான் நடந்தது.'

'அவனை எங்கே போய்ப் பார்த்தே?'

'ஐயோ! இல்லைன்னா.'

'முதல்லே நீதானே அவனை போன் பண்ணி வரவழைச்சே?'

'ச்ச்ச்! ஏன் இப்படி என்னைக் கொடுமைப்படுத்தறிங்க. நடந்தது இதுதான். நீங்க வேணா உடனே அவனுக்கு போன் பண்ணிக் கேளுங்க.'

'அவன் நம்பர் தெரியுமா?'

'தெரியாது. தெரியாது' என்று அழுதாள்.

'நான் ஏன் அந்த நாய்க்கு போன் பண்ணணும்? வெக்கங் கெட்டவளே? நாலு நாள் ஊர்லே இல்லாதபோது டெலிபோன் பண்ணி அவனை வரவழைச்சியா? ரெண்டு பேரும் எந்த ஹோட்டலுக்குப் போனீங்க? பணம் கொடுத்தானா? இல்லை, உனக்கும் எனக்கும் அமர காதல்னு சொன்னானா?'

'ஐயையோ, அபாண்டம், பொய், ஏன்னா இப்படி என்னைப் போட்டு...' இப்போது கல்யாணி உரக்க அழுதாள். முகம் விகாரமாகி, மூக்கு நுனி சிவந்து, கன்னங்களைக் கண்ணீர் நதி கழுவ, உடல் சிதறி உதறிக் குலுங்க 'தெய்வமே! நான் என்ன செய்வேன், என்ன சொல்வேன்!' என்று அழுதாள்.

'ச்சீய், நீயும் வேண்டாம். உன் காப்பியும் வேண்டாம்' என்று தம்ளரை விசிறி அவள்மேல் எறிந்தான். புடைவையெல்லாம்

காப்பி. 'நான் போறேன்! எங்கயாவது ஒழியறேன்!' என்று புறப்பட்டான். நேராக நடந்து மாடிப்படி இறங்கி வீட்டைவிட்டு வெளியே வந்து தெருவில் நடந்தான். கோவிலை நோக்கி நடந்தான். வெற்றிலை பாக்குக் கடையில் ஒரு பாக்குப் பொட்டலம் வாங்கிக்கொண்டு அதைப் பிரித்து வாயில் போட்டு, மண்டபத்தில் நுழைந்து துவஜஸ்தம்பத்தின் அருகில் உட்கார்ந்து, பழக்கமில்லாத பாக்கை மென்றான். யோசித்தான். 'என்ன செய்வாள்?' கல்யாணியின் இனிய முகமும் விகார முகமும் மாறி மாறி அவன் மனத்தில் பளிச்சிட்டது. அண்ணனுக்குக் கடிதம் எழுதுவாள். எழுதட்டும், வரவழைப்பாள். அழைத்துப் போகட்டும். இல்லை. நான் துணிமணிகளை அடுக்கி ஒரு பையில் திணித்து... அவளிடம் எத்தனை காசு இருக்கிறது, அவன் ஏதாவது கொடுத்திருப்பானா? இங்கே அவளுக்குத் தூரத்து உறவுக்காரர்கள் யாரோ இருக்கிறதாகச் சொன்னாளே, அங்கே செல்வாளா? வழி தெரியுமா அவளுக்கு? விலாசம் தெரியுமா? இல்லை, உத்தமர் கோவில்தான் போவாள். இல்லை, கடிதம் எழுதுவாள். இல்லை, இந்நேரம் கிளம்பியிருப்பாள். ஓடிப் போய் விடுவாள்?

விருட்டென்று எழுந்து வேகமாக வீட்டுக்கு மறுபடி நடந்தான். அவசரமாகப் படியேறி கதவை 'சரேல்' என்று திறந்தான்.

கல்யாணி அந்த இடத்திலேயே கன்னங்கள் இரண்டிலும் கை வைத்துக்கொண்டு கண்ணீர் வற்றி வெற்றுப் பார்வையுடன் உட்கார்ந்திருந்தாள். காப்பி டம்ளர் கவிழ்ந்திருந்தது. இவன் வந்ததை ஏறிட்டுக்கூடப் பார்க்கவில்லை.

விசுவநாதன் கதவை உட்பக்கம் சாத்தித் தாளிட்டான். அவள் அருகில் சென்று புஜத்தைப் பிடித்து அவளை எழுந்திருக்க வைத்தான்.

'போனாப் போறது... எழுந்திரு!' என்றான். அவன் விரல்கள் அவள் மார்பில் பட்டன. தொய்வாக எழுந்தாள். அவளை எடுத்து கட்டில் அருகில் கொண்டுசென்று சுருட்டியிருந்த படுக்கையை விரித்து அவளைப் படுக்க வைத்துப் பக்கத்தில் படுத்துக்கொண்டான்.

பத்துப்பேர் கை தட்டினார்கள். நடுவே ஒரு ஸ்டூலில் தடிமனான ஒரு நோட்டுப் புத்தகம் குங்குமப் பொட்டுடன் காத்திருந்தது. அதன் அட்டையில் 'மாணிக்கம் க்ரியேஷன்ஸ் புரொடக்ஷன் நம்பர் ஒன்' என்று எழுதியிருந்தது.

மனோன்மணி எளிய ஸாரி அணிந்து மேக்கப் இல்லாமல் நிற்க, மாணிக்கம், ‘லைட்ஸ்! கேமரா ஆக்ஷன்’ என்று குரல் கொடுக்க, கேமரா இயங்க, ஒரு அரை நிஜார் பையன் கிளாப் அடிக்க, மனோன்மணி தலை குனிந்து மெதுவாக நடந்துவந்து நிமிர்ந்து மாணிக்கத்தைப் பார்த்து லேசாகச் சிரித்தாள்.

‘ஓ.கே. கட் இட்’ என்றான் மாணிக்கம். மறுபடி மெலிதான கைதட்டலை ஆரம்பித்து வைத்தான். சின்ன பாக்கெட்டுகளில் இனிப்பு வழங்கப்பட்டது. கிட்டு, மாணிக்கத்தின் அருகில் வந்து சாப்பிட்டார். ‘என்ன மாணிக்கம் அகண்ட பூஜை? சாமி படம் ஏதும் கிடையாதா? ஒரு சாஸ்திரிகளைக்கூடக் காணோம்?’

‘அதெல்லாம் வேண்டாங்க. பூஜை உழைப்புக்கு.’

‘படம் பேர் என்ன?’

‘திருப்புமுனை.’

கிட்டு விரல் விட்டு எண்ணி, ‘ஆறு எழுத்து... பரவாயில்லை. ‘திருப்பின முனைகள்’னு போட்டா ஒம்பது வருமே!’

‘அதெல்லாம் எனக்கு நம்பிக்கை இல்லை.’

‘சிம்பிளா பூஜையை முடிச்சுட்டே, ஏரியா ஏதாவது வித்தியா?’

‘இல்லை.’

‘பணம் எங்கேருந்து வரது?’

‘எனக்கு ஒருத்தர் கிடைச்சிருக்காரு.’

‘கலர்தானே?’

‘ஆமா, ப்ளாக் அண்ட் ஒயிட்ல பவர்ஃபுலா செய்யலாம். ஆனா ப்ளாக் அண்ட் ஒயிட் இப்ப செத்துப் போயிருச்சு.’

‘ஏழு ரூபா ஆயிடுமே.’

‘அதைப் பற்றி நான் இப்ப கவலைப்படலை... முதல் ஷெட்யூல் நாளையிலிருந்து தொடர்ந்து பதினஞ்சு நாள். எல்லாரும் புதுசு. இன்ஸ்டிடியூட் ஆளுங்க. துடியான ஆட்கள். ஒழுங்கா ஸ்கிரிப்ட் வெச்சிருக்கேன். ஒத்துழைப்பும் வெச்சிருக்கேன்.’

‘அது எப்படிப் போதும்?’

‘பாருங்களேன், முடிச்சுக் காட்டறனா இல்லையான்னு.’

மனோன்மணி அவர்கள் அருகில் வர, ‘என்ன மனோ! இளந் தலைவன் ரஷ் பார்த்தேன். டாப்பா இருக்கு. ‘மற்றொரு சீமா உருவாகிறாள்’னு போட்டுறச் சொல்லட்டுமா? கிளாசிக் ரேப்!’ என்றார் கிட்டு.

‘மனோ, நாளைக்குக் காலைல லொகேஷனுக்கு வந்துரு! வண்டி ஏதும் கிடையாது!’

‘பப்ளிக் ரிலேஷன்ஸ்கூடக் கிடையாதா?’

‘எல்லாம் நான்தான் கிட்டு.’

‘எனக்குக் கவலையா இருக்கு.’

‘கவலைப்படாதீங்க கிட்டு! அந்த அருமைராசன் பணத்தைத் திருப்பிக் கொடுத்தீங்களா இல்லையா?’

‘குடுத்து, மேல மூணு பாட்டுக்கு அட்வான்ஸ் வாங்கியாச்சு. அந்த விரிப்பு சிரிப்பு பாட்டு, அடாடா! என்ன ட்யூன்கறே! பிச்சி உதறிட்டாங்க! கம்போசிங்கல உக்காந்திருக்காரு... இந்த மாசத்துக்குள்ள இன்னும் மூணு படம் புக்காயிரும். மன்னன்யா! தமிழ்ல விளையாடறான். பெரியவரை இன்னொரு தடவை பார்த்திருக்கான். நடந்து போனார். ‘அய்யா, உங்க ஆசீர்வாதம் வேணும்’னு கேட்டிருக்கான். அவர் எடக்கா, ‘அருமைராசன், நீ என்ன எருமைராசனா’ன்னு கேட்டிருக்கார். அவன் ‘இல்லிங்க!, திறமைராசன்’னு பவ்யமாச் சொல்றான். பக்குனு சிரிச்சுட்டாங்க! பாத்துண்டே இரேன். பெரிய ஆளா வந்துடுவான். நான் வரேன். அஞ்சாவதில இன்னொரு பூஜை இருக்கு. ஃபாரின் போறாங்க ஷூட்டிங்குக்கு.’

கிட்டு செல்ல, மனோன்மணி, மாணிக்கத்தைப் பார்த்துக் கொண்டிருந்தாள்.

‘என்ன மனோ?’

‘நாளைக்கு வி.எல்.-ல வேற வரச் சொல்லியிருக்காங்க. சின்ன பார்ட்தான்.’

‘இதப் பார், நீ தீர்மானிக்கணும் இதை. என் படத்துக்கு வர்றதா இருந்தா, அது வேண்டாம், சொல்லிறணும்.’

‘அட்வான்ஸ் வாங்கியிருக்கேன்.’

‘திருப்பிக் கொடுத்துரு.’

‘செலவாய்டுச்சு!’

மாணிக்கம் சற்று யோசித்தான். ‘மனோ! என்கிட்ட இப்பப் பணம் இருக்கு. ஆனா அதுக்கு ஆயிரம் செலவிருக்கு. பதினஞ்சு நாள் ரொம்ப பிஸியா ஷெட்யூலுக்கு அவுட்டோர் யூனிட், பிலிம் சுருள், டெக்னிஷியன்களுக்குக் கொடுக்கவேண்டியது இப்படியே எக்கச்சக்கமா செலவு இருக்குது. கைவசம் இருக்கிற பணம் போதாது. இந்த நிலையில் உனக்கு இப்ப அட்வான்ஸா ஏதும் குடுக்க முடியாத நிலைமையில் இருக்கேன். மன்னிச்சுக்க’ என்றான்.

மனோ யோசித்து, ‘பரவாயில்லை! நான் பார்த்துக்கறேன்!’ என்றாள்.

‘நாளைக்கு வந்துருவல்ல? நல்ல ரோல் மனோ. நடிப்பு! உடம்பு இல்லை. எனக்குத் தலைக்கு மேல ஜோலி இருக்குது. வரட்டுமா? மறந்துறாதே? வந்துரு என்ன’ என்று சிரித்துவிட்டுச் சென்றான்.

மனோன்மணி சற்று நேரம் தீர்மானமில்லாமல் நின்றாள். மெல்ல நடந்தாள். ஒரு பெரிய நடிகை வந்து இறங்க, அவள் பாதங்களைத் தாங்கிக்கொள்ள மூன்று பேர் முனைந்தார்கள். போட்டோ ஃப்ளாஷ்கள் பளிச்சிட அவள் தன் பிரசித்தி பெற்ற கன்னம் குழியச் சிரித்தாள். மனோன்மணி சற்று நேரம் அதை வேடிக்கை பார்த்துவிட்டு கணேசலிங்கத்தைத் தேடினாள்.

புரொடக்ஷன் மேனேஜர் கணேசலிங்கம் தன் அழுக்கான நோட்டுப் புத்தகத்தில் நெருக்கி நெருக்கி எழுதி வைத்திருந்த டெலிபோன் எண்களில் ஒன்றைத் தேர்ந்தெடுத்துச் சுற்றிக் கொண்டிருந்தார். மனோன்மணி அவர் அருகில் சென்று நிற்க, அவள் அங்கேயே இல்லைபோல் அவளூடே பார்த்துக் கொண்டு, ‘வேன் வந்திருச்சா?’ என்றார் டெலிபோனில்.

‘அப்படியே டைரக்டருக்கு அனுப்பிச்சிருங்க. போறப்ப சாப்பாடு எடுத்துக்கிட்டு மஸ்தான்கிட்ட ஒரு பாம்பும் வாங்கிட்டு வந்துருங்க!’

‘...’

சற்று உரக்க, ‘பாம்புய்யா பாம்பு!’

‘...’

‘நீ எடுத்துட்டு வரவேண்டாம். உன்னை யார் சொன்னா? பையன் எடுத்தாருவான் கூடைக்குள்ளே. மறந்துறாதே. என்ன?’

‘என்னம்மா?’ இது மனோன்மணியிடம்.

‘வந்து... நாளைக்கு என்னால வர முடியாதுங்க!’

‘என்னம்மா நீ! அட்வான்ஸ் வாங்கிக்கிட்ட இல்ல? இப்ப வந்து சொல்றியே! இன்னொரு ஆளுக்கு எங்க போவேன்?’

‘மன்னிச்சுக்குங்க சார்.’

‘விருகம்பாக்கம்தானே? கொஞ்சம் இரு...’ அவர் நோட்டுப் புத்தகத்தைப் புரட்டினார். ‘சரஸ்வதி, சந்திரா, பேபி, உஷா, தமிழரசி, நித்தியமல்லி, சுகுணா, நிருபமா...’

‘நிருபமாவைத் தெரியுமில்லே? அவகிட்ட பணத்தைக் கொடுத்திட்டு, உனக்குப் பதிலா வரச் சொல்லிரு.’

‘பணத்தை’ என்று ஆரம்பிப்பதற்குள் ஒரு கார் வந்து நிற்க, அதில் ஏறிக்கொண்டு புறப்பட்டுச் சென்றார்.

மனோன்மணி சற்று நேரம் திகைத்து நின்றாள்.

லட்சுமணனும் வேணுகோபாலும் பிரசவ ஆஸ்பத்திரியில் அப்பாக்கள்போல அந்தச் சிறிய ஸ்கிரீனிங் தியேட்டரின் வாசலில் காத்திருந்தார்கள். உள்ளே இருபது பேர் உட்கார வசதியான சிறிய தியேட்டர். அதில் நான்கு சென்சார் போர்டு மெம்பர்களும் ரீஜனல் ஆபிசரும் தனித்தனியாக உட்கார்ந்திருக்க, அவர்கள் எழுதுவதற்கு சௌகரியமாக ஆசனங்கள் அமைக்கப்பட்டு, படத்தைத் திரும்பக் காட்டுவதற்குச் சாதகமாக புரொடக்ஷன் ரூமின் விளக்கின் இணைப்பு அமைக்கப்பட்டிருந்தது. திரையில் ‘இளந்தலைவன்’ ஓடிக்கொண்டிருந்தது. அதன் வெளிச்ச விளிம்பில் அந்தப் பெரியவர்களும் கண்ணாடி போட்ட அம்மாளும் ஆயாசத்துடன் பார்த்துக்கொண்டிருந்தார்கள்.

கதாநாயகன் வெள்ளைக் குதிரைமேல் செல்ல...

'நிச்சயம் இங்க ஒரு குளிக்கிற சீன் வரும் பாருங்க. பத்து ரூபா பெட்டு!' என்றார் ஒரு சென்சார்.

நங்கைகள் சிரிக்கும் சப்தம் கேட்க, கதாநாயகன் 'ஹவ் ஹவ்' என்று குதிரையை மெல்லப்படுத்தினான் 'க்ளக் க்ளக்' என்று தண்ணீர் குமிழிடும் சப்தம். கதாநாயகன், 'என்ன இது' என்று வியப்படைகிறான். மலை, சுனை, ஸ்டூடியோ அருவி. நங்கைகள் அதில் நனைந்து குளித்துக்கொண்டிருந்தார்கள். எல்லோரும் சிரித்துக்கொண்டிருந்தார்கள். கேமரா Zoom அடித்து அவர்களை அணுகியது. எல்லோரும் மார்புவரை மறைத்துப் புடைவையை இறுக்கியிருந்தார்கள். நட்ட நடுவே முடிச்சு. மார்பளவு நீலத் தண்ணீரில் அமிழ்ந்திருந்தவர்கள் அவ்வப்போது எழுந்து ஒருவர் மேல் ஒருவர் நீர் இறைத்துக்கொண்டிருக்க, நனைந்த உடையில் அந்தப் பெண்ணின் மார்பு வட்டங்கள் தெரிந்தன.

புரொஜக்டர் அறைக்குள் நிறுத்தச் சொல்லி சிவப்பு விளக்கு அலறியது.

அந்த வயசான மாது, 'வாட்ஸ் ஆல் திஸ் நித்யானந்தன். இந்தப் படத்தை மேற்கொண்டு பார்க்கணுமா?'

'இந்த சீனை முழுக்கவே வெட்டிறனும்.'

'படம் ஆரம்பிச்சு பதினைஞ்சு நிமிஷம் ஆகலை. இப்பவே எட்டு கட்டு. இது ஏதும் உருப்படறமாதிரி தெரியலையே.'

சென்சார் ஆபீசர் குறிப்பு எடுத்துக்கொண்டார்.

'ஐ டோண்ட் வான்ட் டூ ஸீ திஸ் மூவி. நீங்க வேற யாரையாவது போட்டிருக்கலாம். இட்ஸ் எ டிஸ்கிரேஸ்!'

'சத்தியம் சிவம் சுந்தரம்'ல வந்ததுக்கு இது என்ன குறைச்சல்?' என்றார் சற்று இளம் வயது மெம்பர் ஒருத்தர்.

'ஏ' குடுத்தறலாங்க? என்றார் ஆபீசர்.'

'ஏ' இல்லை. இதுக்கு எக்ஸ் கொடுக்கணும். ப்ளூ ஃப்லிம் மாதிரி இருக்கு. தலையுமில்லே வாலுமில்லே. திடீர்னு ஒரு குளிக்கிற சீன்!'

'மிச்சத்தையும் ஓட்டிப் பார்த்துடலாம். நிறைய கட் இருக்குன்னு சொல்லிடலாம். புரொட்யூசர் இருக்காரா?'

‘இந்த பிக்சர்க்கு எதுக்கு சர்ட்டிபிகேட் கொடுக்கணும்?’ என்றாள் அம்மாள். ‘நாட் சூட்டபிள்னு போட்டுறலாம்.’

‘வேண்டாம்! கட்ஸ் கொடுத்துட்டு ‘ஏ’ சர்ட்டிபிகேட்டைக் கொடுத்துத் தொலைச்சுறலாம்’ என்றார் இளையவர்.

‘அந்த சீனை மறுபடி ஒருமுறை ஓட்டுங்க. ப்ரெஸ்ட் தெரியுதா என்ன? எனக்கென்னவோ அப்படித் தோணலை!’

ரீஜனல் ஆபீசர் வெளியே வர, லட்சுமணன் அவரை அணுகி, ‘எப்படிப் போய்க்கிட்டிருக்கு?’ என்றார்.

‘ஏகப்பட்ட கட்டு’ என்று அவர் புரொடக்ஷன் அறைக்குச் சென்றார்.

லட்சுமணன், ‘அதெப்படிங்க? இப்பவே ரிவிஷனுக்கு மனுப் போட்டுறலாம். ஆனா அதுவும் ஒருவிதத்தில் நல்லதுதாங்க. பத்திரிகையில் கொஞ்சம் புரளி பண்ணிப்பிட்டு சென்சார்ல வாட்டி எடுத்துட்டான்னு பப்ளிசிடி வந்துருச்சுன்னா, இன்னொரு ஏரியாவை சுலபமா வித்துறலாம்!’ என்றார் லட்சுமணன்.

தெய்வம் தொழாஅள் கொழுநன் தொழுதெழுவாள்
பெய்யெனப் பெய்யும் மழை

— 23 ஏ பஸ்ஸில் திருவள்ளுவர்

அருண் கண்ணாடிக்கு எதிரே நின்றான். நின்றான் எதிரே கண்ணாடிக்கு அருண். தலைவாரிக்கொண்ட சீப்பை விலக்கிய போது அதன் பற்களில் உதிர் உதிராகத் தலைமுடி. திக்கென்றது. கண்களின்கீழ் தொய்வைப் பார்த்தான். வயிற்றைப் பார்த்துக கொண்டு தொப்பையின் ஆரம்பத்தைப் பெல்ட்டால் இறுக்கி னான். அந்த முகத்தை மறுபடி ஆராய்ந்தான். அடிபட்ட பிரயாணப் பெட்டியைப்போல் இங்கொரு நாங்கல் அங்கொரு சேதம். காலத்தின் தவிர்க்க முடியாத தடங்கள். ஒரு நரைமயிரைத் தேர்ந்தெடுத்துப் பிடுங்கி - வலிக்கவில்லை - சற்றுநேரம் அதைப் பார்த்துவிட்டுக் கண்ணாடியில் ஒட்ட வைத்தான்.

'என்ன பாஸ்கர்?'

'லட்சுமணன் வந்திருக்கார்.'

'கொஞ்சம் இருக்கச் சொல்லு, வரேன்.'

'அவரை நீ வரச் சொன்னியா?'

'ஆமாம். நம்ம சொந்தப் படத்துக்கு அவர் ஃபைனான்ஸ் பண்றார்.'

'சொந்தப் படம்கிற வார்த்தைக்கு அர்த்தம் என்ன தெரியுமா - அழிவுக்காலம்.'

'சபாஷ்! அதிகாலையில் உபதேசம்! அனுபவம் பேசுது. எத்தனை படம் எடுத்திருக்கே?'

'எடுக்கலை. நிறையப் பார்த்திருக்கேன்.'

'பாஸ்கர், நான் மற்ற பேர்களைப்போல் இல்லே. இன்டஸ்ட்ரில இன்னும் மரியாதை, பேர் இருக்கு எனக்கு. நான் எடுக்கப் போறது நிச்சயமான வெற்றிப் படம். மூணு ஹீரோயின், கலர், சினிமாஸ்கோப், சரியான லோகேஷன், டைரக்ஷன், மியூசிக், சூப்பர். ரத்தி, ஸ்ரீப்ரியா, ஸ்ரீதேவி எல்லாரையும் கேட்டுட்டேன், 'அருண், உங்களுக்கில்லாத கால்ஷீட்டா'ன்னுட்டாங்க. நோ மிஸ்டர் பாஸ்கர், இந்தக் குறி தவறாது.'

பாஸ்கர் அவன் உற்சாகத்தில் ஒரு சிறு பங்குகூடக் காட்டாமல், 'ஹால்ல இருக்கேன். வரயா?' என்றான்.

'ப்ரேம் எங்கே?'

'ஹைதராபாத், பதினஞ்சு நாள் ஷெட்யூல். எட்டாம் தேதிதான் வருவா.'

வீட்டில ஒருத்தரும் இல்லையா? நிம்மதி. நீயும் எதுக்கு இருக்கே? போய்டறதுதானே?' பாஸ்கர் முறைத்தான்.

'அருண், மறுபடி அதைச் சொல்லாதே. ஒருநாள் நிஜமாகவே போய்டுவேன்' என்று புறப்பட்டான்.

'ஹ௵!'

ஹாலில் காத்திருந்த லட்சுமணனுடன் சிவப்பாக ஒரு இளைஞன் சிகரெட் புகையுடன் காத்திருந்தான். அவனிடம் உயர்ந்த ரக வாசனை அடித்தது. புதிதாகத் தயாரிக்கப்பட்ட ரொட்டிபோல் ஊட்டமாக இருந்தான்.

'வணக்கம் தம்பி, கூப்டு அனுப்பிச்சிங்களாமே? ஏம்பா பாஸ்கரு, ஒரு தம்ளர் மோர் கிடைக்குமா? ராத்திரி பிராந்தி சாப்ட்டது ஒத்துக்கல. ஏப்பம் ஏப்பமா வருது...'

'மோர் இல்லிங்க.'

அருண், 'யாரையாவது அனுப்பிச்சு வாங்கிட்டு வரச் சொல்லு' என்றான்.

பாஸ்கர் சப்தமில்லாமல் நகர்ந்ததும், 'சார் யாரு?' என்றான்.

'தெரியாது? சிமன்லால் சேட்டு. மஹேஸ்வரி சர்க்யூட் ஓனர்.'

'ஓ, இவர்தானா?'

'ஹாய்.'

'தமிள் புரிஞ்சுப்பாரு. பேச சிரமம். 'விளக்கை அணைச்சுரு'ன்னு மட்டும் தெளிவாச் சொல்லத் தெரியும். என்ன சேட்டு?' என்று சிரித்து அவன் வயிற்றில் குத்தினார் லட்சுமணன். அவன் புது மணப்பெண்போல் சிரித்தான்.

'சொந்தப் படமாமே?' என்றார் லட்சுமணன்.

'ஆமாம்.'

'நல்ல காரியம். எடுங்க, கால்ஷீட் எல்லாம் வெச்சிருக்கீங்களா? உங்களுக்கு இல்லாததா?'

'அதெல்லாம் பிரச்னை இல்லை லட்சுமணன். உங்ககிட்ட நிலவரத்தைச் சொல்லிடறேன். சமீபத்தில் எனக்கு வேலை சரியா இல்லாததனாலே ரெண்டு மூணு படம் முடங்கிப் போச்சு. என்னை நிலை நாட்டிக்கறதுக்குப் பெரிசா ஒண்ணு செஞ்சு பார்க்கலாம்னுட்டு. அதுக்கு என்னாலயே எல்லாச் செலவையும் சமாளிக்க முடியாதுன்னு தோணுது. இதில நீங்க அனுபவஸ்தர்!'

'பட்ஜெட் எவ்வளவு போட்டிருக்கீங்க?'

'முப்பதாவது ஆகும். எல்லாம் ஸ்டார். சினிமாஸ்கோப். யுரோப் போய்க்கூட எடுக்கறதா உத்தேசம்.'

'உத்தமம். மேலகூட ஆகும்.'

'என்னால இப்போதைக்கு ரெண்டு ரெண்டரைதான் புரட்ட முடியும். நான் நினைச்சு வெச்சிருக்கிற ஒரு செட்டுக்குக்கூடப் போதாது.'

'நீங்க எதுக்கு ரெண்டு ரெண்டரைன்னு போறிங்க! ஒரு ரூபாகூடப் போதும். பாக்கியை நான் கவனிச்சுக்கறேன். சேட்டு எதுக்கு வந்திருக்கான்?'

'புரியலை.'

'தம்பி! சொந்தப்படம் எடுத்தாலும் எந்தப் படம் எடுத்தாலும் கைக் காசைப் போடக்கூடாது. இது சினிமாவில பால பாடம். இன்னித் தேதிக்கு அருண் சொந்தமா சினிமாஸ்கோப்பில வெளிநாட்டில போய் படம் எடுக்கறார்னு சொன்னாலே போதும். பரபரன்னு மிளகா பஜ்ஜி மாதிரி ஏரியா வித்துக் கொடுத் துடறேன். சிட்டியை மட்டும் கைல வெச்சுக்க. கவலையே படாதீங்க. முதல்ல தந்தி பேப்பர்ல ஒரு ஏக்கரா விளம்பரம் கொடுத்துட்டு, பூஜை போட்டுட்டு ஒரு சாங் எடுத்துருங்க. அடிச்சு புடிச்சு முடிச்சுறலாம்.'

பாஸ்கர் தம்ளர் மோருடன் வந்தான். அதை ஒரே மடக்கில் குடித்துவிட்டு, 'பிராந்திக்குப் பழையது சாப்ட்டா சரியாய்டும். பதிலா மோரு!' என்று கீழே வைத்தார்.

'இப்ப சேட்டு பாருங்க - கேட்ட உடனே காரைப் போட்டுகிட்டு வந்துட்டாரு. எப்படியாவது சேலம் - கோயமுத்தூர் மட்டும் வாங்கிக் கொடுத்துடுங்கன்னு தவிக்கறாரு. ஏன் சேட்டு?'

அவன் மறுபடி அதேபோல் சிரித்தான்.

'டைரக்ஷன் யாரு?'

'நம்ம பசுமார்த்தி சத்யநாராயண ராவ் செய்யறாரு. டபுள் வர்ஷன்.'

'ஓ, அந்த ஆளா. பிரம்மாதம். கேட்டியா சேட்டு? மன்னன்யா அவன். தொட்டதெல்லாம் ஜுபிலி அடிக்குது. அருண், முதல்ல இதை வாங்கிக்கங்க. இன்னிக்கு என்ன கிழமை? ராகுகாலம், எமகண்டம் ஏதாவது இருந்து தொலைக்கப் போவுது...'

சேட் தன் ப்ரிஃப் கேஸிலிருந்து சில காகிதங்களையும் ஐம்பது, நூறு ரூபாய் நோட்டுக் கற்றைகளையும் எடுத்து வைத்தான்.

'ஆரம்பச் செலவுக்கு. வாங்கிக்கங்க. அப்படியே அதில மூணு கையெழுத்து போட்டுருங்க.'

ஸ்டாம்ப் காகிதத்தில் டைப் அடித்திருந்தது.

'ஏரியா விக்கறதுக்கு சின்னதா ஒரு எக்ரிமெண்ட்டு.'

'பாஸ்கர், பேனா கொடு.'

மௌனமாகக் கவனித்துக்கொண்டிருந்த பாஸ்கர், முதல் முறை பேசினான்.

'முதல்ல படிச்சுப் பாரு, அருண்.'

'எல்லாம் சரியாத்தான் இருக்கும்.'

'நான் படிச்சுப் பார்க்கலாமா?'

'எதுக்கு?'

'அட. படிச்சுப் பார்க்கட்டுமே. இதில் என்ன - எப்போதும் போடற எக்ரிமெண்ட்தான். ரெண்டு ஏரியாவுக்கு உண்டான ப்ரிண்ட். அட்வான்ஸ் வாங்கினதுக்கு ரசீது. அவ்வளவுதானே?'

'இல்லீங்க, பூரா படிச்சுட்டுத்தான் கையெழுத்துப் போட முடியும்' என்றான் பாஸ்கர் நிதானமாக.

'என்ன இது ஆரம்பத்திலேயே அச்சானியமா? நாங்க எங்க போறம், நீங்க எங்க போறிங்க? படிச்சுட்டு சில இடங்களில் மாத்தணும்னா கிளிச்சுப் போட்டுட்டு மாத்தி எளுதிக்கிட்டாப் போறது. நம்பிக்கைதானே?'

'இல்லிங்க, எதுக்கு?'

அருண் குறுக்கிட்டு, 'லட்சுமணன் அதைக் கொடுங்க' என்று பிடுங்கினான். குண்டுப்பையன பையில இருந்து பேனாவை எடுத்தான். கையெழுத்திட்டு அவரிடம் கொடுத்தான்.

அதை வாங்கிக் கொண்டு, 'இந்தாங்க, இது உங்க காப்பி' என்றார்.

'பாஸ்கர்கிட்டக் கொடுங்க, படிச்சுப் பார்க்கட்டும்.'

'தம்பி மின்னல் வேகம். இதே சூட்டில் பூஜையை முடிச்சுட்டுப் படத்தைத் தொடங்கறதுக்குள்ற இரண்டரை லட்சம் பண்ணிற லாம்.'

‘உங்கள் ‘இளந்தலைவன்’ என்ன ஆச்சு? சென்சார்ல ரத்தக் காயமாமே!’

‘ஏன் கேக்கறிங்க. முதல்ல சர்டிபிகேட் கொடுக்க மாட்டேனுட் டான். அங்க இங்க அழுத்தி அவசரமா ரிவிசன் போட்டு வெட்டி ஒப்பேத்தி ஒரு மாரியா ரிலீஸ் பண்ணிட்டேன். குளிக்கிற சீனை வெட்டிட்டாங்க. ரேப் சீனை விட்டுட்டாங்க. பத்திரிகைக்காரன் கிளிச்சுட்டான் ஆபாசம்னு! பதினைஞ்சு நாளா எல்லா சென்டர்லயும் ஃபுல்லா ஓட்டிக்கிட்டிருக்கு. ‘பருவக் குளம்’னு அடுத்த படத்துக்கு பூஜை போட்டுட்டேன். நான் வரட்டுங்களா?’

அருண் சிரித்துக்கொண்டே ‘வாங்க’ என்று சேவித்தான். லட்சுமணன் வாயிற்படியில் தயங்கித் திரும்பினார். ‘தம்பி! ஒண்ணு சொல்வேன், கோவிச்சுக்காதீங்க.’

‘சொல்லுங்க.’

‘இதே வாசப்படியில ஆறு மாசத்துக்கு முந்தி வந்தபோது இந்தக் கிளவனை அலட்சியம் பண்ணினீங்க. இன்னிக்கு நிலைமை மாறிப்போச்சு பாத்திங்களா? இதுல நம்ம ரெண்டு பேருக்குமே பாடம் இருக்குது இல்லே?’ என்றார்.

அருண் சற்று முகம் சிறுத்து, ‘ஆமாங்க, இப்ப எல்லாம் நான் மாறிப்போய்ட்டேன். கல்யாணம் செய்துகிட்டேன்’ என்றான்.

‘வரட்டுங்களா?’

‘வொரேன்’ என்று சேட்டு மறுபடி ‘புதுமணப் பெண்’ புன்னகை செய்துவிட்டுச் சென்றான்.

குள்ள மேஜையில் நோட்டுக் கற்றைகளும் ஸ்டாம்புப் பத்திரமும் கிடந்தன. பாஸ்கர் அருணையே பார்த்துக்கொண்டிருந்தான்.

‘நீ செய்யறது மடத்தனம்’ என்றான் நிதானமாக.

‘பாஸ்கர், போதிசத்துவர் மாதி உன்னோட உபதேசம் கேட்டு அலுத்துப் போச்சு எனக்கு. நீ நல்ல செக்ரட்டரிதான். இன்கம் டாக்ஸ். ஆடிட், போக்குவரத்து, கால்ஷீட், லொட்டு லொசுக்கு எல்லாத்தையும் மேனேஜ் பண்ற. திறமை அங்க நின்னு போய்டறது. உனக்கு விஷன் இல்லை. ‘பாஸ்கரை ஓவர் எஸ்டிமேட் பண்ணி தலைக்கு மேலே தூக்கி வெச்சுக்கிட்டிருக்கீங்க’ன்னு ப்ரேம் சொன்னது சரிதான்.’

‘இல்லை அருண்! நான் ஒரு வேலைக்காரன்தான். ஸாரி! என் எல்லையை மீறிட்டேன். புதுப்படத்துக்கு முதல்ல பூஜைக்கு ஏற்பாடு செய்யறேன். பணத்தை எடுத்து பத்திரமா வெச்சுக்க. வரேன்’ என்று சொன்னான்.

‘பெஸிமிஸ்ட்!’ என்றான் கதவைப் பார்த்து அருண். மேஜை மேல் இருந்த நோட்டுக் கற்றைகளைப் பொறுக்கிக் கட்டை விரலால் நெருடினான். சற்றுப் பழைய நோட்டுகள். கறுப்புப் பணம். அவனுள் ஒரு ஐஸ் கட்டி நழுவியது.

என்ன காரியம்! தைரியமா இல்லை துடுக்குத்தனமா? அருணுக்கு யாருடனாவது பேசவேண்டும் போல் இருந்தது. மணியைப் பார்த்தான், எட்டு ஐந்து. ப்ரேம் தூங்கி எழுந்திருப்பாள். ஹைதராபாத்தில் இருக்கிறாள். சாளுக்யா ஹோட்டலில்தான் தங்குவாள். எப்போதும் அவளுக்கு ஒன்பதாம் நம்பர் அறை வேண்டும். ப்ரேமிடம் சொல்ல வேண்டும். அவள் பணமும் கொஞ்சம் வேண்டும். அவள் என் மனைவி.

ஹைதராபாத்துக்கு எஸ்.டி.டி. இருக்கிறதா? ஹோட்டல் நம்பர் தெரியாதே. டிரங்க் புக்கிங்கைக் கூப்பிட்டான்.

‘ஹலோ! ஹைதராபாத் ஹோட்டல் சாளுக்யாவுக்கு ஒரு டிரங்க் கால் போடுங்க - நம்பர் கால், ஆமாம் என் நம்பர் வந்து...’

காத்திருந்தான். ப்ரேம் நிச்சயம் சந்தோஷப்படுவாள். முதல் தடவை பாஸ்கரைக் கேட்காமல் தீர்மானித்த விஷயம் இது என்று சொல்லவேண்டும். தீர்மானித்தாகிவிட்டது. அகலக்கால் வைத்தாகிவிட்டது. ப்ரேமை இதில் சேர்த்துவிட வேண்டும். அவளுக்கு ஒரு கெஸ்ட் ரோல் கொடுத்துவிடலாம். மூன்று பேரையும் நிராகரித்து அவன் கல்யாணம் செய்து கொள்ளப் போகும் கடைசி கிராமப் பெண்ணாக அவள் வரட்டும். சரியான ஐடியா! கிராமப் பெண்! ப்ரேம்...

கல்யாணி... தோளில் ஒரு வண்ணச் சேலையுடன் இடுப்பில் குடத்துடன் வாய்க்காலை நோக்கித் தலைகுனிந்து நடந்து செல்ல, அவள் பாத சரத்தின் சல் சல்...

‘வா, கல்யாணி...’

‘மாமி! அம்மா அம்ருதாஞ்சன் வாங்கிட்டு வரச் சொன்னா.’

உடனே ஓடிப்போய் அம்ருதாஞ்சனை எடுத்து மாடிக்குச் சென்று மறைத்து வைத்துக்கொண்டு...

'எங்கேடா போச்சு! விஜ்ஜு, அம்ருதாஞ்சன் எங்கடா?'

'இங்க இருக்கு!'

'கொண்டு வாயேன்.'

'ஷேவ் பண்ணிண்டிருக்கேன்.'

'ஒரு காரியம் செய்யேன். என்னால மாடிப்படி ஏற முடியாது. விஜ்ஜுகிட்ட போய் வாங்கிண்டுறேன்.'

'ஷேவ் பண்ணிக்கிறதாம். பொய்யைப் பாரு.' மௌனமாகக் கையைப் பிடித்து இறுக்க, கை வளையல் உடைய, அருகே அவளை இழுத்து ஒரு முத்த முத்திரை.

திமிறிக்கொண்டு ஒரே ஓட்டம். அந்த உடைந்த வளையலைப் பத்திரப்படுத்தி...

டெலிபோன் ஒலித்தது.

'ஹோட்டல் சாளுக்யா? ரூம் நம்பர் நைன் ப்ளீஸ்!'

'ஜஸ்ட் எ மினிட்.'

இப்போதும் பெட்டியில் தேடிப் பார்த்தால் அந்த வளையல் துண்டு இருக்கும்.

'ஹலோ, ப்ரேம்.'

'ஹலோ, ஹலோ... ப்ரேம்?' சற்று நேரம் மௌனம்.

'ராங் நம்பரு' என்றது ஒரு ஆண் குரல்.

இரவு பதினொன்றரை மணிக்கு கார் கதவு சாத்தப்படும் சப்தம் கேட்டது. அதன் பின் செருப்புச் சத்தம். மெலிதான விசில் சப்தம், 'காதல் வந்திரிச்சி' என்றது வார்த்தையின்றி.

'அப்ப நாளைக் காலை எட்டு மணிக்கு ரெடியாய்டுங்க அண்ணே!'

'சரிங்க.'

கதவு தட்டப்படும் சப்தம். கண்ணைத் துடைத்துக்கொண்டு அவரசமாகத் தலையைக் கோதிக்கொண்டு புடைவையைச் சரி செய்துகொண்டு திறந்தாள் சகாய மேரி.

அருமைராசன் உள்ளே நுழைந்தான். தலை கலைந்திருந்தது. ஜிப்பாவினுள் வலை பனியன் தெரிந்தது. வெற்றிலை பாக்குப் போட்டு முடிக்காமல் கன்னத்தில் அடக்கியிருந்தான். 'சாப்ட்டியா மேரி?' என்றான் தன் மூக்கை கையால் திரையிட்டுக் கொண்டு.

'இல்லிங்க!'

நேராகப் போய் அறையில் டயல் இல்லாத டெலிபோனைத் தட்டி, 'காட்டேஜ் நம்பர் பதினாறில ஒரு பாம்பே மீல்ஸ் அனுப்புங்க' என்றான்.

'வேண்டாங்க'

'நான் சாப்பிட்டாச்சு. எனக்காக எதுக்குக் காத்திருந்தே?'

'உங்களுக்கு முந்தி எப்பவாவது சாப்பிடிருக்கேனா?' என்றாள்.

அருமைராசன் அவள் அருகே வந்து கையை எடுத்துக் கன்னத்தில் தொட்டுக்கொண்டு...

'என்னைத் தொடு மேரி. மன்னித்திடு. ஸாரி!...' என்று சிரித்தான். மெலிதாக ஆடினான். 'காலைல இருந்து ராத்திரிவரை சந்தம் நாலு பாட்டு... இதப் பாரு' என்று பக்கவாட்டுப் பையிலிருந்து நூறு ரூபாய் நோட்டுக்களை உதிர்த்தான். 'அஞ்சு காசுக்குப் பிளாட்பாரத்தில...' சிங்குக்குச் சென்று ரத்த நிறத்தில் அகலமாகத் துப்பினான். தொடர்ந்தான். 'பிச்சையெடுத்தோம்! இப்பப் பாரு.'

'உங்ககிட்ட என்னமோ வாசனை வருது!'

'ஒண்ணுமில்லை மேரி. அதெல்லாம் சாப்பிடறதில்லே.'

'டக் டக்' என்று தட்டிவிட்டுக் கதவைத் திறந்து அகலமான தட்டில் கிண்ணம் கிண்ணமாக அபரிமிதமாக உணவு கொண்டு வந்து ஒரு வெள்ளை உடை வெய்ட்டர் வைத்துவிட்டு அருமை ராசனிடம் பில்லில் கையெழுத்து வாங்கக் காத்திருந்தான்.

'நீங்க சினிமா சம்பந்தப்பட்டவங்களா சார்?'

'ஏம்பா?'

‘இல்லை. கேள்விப்பட்டேன். நடிகருங்களா?’

‘இல்லைப்பா. பாட்டெழுதறவன்.’

‘சார். பேர் என்ன?’

‘அருமைராசன்.’

‘வார்த்தைகளில் சிக்காத சிரிப்பு.’

‘அ அதேதான்’ என்று மேரியைப் பார்த்துக்கொண்டான்.

‘அப்படியா. அந்த பாட்டுக்காகவே நான் மூணு தரம் படம் பாத்தனுங்க.’

‘சந்தோஷம்!’ மறுபடி மேரி. ‘கை குடு பிரதர்!’

‘எப்படி சார் அந்த மாதிரி வரிகள் போட முடியறது உங்களுக்கு? அது என்ன? வைரமணிக் கற்கள்...’

‘சொர்க்கத்தில் விலை பேசும் வைரமணிக் கற்கள்.’

‘கை குடுங்க.’

மேரி, ‘இவரும் உங்க மாதிரி வெய்ட்டரா இருந்தவருதாங்க’ என்றாள்.

XX

> The writers want to be directors. The producers want to be writers. The actors want be producers. The wives want to be painters. Nobody is satisfied.
>
> - Gottfried Reinhardt

அந்த வெயிட்டர் பையன் சென்றதும் அருமைராசன், 'என்ன மேரி? நம்ம புராதன காலத்தைச் சொல்லியே தீரணுமா?' என்றான்.

'எப்படிங்க புராதன காலம்? ஆறு மாசத்துக்குள்ள மறந்துட்டிங் களா? பிளாட்பாரத்தில் அல்லாடிக்கிட்டிருந்தமே.'

'அதுக்காக இப்ப அல்லாடணுமா?'

'மறக்காம இருக்கணுங்க...' என்றாள் மேரி.

'எப்படி மறக்க முடியும்?'

'நீங்க மறக்கற மாதிரிதான் தோணுது. தோரணை எல்லாம் மாறிப்போச்சு. உங்ககிட்ட எல்லாமே புதுசா இருக்கு. வாசனை... ஜிப்பா... புகையிலைப் பழக்கம்... எல்லாமே.'

'எவ்வளவு பணம் காசு வந்தாலும் நான் மாறமாட்டேன் மேரி. இதெல்லாம் சின்ன விஷயம்.'

'பணம் காசு வந்ததால எனக்கு ஒண்ணும் மாறுதல் இல்லிங்க. முன்ன நீங்க வருவீங்களான்னு காத்திருப்பேன் பெங்களூர்ல. இப்ப மெட்ராஸ்ல காத்திருக்கேன். அப்ப ஓட்டல்ல இருந்து பொட்டலம் கொண்டு வருவீங்க. பிரிச்சுத் தின்னுவோம். இப்ப ஆர்டர் பண்றீங்க. காத்திருக்கிறது மட்டும் எனக்கு விலகலைங்க. உங்களுக்கு சினிமாவுக்கு சான்ஸ் வருதான்னு உறவுக்காரங்க வீட்டில காத்திருந்தேன். பிள்ளையை மடியில் கிடத்திக்கிட்டு டாக்டர் வீட்டில காத்திருந்தேன். உங்களுக்கு சான்ஸ் வந்து நாள் பூரா பாட்டுப் போட்டுட்டு எப்ப வருவீங்கன்னு இப்ப ஓட்டலில் காத்திருக்கேன். எனக்கு ஏதும் மாறலிங்க.'

'என்ன மேரி விரக்தியாப் பேசற? சீக்கிரமே வாடகைக்கு வீடு எடுத்துக் கொடுக்கறன்னு கிட்டு சொல்லியிருக்காரு - மகாலட்சுமி தெருவில.'

'அப்ப அந்த வீட்டில காத்துக்கிட்டிருந்தாச் சரி.'

'இப்ப என்ன வேணும்னு சொல்லற?'

'நீங்க வேணும்' என்றாள்.

'அதான் இருக்கேனே கண்ணாடிக்கு முன்னாடி' என்றான் சற்று அலுப்புடன்.

'பகல்ல உங்களைப் பார்க்கணுங்க' என்றாள் மேரி.

அருமைராசன் மேல்நாட்டு சிகரெட் பற்ற வைக்க, க்ளிக் என்றது லைட்டர்.

அன்புள்ள அண்ணாவுக்கு.

அதே நமஸ்காரங்கள். இங்கு நான், இவர் இருவரும் சௌக்யம். அங்கு அப்பா அம்மா சௌக்யத்துக்கு லெட்டர் போடவும்.

அண்ணா, இந்தக் கடிதத்தை ரொம்பவும் தயங்கி நீண்ட நேரம் யோசித்துவிட்டுத்தான் எழுதுகிறேன். சமீபத்தில் இவர் என்னிடம் நடந்து கொள்கிற விதம் சரியாக இல்லை. எதற் கெடுத்தாலும் சந்தேகப்பட்டு விபரீதப் பேச்சுக்கள் பேசுகிறார். அந்த அருண் சமாசாரத்தைக் குத்திக் குத்திக் காட்டுகிறார். என்னால் சில சமயங்களில் பொறுக்கவே முடியவில்லை. அந்த அருண் ஒரு தடவை பைத்தியக்காரத் தனமாகப் பக்கத்து

மருந்து ஷாப்புக்கு போன் செய்துவிட, அது இவருக்குத் தெரிந்துபோய் என்ன ஏது என்று விசாரிக்காமல் பெரிசாகக் கற்பனை பண்ணிக்கொண்டு என்னைப் போட்டு பிள்ளைப் பூச்சி மாதிரி 'மொலு மொலு' என்று அரித்துக் கொண்டிருக் கிறார். இந்த ரேட்டில் குளத்தில் போய் விழுந்திடலாமா என்று கூடத் தோன்றுகிறது. பல தடவை நன்றாகவே பேசுகிறார். ஆனால் அந்த அருண் விவகாரம் மட்டும் அவரை என்னவோ செய்துவிடுகிறது. ரொம்ப நாள் இவருடன் தங்கி வாழ முடியும் என்று தோன்றவில்லை. ஒன்றும் புரியாமல் குழம்பிப் போய்த்தான் இதை உனக்கு எழுதுகிறேன். என்னைக் கொஞ்ச நாள் வந்து அழைத்துப் போயேன். இல்லை, ஏதாவது வழி சொல்லேன். இந்த விஷயம் அப்பா அம்மாவிடம் சொல்ல வேண்டாம். ரொம்ப வருத்தப் படுவார்கள். நேரில் வாயேன். உன்னிடம் எல்லாம் விவரமாகச் சொல்கிறேன். அம்மாவிடம் என் வெள்ளிக் கொலுசை மாற்றிப் பண்ணி வைக்கச் சொல்லி யிருந்தேன். அதை மாற்றவேண்டாம் என்று சொல்லிவிட்டார். வெள்ளி இன்னும் விலை ஏறுமாம். அப்பாவின் மூட்டு வலி தேவலையா? நீ வரும்போது உன் ஜாதக காப்பி இரண்டு எடுத்து வரவும்.

இப்படிக்கு
உன் பிரியமுள்ள தங்கை
வி.கல்யாணி

'என்ன எழுதிண்டிருக்கே கல்யாணி!'

திடுக்கிட்டுக் கடிதத்தைப் புத்தகத்தின் அடியில் மறைத்தாள்.

'என் அண்ணாவுக்கு கடுதாசி.'

'அண்ணாவுக்கா அருணுக்கா? ஏன் சட்டுனு மறைக்கறே?'

'ஆரம்பிச்சாச்சா? அண்ணாவுக்குத்தான்.'

'எங்கே காட்டு?'

குரல் இறங்கிப் போய், 'என் அண்ணாவுக்குத்தான். சொந்த விஷயம், எங்க ஆத்து விஷயம் எல்லாம் எழுதியிருக்கேன்' என்றாள்.

'ஏன் நான் அதைப் படிக்கக் கூடாதா? நான் உன் புருஷன்தானே?'

‘இன்னும் எழுதி முடிக்கலை.’

‘பொய் சொல்றே. நீ உன் அண்ணாவுக்கு எழுதலைன்னு தெரியறது!’

‘ஐயோ! இத பாருங்க’

‘அன்புள்ள அண்ணாவுக்கு’ என்று கடிதத்தின் ஆரம்ப வரிகளை மடக்கிக் காட்டினாள்.

‘முழுக்கப் படி.’

‘நீங்க ஏன் என் பர்சனல் லெட்டரைப் படிக்கணும்?’

‘அதில என்னைப் பத்தி அவதூறா ஏதாவது எழுதியிருப்பே? அதனாலதான்.’

‘ஐயையோ! எனக்குன்னு ஒரு சின்ன அந்தரங்கம்கூடக் கிடையாதா? தெய்வமே!’

‘உனக்கு எதுக்குடி அந்தரங்கம்! இப்ப அதைக் குடுக்கப் போறியா இல்லையா?’

‘மாட்டேன்.’

‘குடு’ என்று அவள்மேல் பாய்ந்தான்.

கல்யாணி அவசரமாக அந்தக் கடிதத்தைக் கிழித்துத் துண்டு துண்டாக்கித் தூர எறிந்தாள்.

ஒரு கணம் விசுவநாதன் அயர்ந்துவிட்டான். முதல் முறை கல்யாணி தெரிவித்த எதிர்ப்பு அது. அடிக்கக் கை ஓங்கினான்.

ஈரக் கண்களால் அவனை எதிர்த்து முறைத்து நின்ற அவள் மௌனப் பாணியில் ஒரு புதிய விரோதம் இருந்தது.

விசுவநாதன் காகிதத் துண்டுகளைக் கவனமாகப் பொறுக்கிப் பைக்குள் போட்டுக்கொண்டு அடுத்த அறைக்குச் சென்றான். அப்படியே நின்றுகொண்டிருந்தாள் கல்யாணி. அவளுக்குப் புரியவில்லை. ‘இப்படிப்பட்ட ஜனங்கள் இருக்கிறார்களா!’

‘படிச்சுடறேன்! படிச்சுடறேன்! ஒட்ட வைச்சு’ என்று அவன் குரல் கேட்டது. ‘வாழ்க்கையில் இந்தவிதமான சிக்கலும் இருக்கிறதே.

கணவன் மனைவிக்கு இடையில் இப்படியும் ஒரு சண்டையா? நான் அருணை நினைக்கவில்லை என்று நாசமாய்ப்போன உண்மையை எப்படித்தான் நிலை நிறுத்துவேன்! அடம் பிடிக்கும் குதிரையைப் போல் நகரமாட்டேன் என்கிறானே! சொந்த அண்ணனுக்கு ஒரு கடுதாசி எழுதக்கூடாதா? அண்ணனுக்கு எப்படியாவது செய்தி தெரிவித்து வரவழைத்துவிடவேண்டும். என்னால் ஒண்டியாகச் சமாளிக்க முடியாது. ஆண் பிள்ளைக்கு ஆண் பிள்ளை பேசித் தீர்த்துக்கொள்ளட்டும்.'

அடுத்த அறையில் நிதானமாக 'இவர் என்னிடம் நடந்து கொள்கிற - விதம் - சரியாக இல்லை' என்று படித்துவிட்டு 'சபாஷ்' என்றான்.

வெளியே வந்தான். 'நான் ஆபீசுக்கு போறேன். வெளியில சாப்ட்டுக்கறேன்...'

கதவைச் சாத்திவிட்டு ஜன்னலில் நின்றான். பார்த்தான்.

'கல்யாணி! இப்ப எல்லாம் திருட்டு பயம் ஜாஸ்தியா இருக்கு. கதவை வெளியே பூட்டிண்டு போறேன்!' என்றான்.

'க்ளிக்' என்றது பூட்டு.

'அருண் விஜய் அழைக்கிறார்...'

மேசைமேல் பளபளப்பான நீள அகலத்துடன் அந்த அழைப்பிதழ் கிடந்தது. அதன் காகிதக் கதவின் இரண்டு விளம்புகளிலும் போட்டோவில் அருண். பிரித்தால், 'நாளை நடைபெறப் போகும் ஆரம்ப விழாவுக்கு உம்மை அன்புடன் அழைக்கும்' தங்க வார்த்தைகள்.

'இன்விடேஷன் எல்லாம் அனுப்பிச்சாச்சில்ல?' என்றான் அருண்.

'ஒரு வாரம் ஆச்சு. இன்னிக்கு ப்ரெஸ் கான்ஃப்ரன்ஸ்.'

'எங்கே?'

'இங்கதான்.'

'ப்ரேம் வர நேரமாச்சில்ல? ப்ளேன் லேட்டா?'

'இல்லை, சரியான டைம்தான். அருண், கொஞ்சம் பணம் வேணும். இருபதாயிரம், மியூசிக் பார்ட்டிக்குக் கொடுக்க வேண்டியது, அப்புறம் செட் டிசைனருக்கு... அப்புறம்..'

'பாட்டு டாப்பா வந்திருக்கில்ல?'

'ம்...'

'பாஸ்கர்! ப்ரேம் பத்தி நீ என்ன நினைக்கிற?'

பாஸ்கர் யோசித்து, 'இந்தக் கேள்விக்கு நான் பதில் சொல்ல ணும்னா உனக்கும் எனக்கும் ஸ்டேட்டஸ்ல தராதரம் இருக்கக் கூடாது. உன்கிட்ட வேலை செய்யற செக்ரட்ரி நான். உன் பெண்டாட்டியைப் பத்தி அபிப்பிராயம் சொல்ல எனக்கு உரிமை யில்லை.'

'ஒரு நண்பன் என்கிற முறையில?'

'ஸாரி! நீ எப்ப நண்பன், எப்ப எஜமான்கிறது சமீபத்தில் குழப்பமா இருக்குது.'

கார் கதவு சாத்தப்படும் சப்தம் கேட்டுத் திரும்பினான். ப்ரேம் ஏறக்குறைய ஓடி வந்து அருண் மேல் பாய்ந்து முத்தமிட்டு, 'ஹாய் அருண்! ஐ மிஸ்ட் யூ. ஓ, பாஸ்கர், இருக்கியா! ஸாரி!' என்று கண்ணடித்தாள்.

அருண் அவளைக் கீழே இறக்கி, 'எப்படி இருந்தது ஷெட்யூல் எல்லாம்?' என்றான்.

'முடிஞ்சிருச்சு, இனி டப்பிங்தான்' அருணின் காதில் ரகசியம் சொல்லிச் சிரித்தாள். 'கோர்ட், டான்ஸர், ஸ்கிரீன் கலர்ல டிரஸ், மார்ல ஜிலு ஜிலு... எஸ்.பி.பி அது என்ன மலயமாருதத்தில பிரமாதமா ஒரு பாட்டு பாடியிருக்கிறார். 'சங்கராபரண'த்துக்கு அப்புறம் இப்ப தெலுங்குப் படம் பூரா கர்னாட்டிக்தான்... ஜூலி எங்கே? ஜூ...லி...'

'ப்ரேம்! மாடிக்கு வா... உன்கிட்ட பேசணும்.'

'நாளைக்கு நம்ம படம் பூஜையா? க்ரேட்!'

பாஸ்கர், 'அருண், அருண்' என்றான்.

அருண் சாவிக்கொத்தை எறிந்து 'எடுத்துக்க' என்றான். மாடி ஏறிக்கொண்டே, 'எனக்கு ஒரு பார்ட் உண்டா?' என்றாள்.

'கெஸ்ட் ஆர்டிஸ்ட்.'

அறைக்குள் நுழைந்ததும் பின்னங்காலால் கதவைச் சாத்தினாள் ப்ரேம். அருணின் கையைப் பற்றித் தன் மார்பில் தேய்த்துக் கொண்டாள். 'எத்தனை நாளாச்சு, கமான். லெட்ஸ் மேக் லவ்' என்று அந்தக் கையை இடுப்பில் கொண்டு சென்றாள். அருண் விடுவித்துக் கொண்டான்.

'என்ன, என் மேல கோபமா?' என்று காது நுனியைக் கடித்தாள்.

'ப்ரேம், நீ சாளுக்யாவில் எந்த ரூம்ல தங்கினே?'

'எப்பவும் போல ஒன்பது - ஏன்?'

'அன்னிக்கு காலைல போன் பண்ணினேன். யாரோ ஒரு ஆண் குரல்... வெத்துக் குரல்... ராங் நம்பர் என்றான்.'

'என்னிக்கு?'

'சரியா ஞாபகமில்லை. நாலு நாளாச்சு.'

'நீங்க? எனக்கு? டிரங்க்கால் போட்டீங்களா?'

'ஆமாம், அந்த ஆள் யாரு?'

'டைரக்டரா இருக்கலாம்.'

'டைரக்டருக்கு காலங் கார்த்தால உன் ரூம்ல என்ன வேலை?'

'டிஸ்கஷனுக்கு வந்திருப்பார்.'

'என் ராங் நம்பர்னு சொல்லணும்? டிஸ்கஷன் பண்ணியா? வேற ஏதாவது...'

'என்ன பேச்சுப் பேசறீங்க அருண்? டைரக்டர் செல்லாவைப் பார்த்திருக்க இல்ல? எங்கப்பா வயசு அவருக்கு.'

'உங்கப்பா யாரு?'

அவள் முகம் கறுத்தது. 'அருண்!' நிதானமாக, 'நம்பிக்கையில எத்தனை விஷயங்கள் சுத்துது தெரியுமா? இந்தக் கேள்வியை நானும் உங்ககிட்ட கேட்டுற முடியும்.'

'என்ன கேள்வி?'

'உங்கப்பா யாரு?'

அவன் மௌனமாக இருந்தான். 'நான் வெளியூர் போனபோது நீங்க என்ன செஞ்சிங்கன்னு நான் கற்பனைய ஓட விடலாம் இல்ல?'

'ஓட விடு! இதப் பார், நீ உன் வழி போ, நான் என் வழி போறேன். ஹைதராபாத் போ, அது என்ன பாபு? அவன்கூட என்ன வேணா செஞ்சுக்க. ஆனா என்னை என்னன்னு கேட்கறதுக்கு உனக்கு ரைட்டு கிடையாது. அதை ஞாபகம் வெச்சுக்க...'

'அருண்! உங்க தந்திரம் புரியுது. இந்த சுதந்தரத்தை அவசரமா வரவழைச்சுக்கறதுக்கு இந்த ஹைதராபாத் பழி? அருண் நீங்க வேணா அவளைப் போய் பார்த்துப் பேசியிருக்கலாம். நான் அந்த மாதிரி செய்யலை! பாபா சாட்சியா, வெங்கடேசப் பெருமாள் சாட்சியா...'

'சரி, சொல்லு. அதே பாபா, அதே வெங்கடேசப் பெருமாள் சாட்சியா...'

'இதை நீங்க முதல்ல சத்தியம் செய்து கொடுங்க.'

'முதல்ல கேட்டது நான். கமான், சத்தியம் பண்ணு! புழுத்துப் போய்டுவ! நீ எத்தனை பேரைப் பார்த்தியோ அத்தனை பேரை நான் பார்த்திருக்கேன். அவ்வளவுதானே! கணக்கு தீர்ந்து போச்சில்ல?'

'ஏன் அருண் இப்படி வேணும்னுட்டே கொடுமையா நடந்துக்கறீங்க? பதினைஞ்சு நாள் பிரிஞ்சிருந்துட்டு ஊருக்குப் போய்ட்டு வந்த மனைவிகிட்ட பேசற பேச்சா இது? சட்!' அவள் சின்னதாக அழ ஆரம்பித்தாள். ஜூலி வாலை ஆட்டிக்கொண்டு அவளைப் பார்த்துக்கொண்டிருக்க, சிறிய கைக்குட்டையால் நாசூக்காக மூக்கைச் சிந்தி அழுதாள்.

கதவு தட்டப்பட்டு பாஸ்கரின் குரல், 'ப்ரெஸ் வந்தாச்சு!' என்றது.

ஹாலில் பத்திரிகையாளர்களைச் சந்திக்க வந்தபோது அருணும் ப்ரேமலதாவும் புதிய மலர்கள்போல வந்தார்கள். ஃப்ளாஷ்கள் பளிச்சிட, ப்ரேம் அவன் தோளில் கைகளைச் சங்கிலி கோத்துக் கொண்டு சிரித்தாள். 'ஷூட் ஜெண்டில்மேன்' என்றாள்.

'உங்க படத்தில ப்ரேம் உண்டா அருண்?'

'ப்ரேம் இல்லாமலா?'

'அது ஒரு ரகசியம்.'

'அதுதானே படத்தின் பெயர்.'

'ப்ரேம்! நீங்க இதில ஜாயிண்ட் ப்ரொட்யூசரா?'

'இல்லை.'

'ஸ்மைல் ப்ளீஸ், கலர் ஷாட் ரெண்டு எடுத்துறலாம்.'

இருவரும் புன்சிரிக்க, 'க்ளிக்' என்றது கேமரா.

If any person without lawful authority alters or tampers with in any way any film after it has been certified, he shall be punishable with imprisonment which may extend to three months or with fine which may extend to one thousand rupees or with both.

- Section 7 of the Cinematograph Act.

பெறுநர்

சேர்மன் சென்சார் போர்டு,
சென்னை

அனுப்புநர்

ஆர்.திருவேங்கடம்
8, சி.பி. கோவில் தெரு,
சென்னை - 4

ஐயா,

சமீபத்தில் நான் சொந்த அலுவலாக திருநெல்வேலி சென்றிருந்தபோது, 'இளந்தலைவன்' என்ற படத்தை அங்குள்ள ராயல் கொட்டகையில் பார்க்க நேர்ந்தது. அதில் வந்த சில

காட்சிகள் எனக்குப் பெரிதும் அதிர்ச்சி அளித்தன. குறிப்பாக, சில பெண்கள் தண்ணீரில் நனைந்து குளித்துக்கொண்டு, தம் மார்பகங்களைச் சந்தேகத்துக்கு இடமின்றிக் காண்பிக்கிற காட்சி. இது எப்படி சென்சார் அங்கத்தினர்களின் பார்வையிலிருந்து தப்பித்திருக்கிறது என்பது விந்தையாக உள்ளது. இந்தக் காட்சி எத்தனை இளைஞர்களின் மனத்தை விகாரப்படுத்தும் என்பது எண்ணற்குரியது. நான் சென்னை வந்ததும் மற்றொரு ஆச்சரியம் காத்திருந்தது. இந்தப் படத்தை சென்னையில் பார்த்த என் நண்பர் பரசுராமன் (9, சி.பி. கோவில் தெரு) இந்தக் காட்சி சென்னையில் காண்பிக்கப்படவே இல்லை என்றார். விந்தையாக உள்ளது. இந்த விஷயத்தை உடனே கவனித்து ஆவன செய்யுமாறு கோருகிறேன். இதுபற்றி நான் 'ஹிந்து'வுக்கும் ஒரு கடிதம் எழுதியுள்ளேன்.

இங்ஙனம்

உண்மையுள்ள
திருவேங்கடம் ரா.

கடிதத்தின் கீழ், 'R.C.O, Pl. verify. If true arrange, to seize prints thro magistrate order, suspend certificate.' என்ற சேர்மனின் குறிப்பு இருந்தது.

அருண் டெலிபோனில் தவித்துக்கொண்டிருந்தான். எங்கய்யா போய்ட்டார்? எட்டரை மணிக்கு வரேன்னு சொன்னவர், மணி பத்தாச்சு!'

மறுமுனை டெலிபோன் தந்திச் செய்தி அவனுக்கு சுவாரஸ்யமாக இல்லை. 'சரி' என்று அதைத் தொப்பென்று வைத்தான். பாஸ்கர் உணர்ச்சி ஏதும் காட்டாமல் விளக்கு தேய்த்தபின் காத்திருக்கும் ஜீனி போலக் கை கட்டி நின்றான்.

'ஏன் நிக்கறே. என்னைப் பார்த்தா கேலியா இருக்கா?'

'சேச்சே! என்ன அருண்?'

'லட்சுமணனைக் காணோம். ஆள் எங்க இருக்கார்னு கண்டுபிடிக்க முடியல. காலைல பணம் கொண்டு வரேன்னார்.'

'லட்சுமணனை போலீஸூம் தேடறாங்களாம்.'

'என்ன?'

'இளந்தலைவன் எல்லா ப்ரிண்ட்ஸையும் சீல் பண்ணிட்டாங் களாம். படம் நின்று போச்சு, சர்டிபிகேட் போயிருச்சு.'

'அடப்பாவி! இப்ப என் கதி என்ன ஆறது?'

'அருண், 'நான் அப்பவே சொன்னேன் கேட்டியா?'ன்னு உன்னை வெறுப்பேத்த விரும்பலை நான். இனிமே இந்த லட்சுமணனை எதிர்பார்க்காதே. இளந்தலைவனை நிறுத்தினதிலே அவருக்கு ஏற்படப் போற நஷ்டத்தைச் சமாளிச்சு எழுந்துவர அவருக்கு ஒரு வருஷமாவது ஆகும். கோர்ட்டில் கேஸ் மேல கேஸாப் பறக்கும்.'

'ஐயோ! ரெண்டரை லட்சம் வேணுமே, நாளையிலருந்து பதினஞ்சு நாள் ஷெட்யுல் இருக்குது.'

'ஒத்திப் போட்டுடு. அதான் உத்தமம்.'

'இம்பாஸிபிள், மறுபடி அவங்க கால்ஷீட் டிசம்பர்லதான் கிடைக்கும்.'

'ப்ரேமைக் கேட்டுப்பாரு.'

'ப்ரேம்... அவகிட்ட பணம் இருக்குமில்ல?'

'எனக்குத் தெரியாது.'

'ப்ரேம் எங்கே?'

'மாடில தூங்கறான்னு நினைக்கிறேன்.'

கதவைத் திறந்து ஜன்னல் திரையை விலக்கினான். ஆழ்ந்த தூக்கத்தில் இருந்தாள்.

'ப்ரேம்' என்று அவள் காதருகில் ஊதினான். சிணுங்கினாள். கன்னத்தில் லேசாகத் தட்டி எழுப்பினான். அவள் அலுத்துக் கொண்டு கண் விழிக்க, புன்சிரிப்புடன், 'குட் மார்னிங், ராதர் குட் ஆஃப்டர் நூன்' என்றான்.

ப்ரேம் எழுந்து 'மணி என்ன?' என்றாள்.

'பத்து!'

'ஓ மை காட். ஒன்பதரைக்கு நான் விஜயா போகணும்.'

'லெட் தெம் வெய்ட்! ப்ரேம், முகம் கழுவிக்க, உங்கிட்ட முக்கியமாப் பேசணும் டார்லிங்.'

'என்ன இது புதுசா டார்லிங்?'

'நீ என் டார்லிங் இல்லையா?'

'சோப்பு வெக்காதிங்க. விஷயம் என்ன? பளிச்சுனு சொல்லுங்க?'

'பணம் வேணும்!' மனைவியிடம் இப்படிக் குழைவதில் அற்பமாக உணர்ந்தான்.

'எவ்வளவு?'

'ரெண்டரை லட்சம்!'

'அடேயப்பா.'

'நாளைக்கு ஷெட்யுல் இருக்குது தெரியுமில்ல? அதுக்கு அவசரமா தேவையா இருக்கு.'

'லட்சுமணன் குடுக்கறதா இல்ல பேச்சு.'

'அந்த ஆள் தலைமறைவா இருக்கார்.'

'எங்ககிட்ட அவ்வளவு பணம் இருக்காது.'

'எவ்வளவு இருக்கு?'

'அம்மாவைக் கேக்கணும். அம்மாதான் பார்த்துக்கறது.'

'உங்கம்மாவோட தெலுங்கில பேசி நான் நாசமாப் போனேன். நீதான் கேளேன். 'கொஞ்சம் டப்பு காவாலா?'னுட்டு! எட்டு படத்தில் ஆக்ட் பண்றியே, எல்லாப் பணமும் எங்கே வெச்சிருக்கே!'

'அருண், உண்மையைச் சொல்லட்டுமா? ஆறு மாசமா வீட்டுச் செலவு முழுக்க என் பணத்திலதான் நடக்குது. உங்களைப் போல எனக்கு அவ்வளவு ஒசத்தியா ரேட்டும் கிடையாது. முப்பது நாப்பதுதான் வாங்கறேன். அதுவும் முழுப்பணமும் அவுங்க முன்னால குடுக்கறதில்லை. என்கிட்ட நிச்சயம் அவ்வளவு பணம் இருக்காது.'

கனவுத் தொழிற்சாலை ♦ 287

'இருக்காதா, வெச்சுக்கிட்டே குடுக்க இஷ்டமில்லையா?'

'அதெல்லாம் இல்லை.'

'புரொட்யூசர்கிட்ட முன் பணமாக் கேட்டு வாங்கிக் கொடேன்!'

'செய்யறேன், ஒரு கண்டிஷன்!'

'என்ன?'

'என்னைக் கதாநாயகியாப் போடணும்.'

'சரிதான். அவுங்களை வெச்சு எடுத்ததெல்லாம் என்ன ஆறது?'

'அருண்! இண்டஸ்ட்ரில இப்ப என்ன பேச்சு தெரியுமா. நாம ரெண்டு பேரும் டிவோர்ஸ் பண்ணிக்கப் போறதா. அதனாலதான் உங்க சொந்தப் படத்திலேயே எனக்கு நடிக்க வாய்ப்புத் தரலைன்னு.'

'நீ ஏன் அதையெல்லாம் நம்பறே?'

'அதை ஆணித்தரமா பூட்டுப் போடறதுக்கு நீங்க என்னைக் கதாநாயகியா ஏத்துக்கிட்டே ஆகணும்.'

'நடக்காத பேச்சு.'

'அப்ப என்னைப் பணம் கேக்காதீங்க.'

'ப்ளாக்மெயில் பண்றியா? அவுங்க சொல்ற வதந்தியை உண்மை யாக்கிடுவேன்.'

'என்ன செய்துடுவீங்க!'

'டிவோர்ஸ் பண்ணிடுவேன்!'

'அது அவ்வளவு சுலபமில்ல அருண். அதுக்கும் பணம் காசு வேணும்.'

'இப்ப பணம் தரப்போறியா இல்லியா?'

'அதான் ஏற்பாடு பண்ணித் தரேன்னு சொன்னேனே - ஆன் ஒன் கண்டிஷன்.'

அருண் அவளை வெறித்துப் பார்த்தான். அவளும் அவன் பார்வைக்கு ஈடு கொடுத்தாள்.

'ஆல்ரைட்! உன் சுண்டைக்காப் பணம் எனக்கு வேண்டாம். எனக்கு எப்படி பணம் புரட்டறதுன்னு தெரியும். சாயங்காலத்துக்குள் கொண்டாந்து உன் முன்னால பறக்கவிடறேன் பாரு.'

'ப்ளீஸ் யுர்ஸெல்ஃப்.'

அருண் கதவருகில் நின்று திரும்பி, 'என்கூட அந்தப் படத்தில் நடிக்கிற ஆசையை மட்டும் விட்டுடு. உனக்கும் எனக்கும் ஜோடிப் பொருத்தம் கிடையாது.'

'ஆமாமாம். கதாநாயகன் மோசம். ஒத்துக்கறேன்' என்றாள்.

பாஸ்கர் ஹாலில் காத்துக்கொண்டிருந்தான். 'வேறு என்ன செய்யறதா உத்தேசம்?'

'என்ன?'

'ப்ரேம் மாட்டேன்னுட்டாங்கிறது உன் முகத்திலே தெரியறது.'

'அப்பா, என்ன புத்திசாலிப்பா என் செக்ரட்ரி. ஒரு ரூபா பணம் புரட்ட வழியைக் காணோம். பாஸ்கர், அந்தச் சேட்டுப் பையன் நம்பர் கண்டுபிடி. அவன்கிட்ட கடன் கேக்கப் போறேன்.'

'அருண்! வேண்டாம். கடன் மட்டும் வேண்டாம். நாப்பது அம்பது பர்சண்ட் கேப்பான். வட்டியைக் கழிச்சுக்கிட்டுத்தான் குடுப்பான். உண்டிக்காரங்கிட்ட மாட்டி விட்டுடுவான்.'

'கெட் மி தட் நம்பர்' என்று அருண் இரைந்தான்.

ராம் நகரிலிருந்து எட்டு மைல் தொலைவில் இருந்தது அந்தக் கிராமம். தேவராயப்பட்னா என்று பெரிசாகப் பெயர் இருந்தாலும் சொல்லிக்கொள்ளும்படியாக ஒரே ஒரு கான்க்ரீட் நவீனக் கட்டடம்தான். அதன் முகப்பில் டிராக்டர் நிற்க, மற்றபடி சுருள் ஓட்டு வீடுகள், கன்னட அய்யனார் கோவில், சுற்றிலும் கரும்பு, நெல் வயல்களின் பசுமைச் செழிப்பு அந்தக் கிராமத்தைப் பொறாமையுடன் டவுன்காரர்களிடமிருந்து அணைத்து மறைத்தது.

மாணிக்கம் க்ரியேஷன்ஸின் யூனிட் அங்கே டேரா போட்டிருந்தது. தகரச் சதுரங்கள், ஏரிப்ஃளெக்ஸ் கேமரா, சிக்கனமாக சில லைட்டுகள், எக்ஸ்டென்ஷன் போர்டுகள், ஒரு டீசல் வேன். கேமராக்கார வங்காள இளைஞன், மற்ற எல்லா உதவியாளர்களும் உற்சாகமாக ஒத்துழைக்க, வித்தியாசமின்றி எல்லோரும்

ஒரே கிராம வீட்டில் ராத் தங்கியிருக்க, கதாநாயகன், புதிய இளைஞன் இன்னும் ஹோதாக்கள் எதுவும் வராமல் படப்பிடிப்பு இடைவேளைகளில் கவிதை படித்துக்கொண்டிருக்க, கதாநாயகி அதிகம் அலட்டிக்கொள்ளாமல் சிரித்துப் பேசிக்கொண்டிருக்க, மாணிக்கம் சின்ன விஷயங்களுக்கெல்லாம் தாராளமாகப் பாராட்டுகளை வழங்கித் தட்டிக் கொடுத்தே வேலை வாங்க, 'திருப்புமுனை' சிக்கனமாக, தீர்மானமாக எழுதப்பட்ட, திரைக் கதையுடன் ஃபிலிம் சேதம் இல்லாமல் முன்னேறிக் கொண்டிருந்தது.

செவ்வாய்க் கிழமை அங்கே மனோவுக்குப் படப்பிடிப்பு. முதல் தினம் இரவு திரைக்கதையைப் பார்த்து சீன் பிரித்துச் செப்பனிட்டு காலைப் படப்பிடிப்புக்கு ஏற்பாடு செய்திருந்தார்கள். மைசூர் செல்லும் அதிகாலை வண்டியைப் பிடித்து மாண்டியாவில் இறங்கி வருவதற்கு ஏற்பாடு செய்து கடிதம் எழுதியிருந்தான். மனோ சம்மதித்து 'அவசியம் வருகிறேன்' என்ற ஆர்வத்துடன் எழுதியிருந்தாள். ஸ்டேஷனுக்கு வேன் போயிருந்தது. எல்லோரும் பம்புசெட்டில் குளித்துவிட்டு, இட்லி பலகாரம் பண்ணி, துல்லிய நீல வானத்தைப் பார்த்துச் சந்தோஷப்பட்டு ஒரு துடிப்பான தயாருடன் இருந்தார்கள்.

மனோ வரவில்லை. ஸ்டேஷனுக்குப் போயிருந்த வேன் காலியாகத் திரும்பி வந்தது. ஒருவேளை பஸ்ஸில் வருகிறாளோ என்று பத்தரை மணிவரை காத்திருந்து பார்த்தார்கள்.

மாணிக்கத்துக்கு முதல் தடங்கல். இதுவரை வெண்ணெயாகப் போய்க்கொண்டிருந்த செயல்பாட்டில் முதல் நெருடல், மாணிக்கம் மிகவும் கோபப்பட்டான்.

'வாக்கு கொடுத்துட்டு வரலைன்னா எப்படி? ஒரு தந்தியாவது அடிக்கவேண்டாம்?' கேமராமேன் தலையில் கவுண்ட்டி தொப்பி அணிந்து 'சன்' படித்துக்கொண்டிருக்க, ரிஃப்ளெக்டர் கள் காத்திருந்தன. ஒரு பரிச்சயமான தமிழ் சினிமா படப்பிடிப்பு காட்சி!

'துரைராஜ்! நான் செஞ்ச ஒரே ஒரு தப்பு அவளைப் போட்டது தான். எக்ஸ்ட்ராவா அல்லாடிக்கிட்டு இருக்கிறாளே, ஒரு நல்ல சந்தர்ப்பம் கொடுக்கலாம்னு நல்ல எண்ணத்திலே செஞ்சேன்! என்ன ஆச்சு பாரு.'

'அண்ணே! ஒண்ணு சொல்லட்டுமா?'

'என்ன?'

'அந்தப் பொண்ணு வராதுங்க!'

'ஏன்?'

'அது வேற ரூட்டுங்க. சினிமா அவளுக்கு முக்கியமில்ல.'

'அட, அவ எக்கேடு கெட்டுப் போவட்டும் அய்யா! மூணு நாள் படப்பிடிப்பு! வரக்கூடாது? என்ன பெரிய ஸ்டாரா இவ?'

'அண்ணே! இஸ்கூல் போற பொண்ணு ஒண்ணு நேத்தைக்கு ஷூட்டிங் பார்க்க வந்துதே, ஞாபகம் இருக்கா?'

'கவனிச்சேன்' என்றான்.

'அந்தப் பெண்ணோட அப்பன் என்னை நச்சரிச்சுக்கிட்டு இருக்கான். 'நம்ம உடுகிக்கு ஒரு சான்ஸ் கொடுங்க'ன்னு. சின்ன பார்ட்தானே, பார்க்கலாமா?'

'சரி, கூட்டி வா! சுருக்கமா ஒரு டெஸ்ட் எடுத்துப் பார்த்துடலாம்.'

'தமிழ் தெரியாது.'

'வேண்டாம், கூட்டி வா! இன்னிக்கு இந்த சீன் எடுத்தாகணும்.'

மாங்காயைக் கடித்துக்கொண்டு 'துருதுரு'வென்று விழித்துக் கொண்டு அந்தப் பெண் வந்தது. கூட ஒரு சிநேகிதி.

'உம் பேர் என்ன?'

'ஹெஸரு ஹேரு கணோ!' என்றாள் அவள் தோழி.

'திம்மம்மா' என்று வேடிக்கை பார்த்துக்கொண்டே சொன்னாள்.

'சரிதான். த பார்... அங்கேருந்து இங்க நட!' என்றான். மொழி பெயர்க்கும் தோழியுடன் கொஞ்சம் கலந்துரையாடல். ஆர்வத் துடன் சிரிப்பு, வெட்கம், நடை. அவளை வியூஃபைண்டரில் தொடர்ந்த வங்காள இளைஞன். 'டாப்ஸ் மோணிக்கம்' என்றான்.

மாணிக்கம் அந்தப் பெண்ணை நிதானமாகப் பார்த்தான். தாவணி அணியாமல் சும்மா ஒரு சட்டையும் பச்சைப் பாவாடையும்தான்

உடுத்தியிருந்தாள். இவள் வயசுக்கு மொட்டாக இருக்க வேண்டிய மார்பு முழுவதும் மலர்ந்திருந்தது. ஈர உதடுகள் சற்று அழுத்தமாகவும் தூக்கலாகவும் இருந்தன. பற்கள் லேசாகத் தெரிய, கண்கள் கரியவட்டப் பெரிய சமாசாரங்கள், சீக்கிரமே வாத்ஸ்யாயனர் சொல்லும் ஹஸ்தினி' பெண் ஆகிவிடுவாள் என்று தோன்றியது மாணிக்கத்துக்கு. மனோவுக்காக எழுதி வைத்திருந்த பாத்திரத்தில் இவள் சற்று இளமையாகப் பொருந்துவாள் என்று தோன்றியது.

'இந்தப் பெண்ணையே போட்டுறலாம்... துரை, அந்த ஆளோட பேசி முடிச்சுரு! புடைவை கட்டிக்கிட்டு வரச்சொல்லு, பார்க்கலாம். ஒரு ரிஸ்க்தானே! சின்ன பார்ட்தானே!'

படப்பிடிப்பு பிற்பகல் தொடங்கியது. அந்தப் பெண் தன் சொற்ப வரிகளைக் கன்னடத்தில் எழுதி வைத்துக்கொண்டு அடிக்கடி தன் இனிய சினேகிதியைப் பார்த்து, புதிய சீலையைத் தழைத்துக் கொண்டு சிரித்தாள். வரப்பை அடுத்த வாய்க்காலில் உற்சாகமாகத் தண்ணீரைக் கால்களால் உதைத்துக்கொண்டே நடந்துவந்து, கேமராவைப் பார்த்து திடுக்கிட்டு நிற்க வேண்டும். இதுதான் முதல் காட்சி.

'ஓகே ரோல் இட்!' என்றான் மாணிக்கம்.

சாயங்காலம் பேக்கப் செய்து அவர்கள் கிராமத்து வீட்டுக்குத் திரும்பியபோது மனோன்மணி பஸ்ஸிலிருந்து இறங்கி இரைக்க ஓடிவருவதை மாணிக்கம் பார்த்தான்.

XX

'... படத்தை தாக்கு தாக்கு என்று தாக்கி எழுதினீர்கள். என்னவாயிற்று உங்கள் விமரிசனம்? உங்கள் எழுத்தால் அந்தப் படம் ஓடுவதைத் தடுத்து நிறுத்த முடிந்ததா? பிரமாதமாக ஓடியதே!'

– எம்.ஏ. காஜா 'குங்குமம்' இதழில்.

மேலுதட்டில் வியர்வையுடன் நின்ற மனோன்மணியைப் பார்த்து மாணிக்கம், 'என்ன மனோ, இவ்வளவு லேட்டா வரியே?' என்றான்.

'வி.எல்.எஸ்-ல ஒப்புத்துக்க மாட்டேன்னுட்டாங்க. திருப்பிக் கொடுக்க பணமில்லே. அங்கே ஒரு [illegible] போயிட்டு பஸ்ஸைப் புடிச்சு, பிருந்தாவனத்தைப் புடிச்சு, பாஸஞ்சரைப் புடிச்சு ஓடியாந்துட்டேன். அப்பாடா!' என்று உற்சாகமாகப் பதிலளித்தாள்.

'எல்லாம் ரெடியா?' என்றாள்.

'ரெடி பண்ணி ஷூட்டிங்கூட ஆயிடுச்சு.'

'என்னது?'

'ஆமாம்! நாங்க வேற ஆளைப் போட்டு எடுத்துட்டம்.'

'வேற ஆளா. அதெப்படிங்க!'

'இங்கேயே லோக்கலா ஒரு பொண்ணு ஆப்ட்டுச்சு. எத்தனை நேரம் காத்துக் காத்துப் பார்க்கறது சொல்லு. ஒரு நாள் ஷெட்யூல் போச்சுன்னா எவ்வளவு நஷ்டம் ஆறது பாரு.'

மனோவின் உற்சாகம் க்ஷண காலத்தில் கரைந்துபோய், அவள் கண்களில் பயம் தோன்றியது. 'வேண்டாம்னு சொல்லிடாதீங்க. உங்களுக்காக வந்தேங்க. என்னங்க இது.'

'வேண்டாம்னு சொல்ல எனக்கும் விருப்பமில்லே மனோ. ஆனா இன்னிக்குப் பூரா அந்தப் பொண்ணை வெச்சு எடுத்த அத்தனை ஃபிலிமும் வேஸ்ட் ஆய்டுமே!'

'என்னங்க, எனக்காக ஒரு நாள் தள்ளிப்போட்டிருக்கக் கூடாதா?'

'அதெப்படி முடியும் மனோ? நான்தான் தொடங்கையிலேயே சொன்னனில்ல! ரொம்ப டைட் ஷெட்யூல், ஒரு நாள் கூடத் தவறக்கூடாது. அதுக்கு சம்மதமிருந்தா வான்னு?'

'இதுக்காக மற்றொரு படத்தை வேணாம்னு சொல்லிட்டு வந்திருக்கனுங்க!'

'ஸாரி மனோ! அதுக்கு உண்டான பணத்தை வேணா...'

மனோ அவனைப் பார்வையால் தடுத்து நிறுத்தினாள்.

'பணம் இல்லிங்க பெரிசு. உங்களைப் பத்தி வித்தியாசமா நினைச்சுக்கிட்டிருந்தேன். நீங்களும் எல்லாரையும் போலத் தான்னு காண்பிச்சுட்டீங்க.'

'மனோ, அனாவசியத்துக்குப் பழி சுமத்தாதே. நான் முன்னமே உன்கிட்ட சொன்னதை மறந்து பேசறே.'

'எவ்வளவோ எதிர்பார்த்துக்கிட்டிருந்தேங்க! என் வாழ்க்கை பூரா இந்த மாதிரி எதிர்பார்ப்புகள்தான். 'வேற ஆளைப் போட்டாச்சு, வேற ஆளைப் போட்டாச்சு!' எத்தனை முறை இதைக் கேட்டாச்சு. எத்தனை முறை கோட்டை விட்டாச்சு.'

மனோ தன்னை அடக்க முடியாமல் பொலபொலவென்று கண்ணீர் விட்டு உடனே தன் புடைவைத் தலைப்பால் துடைத்துக் கொண்டாள்.

‘அட! இதுக்காக அழணுமா? இப்ப என்ன போயிருச்சு? பார்ட்டே சின்ன பார்ட்தானே! சரி, ஒண்ணு பண்ணு, நாளைக்கு ஒண்ணு ரெண்டு ஷாட்டு அந்தப் பெண்ணோட ஆத்துக்குப் போற தோழி மாதிரி எடுத்துறலாம் என்ன?’

‘வேண்டாங்க. நான் திரும்பப் போயிடறேன். அவுங்களை அப்பா தாயேன்னு கெஞ்சி மறுபடி எடுத்துப்பாங்களான்னு கேட்டுப் பார்க்கறேன்.’

‘இல்லை மனோ. எடுத்துறலாம்.’

‘எதுக்கு உங்களுக்கு ஃபிலிம் நஷ்டம்?’

‘இந்த மாதிரி சொன்னா எப்படி?’

‘தோழி வேஷம் ஏராளமா மெட்றாஸ்ல கிடக்குது! முப்பது ரூபா இருபது ரூபா! அதுக்காக இங்க வந்து - முன்னூறு மைல் தள்ளி வந்து நாள் பூரா தொங்கவேண்டாம். ஏதோ பேசற பார்ட்டு, நல்ல நடிப்புக்கு வாய்ப்புன்னு சொன்னீங்களேன்னு வந்தேன். எனக்கு அதிர்ஷ்டமில்லை... புதுசாப் போட்டிருக்கிங்களே, அந்தப் பொண்ணுக்குத் தமிழ் தெரியுமா?’

‘தெரியாது. கன்னடம்!’ என்றான் மாணிக்கம். அவன் முகம் சிறுத்தது.

‘சரி, வரேன்!’

‘இரு ட்ராப் பண்ணச் சொல்றேன். அப்புறம் இங்க வந்ததுக்கு உண்டான செலவுக்குப் பணம் வாங்கிட்டுப் போயிரு. எனக்காக நீ நஷ்டப்பட்டதாப் பேச்சு வேண்டாம்.’

‘பணம் வேண்டாங்க!’

‘இல்லை. வாங்கிட்டுப் போ!’

‘எவ்வளவு குடுப்பீங்க? நீங்க எவ்வளவு கொடுத்தாலும் அதைப்போல மூணு மடங்கு என்னால ஒரு மணி நேரத்தில சம்பாதிக்க முடியும். அது பெரிசில்லை மாணிக்கம்! கொஞ்சம் கருணை - அதான் பெரிசு! நான் வரேன்!’

‘மனோ! மனோ! போகாதே! இரு.’

அவள் திரும்பி விருட்டென்று நடந்து சென்றாள்.

'இதப் பார்றா, எவ்வளவு கோபம் பார்றா! எனக்கு இருக்கிற தலைவலி போறாதுன்னு இது வேற...'

'அதானே!' என்றான் ஒரு உப நடிகன்.

மாணிக்கத்துக்கு உள்ளுக்குள் குற்ற உணர்வு இருந்தது. அவள் பேசினதில் ஆத்திரம் வந்தாலும் அதில் இழையோடிய உண்மை குத்தியது. உப நடிகர்களுக்காகச் சண்டை போட்டு அவர்கள் உரிமைகளுக்காக வாதாடிய மாணிக்கமும், இப்போது டைரக்டர் மாணிக்கமும் வேறுபட்ட ஆசாமிகள் என்பதை சரக்கென்று திரை கிழித்ததுபோல் உணர்த்திவிட்டாள். சென்னை சென்றதும் அவளை நிச்சயம் சாவகாசமாகச் சமாதானப்படுத்த வேண்டும். நிச்சயம் அடுத்த படத்தில் அவளுக்குச் சந்தர்ப்பம் அளிக்க வேண்டும். இப்போது வேறு வேலை, வேறு கவலை, தலைக்கு மேல் இருக்கிறது.

மனோன்மணி பஸ் பிடித்து மாண்டியாவில் இறங்கிக்கொண்டு நடந்து சென்று, ரயில் நிலையத்தை அடைந்து, பங்களூருக்கு டிக்கெட் எடுத்தாள். ஏதோ ஒரு வண்டியில், ஏதோ ஒரு பெட்டியில் ஏறிக்கொண்டாள். எங்கேயோ உட்கார்ந்தாள். அவளுக்குத் தன்னிரக்கம் மிஞ்சி முட்டியது. மறுபடி மறுபடி அவள் வாழ்க்கையில் அந்த ஆதாரப் பிரச்னை திரும்புகிறது. இதுவா, அதுவா? இந்த வாழ்க்கையில் போட்டி அதிகம். ஒரு கணம் அயர்ந்திருந்தால் மற்றொருத்தி நுழைந்துவிடுகிறாள். நடனமாட நான்கு பெண்கள் தேவை என்றால், வருவது நாற்பது பேர். அத்தனை போட்டிக்குப்பின் கிடைக்கும் சந்தர்ப்பங்கள்? கல்யாண சீனில் பன்னீர்ச் செம்பு. கதாநாயகியின் நான்காவது காலேஜ் சிநேகிதி. க்ரூப் டான்ஸில் வடமேற்கு ஓரப் பெண்.

'இளந்தலைவன்' படத்தில் பேசும் வாய்ப்பு; துகில் உரிவதற்கு என்றே ஏற்பட்ட சற்று நேரக் கன்னி.

எதற்காக இப்படி அவஸ்தைப்படுகிறோம் என்று புரியவே இல்லை. ஐம்பதுக்கும் நூறுக்கும் அல்லாட்டம். திரை இதழ் களில் புகைப்படம் வரத் தவிப்பு. எதற்காக? என்றாவது ஒரு நாள் ஏதோ ஒரு ராஜா வந்து, 'இதோ மனோன்மணி! என் கதாநாயகி என்று நட்சத்திரமாக உயர்த்தப்போகிறான் என்கிற போதை நம்பிக்கையில்தானே? அபத்தம், இன்றைய தினக் கதாநாயகிகள் வரும் பாதையே வேறு. நேர்ப்பாதை. மேல்தளத்துப் பெண்கள்,

மாடல் அழகிகள், புரொபசரின் பேத்திகள், இன்ஸ்டிட்யூட் மாணவிகள்... எல்லோரும் முதல் படத்திலேயே கதாநாயகிகள். என் போன்றவர்கள் சதா காத்திருக்க, க்யூவை மீறி முன் செல்லும் பெண்கள் எத்தனை பேர்? நான் தினப்படி தட்டு தூக்கும் பெண்தான். நூற்றைம்பது ரூபாய்க்கு ரயிலேறி, நாய் அலைச்சல் அலைந்து, பார்ட் இல்லை என்று கேட்டதும், 'பரவாயில்லை' என்று சிரிக்கவேண்டும். மற்றொரு முள் மூஞ்சியிடம் பல் இளிக்க ரயிலேற வேண்டும். நூற்றைம்பது ரூபாய் பண்ணுவது எவ்வளவு சுலபம், 'அந்த' வாழ்க்கையில்.

அதில் நடிப்பே வேண்டாம். சிரிப்புகூடத் தேவையில்லை. டிரைவர் அட்ரஸ் கொடுப்பான். பெரும்பாலும் ஹோட்டல் அறையின் எண். அங்கே சென்று கதவை வளையல் ஒலிக்கத் தட்டவேண்டும். யார் என்று கேள்வி கேட்காமல் திறக்கப்படும். எதிரே ஏதோ ஒன்று பல் இளிக்கும். நுழைந்து நேராகப் படுக்கையில் போய் உட்காரவேண்டும். சிரமம் தராமல் அவனே புடைவையைக் களைந்து பந்தாகச் சுருட்டி வீசி எறிவான். அவன் கண்கள் அவள் மார்பு மத்தியில் குத்தியிருக்க, நாக்குப் பாம்பு வெளிவந்து, உதட்டை ஒரு ஒட்டு ஒட்டி ஈரமாக்க, சாராய நெடியுடன் அவன் கிட்ட வருவான். தொட்டுப் பார்ப்பான். முள் குத்தும். வயிற்றுக்குள் அந்த முதல் அருவருப்பு அமிலம் 'குபுக்' என்று பிரவகிக்க, அதைச் சமாளித்துவிட்டால் சரி. கொஞ்ச நேரம்தான். பலருக்கு மிகக் கொஞ்சம் நேரம்தான். அதன்பின் அவன் கண்களில் அந்தக் காம ஜொலிப்பு விலகிபோய், ஒரு ஆட்டுப் பார்வை வந்துவிடும். ரேட்டுக்கு இன்னும் பாக்கி இருக்கும் நேரத்தில் பெண்டாட்டி, பிள்ளைகளைப் பற்றிப் பேசுவான். 'ரெண்டு பெட்டைப் பசங்க எனக்கு, ஸ்கூல் போவுது, கான்வெண்ட் படிக்குது!' ஆராதிப்பார்கள். பூ வைப்பார்கள். லட்சாதிபதியின், தயவுச் சொல்லால் தவழுவார்கள்! எத்தனை சுலபம் அந்த வழி! மனோ தீர்மானித்தாள்.

வானத்தின் க்யுமுலஸ் பஞ்சு மேகங்கள். எதிரே பச்சையில் போர்த்த மலையடிவாரம். கேமரா, ஜெனரேட்டர், வேன்கள், டைரக்டர், டெக்னீஷியன்கள், அருண் - எல்லோருமே கை கடிகாரத்தைப் பார்த்துக்கொண்டிருந்தார்கள்.

மரத்தடியில் அதல்-பதல் ஆடிக்கொண்டிருந்தவர்களின் சீட்டுக் கட்டுகளில் நிர்வாண நங்கைகள் சிரித்துக்கொண்டிருந்தார்கள்.

அருணுக்கு அருகே ஒரு சேலா, 'நட்வர் லால் படத்தில் அமிதாப் பச்சன் ஒரு பாட்டுப் பாடியுள்ளான். அண்ணே, அது போல நீங்களும் ஒண்ணு பாடிருங்களேன்.'

'நீயும் வந்துறேன். டூயட்டாப் பாடிறலாம்! ஏன்யா, அந்தம்மா வராளா இல்லையான்னு டெலிபோன்ல கேட்டு வரச் சொன்னேன் இல்ல?'

'செல்வராஜண்ணன் போயிருக்காங்க வண்டியை எடுத்துக்கிட்டு. வர்ற நேரம்தான்.'

மற்றொருத்தன் அருகில் வந்து, 'டிபன் ஆறிப் போவுறதுங்க. டிபன் சாப்ட்றலாம்' என்றான்.

'நீங்க சாப்ட்டு ஒழிங்க! இதுவரைக்கும் டிபன்தானே ஆயிருக்கு!'

'டைரக்டர் அருகில் வந்து 'ஏன்ட்டி இதி' என்று கவலைப் பட்டார். டன்ஹில் சிகரெட் பற்றவைத்தார். 'போன மாதம்வரை சார்மினார் குடித்த ஆசாமி' என்று அருண் ஒரு கணம் நினைத்தான்.

'ராவ்காரு, வேற சீன் ஏதாவது எடுத்துறலாம். அவங்க வர்ற மாதிரி தெரியல. என்னுது எதாவது பாக்கி இருக்காய்யா செல்வ குமார்?'

'உங்க சீன் பூரா எடுத்தாச்சு அருண். இந்தம்மா வந்தாக்கா முடிச்சுறலாம். ஒரு நாள் வேலை!'

'என்ன ஆச்சாம் இவளுக்கு?'

'இன்னும் ஊட்டி ஷூட்டிங்லே இருந்தே வரலை. கார் கீர் ரிப்பேரா என்னவோ? அட, ஒரு தந்தி அடிக்கவேண்டாம்?'

'செல்வகுமார், இன்னிக்கு தேதிக்கு நம்ப கதை என்ன!'

'என்ன அருண்! விளையாடாதீங்க. கதை தெரியாதா என்ன?'

'எத்தனை மாறுதல் செஞ்சாச்சி! யூரோப் அவுட்டு, ஒரு ஹீரோயின் அவுட்டு...'

'அந்தம்மா நாளைக்கு ஒரு அரை கால்ஷீட் கிடைக்கும்னாங்க! ஏவி.எம்.ல அதை உபயோகப்படுத்திக்கிட்டு இன்டோரா மாத்தி ஒரு மாதிரி அஜஸ்மெண்ட் பண்ணிறலாம்.'

‘இல்லாட்டி போனமுறை இதே லொகேஷன்ல க்ளோஸப் நிறைய இருக்குதுங்க. உபயோகப்படத்திறலாமா? எடிட்டர் பார்த்துப்பாரு.’

‘ஏன், அவளை சாவடிச்சுறலாமே! மறுபிறவியில் மற்றொருத்தி மேல அவ வர்றமாதிரி காட்டலாமே!’

‘இதுகூட ஐடியாதாங்க!’

‘எல்லாரையும் கேலி பண்ணினேன். எனக்கே இந்த கதி!’

‘படம் இதுவரைக்கும் பிரமாதமாத்தாங்க வந்திருக்கு!’

அருண் அவனை முறைத்து, ‘ஏன்யா கூஜா தூக்கணும்னா இப்படியா தூக்கறது! நாலு காலையும் தூக்கறியே! நிஜம்மா சொல்லு - படம் பிரம்மாதமா இருக்குதா? ஏன்யா, ரூபா ஏதாவது பாக்கியா?’

அவர்கள் எல்லோரும் மௌனமானார்கள். அருண் தன் ஹோட்டல் அறைக்குக் கிளம்பினான்.

‘அப்ப இன்னிக்கு பேக் அப்புங்களா?’

‘டைரக்டரைக் கேளு!’

நடந்தான். மலையடிவாரத்தில் செருகப்பட்டு பள்ளத்தாக்கை முழுவதும் அபாரமாக எட்டிப் பார்த்துக்கொண்டிருந்தது ஹோட்டல் கட்டடம். அருணின் அறையிலிருந்து சுற்றிலும் ஸெரூலியன் நீலவானம் தெரிந்தது. பாஸ்கர் ஸ்வெட்டர் அணிந்து மூக்குக் கண்ணாடி வழியாகக் கூட்டிக்கொண்டிருந்தான்.

‘பாஸ்கர், ஐம் ரூயின்ட்.’

‘ஏன்? அவ வரலியா?’

‘இந்த ரேட்ல போயி எட்டாந் தேதிக்குள்ள முடிக்கவே முடியாது. வட்டியே என்னைச் சாப்ட்டுடுமே! ஏதாவது வழி சொல்லு பாஸ்கர்!’

பாஸ்கர் சொல்லவில்லை.

‘இப்பவே சுபம் போட்டு முடிச்சு ஒழிச்சுச் கட்டிடவா?’ என்றான்.

'வேண்டாம், செய்யாதே!'

'செத்து ஒழிஞ்சேன் நான். ரிலீஸ் தேதி ஃபிக்ஸ் ஆய்டுத்து. எட்டு சீன் பாக்கி, பாப்பா தலையையே காட்டறதில்லை.'

'அவளுக்கு வெட்டிங் பெல்ஸ்!'

'பிரிண்ட்ஸ் எடுக்கப் பணம் வேணும்!'

பாஸ்கர் மௌனமாக இருந்தான்.

கமான்! ஸே ஸம்திங்!

பாஸ்கர் நிதானமாக, 'நான் ஒண்ணே ஒண்ணு சொல்றேன், கேக்கறியா - என்மேல பாயாம?'

'இல்லை, சொல்லு!'

'அருண்! விட்டுரு! ஜஸ்ட் லீவ் இட். ஸ்க்ராம்! க்விட். சீஸ் இட்!'

'என்ன?'

'ஆமாம். உன் பார்ட் முடிஞ்சிருச்சில்லே? விட்டுரு. எங்கே யாவது போயிடு! அவ்வளவுதான்!'

'படம் பாக்கி? யாரு முடிக்கறது?'

'நான் முடிச்சுக் காட்டறேன். ரிலீஸ் பண்ணிக் காட்டறேன்! இதப் பார் அருண்! இந்தப் படப்பிடிப்பில இருக்கிற ஒரே ஒரு தப்பு நீ - ஸாரி, நான் இதைச் சொல்லவேண்டியிருக்கு. உன்னோட கோபத்தையும் வெடிப்பையும் சொற்களையும் என் ஒருத்தனால் தான் தாங்கிக்க முடியும். கொஞ்ச நாள் நீ விலகி இரு! படத்தை முடிச்சுறலாம். நான் முடிச்சுக் காட்டறேன்.'

'படம் ஃபெயிலாச்சுன்னா என் கேரியரே போச்சு பாஸ்கர்!'

'அதைப் பத்தி அப்புறம் கவலைப்படலாம். முதல்ல முழுகாம இருக்கலாம். நஷ்டத்தைத் தவிர்க்கிறதுதான் முக்கியக் குறிக்கோள். நான் சொல்றதைக் கேளு. விலகிக்க! டேக் சம் ரெஸ்ட். இந்தப் படத்தைப் பத்தியே மற! எட்டாம் தேதி ரிலீஸ் ஆகலைன்னா என்னை வெட்டிப் போட்டுரு! நீ இருந்தா வேலை நடக்காது. முறுக்கேறிக் கிடக்கே. வெடிச்சுருவே! ஹார்ட் அட்டாக் வந்துரும்.'

'எங்க போறது?'

'உத்தமர் கோவில் போ, நீ எங்க இருந்து வந்தியோ அங்கே போ. வெறும் மனுஷனாப் போ.'

'அங்கே எனக்கு யார் இருக்கா? எனக்கு யாரும் இல்லை.'

'யார் இருக்கா சொல்லட்டுமா? கல்யாணி.'

'என்னது?'

'ஆமாம். அவ அங்க போயிருக்கிறதா எனக்குத் தகவல் கிடைச்சிருக்கு' என்று அவனைப் பார்த்துக் கண்ணிமைத்தான்.

அருண் ஒரு கணம் யோசித்தான். உடனே அவன் முகத்தில் சீக்கிரம் கரைந்து அத்தனை தசைகளும் கண்களும் ஒத்துழைக்க, மூஞ்சி பூரா சிரித்தான்.

'பாஸ்கர் நீ பெரிய ஆள்.'

'வண்டி ரெடியா இருக்கு' என்றான் பாஸ்கர்.

'கொஞ்சம் இரு! ஒண்ணு ரெண்டு துணியை...'

'எடுத்து வெச்சாச்சு!'

அருண் கல்யாணியை நோக்கி விரைந்தான்.

XX

Hollywood is like being nowhere and talking to nobody about nothing.

- Michelangelo Antonioni

லொகேஷனிலிருந்து தொடர் பிரயாணம் செய்து பெங்களூரில் நிற்காமல் சேலத்தில் பதினைந்து நிமிஷ அவசர டிபனுக்காக நின்று புறப்பட்டு திருச்சி உத்தமர் கோவிலைத் தொடுகையில் அதிகாலை ஆகிவிட்டது. கல்யாணத்துக்கு முந்தி கல்யாணியைச் சந்திக்க அங்கு ஓடி வந்தது ஞாபகம் வந்தது. இதே கார், இதே டிரைவர். இதே ஊர், இதே அருண், கல்யாணி. ஆனால் இடைக் காலத்தில் எத்தனை மாறுதல்கள். குருட்டு எலிகள் போல இருவரும் திசை தப்பிப் போய்விட்டபிறகு இப்போது எதற்கு உத்தமர் கோவில்?

நிஜத்திலிருந்து ஒளிந்துகொள்ள! அருணுக்கு ஒரு சௌகரிய நிழல் அது. படம் எடுக்கும் அவஸ்தையிலிருந்து, அது நிச்சயம் தழுவப்போகும் தோல்வியின் பயத்திலிருந்து, படம் வெளி யாகும் சமயம் சென்னையில் இருக்க அருணுக்கு விருப்பம் இல்லை. எல்லோரும் காத்திருக்கிறார்கள் கோடாலியைத் தூக்கி வைத்துக்கொண்டு!

ஆரம்பமே தப்பு. லட்சுமணன் வந்த சூட்டில் சென்சார் தகராறில் சிக்கிக்கொண்டு, அவர் படம் பறிமுதல் செய்யப்பட்டு ஜெயிலுக்குப் போகாத குறையாக ஃபைன் கட்டித் தப்பித்தார். உத்திரவாதம் செய்திருந்த பணம் வராமல் எத்தனை தட்டுப் பாடுகள், படப்பிடிப்பு ரத்துக்கள்! அதிக வட்டியிலும் உண்டி யிலும் குறுகிய காலத்தில் திருப்பிவிடலாம் என்று கடன் வாங்கி, முடியாதுபோய், வீட்டை அட்டாச் செய்கிற நிலை வந்து, தப்பிக்க ப்ரேமலதாவிடம் பணம் வாங்கி, படம் பூராவும் ப்ரேமின் ஆதிக்கத்துக்குச் செல்ல, கதை மாற்றப்பட்டு அவளுக்காக பார்ட் எழுதப்பட்டு...

டைரக்டர் ராவ்காரு ஒரு ஏமாற்றம். டைரக்ஷன் தெலுங்குப் படங்களுக்குத்தான் ஏற்றது என்று சற்றுத் தாமதமாகவே உணர்ந்துகொண்டான். ஒரு காட்சியில் ஒரு ஆள் உருக்கமாகப் பேசினால் சுற்றுப்பட்டவர்கள் அத்தனை பேரும் முகபாவத்தில் விளக்கெண்ணெய் குடித்த மாதிரி எச்சில் விழுங்கவேண்டும் என்கிறார். அதெல்லாம் 'பக்த போதனா'வுடன் முடிந்துவிட்டது என்று சொன்னதில் சண்டை வந்துவிட்டது.

அப்புறம் நட்சத்திர நடிகைகள். மூன்று பேரும் சேர்ந்தாற்போல் பெங்களூரில் தேவையாக இருக்க, ஒருத்தி கோவாவில், ஒருத்தி அமெரிக்காவில், ஒருத்தி கருந்தட்டான்குடியில்! அவரவர் வந்தபோது தனித்தனியாக, மீடியம் க்ளோஸ் அப், டைட் என்று எடுத்து, பின்னால் எடிட்டிங்கில் ஒட்டிக்கொள்ளலாம் என்று! அவுட்டோர் காட்சிகளில் மருந்துக்குக்கூட ஒரு லாங் ஷாட் கிடையாது. படத்தின் பெயரே இன்னும் தீர்மானித்தபாடில்லை. 'அது ஒரு ரகசியம்'. 'அதைவிட ரகசியம்' என்பதுபோல உள்ளது என்று கடைசி நிமிஷ மாற்றம்! வேண்டாம், இது எனக்குச் சரிப்படாது. எனக்குத் தெரியாத விஷயம். க்ரோனி பாய்ஸ் படம் ஒன்றின் காமிக் காட்சி நினைவுக்கு வந்தது. ஒரு சர்ஜன் சிக்கலான ஆபரேஷன் செய்துகொண்டிருக்கிறார். சுற்றிலும் டாக்டர்கள் படை. ஒரே ரத்தக் கறை. ஆபரேஷன் சரியாக வரவில்லை. நெற்றியைச் சுருக்கிக்கொண்டு அப்படியே, எல்லா ஆயுதங்களை யும் உதறிப் போட்டுவிட்டு, 'ஆல்ரைட், நாளைக்குப் பார்த்துக் கொள்ளலாம்' என்று விருட்டென்று விலகுகிறார்!

அருணும் அப்படித்தான் விலகி வந்துவிட்டான். ரத்தக் கறை யுடன், ஆயுதங்களை பாஸ்கர் பொறுக்கிக்கொண்டிருப்பான்.

கார் உத்தமர் கோவில் கல்மண்டபத்தைக் கடந்தது. ஐயனார் கோவிலில் இப்போது தூங்குகிறார்கள். வாய்க்கால் வற்றியிருக் கிறது. ரயில்வே கோட்டை மாற்றிவிட்டார்கள். சந்நிதித் தெருவில் நுழைந்தான். தன் வீட்டுக்கு எதிரே நிறுத்தச் சொன்னான். எதிர் வீட்டைப் பார்த்தான். சுந்தரம் வாசலில் தினமணி படித்துக்கொண்டிருந்தவன், அருணைப் பார்த்ததும் உள்ளே போனான். சுருக்கென்றது.

டிரைவர் கதவைத் திறந்தான். முன் யோசனையாக டிரைவரிடம் சாவி கொடுத்து வைத்திருந்த பாஸ்கரின் சமயோசிதம் புரிந்து வீட்டுக்குள் நுழைவதற்கு முன் சந்நிதித் தெருவை ஒரு நோட்டம் விட்டான். மாறித்தான் போயிருக்கிறது. பட்டப்பாவின் வீடு திறந்திருந்தது. யாரோ தைரியமாகக் குடி வந்துவிட்டார்கள். ஜப்பான் கடிகார விளம்பரத்தைக் காணோம். தாத்தா நின்று போயிருப்பார்.

வீட்டுக்குள் நுழைந்தான். வாயிற்படி தாண்டி ரேழியைக் கடக்கும் பத்து தப்படிகளில் பத்து வருஷம் பின்னால் செல்வது போல் உணர்ந்தான். எதிரே 'தி ஹைஸ்கூல் ஸ்ரீரங்கம்' பத்தாம் வகுப்பு மாணவர்களின் குரூப் போட்டோவில் சின்னதாக ஓரத்தில் தான் நிற்பதைப் பார்த்துச் சிரித்துக்கொண்டான். பாணலி கிராப், பெரிய மூஞ்சி, அரை டிராயர். யார் இந்தப் படத்தில் இந்த மூஞ்சியை வட்டமிட்டுச் சுழற்றி, 'இவன் எதிர்காலத்தில் நாடு பூரா ரோடு பூராவும் சிரிக்கப் போகிறான்' என்று தீர்மானித்தது? போட்டோ வரிசையில் இடது ஓரத்தில் சுந்தரம். அப்போதே கண்ணாடி. அப்போதே முதிர்ந்த பார்வை... நடுவே சம்பத் வாத்யார். கே.வி.ஆர்., என்.எஸ்.என். ஒவ்வொருத்தருக்கும் தயிர் வடை, தத்தி, திரீ பை டூ என்றெல்லாம் வைத்த பெயர்கள்...

அப்பாவின் மூக்குக் கண்ணாடி எப்போதும் இருக்கும் இடத்தில் இருந்தது. ஈஸி சேர் காலியாக இருந்தது. உள்ளே அம்மாவின் பூஜைப் படங்கள் அத்தனையும் இருந்தன. இரண்டு பேரும் நிமிஷத்துக்கு முன்தான் செத்துப் போனார்களா என்ன? சுத்தமாக இருந்தது வீடு. பாஸ்கர் வாராந்திர சுத்தத்துக்கு ஏற்பாடு செய்திருந்தான்.

ஒரு காகிதத்தில், 'சுந்தரம் நான் வந்திருக்கிறேன். வந்து பார்க்கலாமா? அருண்' என்று எழுதி, 'இதை எதிர்த்த வீட்டில்

கொண்டு கொடுத்துட்டு பதில் வாங்கிண்டு வா' என்றான். காத்திருந்தான்.

'சுந்தரம்! நான் ஏகப்பட்ட தடவை நடிச்சுட்டேன். இந்த இடத்தில உனக்கு முன்னால கொள்ளிடக் கரையில இந்த க்ஷணம் நிஜம். சுந்தரம், என்னுடைய சகலமும் உடல் உயிர் உணர்வுன்னு அத்தனையும் உன் தங்கையை விரும்பறது.'

அன்று சொன்னது இன்றும் பொருத்தம். கல்யாணிக்காகத்தான் இந்த வினோதப் பிரயாணம். பாஸ்கர் எமன்! என் மனநிலையைச் சரியாக அறிந்து வைத்திருக்கிறான்! அனுப்பியிருக்கிறான்.

இப்போது என்ன நடக்க முடியும்? இரண்டு பேரும் கல்யாணம் ஆனவர்கள். எத்தனையோ பெண்களைத் தொட்டுத் தழுவின வனுக்கு இந்தப் பிரத்தியேகப் பெண் மேல் ஏன் இத்தனை அப்சஷன்?

கேள்வி: எதற்காக அந்த மலைமேல் ஏறவேண்டும்?

பதில்: அது அங்கே இருப்பதால்!

நான் சிக்கிக் கொண்டது ஒரு அவசரக் கல்யாணத்தில். அவள் சம்பிரதாயக் கல்யாணத்தில். இருவரும் வெவ்வேறு பாதைகளில் செலுத்தப்பட்டவர்கள். இருந்தாலும் இன்றுகூட அவளை கண்களால் நேராகப் பார்த்தால் போதும்; சின்ன வயசில் பகிர்ந்து கொண்ட அத்தனை சந்தோஷங்களையும் உயிர்ப்பிக்க முடியும். ஒரு கணம் போதும். இருவரும் பத்தடி தூரத்தில் இருந்தபடியே கட்டித் தழுவி முத்தம் கொடுத்து ஒருவரை ஒருவர் சாப்பிட முடியும். ஒருமுறை சம்பிரதாயச் சந்திப்புகளின் மத்தியில் ஒரு திருட்டுச் சந்திப்பு போதும்.

டிரைவர் திரும்பி வந்து, 'பத்து நிமிஷத்தில் வர்றதாச் சொன்னாருங்க' என்றார்.

'சரி நீ போ. காப்பி சாப்பிட்டு வா.'

முதல் ஏமாற்றம். அவனைத் தன் வீட்டில் அனுமதிக்க மாட்டான். பார்க்கலாம், அவள் எப்படி இருப்பாள் இப்போது? நாடாக் கயிறு இருக்கின இடத்தில் இன்னும் சிவப்பாக இருக்குமா? மார்பு இன்னும் சின்னதா? காலில் இன்னும் கொலுசா? மருதாணி?

'விஜு, சினிமாவில் போல்தான் நல்ல உயரமா இருக்கிறார். நிறமும் சந்தன நிறம்தான். அந்த ப்ரேமலதாவுக்கும் அவருக்கும் பொருத்தமே இல்லை...' கையெழுத்துப் பத்திரிகையில் அவள் கட்டுரை... 'சுந்தரம், நடந்த எல்லாவற்றையும் அழித்துவிட்டு புதுசாக உன் தங்கையை நான் மணக்கத் தயார், சுந்தரம்.'

சுந்தரம் உள்ளே வந்தான்.

அவன் தாடியைச் சற்று வெட்டியிருந்தான். சில மாதங்களில் சில வருஷங்கள் வயசாகிவிட்டவன் போலத் தோன்றினான். கண்களில் ஆழம் காணமுடியாத ஒரு சோகம் எங்கிருந்தோ வந்து சேர்ந்துவிட்டது.

'எப்ப வந்தே? எப்ப வந்தேங்கறது அனாவசியமான கேள்வி. நீ வரதை நான் பார்த்தேன்.'

'ஏன் எழுந்து உள்ளே போய்ட்டே? என்மேல கோபமா?'

'ஆமாம்.'

'நான் என்ன செஞ்சேன்?'

'கல்யாணிக்கு டெலிபோன் செஞ்சே.'

'அது தப்பா? ஒரே ஒருமுறை 'ஹலோ! எப்படி இருக்கே'ன்னு விசாரிச்சது தப்பா?'

'விசாரிப்பு மட்டும்தானா? அதுக்கப்புறம் அவளை நீ கூப்பிடலை? விஜு, நீ பழகற சொசைட்டில இதில தப்பு ஏதும் இல்லாம இருக்கலாம். ஆனா... ஸாரி... ஆரம்பத்திலேயே அட்டாக் பண்றேன். காப்பி சாப்பிட்டுட்டுப் பேசலாம். இதோ வரும். கல்யாணி கொண்டு வரேன்னிருக்கா!'

கல்யாணி காப்பி கொண்டுவரப் போகிறாள்! அவனுள் சின்னதாக ஒரு துள்ளல் வெடித்தது.

'சொல்லு சுந்தரம். நான் டெலிபோன் பண்ணது தப்புன்னா, ஸாரி!'

'நீ டெலிபோன் பண்ணிட்டே, உனக்கு அது சின்ன விஷயம். ஆனா என் தங்கை லைஃபே ஏறக்குறைய ஸ்பாயில் ஆய்டும் போல செஞ்சுட்டே.'

'என்ன சொல்றே?'

'விஜு! எனக்குக் கிடைச்ச அழகான மாப்பிள்ளை இருக்கானே, அவனைப் பத்தி உனக்குத் தெரியாது. ஆரம்பத்திலேயே பொய், பாங்குல ஆபிசரா இருக்கேன்னான். அதில கிளார்க் அவன். ஆபீசர் பரீட்சைக்குப் போயிருக்கிறவன். ஒழிஞ்சு போகட்டும். பொண்டாட்டியை சந்தோஷமா வெச்சுண்டா எதையும் மன்னிக்கலாம். இல்லை. என் தங்கையை வசீகரமா சித்திரவதை செஞ்சிருக்கான். அடிக்கலை. கடிக்கலை. ஆனா விவரிக்க முடியாதபடி கொடுமைப்படுத்தியிருக்கான். அவ எது செஞ்சாலும் சந்தேகப்பட்டிருக்கான்.'

'என்ன சந்தேகம்?'

'நீ அருணோட கள்ளத்தொடர்பு வெச்சிண்டிருக்கே! அதேதான்!'

'மை காட்!'

'நீ டெலிபோன் செஞ்சது அவனுக்குத் தெரிஞ்சுபோய் அவளை அடிச்ச கூத்தை கதையாச் சொன்னா அருண். கேன் யு பிலீவ் இட்! ஆபீஸ் போறபோது அவளை ரூமுக்குள்ள வெச்சுப் பூட்டிட்டுப் போயிருக்கான்.'

'அடப்பாவி! சுந்தரம் ஐ'ம் ஸோ ஸாரி.'

'இப்ப ஊருக்கு அனுப்பிச்சிருக்கான்.'

அருண் அதிர்ந்துபோய், சற்று நேரம் மௌனமாக நின்றான். 'சுந்தரம், நான் தெரியாம, அறியாம அவளை டெலிபோன்லே காண்டாக்ட் பண்ணிட்டேன். சே, மடையன் நான்.'

'இவன் மாதிரி கணவன்மார்கள் தமிழ்நாட்டில் ஒவ்வொரு ஊரிலயும ஒவ்வொரு தெருவிலயும் இருக்காங்க. புஷ்பம்போல என் தங்கையை அனுப்பிச்சண்டா அவன்கிட்ட. இன்னிக்கும் எனக்கு ஜங்ஷன்ல வழியனுப்பிச்ச அந்த தேவதையை நினைவிருக்குடா.'

அருண் திடீரென்று ஊக்கம் பெற்றுப் பேசினான்.

'சுந்தரம், இன்னித் தேதிக்கு நான் சொல்றேன். நான் உன் தங்கையை இன்னும் விரும்பறேன். காதலிக்கிறேன். நான் சொல்றது உனக்கு ஷாங்கிங்கா இருக்கும். என் கல்யாணமும் ஒரு

டிஸாஸ்டர் - பெரிய விபத்து. எனக்கும் அவளுக்கும் - எந்த விதத்திலயும் ஒற்றுமையே கிடையாது. அவள் ஒரு - அவளைப் பத்தி இப்ப என்ன பேச்சு? சுந்தரம் நான் உன் தங்கையை ஏத்துக்கறேன். எந்தவித எதிர்ப்பையும் சமாளிக்கிறேன். நான் கல்யாணியைக் கல்யாணம் செஞ்சிக்கிறேன். நீ படிச்சவன். என்னோட கருத்துக்கள் எல்லாம் முற்போக்கானவை. நாம் ரெண்டு பேரும் கொஞ்சம் பிடிவாதமா இருந்தா, இந்தப் புரட்சியைச் செய்து காட்ட முடியும். என்ன சொல்றே?'

'இட்ஸ் டூ லேட் விஜு.'

'நோ இட்ஸ் நெவர் லேட்.'

'வா கல்யாணி, விஜு வந்திருக்கான் பாரு.'

படக்கென்று இதயத்துக்குள் பட்டாம் பூச்சி பறக்க நிமிர்ந்தான். கல்யாணி காப்பி டம்ளருடன் நுழைந்தாள். திடுக்கிட்டான்.

கல்யாணி பூர்ண கர்ப்பமாக இருந்தாள். தலைமயிர் நிறைய உதிர்ந்துபோய் நெற்றி பெரிசாக இருந்தாள். அவள் மார்பு சரிந்திருந்தது. ரத்தமின்மையால் சோகை பிடித்து வெளுத்திருக் கிறாள். கண்களுக்குக்கீழ் நிழல்கள் தெரிந்தன. கைவளையல்கள் மணிக்கட்டில் கழல அவசரப்பட்டன.

'மை காட்! திஸ் இஸ் நாட் கல்யாணி.'

'இவதான் கல்யாணி. நான் அனுப்பி வெச்ச புஷ்பம் எப்படி திரும்பி வந்திருக்கு பாரு.'

'கல்யாணி, சௌக்கியமா?'

'ம்.' காப்பி டம்ளரை வைத்தாள். 'சர்க்கரை சரியா இருக்கா பாருங்கோ?'

கல்யாணி அவனை நிமிர்ந்து பார்த்தாள். 'மிஸ்டர் அருண், நீங்க எனக்கு இனிமே போன் பண்ணாதீங்க. ரொம்ப திட்டிட்டார்.'

'ஸாரி கல்யாணி. கேள்விப்பட்டேன்.'

'அண்ணா, அம்மா மாட்டு வண்டி கொண்டு வரச்சொன்னா, பிட்சாண்டார் கோவில் போய் லேடி டாக்டரைப் பார்க்கணும்.'

கல்யாணி வாயிற்பக்கம் சென்றாள்.

'திட்டிருக்கான். ஆனா தினம் தினம் அவள் அவனுக்குத் தேவையா இருந்திருக்கா. தொகைச்சிருக்கான். எப்படி அடி பட்டு எப்படி வந்திருக்கா பாரு, கண்ணில உசிரை வெச்சுண்டு?'

'அண்ணா, வரயா?' என்று அவள் குரல் கேட்டது.

'இப்ப சொல்லு அருண், புரட்சி பண்றியா?' என்று சொல்லி விட்டு சுந்தரம் கிளம்பிச் சென்றான்.

மனோன்மணி மடித்து வைத்திருந்த மாற்றுப் புடைவையை பாத்ரூமுக்குப் போய் அணிந்துகொண்டு தலை மயிரைச் சரி செய்துகொண்டாள். முதுகில் உள்ள சட்டையின் கொக்கியைச் சீரமைத்துக்கொண்டாள். கதவைத் திறந்து அறைக்குள் வந்தாள்.

படுக்கையின் நடுவே நெற்றியிலே திருநீறு, குங்குமம் அணிந்து சப்பணமாக உட்கார்ந்திருந்தவர் சற்றுக் களைத்திருந்தார். 'இந்தா! என்றார். மனோன்மணி ரூபாய் நோட்டுக்களை வாங்கிக் கொள்ள, 'உன் பேர் என்ன?' என்றார்.

'மனோன்மணி.'

'வன்புலால் வேலும் அஞ்சேன். வளைக்கையார் கடைக்கண் அஞ்சேன்'னு திருவாசகத்தில் சொல்லியிருக்கு. ஆனா உன் கடைக்கண்ணுக்கு நிச்சயம் அஞ்சுவேன். உக்காரு.'

'இல்லிங்க, நான் போகணும்.'

'என்ன அதுக்குள்ள கிளம்பிட்டே.'

'அவ்வளவுதான். ஆயிருச்சுல்ல?'

'அதெப்படி. ராப்பூரா இருக்கறாத்தானே பேச்சு?'

'இல்லிங்க, நடராசு அப்படிச் சொல்லலீங்க.'

'என்கிட்ட அப்படித்தான் சொல்லி ரேட்டுப் பேசினான். என்கிட்ட ஒரு மாதிரி, உன்கிட்ட ஒரு மாதிரியா? வாடி!'

'இல்லிங்க, நான் போகணுங்க!'

‘அட, கூடப் போட்டுக் கொடுக்கறேன். ஒண்ணுக்கு ரெண்டு பழுதில்லாம. இங்க வந்து உக்காரு. நீ ஒண்ணும் செய்ய வேண்டாம், சொன்னனில்லை.’

‘வீட்டுக்குப் போகணுங்க.’

‘இந்நேரம் உனக்கு டாக்சி கிடைக்காது. நான் கொண்டு விடறேன். நான் என்ன பெரிசா கேக்கறேன். சின்னதா ஒரே ஒரு தடவை. இதப் பார், இதை எடுத்துக்க.’

படுக்கைக்கு அடியிலிருந்து பளபளவென்று ஒரு மணிப் பிரம்பை எடுத்தார். அதை மனோன்மணியிடம் கொடுக்க, அவள் இயந்திரம் போலத் தன் மார்புச் சட்டையைக் களைந்து கொண்டாள். வளையல்களைத் தள்ளிக் கொண்டாள்.

திருவாசகனார் தன் பனியனைக் கழற்றிவிட்டுப் படுக்கை மத்தியில் மண்டிப் போட்டுக்கொண்டு முதுகைக் காட்டினார்.

‘எங்க டீச்சரம்மா மாதிரி ஒரே ஒருமுறை அடிடீ.’

மனோன்மணி இரண்டு கைகளாலும் அந்த பிரம்பை ஓ...ங்கி உலகத்தின் மேல், ஆண் பிள்ளைகள் மேல், அவளுக்குக் கிடைக்காத சந்தர்ப்பங்களின் மேல், அவர்கள் சொல்லும் பொய்கள் மேல், தன் உடல் மேல், டான்ஸ் கற்றுக்கொள்ள அழைத்த மாமன் மேல், பாண்டிச்சேரி ராஜாமேல், லட்சுமணன் மேல், ‘இந்தச் சட்டை நல்லால்ல இதையும் எடுத்துறலாம்’ என்ற பாண்டுரங்கன்கள் மேல், வேணுகோபால்கள் மேல், ‘டாக்சியில போயிறலாமா மனோ’ என்னும் சின்ன ராஜாக்கள் மேல், ஃபுல் ஷாட் கருநீல இரவு’ என்று கதை பண்ணும் மாணிக்கங்கள் மேல், காத்திருந்த ரோலைப் பிடுங்கிக் கொண்ட கன்னடப் பெண்கள் மேல், கதவடைத்துக் கண்ணாலும் கேமராவாலும் கற்பழித்துப் பார்க்கும் டைரக்டர்கள் மேல்...

தன் அவல வாழ்க்கையின் மேல் உள்ள அத்தனை ஆத்திரத்தையும் சேர்த்து வைத்துப் பிரம்பை வீறினாள்.

சுளீர்!

மனோ வீட்டுக்கு வரும்போது, அம்மா ‘ஏன் இத்தனை நேரம்?’ என்று கேட்கவில்லை. ‘சாப்ட்டியா?’ என்றாள்.

'ஆச்சும்மா!' மனோன்மணி அலமாரியில இருந்த சிறிய கண்ணாடியில் தன் முகத்தைப் பார்த்துக்கொண்டாள்.

'இந்தப் பணத்தை எடுத்து வெச்சுக்கம்மா. வாடகை பாக்கியைக் கொடுத்துரு, வனஜா ஸ்டோர்ஸ் கடனைத் தீர்த்துரு' என்று நகர்ந்தாள்.

'எங்க போறே?' அம்மா பணத்தை எண்ணினாள்.

'குளிக்க. பணம் போதுமில்லை?'

'போதும். இந்த வேளையிலா குளியல்?'

'ஆமா.'

மனோ, இனிய மனோ, குளியல் அறைக்குச் சென்றாள். உள்ளே கதவைத் தாளிட்டுக் கொண்டாள். சற்று நேரம் நின்றாள். அதன் பின் தன் உடம்பு பூராவையும் நனைத்துக்கொண்டாள். கெரஸின் எண்ணெயால்.

XX

All those books barely read, those friends barely loved, those cities barely visited, those women barely possessed...

- Albert Camus - The fall

பக்கவாட்டுத் தென்னந்தோப்புகளின் சோலைகளின் நிழல் கொள்ளிடத்து மணல் மேல் படுத்திருந்த நேரம் சுந்தரமும் அருணும் அங்கே எதிர் எதிராக உட்கார்ந்திருந்தார்கள்.

கை நிறைய வெண்மணலை விரல் இடுக்குகளில் நழுவவிட்டுக் கொண்டிருந்தான் அருண்.

'ஊருக்குப் போக மனசே இல்லை சுந்தரம்.'

'ஏன்? எட்டு நாளாச்சு போலிருக்கே?'

'அங்கே எனக்குக் காத்துக்கிட்டிருக்கிற சத்தியம் நல்லா இல்லே. சுந்தரம், நான் சினிமாவை விட்டு ஒழிஞ்சுடப் போறேன்.'

'சினிமா உன்னை விடாது.'

'இல்லை! சினிமா எங்களை சுலபத்தில் விட்டுடும். நாலு படம் தொடர்ந்து படுத்துக்கிச்சுன்னா அப்புறம் சீந்தமாட்டாங்க. நான் அந்த நிலைமையிலே இருக்கேன். போறாததுக்கு சொந்தப் படத்திலே மாட்டிக்கிட்டேன். வேற வினையே வேண்டாம்!'

'ரிலீஸ் ஆய்டுத்தா?'

'இன்னிக்கோ நாளைக்கோ ரிலீஸ். எனக்குத் தேதி மறந்து போச்சு. அதை ரிலீஸ் பண்ண முடியாது. விட்டுட்டு வரபோது ஒண்ணு ரெண்டு ஷட் பாக்கி இருந்தது. ரீ ரீக்கார்டிங் பாக்கி இருந்தது. சென்சார்கிட்டே தேதி கேட்டு வெச்சுட்டு, படம் என்னவோ முடியலை. எல்லாத்தையும் செக்ரட்ரிகிட்ட குப்பையாப் போட்டுட்டு ஓடி வந்துட்டேன். பயங்கரம்!'

'பேர் என்ன?'

'மூன்று ரோஜாக்கள்!'

'அது ரிலீஸ் ஆயிருக்குபோல இருக்கே? பேப்பர்ல பேரைப் பார்த்ததா ஞாபகம்.'

'அப்படியா? நான் ஒரு வாரமா பேப்பர் பார்க்கலை. நீ கொடுத்த புஸ்தகத்தைப் படிச்சுக்கிட்டிருந்தேன். பாஸ்கர் ஒட்டவைச்சு ஒப்பேத்தியிருக்கான்னு அர்த்தம். என் மனைவியும் இதில கொஞ்சம் முனைஞ்சிருக்கா.'

'தி ஃபால் படிச்சியா?'

'படிச்சேன், அதில வர்ற லாயர்போல எனக்கும் உயிர் வாழறதில உள்ள ஹிபாக்ரிஸி தெரியறது. நான் இதுவரை செஞ்சது மொத்தமும் பொய். என் கல்யாணம் பொய். என் படங்கள் பொய். சிரிப்பு, நடிப்பு எல்லாம் பொய். அதுக்குத்தான் ஒரே ஒரு நிஜமான காரியம் செய்யணும்னு, இன்னும் அந்த ஆசை இருக்கு சுந்தரம். நீ இன்னும் பதிலே சொல்லலையே.'

சுந்தரம் மௌனமாக இருந்தான். தூரத்தில் சாரியாக மக்கள் ஆற்று மணலில் நடந்துகொண்டிருந்தார்கள். எதிர்க்கரையில் பந்தல் போட்டிருந்தது. காற்றுக்குச் சம்மதம் இருக்கும்போதெல்லாம் மேளம் கேட்டது.

'என்ன அங்கே?'

'கொள்ளிடக் கரைக்கு சீரங்கத்துப் பெருமாள் வரார். என் ஊர் பெருமாள் அவரைச் சந்திக்க அங்கே போறார். எங்க அப்பா அம்மா ரெண்டு பேரும் சேவிக்கப் போயிருப்பா. நீ அவளைத் தனியா சந்திச்சுப் பேசு.'

'கல்யாணியையா?'

'ஆமாம்! அவளே சொல்லட்டும்!'

'கிரேட்! சுந்தரம், வா போலாம்...' என்று எழுந்தான்.

அவசரமாக நடந்தான்.

ஏறக்குறைய ஒரு வருஷத்துக்கு முன்பு இங்கே வந்திருந்தது ஞாபகம் வந்தது. அப்போதும் கல்யாணியைக் கேட்டான். வளையல்கள் ஒலித்தன. மெதுவாக நடந்துவந்து கல்யாணி நாற்காலியில் உட்கார்ந்துகொண்டாள். ஏராளமாகக் கை நிறைய வளையல்கள். நெற்றியிலும், கழுத்தின் மாங்கல்யத்திலும் குங்குமம். உதட்டில் வெற்றிலைக்காவி. தாய்மைக்குத் தயாராகி இருந்த மார்பு. அவனை நேராகப் பார்த்தாள். தன் விரல் நகங்களைப் பார்த்துக்கொண்டே, 'உக்காருங்கோ! அண்ணா நீ?' என்றாள்.

'நான் வாசலுக்குப் போறேன்... நீங்க பேசிண்டிருங்கோ...' அவன் சென்றதும் அருணை முதல் தடவையாக நிமிர்ந்து பார்த்து, 'அண்ணா எல்லாம் சொன்னான்' என்றாள்.

'ஆமாம், கல்யாணி, நான் தயார்!'

'என்மேல உங்களுக்குக் கருணையா?'

'இல்லை கல்யாணி விருப்பம். நீ ஒருத்தித்தான் எனக்கு நிஜம், இருபது வயசில இருந்து உன்னை நினைச்சுக்கிட்டிருக்கேன். நீ ஸ்கூலுக்குப் போனது. வாசல்ல கோலம் போட்டது... கொலுவுக்குக் கிருஷ்ணர் வேஷம் போட்டது... உன்னுடைய அத்தனை பிம்பங்களும் என் மனசில பத்திரமா இருக்கு...'

'அருண்! உங்களையும் நான் கல்யாணத்துக்கு முந்தி அப்பப்ப நினைச்சிருக்கேன். ஆனா அப்பவே, அப்படி நினைக்கிறதில இருக்கிற பேராசை புரிஞ்சு உடனே என்னைக்கட்டுப்படுத்திண்டிருக்கேன்.'

'இதப் பார்கல்யாணி! நாம ரெண்டு பேருமே சந்தர்ப்பச் சூழ்நிலை யினால, அவசரத்தினால திசை மாறிப் பிரிஞ்சுட்டோம். அதை மாத்த என்னால முடியும். எனக்கு அதுல விருப்பம்.'

'அதுல என் விருப்பமும் இருக்கு, இல்லையா?'

‘நிச்சயம். அதைக் கேக்கத்தான் வந்திருக்கேன்!’

அவள் நிமிர்ந்து உட்கார்ந்தாள். ‘சொல்றேன். பேசாம உங்க ஊரைப் பார்க்க, உங்க வீட்டைப் பார்க்கப் போயிடுங்க! அதான் என் விருப்பம்.’

என்ன கல்யாணி இப்படிச் சொல்றே?’

‘எங்க அப்பா அம்மா, நீங்க இந்த மாதிரி பைத்தியக்காரத்தனமாக் கேட்டது தெரிஞ்சா உடனே பிராணனை விட்டுடுவா! அந்த மாதிரி நினைச்சுப் பார்க்கக்கூட முடியாது அவாளால. எனக்கு வாய்ச்ச கணவர் சாதாரணமான ஆசாமி. உங்க மாதிரி உலகப் புகழ் இல்லை. ஆனா, யோசிச்சுப் பார்த்தா, ஒரு சாதாரணமான கணவனுக்கு எழற சாதாரணமான சந்தேகங்கள்தான் அவருக்கு ஏற்பட்டிருக்கு. எங்க அண்ணா என்கிட்ட அவரைத் திட்டினதும் எனக்குப் பிடிக்கலை. அவருடைய உலகம் சின்னது. சிக்கல் இல்லாதது. ஆபீஸ் போற உலகம். பரீட்சை பாஸ் பண்ற உலகம். மனைவின்னா இந்த மாதிரி இருக்கணும்னு, தப்போ ரைட்டோ, ஒரு வரையறை வெச்சிண்டிருக்கார். மற்றொருத்தன் அவமேல ஆசைப்படறான்ங்கிற நினைப்பையே அவரால தாங்கிக்க முடியலை. அந்தச் சந்தேக நெருப்பை முழுங்க முடியாம என்ன என்னவோ வினோதமாச் செய்தார். அவர் சந்தேகத்தை வார்த்தைகளால நீக்க முடியலை. ஆனா இது மட்டும் நிச்சயம். அவரை நான் விட்டுட்டேன்னா, நிச்சயம் செத்துப் போயிடுவார்... அருண்! என்னோட பிரச்னைக்குத் தீர்வு, இருக்கிறதை விட்டுட்டுப் பறக்கறதைப் பிடிக்கிறதில்லை. கல்யாணம் ஆகி குழந்தை வரப்போற நேரத்தில் வேற புதுசா ஒரு பாதையைப் பரிசோதிச்சுப் பார்க்க எனக்கு விருப்பம் இல்லை. திராணி இல்லை. நான் என் அண்ணாகிட்ட அவரைப் பத்தி நிறைய கம்ப்ளெயிண்ட் பண்ணினேன். அதன் நோக்கமே வேற. அண்ணன் அவர் கூடப் பேசி என்னைப் பத்தி புரியவைப்பான்கிற எண்ணத்திலதான். இந்த மாதிரி ஒரு விபரீதமான வழி சொன்னவுடனே எனக்குத் தூக்கி வாரிப் போட்டுது. எனக்கு ஒரு கல்யாணம் போதும். அதைச் சமாளிக்க முயற்சி பண்றேன். இதில் நீங்க எனக்குச் செய்யக் கூடிய பெரிய உபகாரம், இனிமே என்னை டெலிபோன்லயோ வீட்டிலயோ துரத்தாம இருக்கறதுதான். போறீங்களா?’

‘கல்யாணி. நான்...’

'ப்ளீஸ்! மேல பேசாதீங்க. போறீங்களா? அண்ணா உள்ளே வா!'

சற்று நேரம் அவளை நேராகப் பார்த்தான். அவன் பார்வையைச் சந்திக்க முடியாமல் தலைகுனிந்து, தன் வயிற்றைப் பார்த்துக் கொண்டாள். தடவிக்கொண்டாள்.

'உதைக்கிறான், அவன் அப்பாவைப் போல.'

சுந்தரம் உள்ளே வந்தான். 'என்ன, எல்லாம் பேசியாச்சா? விஜு, இதையெல்லாம் ரிவர்ஸ் பண்ண முடியாது. கர்மநியதின்னு...'

'புடலங்கா! அடப்போடா, முதுகெலும்பில்லாத ஜனங்கள்' என்று விருட்டென்று வெளியே வந்தான் அருண். அவன் ரத்தம் பூரா உஷ்ணமாக உணர்ந்தான். நடந்தான்.

என்ன செய்வது? எங்கே போவது? நெல், கரும்பு வயல்களின் ஊடே, போனால் போகிறது என்று ஒரு ரிப்பன் பாதை. பசுமையில் அநியாயமாகச் செதுக்கப்பட்ட நிலச் சதுரத்தில் ஒரு டெண்ட் சினிமா. அதில் 'வயசுக்கு வந்த பொண்ணு.'

அருண் அதை நோக்கிச் சென்றான். ஆறு மணி ஆட்டம் ஏழரை மணிக்குத்தான் தொடங்கும்போல இருந்தது. இரண்டு கிழவிகள் சாக்கு விரித்து வேகவைத்த சர்க்கரை வள்ளியும், கரும்புத் துண்டும், கடலையும் விற்கக் காத்திருந்தார்கள். கசங்கின படுதாவில் அருண் சிரித்தான். ஐந்தடி உயரக் கூண்டில் இரண்டு டிக்கெட் துளைகள். ஓரத்தில் ஒரு ஆயில் இன்ஜின். போஸ்டர் காதுகளுடன் சரிந்திருந்த விளம்பர வண்டியில் ஒரு கிளாரினெட். ஒரு கெட்டில் டிரம். அருகே அசை போட்டு நுரைத்த மாடு... 'தீ தீ தீ' என்று சிவப்பு பக்கெட்டுகள்... என்ன தேடுகிறான்? எதைத் தேடுகிறான்?

முதலாளி தூரத்தில் துணி துவைத்துக்கொண்டிருந்தார். அருணை முதலில் அடையாளம் கண்டுபிடிக்க முடியாமல், அப்புறம் கண்டு கொண்டு, பரபரப்பாகி, 'நிசமாகவே நீங்களா?' என்றார். 'அதான் பிச்சாண்டர் கோவில்ல பேசிக்கிட்டாங்க. என்ன சார் வேணும்?'

என்ன வேண்டும்? டூ லேட் அருண். இரண்டு உலகங்களிலும் உனக்கு இடமில்லை.

'உங்க படம்தான் ஓடுது. பாக்கறீங்களா? அரை அவர். முக்கா அவர்ல ஆரம்பிச்சுறலாம். அறுப்புக்குப் போயிருக்கறவங்க வரணும் பாருங்க!'

‘எனக்குப் படத்தில சில ரீல்களை மட்டும் தனியா அரை மணி போட்டுக் காட்டுவிங்களா?’

‘ஏங்க?’

‘நான் சினிமாவை விட்டுறப் போறேன். எல்லாத்தையும் விட்டுறப் போறேன்.’

‘அடப்போங்க, தமாஷு பண்ணிக்கிட்டு. கொஞ்சம் இருங்க, போடச் சொல்றேன்.’

‘அதுக்கு உண்டான பணத்தைக் கொடுத்துடறேன்.’

‘நீங்க வந்ததே எவ்வளவு பெரிய விஷயம்...’

நாட்டின் ஒரு மூலையில் ஒரு கிராமத்தில் ஒரு காலியான கொட்டகையில் ஒரு தகர நாற்காலி. இங்கேதான் எனக்குப் பொருத்தமான முடிவு! எதிரே திரையில் 7 பளிச், 6 பளிச், 5 பளிச் என்று எண்களின் தலைகீழ். சென்சார் சர்ட்டிபிகேட். ஊது வத்திப் புகையுடன் அம்மன் படம்.

அருண், திரை முழுவதும் வியாபித்த அவன் பெயர்...

அருண், அருணைப் பார்த்தான். கதாநாயகன், பாடுவான், ஆடு வான், காப்பாற்றுவான், கண்ணீர் விடுவான், காதல் செய்வான், தங்கைக்காகத் தியாகம் செய்வான்.

அறுப்புக்குச் சென்று களைப்பவர்கள் விருப்பத்துக்கு எத்தனை பொய்கள்.

I progressed on the surface of life in the realm of words as it were, never in reality.

திரை உலகம் என்னை மறக்கப் போகிறது. நீ வேண்டாம் போ! எத்தனையோ பேர் புதுசாக வந்துவிட்டார்கள். போய்விடு, இடத்தைக் காலி பண்ணு. உச்சியில் இடம் கொஞ்சமே. காத்திருப்பவர்கள் ஏராளம். அந்த மஞ்சள் ஒளியின் இதமான சுகத்தில் நின்றது போதும்! போ! போ!... விளிம்புக்கு ஓடு!’

‘நீங்க எனக்குச் செய்யக்கூடிய பெரிய உபகாரம், போறீங் களா?’

'எங்கே போவது? இங்கேயா? இந்த இடத்திலேயா? எப்படி? இல்லை, காரில்! மனம் போனபடி மனம் போன வேகத்தில் செல்லலாம்... வெகு தூரத்தில்... சரேல் என்று ஒரு திருப்பம்.

அருண் வெளியே வந்தான்.

'ஏங்க, சொச்சத்தையும் பார்க்கலியா? கடைசி சீன் டாப்பா இருக்குதுங்க...'

'வேண்டாங்க! இந்தாங்க! வரேன்!'

'நடந்தான். தன் வீட்டை நோக்கி, தன் காரை நோக்கி, உத்தமர் கோவில் மொத்தமும் கொள்ளிடக் கரைக்குப் போயிருந்தது. சந்நிதித் தெருவை நிலா அலம்பியிருந்தது. எதிர் வீட்டு விளக்கு எரிந்துகொண்டிருந்தது. அண்ணனும் தங்கையும் புஸ்தகம் படித்துக்கொண்டிருப்பார்கள்... படிக்கட்டும், நாசமாய்ப் போகட்டும்!

காருக்குள் நுழைந்து சாவியைப் பொருத்தி ஒருமுறை உறுமிச் சீறினான். சுந்தரம் அவசரமாக அவனை அணுகுவது தெரிந்தது. கையில் ஒரு காகிதத்தைக் காட்டிக்கொண்டே வந்தான்.

'நீ வெளியே போயிருந்தபோது இந்தத் தந்தி வந்தது. வாங்கி வெச்சேன்.'

அதை வாங்கி, கதவைத் திறந்த காரின் உள் வெளிச்சத்தில் பிரித்து அசுவாரஸ்யமாகப் பார்த்தான்.

> 'மூன்று ரோஜாக்கள் பதினொரு சென்டர்களிலும் எல்லா தியேட்டர்களிலும் ஹவுஸ்ஃபுல். ஒரு தவிர்க்க முடியாத வெற்றிப் படத்தின் ஆரம்ப அறிகுறிகள். திரும்பி வா அருண்.
>
> **- பாஸ்கர்.'**

சற்றுநேரம் பிரமிப்புடன் அந்தத் தந்தியைப் பார்த்துக் கொண்டிருந்துவிட்டு அருண் சிரித்தான்... வாய்விட்டு உரக்கச் சிரித்தான்... கண்களில் நீர்வரச் சிரித்தான்.

'அபத்தம், அபத்தம்! புரியவே இல்லை.'

தீக்குள் விரலை வைத்தால் நந்தலாலா - நின்னைத்
தீண்டுமின்பம் தோன்றுதடா நந்தலாலா

- பாரதி

'கடைங்கள்லாம் அப்பவே பூட்டியிருக்கும். காலைல முதற்காரியமா அரிசி ஒரு அஞ்சு கிலோவும் காப்பி பொடியும் வாங்கியாரணும். சீட்டித் துணி எடுத்தாகணும்.'

அம்மா பணத்தை நிதானமாக எண்ணி அலமாரியில் வைத்து விட்டுக் குளியலறைக்குச் சென்றிருந்த மனோவின் திசையில் பேசினாள்.

'சினி எக்ஸ்பிரஸ்ல உன் போட்டோ வந்திருக்கே, பார்த்தியா?'

மனோ தீப்பெட்டி எடுத்து ஒரு தீக்குச்சி கிழித்தாள்.

'என்னடி பதிலே இல்லை? கோபமா?'

தீக்குச்சியின் கந்தகமுனை பற்றிக்கொண்டதும் ஏற்பட்ட ஆரம்பப் புகை அடங்கி அந்த ஜோதி ஸ்திரமாகும்வரை காத்திருந்தாள்.

'மாணிக்கத்தின் படம் என்ன ஆச்சு? பார்ட்டு குடுக்கறானா இல்லையான்னு பளிச்சுனு கேட்டுரு.'

கெரஸின் நனைந்த புடைவைத் தலைப்பில் அதைத் தொட்டாள்.

'என்ன? வென்னீர் வெக்கறியா? கிருஷ்ணாயில் வாசனை வருது!'

அதுவரை பதிலே இல்லை. என்ன இது? அம்மாவின் உள்ளுணர்வுக்குள் ஏதோ தப்பு என்று பட்டுவிட்டது. குளியல் அறைக் கதவுக்கு வந்து, 'மனோ!' என்றாள். காது கொடுத்துக் கேட்டாள். உள்ளே இருமல் சப்தம் கேட்டது. 'அம்மா, அம்மாடி...' என்று முனகல் கேட்டது. கதவு விளிம்புகளின் ஊடே புகை தப்பித்துத் தவழ்ந்தது. 'மனோ மனோ' என்று கதவை இரண்டு கைகளாலும் பலகமாகத் தட்டினாள். இப்போது புகை வேகமாகப் பீரிட ஆரம்பித்தது. அம்மாவுக்கு அடி வயிற்றில் 'அய்யோ' என்று ஒரு பந்து ஒருமித்துச் சுருட்டிப் பிடித்துக்கொள்ள பேதலித்து வெல வெலத்துப் போய் உரக்க, 'மனோ மனோ, என்னடி செய்யறே? கதவைத் திறந்துரு. நான் பெத்த செல்வமில்லியா? திறடி, திற!' என்று அலறிக்கொண்டு தோள்களாலும் கைகளாலும் மண்டையாலும், இடிக்க, கதவு 'தடக் தடக்' என்று குலுங்கியது. திறக்கவில்லை.

உள்ளே முனகல் நின்றுபோய் விகாரமான, விவரிக்க இயலாத சப்தம் ஒன்று கேட்டது. தொடர்ந்து, 'எரியுதே எரியுதே' என்று குரல் கேட்க, அம்மா வாசலுக்கு ஓடிவந்து 'ஓடியாங்களேன்! ஓடியாங்களேன்! என்னவோ ஆயிருச்சு' என்று அக்கம்பக்கத்து அத்தனை பேர் தூக்கத்தையும் கலைக்கிற ஸ்தாயியில் நரம்பு புடைக்கக் கத்தினாள்.

அவர்கள் வந்தார்கள். விசாரித்தார்கள். பதற்றப்பட்டார்கள். முனைந்து மோதினார்கள். கதவை உடைத்தார்கள். திறந்தார்கள். உஷ்ணக் காற்றுச் சீறித் துரத்த, உற்சாகப் புகை மேகங்கள் பொதி பொதியாக விடுதலை பெற்று ஓடின.

மனோ வெந்து முடிந்திருந்தாள்.

'டப் என்று மூடி திறந்துகொள்ள, துல்லியமான கிளாஸில் தங்க நிற ஸ்காட்ச் திரவத்தில் சோடா கலக்கப்பட்டது. சின்னதாக ஒரு வெள்ளி 'டிங்'குடன் கண்ணாடித் தம்ளர்கள் மோதிக்கொள்ள, 'சீர்ஸ்' என்று சொல்லி அருண் ஒரே மடக்கில் பாதியைக் காலி செய்தான்.

பாஸ்கர் எதிரே புன்னகையுடன் 'ஈஸி' என்று சொல்லிவிட்டுத் தன் கிரேப் ஜூஸை ஓரத்தில் சப்பினான். மேசை மேல் நூற்றுக்கணக்

கான தந்திகள் கிடந்தன. அந்தக் கும்பலில் மேலே இருந்த தந்தி மின்விசிறிக் காற்றில் பிரிந்து பிரிந்து FIRST WEEK ALL SHOWS BOOKED CONGRATS FOR GREAT PIC என்றது.

அருண் தனக்குள் ஒரு தங்க ராகம்போல இறங்கிய திரவத்தின் சலுகையில் சிரிக்க ஆரம்பித்தான். 'எப்படி இதை புரிஞ்சுக்கற துன்னே தெரியலை பாஸ்கர்.'

'புரிஞ்சுக்கப் பாக்காதே. இது ஒரு லாட்டரி.'

'இல்லை, நீ ஏதோ செஞ்சிருக்கே.'

'அருண்! இந்தப் படம் எதுனால வெற்றி பெற்றது தெரியுமா? முதல்ல கிராமம் கிராமம்னு சீரியஸா பண்ணையாரு காதல். அப்புறம் ஸ்லோமோஷன்ல ஊரை விட்டு ஓடற படங்களில் இருந்து மாறுதலா இருக்கு. மேல்நாட்டு ஷெட்யூலைக் கேன்சல் பண்ணதும் நமக்கு நல்லதாவே போச்சு. மாமண்டூர் போறாப்பல இப்ப ஃபாரின் போறாங்க. இந்த ரெண்டுமே இல்லாம ப்யூர் எண்டர்டெய்ன்மென்டா ஒரு நடுவாந்தர பிக்சர் சமீபத்தில வரலை... குடும்பமே தற்கொலை செய்துக்கறது, கிறிஸ்டியன் முஸ்லிமா மார்றது, முஸ்லிம் பிராமணனை வளர்க்கறது - இப்படியும் இல்லாம அதிகம் மூளையைச் செலவழிக்கத் தேவை இல்லாத கதை. ஒரு சூப்பர்ஹிட்டான பாட்டு... டான்ஸ், அதிகம் உறுத்தாத செக்ஸ்... ராவ்காருவுடைய சம்பிரதாய டைரக்ஷன்! தேர்ந்த ஒரு சமையல்காரர் மாதிரி தனக்குன்னு ஒரு மெனு வெச்சிருந்தார்...'

'இது எத்தனை நாளைக்குத் தாங்கும்?'

'நம்ம படமா? க்ளீனா இருபத்தி அஞ்சு வாரம் போகும்; சந்தேகமே இல்லை.'

'இதே மாதிரி இன்னொரு படம் எடுத்தா?'

'கவுத்துக்கும்! அதுவும் சில வேளையில சொல்ல முடியாது... இதே மாதிரி ஒரு படம், இரண்டு படம்கூடத் தாங்கலாம். எப்படியும் நீ இன்னொன்னு எடுத்துத்தான் ஆகணும். ஏகப்பட்ட டிமாண்டு. லட்சுமணன் மூணு நாளா பழியாக் கிடக்கிறார்.

'லட்சுமணனா! இனி அவரைச் சேர்க்காதே, பாஸ்கர்!'

'இல்லை அருண்! நீ போனப்புறம் எனக்குக் கடைசி நிமிஷத்தில ஒரு ஒண்ணரை ரூபாய் புரட்டிக் கொடுத்தது அவர்தான். பணம் புரட்டறதில விற்பன்னன்!'

'சின்னதா வீட்டுக்குள்ள ஒரு அச்சாபீஸ் வெச்சிருக்காரோ நோட்டு அடிக்க?'

'அடுத்த படம் அவர்தான் ஃபினான்ஸ் பண்றார். ஏ.எல். கம்பைன்ஸ். அருண் - லட்சுமணன். போதும் அருண். ஏற்கெனவே நிறையக் குடிச்சிருக்கே.'

டெலிபோன் ஓயாமல் ஒலிக்க, அதைப் போனால் போகிறது என்று எடுத்த அருண், 'ஹலோ, இல்லியே அவர் பம்பாய் போயிருக்காரே... ஷூட்டிங்குக்கு...' என்று சொல்லிவிட்டு மாடிக்குப் புறப்பட்டான். 'என் அருமை மனைவியைப் பார்த்து தாங்க்ஸ் சொல்லிவிட்டு வரேன்! இரு போயிராதே!'

'அருண், ஒரு சின்ன விஷயம்.'

'என்ன?' என்று நின்றான்.

'இதை உனக்குச் சொல்றதுக்கு எனக்கு உரிமை இருக்கான்னு தெரியலை. உன் மனைவியை நீ சரியாப் புரிஞ்சுக்கலைன்னுதான் தோணுது எனக்கு.'

'அப்பிடியா? நீ புரிஞ்சுக்கிட்டியா?'

'நான் சொல்றது - கணவன் என்கிற ரீதியில்.'

'ஒரு பாச்சலர் - நமக்கு அட்வைஸ் பண்றே.'

அறைக்குள் நுழைந்தபோது 'குப்'பென்று சிகரெட் புகை மணம் தெரிந்தது. ப்ரேமலதா டின்டின் படித்துக்கொண்டிருந்தாள். 'ப்ரேம்! சிகரெட் பிடிச்சியா?'

'ஆமாம்' என்றாள் திரும்பாமல். 'ஹள்' என்று சின்னதாகக் குரல் கேட்க, படுக்கைக்கடியில் இரண்டு பாக்கெட் நாய்கள் தெரிந்தன. 'என்ன இது இரண்டு நாய்?'

'என்னோட இத்தனை நாள் குடித்தனம் நடத்தியிருக்கீங்க. என்கிட்ட ரெண்டு நாய் இருக்கறது தெரியாது உங்களுக்கு?'

'தெரியும் ஒண்ணு ஹனி, இன்னொன்று ஜூலி.'

'பின்ன ஏன் கேக்கறிங்க?'

அவள் பின் சென்று உட்கார்ந்து அவள் முதுகு பூராவும் பட்டான். ப்ரேம் திரும்பவில்லை.

'என்ன மறுபடி கோபமா?'

'இல்லையே. கல்யாணி எப்படி இருக்கா?'

'என்னது' என்றான் பதட்டத்துடன்.

'அருண்! எனக்கு எல்லாம் தெரியும்.'

'யார் சொன்னா? பாஸ்கரா?'

'பாஸ்கர் உங்க கட்சியாச்சே! டிரைவர் சொன்னான்.'

'திருட்டு ராஸ்கல்! அவனை முதல்ல நிறுத்தணும்.'

'நிறுத்தியாச்சு. நான் நிறுத்திட்டேன். இப்ப இந்த வீட்டிலே வேலைக்காரங்களை நிறுத்தறது, கொள்றது எல்லாம் நான்தான் அருண்... கல்யாணி சௌக்கியமா? எப்ப கல்யாணம்...'

'உளறாதே! ஷீ இஸ் ப்ரெக்னன்ட்.'

'என்னது?'

'ப்ரெக்னன்ட். பெரிய பசுமாடு போல... பூ... ஊ. பாஸ்கர் செஞ்ச சதி இது! பாஸ்கர்தான் உத்தமர் கோவிலுக்கு அனுப்ப ஏற்பாடு செய்தான். 'அவ அங்க இருக்கா, போ'ன்னு பரிவோட அனுப்பி வெச்சான். எதுக்கு? எனக்கு அந்த ஷாக் கொடுக்கறதுக்கு. அவளைப் பூர்ண கர்ப்பமா பார்த்த எனக்கு அவமேல இருக்கிற மோகமெல்லாம் ஒரு விநாடியிலே கரைஞ்சுரும்னுட்டு. திருடன். முதல்ல இந்த 'மூன்று ரோஜா' அக்கவுண்ட் எல்லாம் செட்டில் ஆன உடனே அவனை நிறுத்தணும்.'

'வேண்டாம்' என்றாள் ப்ரேம். புத்தகத்தை வைத்துவிட்டுத் திரும்பினாள். அருணை நேராகப் பார்த்தாள்.

அருண் அவளருகில் உட்கார்ந்தான். 'ரொம்ப நாள் கழிச்சு உன்னை புதுசாப் பார்க்கறாப்பல இருக்கு ப்ரேம்! நான் ஒண்ணு கேட்பேன், பொய் சொல்லாம பதில் சொல்லுவியா?'

கனவுத் தொழிற்சாலை ♦ 323

'நீங்க என்ன கேட்பீங்கன்னு தெரியும் அருண். ஹைதராபாத்தில் அந்த ரூம்ல... அன்னிக்கு...'

'அதேதான்.'

'இதப் பாருங்க அருண்... இந்த மாதிரி ஒருவர்மேல ஒருவர் சந்தேகப்பட்டு, வேவு பார்த்துக்கிட்டு நாம ரெண்டு பேரும் இருக்கிறதுக்குக் காரணம் என்ன தெரியுமா?'

'என்ன?'

'நம்ம ரெண்டு பேருக்கும் இடையே கொஞ்சம் பிரியம் இன்னும் பாக்கி இருக்குதுன்னு தெரியுது.'

'அப்படியா! எங்கே இருக்குது பிரியம்? இங்கயா?'

'சீ.'

'என்னதான் சண்டை போட்டாலும் ஒரு சில விஷயங்களில் நமக்கு ஒற்றுமை இருக்கில்ல?'

'உதாரணம்?'

'படுக்கையில?'

'அப்புறம்.'

'கோபத்தில், பிடிவாதத்தில், விட்டுக் குடுக்காம சண்டை போடறல!'

அருண் பேசிக்கொண்டே அவள் உடலின் உடைகளை ஒவ்வொன்றாக நிதானமாக நீக்கினான். அவளைத் தீர்க்கமாகப் பார்த்தான்.

'அருண், நம்ம அந்நியோன்யத்தில் நமக்கே நமக்குன்னு பிரத்தியேகமாக எத்தனையோ சின்னச்சின்ன விஷயங்கள் இருக்கிறபோது, புதுசா ஒருத்தனை நாடுவேன்னு நீங்க எப்படி நினைக்க முடியும்.'

'நிறையச் சண்டை போடலாம் வா.' அவள்மேல் மூக்கைத் தேய்த்தான். 'உன்கிட்ட அல்பகோராப் பழ வாசனை அடிக்குது!' என்றான். அவளை வீழ்த்தினான்.

'அருண், லெட்ஸ் ஹேவ் எ பேபி' என்றாள்.

கழுத்தில் ஒரே ஒரு முத்துமாலை மட்டும் அணிந்திருந்தாள்.

மஹாலட்சுமி தெருவில் மாடி வீடு. அதை அடைவதற்கு பக்க வாட்டுப் படியேறிச் சென்றால், வாயிற் பக்கம் 'ஜீஸஸ் சேவ்ஸ்' என்று ஒரு வாசகம். அதன் கீழ் 'அருமைராசன் - திரைக் கவிஞர்' என்று நீல நிறப் பின்னணியில் பிளாஸ்டிக் எழுத்துக்களிட்ட சிறிய அறிவிப்புப் பலகை. கீழே கார்ப்பெட். அலமாரி நிறைய பீங்கான் பளபளப்பு. டெலிவிஷனில் கடைசி நேரப் புன்னகையுடன் ஒருவர் சிரித்துவிட்டுக் கரைந்துபோக, ஒளிபரப்பு நின்று போனதால், திரை முழுவதும் தாறுமாறாகக் கோடுகள் தெரிய, ஸ்பீக்கரில் 'மஷ்' கேட்க, மேரி அதையே வெறித்துப் பார்த்துக் கொண்டிருந்தவள், அருகில் சென்று அணைத்தாள். அலமாரி கடிகாரத்தில் மணியைப் பார்த்தாள். இன்னும் அவர் வர ஒரு மணி நேரமாவது செல்லும். மேரி தன்னைச் சுற்றிலும் பார்த்தாள். வீடு, வசதிகள்... இரவில் சப்பாத்தி செய்து மூடி வைத்துவிட்டு நடையில் உறங்கும் வேலைக்காரச் சிறுமி. கணவனின் போட்டோக்கள். கணவனுக்குக் கிடைத்த முதல் கேடயம். கணவனின் புத்தகங்கள், சித்தர் பாடல்கள், கிறிஸ்து வெண்பா, திருவாசகம், கம்பர் தரும் இராமாயணம், திரை இசைப் பாடல்கள் பாகம் ஒன்று... கணவனின் மாத்திரை பாட்டில்கள், கணவனுக்காக ஈரத் துணியில் சுற்றி ஃபிரிஜ்ஜில் வைக்கப் பெற்ற துளிர் வெற்றிலை... ஏழெட்டுப் பேனாக்கள். ஏராளமான காகிதம். கணவனின் சட்டைகள்.

கணவனை மட்டும் காணவில்லை. எங்கிருந்து எங்கு வந்து விட்டோம், அதனால் என்ன பயனைக் கண்டோம் என்பது மேரியின் எளிய உள்ளத்துக்குப் புரியவில்லை. எதற்காக இதெல்லாம் என்று பிரமிப்பாக இருந்தது. பங்களூரிலேயே அன்றாடங்காய்ச்சிகளாக இருந்திருக்கலாம் என்று தோன்றியது. பிள்ளை பிழைத்திருக்கும். வேளாங்கண்ணிக் கோவிலுக்கு ஒருமுறை போகவேண்டும். அன்னையிடம ஒரு நோவினா. 'ஓ! தூய கன்னித் தாயே! தேவகுமாரனை உன் புனித கர்ப்பத்தில் தாங்கிய அந்த ஒன்பது மாதங்களின் சந்தோஷத்தில் கொஞ்சத்தை எனக்குத் தா! துன்புறுவோரின் அன்புத் தாயே! எனக்காக ஒரு சின்ன சந்தோஷத்தைத் தருவாயா? இந்த நோவினால் நான் வேண்டும் ஒரு சிறிய பரிசைத் தருவியா? எனக்கு மறுபடி என் டோமினிக்கை மீட்டுத் தருவாயா?'

ஒன்பது முறை 'ஹெய்ல் மேரி' சொன்னாள். 'தெய்வத்தாயே! இந்தப் பிரார்த்தனையை கேப்ரியல் தேவதை உன்னை வரவேற்ற

அதே அடிபணிதலுடன் உனக்குச் சமர்ப்பிக்கிறேன். எனக்குச் செல்வம் வேண்டாம். சிறப்பு வேண்டாம். என்னை என் கணவனிடம் சேர்த்துவிடு தாயே! அது போதும் எனக்கு. மிகமிகப் பணிவுடன் நான் கேட்டுக்கொள்ளும் இந்த விருப்பத்தை யேசுவின் அன்பு இதயத்தின் சாட்சியாகக் கேட்கிறேன். எனக்கு மறுபடி ஏழ்மையைக் கொடு.'

அவள் கண்களில் கண்ணீர் மெலிதாகப் படர்ந்திருக்க ஹால் விளக்கை அணைத்துவிட்டு எதிரே அன்னை மேரியின் படத்தருகே இருந்த ஒற்றை பல்பு மட்டும் எரியும் மஞ்சள் ஒளியின் மடியில் காத்திருந்தாள்.

அருமைராசன் வீடு வந்து சேர மணி மூன்றாயிற்று. 'என்ன மேரி, இன்னும் உறங்கலையா?'

'சாப்பிட வர்றதாச் சொன்னீங்களே?'

'ரூம்ல சாப்பிட்டுட்டேன்.'

'எந்த ரூம்ல?'

'அது வந்து... கம்போஸிங் ரூம்ல மூணு பாட்டு போடவேண்டி ஆயிருச்சு! நீ போ, போய்ப் படுத்துக்க. எனக்காக முழிச்சிக் கிட்டிருக்க வேண்டாம்னு சொன்னனில்ல?'

மேரி மௌனமாக, அவன் சட்டையைக் கழற்றி, பேண்டைக் கழற்றி, பைஜாமா மாட்டிக்கொள்வதைப் பார்த்தாள்.

'ஊருக்குப் போலாங்க!'

'எதுக்கு?'

'இங்க இருந்து நாள் பூரா விட்டத்தைப் பார்த்துக்கிட்டு என்ன செய்யறேன்? ஊருக்குப் போயிடலாங்க.'

'எங்க?'

'பங்களூருக்கு, நாம புறப்பட்ட இடத்துக்கு. நம்ம சனங்க இருக்கிற இடத்துக்கு.'

'அங்க நம்ம சனங்க யாரு இருக்காங்க. உன் சிஸ்டரைத் தவிர?'

'அங்கதான் போகலாமே.'

'என்ன அறிவுகெட்டத்தனமாகப் பேசற. இங்க எனக்கு எவ்வளவு படங்கள் புக் ஆகியிருக்குது. எவ்வளவு பாடல் எழுத வேண்டி யிருக்கு... ஒரு நாளைக்கு இருபத்தி நாலு மணி நேரம் பத்தலை எனக்கு. நீ வேணாப் போய்ட்டு வா...'

'எல்லாம் எதுக்குங்க? இதெல்லாம் எதுக்குங்க?' என்றாள் மேரி.

இந்தக் கேள்விக்குப் பதிலைத் தவிர்த்து பெட்ரூமுக்குச் சென்றான் அருமைராசன்.

'தினம் இதே ரோதனையாப் போச்சு! ஒரு நா பார்த்தாப்பல வீடு திரும்பி வந்ததும் புலம்பல்... சே, வரவே வேண்டாம்போல ஆயிருது சில சமயங்களில.'

'எதுக்காக இத்தனை சம்பாத்தியம் - எதுக்காகங்க?' என்று மேரி திருப்பித் திருப்பிக் கேட்டுக்கொண்டே அழுதாள்.

அருமைராசன் அறைக் கதவை மூடிக்கொண்டு பாட்டெழுத ஆரம்பித்தான்.

'மாலை மலர் விரியும்... மாலை...'

கற்பனை தடைப்பட்டு சட்டென்று பேனாவை எறிந்தான்.

XX

Cut: The abrupt end of a scene or action. The follwing scene is spliced at the cut point.

- Editing Glossary

விசுவநாதன் அதிகாலை ஸ்ரீரங்கத்தில் இறங்கிக்கொண்டு உத்தமர் கோவில் செல்லும் எதிர் பாசஞ்சருக்காகக் காத்திருந்த ஒரு மணி நேரத்தை விரயம் செய்யாமல் அக்கவுண்டன்சி படித்தான். உத்தமர் கோவில் ஸ்டேஷனில் வந்து இறங்கிய போது யாரும் வராதது அவனுக்கு உறுத்தியது. அவர்களுக் கெல்லாம் கோபம் போலிருக்கிறது. கோபிக்கட்டுமே!

மச்சினன் என்ற ரீதியில் சுந்தரம் வந்திருக்கவேண்டாம்? வீடு போய்ச் சேர்ந்து அதிக நேரம் தங்கியிருக்காமல் டிபன் சாப்பிட்ட வுடன் அடுத்த பாசஞ்சரைப் பிடித்து திருச்சி ஜங்ஷன் போய் ராத்திரிக்கு ரிட்டர்ன் கன்பர்ம் செய்யவேண்டும். நாளைக்கு ஆபீஸில் இருந்தே ஆகவேண்டும். மெல்ல நடந்தான். கல்யாணி யைப் பார்த்து மூணு மாசமாயிற்று. எப்படி இருப்பாள்? சென்ற தடவை பார்த்தபோது பூதாகாரமாக இருந்த வயிறு இப்போது வடிந்திருக்கும்.

'வாங்க மாப்பிள்ளை' என்றான் சுந்தரம். 'ஸ்டேஷனுக்கு வர முடியலை. ஆஸ்பத்திரிக்குப் போய் மருந்து வாங்கிண்டு வர வேண்டியிருந்தது.'

விசுவநாதன் மௌனமாக உள்ளே சென்றான். மாமியார் புடைவை முழுவதும் போர்த்திக்கொண்டு சடக்கென்று எழுந்து நின்று, 'வாங்கோ! நன்னா இருக்கேளா? அடி கல்யாணி! மாப்பிள்ளை வந்துட்டார்' என்றாள்.

சிறிய அறையில் பெரும்பாலும் இருட்டாக இருக்க, ஸ்திரமாக ஒரு சிம்னி விளக்கு எரிந்துகொண்டிருந்தது. விசுவநாதன் மின் விளக்கின் ஸ்விட்சைத் தேடிப் போட்டான். தரையில் கல்யாணி உட்கார்ந்திருந்தாள். அவள் அருகே ஏராளமான துணிகளுக்கு மத்தியில் ஒரு பாப்பா கண்களையும் துக்குணியூண்டு விரல்களை யும் இறுக்கி மூடிக்கொண்டு படுத்திருந்தது. கல்யாணி, 'வாங்கோ!' என்றாள். விசுவநாதன் தரையில் உட்கார்ந்தான். ராமசுப்ரமணியன், சுரேஷ், சிவசங்கரன் என்று மூன்று பெயர்கள் இடப்பட்ட சிசு ஒருமுறை கண் திறந்து பார்த்தது. 'டேய் யார் வந்துருக்கா பாருடா' என்றதற்குப் பதிலாக 'கக்கக்' என்றது. 'இளைச்சிருக்கேள்' என்றாள் கல்யாணி.

'ஓட்டல் சாப்பாடு ஒத்துக்கலை கல்யாணி! நான் பரீட்சை பாஸ் பண்ணிட்டேன்டி. மே மாசத்துல இருந்து ஆபீசரா போடப் போறா. ஹெட் ஆபீஸ்லேயே போஸ்டிங் இருக்கும்னு சொல்றா. மாதவன் நாயர் அதுக்கு ரொம்ப ட்ரை பண்ணிண்டிருக்கான்.'

'அப்படியா?'

'ஆனா அவனைவிட எனக்கு ராங்க் அதிகம். சீனியாரிட்டி அதிகம்!'

'பாக்கறான் பாருங்கோ. இப்பவே சைக்கிள் விடறது. வாச்சை வாச்சையா உங்களைப் போலவே விரல்... காதைப் பாருங்கோ... உங்களைப் போலவே ஒட்டிண்டிருக்கு.'

விசுவநாதன் குழந்தையை ஷாக் அடிக்குமோ என்கிற சந்தேகத் துடன் தொட்டுப் பார்த்தான்.

'தலை நிறைய மயிரு. பொண்ணாப் பொறந்திருக்க வேண்டிய வன்.'

குழந்தை ஒருமுறை ஒத்திகை பார்த்துவிட்டு அழ ஆரம்பித்தது.

'அழறது' என்றான். இப்போது பெரிதாக அழுதது.

'அம்மா அழறான்' என்றாள் கல்யாணி.

கனவுத் தொழிற்சாலை

‘பசிடி! எடுத்துவிடு’ என்று அம்மாவின் குரல் கேட்டது. கல்யாணி தன் அன்புப் பார்சலை அணைத்துக்கொண்டு மார்பைத் திறந்து அதன் முகத்தை அழுத்த பால் சாப்பிடுவதை சுவாரஸ்யமாகப் பார்த்தான் விசுவநாதன்.

கல்யாணி அவனைப் பார்த்துச் சிரித்தாள். ‘ராட்சசன் என்னமா உறிஞ்சறான் தெரியுமா?’

‘எப்ப வரே?’ என்றான் விசுவநாதன்.

‘இன்னும் மூணு மாசமாவது இருக்கணும்னு அம்மா சொன்னா.’

‘மூணு மாசம் எதுக்கு? ஒரு மாசத்துல வந்துரு. சம்பளம் ஒசரும். புதுசா வீடு பார்த்து வெச்சுருக்கேன்!’

‘எதுக்கும் அண்ணாகிட்ட ஒரு வார்த்தை கேட்டுருங்கோ.’

‘உன்னை நான் கூட்டிண்டு போறதுக்கு எதுக்கு உங்க அண்ணா வைக் கேக்கணும்!’ விசுவநாதன் எழுந்து வெளியே வந்தான். மாமியார் கொண்டுவந்த காப்பியை மடக்கென்று குடித்தான்.

சுந்தரமும் அப்பாவும் வாசல் திண்ணையில் உட்கார்ந்திருந்தார் கள். ‘மாப்பிள்ளை சௌகரியமா வந்தேளோ? தோட்டத்துக்குப் போயிருந்தேன்’ என்றார் அப்பா.

‘கல்யாணியை அடுத்த மாசம் ஊருக்குக் கூட்டிண்டு போகலாம்னு இருக்கேன்.’

‘அதுக்குள்ளயா?’ என்றார் அப்பா. சுந்தரத்தைப் பார்த்தார்.

‘இன்னும் மூணு மாசமாவது அவ இங்க இருக்கணும்னு டாக்டர் சொல்லியிருக்கார்!’ என்றான் சுந்தரம்.

‘எதுக்கு?’

‘அவளே வீக்கா இருக்கா. குழந்தைக்கு வாக்ஸிநேஷன், டிரிபிள் ஆண்டிஜென், போலியோ ட்ராப்ஸ் எல்லாம் போடணுமே?’

‘மெட்ராஸ்ல இல்லாத டாக்டரா?’

‘எதுக்கும் இங்க டாக்டரைக் கேட்டுறலாமே!’

‘அடுத்த மாசம் எட்டாம் தேதி வந்து அழைச்சுண்டு போறேன்!’

‘என்ன விசுவநாதன். நான் பாட்டுக்கு ஒண்ணு சொல்லிண்டிருக்கேன். நீங்க பாட்டுக்குத் திருப்பித் திருப்பி...’

‘இதப் பாருங்க சுந்தரம். அவ என் மனைவி. அவளை எப்ப அழைச்சுண்டு போறதுன்னு எனக்குத் தெரியும். அவ ஹெல்த் பற்றி எனக்கு இல்லாத கவலையா?’

‘மனைவி ஹூம்! அவளை நடத்தின அழகு தெரியாதா?’

‘என்ன நடத்தின அழகு? உனக்கு என்னய்யா தெரியும், அவ நடந்துண்ட விதம்?’

‘என்னடா சந்துரு, அவர் வந்ததும் வராததுமா சண்டை?’

‘அண்ணா’ என்று கல்யாணியின் குரல் நடையில் கேட்டது. ‘அனாவசியத்துக்கு வாக்குவாதம் வேண்டாம். அவர் ஒரு மாசத்துல கிளம்பணும்னா, கிளம்பிட்டாப் போச்சு. வீணா வார்த்தையை வளர்க்காதே!’

விசுவநாதன் விருட்டென்று எழுந்து உள்ளே சென்றான். ‘குளிக்கணும்’ என்றான். அவன் டிக்கெட் ரிசர்வேஷன் பற்றி விசாரிக்க திருச்சி சென்றதும் அம்மா அரற்றினாள்.

‘என்ன அநியாயமா இருக்கு. பச்சை உடம்பு. கைக்குழந்தையை வெச்சுண்டு தவிக்கப் போறா! எதுக்காக இந்தப் பிடிவாதம் பிடிக்கிறார்? கல்யாணியை ரெண்டு மாசம் வெச்சுண்டு உடம்பு தேறினப்புறம் அனுப்பலாம்னு!’

சுந்தரம் நிதானமாக, ‘அம்மா கவலையே படாதே! சீக்கிரமே கல்யாணி திரும்பி வந்துடுவா. அடுத்த பிரசவத்துக்கு’ என்றான்.

சவேரா ஓட்டலில் ரிசப்ஷன் பகுதியைத் தாண்டி கண்ணாடிக் கதவுகளை விலக்கி வலது பக்கம் சென்றால் ஒரு சிறிய ப்ரீவ்யூ தியேட்டர் இருக்கும். அங்கே மாணிக்கத்தின் ‘திருப்புமுனை’ பிரத்தியேகக் காட்சி முடிந்து பத்திரிகைக்காரர்களும் நடிகர்களும் வெளியே வந்துகொண்டிருக்க, மாணிக்கம் அவர்களைப் பணிவுடன், வந்தனத்துடன் வழியனுப்பிக்கொண்டிருந்தான்.

‘கை குடுங்க மாணிக்கம்! பிரமாதம்! பிச்சு உதறிட்டீங்க!’

‘கங்கிராஜுலேஷன்ஸ். ரியலி எ போல்ட் வென்ச்சர்.’

'எல்லாம் உங்க ஆசீர்வாதம்.'

'பாட்டே இல்லியே, போகுமா?'

'ஒரு ஹம்மிங் சாங் இருக்கே, டைட்டில் சாங் இருக்கே.'

'இருந்தாலும் தைரியமாத்தான் இறங்கியிருக்கீங்க. ஏன் ஏ குடுத்திருக்கான்? க்ளீனாத்தானே இருக்கு?'

'அந்தச் சின்னப் பையனை சவுக்கால அடிக்கிறதை வயலன்ஸ்னு சொல்லி நீக்கச் சொன்னாங்க. அது பிற்பாடு அவனுடைய மூர்க்கத்தனத்தை நியாயப்படுத்தறதுக்கு சைகாலஜிகலி தேவையான சீன்னு நான் ரொம்ப வாதாடினேன். அதை நீக்க விரும்பலை. அதுக்காக ஏ.'

'அந்த சீன் பவர்ஃபுல்லா வந்திருக்குது.'

'நான் சின்ன வயசில அந்த அடி பட்டிருக்கேங்க.'

'குட் நைட்.'

கிட்டு அட்டகாசமாக வெளியே வந்தார். 'மாணிக்கம்' என்று அவனைக் கரடித் தழுவலாகத் தழுவினார். 'டின் கட்டிட்டே! என்ன படம் என்ன படம்! போலான்ஸ்கியெல்லாம் தோத்துப் போனான்... ஆமா நாளைக்கு ரிலீஸா?'

'ஆமாம்.'

'மூன்று ரோஜா ஓடற ஓட்டத்தில இது அடிப்பட்டுப் போயிடாது? ஒரு டான்ஸ், பாட்டு இல்லியேப்பா.'

'இது வேற பிக்சர்ங்க.'

'எதுக்கும் மாங்காட்டுக்கு ஒரு நடை போய்ட்டு வந்துரு!'

அவர்கள் பேசிக்கொண்டிருக்க, சற்று தூரத்தில் தயங்கி நின்று கொண்டிருந்த ஒரு இளைஞன் கிட்டுவை அணுகினான். மா நிறமாக இருந்தான். கையில் ஃபைல் போல் ஏதோ ஒன்று வைத்திருந்தான். பத்தொன்பது வயசிருக்கும். மெலிதாக மை தீட்டினாற்போல கண்கள். மிக அடர்த்தியான கேசம். தயவு கோரும் சிரிப்பு... 'வணக்கங்க' என்று கிட்டுவின் அருகில் ஆர்வத்துடன் வந்து நின்றான்.

‘இங்க வந்துட்டீங்களா, சரிதான்! மாணிக்கம், இதான் ராம்கோபால்.’

‘ராம்குமார்ங்க.’

‘அ! ராம்குமார். நல்ல நடிகர். பெங்களூர் ஆதர்ஷால டிப்ளமா வாங்கியிருக்கார்.’

‘நிறைய நாடகங்களில் நடிச்சிருக்கேங்க. ‘பேசும் பட’த்தில ஒருமுறை.’

‘நம்ம அடுத்த படத்தில போட்டுட்டாப் போச்சு.’

மாணிக்கம் கிட்டுவைத் தனியாக அழைத்து, ‘கிட்டு எவ்வளவு வாங்கியிருக்கீங்க?’

‘சும்மா ஒரு அரை நோட்டு அதுவும் ஆல்பம் தயாரிக்க.’

‘பேசாம வீட்டைப் பார்க்கத் திரும்பிப் போகச் சொல்லிடுங்க.’

‘அதுகூடச் சரிதான்.’

‘மாணிக்கம் ஒரு சின்ன போஸ்’ என்று ஒரு போட்டோகிராபர் கேட்க, ‘இருங்க, நம்ப டெக்னீஷியன்களையும் கூப்பிடறேன்.’

‘மாணிக்கம்! உன்கிட்ட ஒண்ணு சொல்லணும்னு இருந்தேன்... நம்ம மனோ இல்லை, மனோ...’

மாணிக்கம் அதற்குள் அந்தக் கூட்டத்தில் கரைந்துவிட்டான்.

‘வாங்க ராம்குமார்!’ என்றார் கிட்டு.

ராம்குமார் அருகில் வர, ‘எல்லாம் பேசிட்டேன்... ஒரு ஸ்கிரீன் டெஸ்ட் எடுத்துறலாம்னு சொல்லிட்டார். பார்த்த உடனேயே சொல்லிட்டார். இந்தப் பையனுக்கு நல்ல எதிர்காலம் இருக்கு, ஃபேஸ் கட் பிரமாதமா இருக்குன்னுட்டார். மாணிக்கம் யாரு தெரியுமில்ல? இன்னித் தேதிக்குப் டாப் டைரக்டர், ‘திருப்பு முனை’ன்னு இப்பதான் ப்ரீவ்யூ ஆச்சு...’

அவன் கண்களில் நம்பிக்கை ஜொலித்தது. ‘சரி நாளைக்கு என்னை வந்து வாஹினியில பாருங்க... ஒரு ரூபா சில்லறையா

எடுத்துட்டு வாங்க. ஆல்பம் தயாரிக்கணும். போட்டோகிராபர் கிட்டே சொல்லியிருக்கேன்!'

'என்கிட்ட ஆல்பம் இருக்குதே!'

'இது என்ன வீரசிம்மன், கன்னியின் கனவுகள் டிராமா ஆல்பம். சினிமாவுக்கு வேற விதமா எடுக்கணும். இப்பவே இருக்கா? இல்லை, நாளைக்குக் கொண்டுவரீங்களா? ஒண்ணும் அவசர மில்லை.'

'பணம் அவ்வளவு இல்லிங்களே?'

'எவ்வளவு இருக்கு?'

'இருநூறு தேறும்!'

'போறாது, சரி அப்புறம் பார்க்கலாம்.'

'அவன் யோசித்தான். 'இந்த வாட்சையும் மோதிரத்தையும்...' என்றான்.

'நான் என்ன மார்வாடிக் கடையா வெச்சிருக்கேன்? சைனா பஜார் போங்க' என்று சிரித்தார் கிட்டு.

மாணிக்கம் தன் அறைக்கு வந்து படுத்தபோது மணி ஒன்று இருக்கும். தூக்கம் வரவில்லை. நாளை தீர்ப்பு. நாளை தெரிந்து விடும். ஒரு வாரத்தில் 'திருப்புமுனை'யின் ஜாதகம் வந்துவிடும். அவனிடம் இன்பமான ஒரு அலுப்பு இருந்தது. முடித்து விட்டேன். பார்த்துவிட்டேன். இனி என்ன? முதலில் வெந்நீர் போட்டு உடல் உருவக் குளிக்கவேண்டும். சாதனைதான் இது. மகத்தான சாதனைதான்.

மேஜைமேல் பல தினங்களாகப் பார்க்காதிருந்த பல கடிதங்கள் இருந்தன. ஒவ்வொன்றாகப் பிரித்தான். திரை எழுத்தாளர்கள் சங்கம், கௌசல்யாவுக்கும் முகுந்தனுக்கும் திருமணம், அருண் பிக்சர்ஸ் கம்பைன்ஸின் புரொடக்ஷன் நம்பர் ஒன்று நாளை ஏவி.எம்.மில் பூஜைக்கு மின்னும் அழைப்பிதழ்... நாளை போகவேண்டும். 'மூன்று ரோஜா'வின் மகத்தான வெற்றி சற்று உறுத்தியது. அந்த மாதிரிப் படங்கள் சகாப்தம் முடிந்துவிட்டது என்று நினைத்திருந்தான். இது என்ன கடிதம்?'

குண்டு குண்டாக இடது பக்கம் சாய்ந்த எழுத்து... பிரித்தான்.

அன்புள்ள மாணிக்கம்

மாண்டியாவிலிருந்து வந்ததும் எனக்கு ஏற்பட்ட உணர்ச்சிகளை உடனே உங்களுக்கு எழுதுகிறேன் - யோசித்துப் பாருங்கள். நீங்கள் செய்தது நியாயமா? எனக்கு ஏற்பட்ட நஷ்டம் பெரிதல்ல... உங்களுடன் பேசிக்கொண்டிருந்த கணங்களில் எல்லாம் உங்களை என்னுடைய நிஜமான அனுதாபி என்றுதான் எண்ணிக்கொண்டிருந்தேன். என் அவல வாழ்க்கையிலிருந்து மீட்சிக்கு ஒரு வாசல் நீங்கள் என்று நினைத்துக்கொண்டேன். ஆவலுடனும் படபடப்புடனும் வந்து சேர்ந்த எனக்கு அன்று ஏற்பட்ட ஏமாற்றம் என் வாழ்க்கையில் மிகப் பெரியது.

இனி எனக்கு என்ன இருக்கிறது?

மனோன்மணி

ஓ! மனோ உன்னை மறந்தே போய்விட்டேன்! முதல் காரியமாக நாளை உன்னை வந்து சந்திக்கிறேன். லட்சுமணன் படத்தின் ஆரம்ப விழாவுக்கு நீ நிச்சயம் வருவாய். இல்லை என்றால், நானே உன் வீட்டுக்கு உன்னைத் தேடிவருகிறேன். மனோ, என் படப்பிடிப்பு அவசரத்தில் உன்னைப் புறக்கணித்துவிட்டேன். உன்னிடம் முக்கியமாகச் சொல்லவேண்டியது ஒன்று. ஒரு இனிப்பான செய்தி பாக்கி இருக்கிறது. அதை நாளை சொல்கிறேன். காத்திரு மனோ! உனக்காக என் அடுத்த படத்தில் ஒரு பிரமாதமான பார்ட் எழுதி வைத்திருக்கிறேன். அப்புறம் உன்னை நான்...

வருகிறேன் மனோன்மணி!

Montage: A rapid flow of images with one or more themes.

செட்டுக்கு வெளியே மரத்தடியில் ஒரு டிரைவர் பழைய தந்தி பத்திரிகை படித்துக்கொண்டிருந்தார். அவர் கழுத்தருகே ஒரு ஓசி வாசகர்.

5 பெண்கள் சாவு, திருப்பதிக்கு வரும் பக்தர்களுக்கு இலவசச் சாப்பாடு. ஆள் மாறாட்டம் செய்து பரீட்சை எழுதினார். பருவப் பெண்ணைக் கற்பழித்த 2 வாலிபர்கள். குட்டி நடிகை கருகிச் சாவு...

சிரிப்பு...

'இது யாரு அண்ணே குட்டி நடிகை? கொஞ்சம் குடுங்க...'

'இர்றா நான் படிக்கிறேன்.'

'சென்னை ஏப் 5: விருகம்பாக்கத்தில் குடியிருந்த குட்டி நடிகை மனோன்மணி நேற்று கருகிச் செத்தாள். இரவில் தன் உடம்பு முழுவதும் கெரஸின் (மண்ணெண்ணெய்) ஊற்றிக்கொண்டு எரிந்து செத்தாள். பல சினிமாப் படங்களில் சிறு வேடங்களில் நடித்த இவள் தற்கொலைக்குக் காரணம், கடன் தொல்லைகள் என்று சொல்லப்படுகிறது.'

'யார்றா மனோன்மணி?'

'அது யாரோ? ஏதாவது கேஸா இருக்கும்.'

அந்தச் செய்தியில் பல விஷயங்கள் இல்லை.

மனோன்மணி தீர்மானத்துடன் நெருப்புக் குச்சி கிழித்து தன் மேல் போட்டுக்கொண்டபோது ஏற்பட்ட 'குபுக்' என்ற தீ பரவல் இல்லை. அது அவளை முற்றிலும் ஆக்கிரமித்துக்கொண்டு நெற்றிப் புருவத்தில், தலை முடியில், கண் இரைப்பைகளில் தீண்டியபோது அப்புறம் உடைகளைச் சடுதியில் சாப்பிட்டு விட்டுச் சருமத்தைத் தாக்கியபோது ஏற்பட்ட மகா எரிச்சலைச் சொல்லவில்லை.

நீங்கள் ஒரு சூடான பாத்திரத்தையோ, நெருப்பையோ அகஸ் மாத்தாக ஒரு செகண்ட் தொடும்போது ஏற்படும் எரிச்சலுக்கு ஃபர்ஸ்ட் டிகிரி பர்ன் என்று பெயர். தீக்காயம் சற்று ஆழமாக்கப் பட்டு, சருமம் கொஞ்சம் தீய்ந்திருந்தால் அது செகண்ட் டிகிரி.

மனோவின் உடலில் எண்பது சதவிகிதத்துக்கு தேர்ட் டிகிரிக் காயங்கள். அவளுடைய அழகான உடலின் புறச் சருமம் அனைத்தையும் எரித்து உள்ளே இன்னும் உள்ளே சென்று சப் க்யூட்டேனியஸ் படிமங்களைத் தாக்கி எலும்பைத் தொட்ட தீ. எரிபட்ட இடங்களில் சில வெளுப்பாகியது. சில கறுப்பாகியது. தீய்க்கப்பட்ட சருமம் உதிர்ந்து காய்ச்சின வெண்ணெய்போல் வழிந்து, அந்த இடங்கள் எல்லாம் சிவப்புக் குதறல்களாயின.

இதையெல்லாம் அந்தச் செய்தி சொல்லவில்லை. ஒன்றிரண்டு நிமிஷங்களில் நம் அருமை மனோன்மணிக்கு, ஒரு யுகத்துக்கு உண்டான வேதனைப்பட்டதை இது சொல்லவே இல்லை.

ஒக்க மடிந்ததடி!
ஊடுருவ வெந்ததடி!
கற்கோட்டை எல்லாம்
கரிக்கோட்டை ஆச்சுதடி!

என்று பாடப் பட்டினத்தார் அங்கே இல்லை.

ராத்திரி முழுவதும் அவள் அம்மா சுவரில் முட்டிக் கொண்டதை யும், 'எதுக்காகடி? எதுக்காகடி?' என்று திரும்பத் திரும்பக் கேட்டதையும் அந்தச் செய்தி சொல்லவில்லை.

ரப்பர் டயர் கைவண்டியை இரண்டு கரிய உடல் வியர்வைக்காரச் சீமான்கள் மெல்ல இழுத்துவர அதன் முதுகில் ஒரு பெரிய பேனரின் கவிழ்ந்த பக்கம் சவாரி செய்துகொண்டிருந்தது. நுங்கம்பாக்கம் திசையிலிருந்து ஜெமினி சதுக்கத்துக்கு வந்து கொண்டிருந்த அந்த வண்டியுடன் சற்று நேர சிநேகமாக ஒரு சிறுவன் நடந்து, மடிந்து குனிந்து அடிப்பாகத்தில் என்ன எழுதியிருக்கிறது என்று பார்க்க முயன்றான்.

'என்ன படம் பிரதர்?' என்று கேட்டான். 'போடா டேய்!' என்று அதட்டப்பட்டான்.

வண்டி ஜெமினிக்குள் நுழைந்து இளைப்பாறியது. காம்பவுண்டு சுவர்களின்மேல் பிரமாண்டமாக எட்டிப் பார்த்துக் கொண்டிருந்த பேனர்களின் மத்தியில் ஒரு காலியிடம் தயாராக இருந்தது.

உழைப்பாளிகள் கயிறு கட்டி, ஜகடை வைத்து, அந்த பேனரை மெதுவாக மெதுவாக நிமிர்த்தினார்கள். அதன் எழுத்துக்கள் அந்தரத்தில் தொங்கின.

'கனவுத் தொழிற்சாலை.'

ரிக்கார்டிங் தியேட்டர் வாசலில் செருப்புகள் உதறப்பட்டன. 'பட் பட்' என்று செல்லமாகச் சாத்தப்பட்டு, பிரமுகர்கள் வந்து இறங்கி, தத்தம் பட்டுப் புடைவை மனைவியருக்கு விசுவாசத் துடன் காத்திருந்து, ஜோடி ஜோடியாக உள்ளே நுழைந்தார்கள்.

'வாங்க! வாங்க!' என்று லட்சுமணன் வரவேற்றுக் கொண்டிருந்தார். அருகே சேட்டுப் பையன் சற்றுத் தூரத்தில் மஞ்சள் சில்க் அணிந்த வளைக் கண்கொட்டாமல் பார்த்துக்கொண்டிருந்தான். பாஸ்கர் சுறுசுறுப்புடன் பூஜை ஏற்பாடுகள் செய்துகொண்டிருந்தான்.

கிட்டு காரிலிருந்து இறங்கி நேராக லட்சுமணனிடம் சென்றார்.

'வாய்யா கிட்டு, எங்கே கவிஞர் அருமைராசன்?'

'வாரார் வாரார்! அவர் இல்லாமயா? வந்துருவார். ராத்திரி ஒரு பார்ட்டி... என்ன லட்சுமணன் சார்! புதுப்படமா? கேஸ் எல்லாம் என்ன ஆச்சு?'

'என்ன ஆச்சு, ஃபைன் கட்டினேன். அதான் ஆச்சு!'

'இண்டஸ்ட்ரில, 'லட்சுமணன் அவ்வளவுதான் காலி'ன்னுல்ல பேசிக்கிட்டாங்க!'

‘இதப் பார்கிட்டு! உனக்கும் எனக்கும் இந்த சேட்டுக்கும் அழிவே கிடையாது. டைரக்டருங்க, நடிகருங்க, பாட்டு எழுதறவுங்க, மியூசிக் டைரக்டருங்க எல்லாரும் மாறுவாங்க. வருவாங்க. வந்த சுவடு தெரியாம போவாங்க. லட்சுமணனையும் கிட்டுவையும் சேட்டையும் அழிக்கவே முடியாது. சேட்டு பாரு! எந்நேரமா மஞ்சுவையே கவனிச்சுக்கிட்டிருக்காரு! என்ன சேட்டு?’

அந்தப் பெண் குத்துவிளக்கேற்றுகையில் மார்புப் புடைவை சரிந்ததை நிதானமாகச் சரிசெய்துகொண்டதில் சேட்டின் ஹார்ட் ஒரு துடிப்பைத் தவறவிட்டது.

‘யாரது’ என்றார் சேட் சிக்கனமாக.

‘புதுசா வந்திருக்கு.’

‘இந்தப் படத்தில் நீங்களும் உண்டா லட்சுமணன் சார்?’

‘நான் இல்லாமலா? அருணும் நானும் ஏ.எல். கம்பைன்ஸ்னு எடுக்கறோம். அம்பது ரூபா செலவழிக்கப்போறோம்.’

‘ஆக்டர்ஸ்ங்க?’

‘அருணும் ப்ரேமலதாவும்தான், வேற யாரு? இன்னித் தேதிக்கு மறுபடி அவுங்கதானே டாப்பு? மூணு ரோஜா எப்படி ஓடுது பார்த்தல்ல? திருசூலத்தைச் சாப்ட்டுடும்போல இருக்கு... அதே குரூப். கால்ஷீட்டு வந்து அம்முது. அதே பசுமார்த்திதான் டைரக்ட் செய்யறாரு. சீமான்யா. தமிழ்ல ஒரு வார்த்தை தெரியாது... என்ன போடு போடறான்!’

ஏகப்பட்ட கடவுளர்கள் படங்களின் மத்தியில் குங்குமம் இட்டுக் கொண்டு ஒரு புதிய கிளாப்பர் போர்டில் ‘கனவுத் தொழிற்சாலை’ என்று எழுதியிருந்தது.

‘கனவுத் தொழிற்சாலை’- நல்ல பேரு. இதே பேரில ஒரு தொடர்கதை வந்துக்கிட்டுருக்கில்ல?’

‘முடிஞ்சுருச்சு! இது நானே முன்னமே யோசிச்ச வெச்ச டைட்டில்!’

‘அப்படியா? நல்ல கற்பனைங்க உங்களுக்கு!’

‘அதோ, அருண் வந்தாச்சு!’

சலசலப்பு. கார் மிதந்து வந்து நிற்க, உடனே அதன் கதவைத் திறக்க மூன்று பேர் போட்டி. அருண் இறங்கி வாயில் ஒரு சிகரெட் பொருத்திக்கொள்ள, அதை பற்ற வைக்க மூன்று பேர் போட்டி.

லட்சுமணன் நேராக அவனிடம் சென்று இரண்டு கைகளையும் பற்றிக்கொண்டு 'வாங்க, வாங்க! எங்கே ப்ரேம்' என்றார்.

'கொஞ்சம் லேட்டா வருவா. ஹைதராபாத் ப்ளேன் லேட்டாம்! என்ன லட்சுமணன்... பணம் கொடுப்பீங்களா, முன்ன மாதிரி த்ராட்டில விட்டுருவீங்களா.'

'என்ன தம்பி! இப்படி சபையில பேசறீங்க! பாஸ்கரைக் கேளுங்க!'

'பாஸ்கர்!'

'பணம் ப்ராப்ளம் இல்லை அருண்! ஏரியாவுக்கெல்லாம் ஹெவி டிமாண்ட். சமாளிக்க முடியலை.'

''மூணு ரோஜா' பேரைச் சொன்னா போதும்' என்றார் கிட்டு.

'அபத்தம்! இந்தப் படத்தில என்ன இருக்குனு புரியலை பாஸ்கர். புரியவே இல்லை. இன்னிக்கும் பிரமிப்பா இருக்கு!'

'இந்த ஃபீல்டில புரிஞ்சுக்கறதுக்கே முயற்சி பண்ணக்கூடாது.'

'எல்லாரும் வந்தாச்சா?'

'அருமைராசன் வரணும்.'

அருண் ஓரத்தில் மாணிக்கத்தைப் பார்த்தான்.

'என்ன மாணிக்கம்? எங்க இந்தப் பக்கம்?

'நீங்கதானே இன்விடேஷன் அனுப்பிச்சிங்க அருண்?'

'ஸாரி!'

ஹெல்மட் அணிந்த சாஸ்திரிகள் ஸ்கூட்டரில் வந்து இறங்கினார்.

''திருப்புமுனை' பார்த்தீங்களா அருண்?'

'பார்த்தேன். பிரமாதம்!'

'விகடன் 61 கொடுத்தான்.'

'என்ன பிரயோசனம்? ஈகால நூன் ஷோ மட்டும் ஓடுது. போட்ட பணத்தை எடுத்துருமா?'

'இல்லை அருண்! கடிக்குது!'

'அதான் சொன்னேனே மாணிக்கம்! நம்ம 'கனவுத் தொழிற் சாலை'க்கு வந்துடுங்க. நாம் எல்லாரும் சேர்ந்து ஈஸ்ட்மன் கலர்ல சர்க்கரை தடவி ரீலா இரண்டு பரிமாண மனிதர்களைப் படைக்கலாம்...'

கிட்டு, 'மனோன்மணின்னு ஒரு பொண்ணு. தெரியுமில்ல அருண்? வெட வெடன்னு... மாநிறமா?... தற்கொலை பண்ணிக்கிச்சாம்!'

'அடடா! மியூசிக் பார்ட்டி ரெடியா?'

மாணிக்கம் ஸ்தம்பித்து நின்றான். 'கிட்டு! என்ன சொன்னீங்க?'

'தெரியாது? 'இளந்தலைவன்'ல வந்துதே...'

'ஆமாம்.'

'பொசுங்கிப் போச்சு! கருகிப் போயிட்டா! தற்கொலை.'

'எப்ப? எப்ப?' என்று பதறினான்.

'தேதி ஞாபகம் இல்லை மாணிக்கம்! இதோ, அருமைராசன் வாரார்.'

மாணிக்கம் அருகில் சுவரைப் பிடித்துக்கொண்டான். சற்று நேரம் அவன் உலகம் தடுமாறியது. சுற்றியது. கடிகாரத்தைப் பார்த்தான். அவசர அவசரமாக வெளியே வந்தான். மியூசிக் பார்ட்டியை இறக்க வந்த டாக்சியில் பாய்ந்தான். 'விருகம்பாக்கம் போப்பா' என்றான்.

ஒரு சாக்லேட் நிற புத்தம் புதிய அம்பாசிடர் காரில் அருமைராசன் வந்து இறங்க உடனே கிட்டு போய்க் கதவைத் திறந்து, 'வாங்க அருமை, உங்களுக்குத்தான் எல்லோரும் காத்திருக்கோம்... எங்க தங்கச்சி மேரி?'

'ஊருக்குப் போயிருக்குது!'

'என்ன? எதாவது விஷமம் பண்ணிட்டியா?'

கனவுத் தொழிற்சாலை ♦ 341

'அப்படித்தான் வெச்சுக்கங்களேன்.'

அருமைராசன் சில்க்கில் ஜிப்பா அணிந்து கண்களில் ரேபான் கண்ணாடி அணிந்திருந்தான். மெலிதான தொப்பையை அடக்கி, சரிகை வேஷ்டி கட்டியிருந்தான். தோளில் தாராளமாக சால்வை. கை விரல்களில் மோதிரங்கள். காலில் சிங்கப்பூர் செருப்பு... நடையில் ஒரு ராஜஸத்துடன் அருணை நோக்கி நடந்தான். அவன் பின் ஒரு இளைஞன், நோட்டுப் புத்தகம் வெற்றிலைச் செல்லம், சில மாத்திரை பாட்டில்களுடன் தொடர, 'வணக்கங்க!' என்றான்.

'வாங்க அருமைராசன்!'

அருமைராசன் தன் கைக் கடிகாரத்தைப் பார்த்துக்கொண்டு 'ஒம்பது முப்பத்திரண்டு... பத்தரைக்குள்ள முடிஞ்சுருமா?' என்றான்.

'தாராளமா?'

'பாட்டு தயார் பண்ணிட்டேன். அவுங்க ரெடியா?'

'ரெடி! பிரமாதமா ட்யூன் போட்டிருக்காரு ராஜா.'

'உங்களை எங்கேயோ பார்த்த மாதிரி இருக்கு அருமைராசன்!' என்றான் அருண்.

'அப்படியா! எங்க?' என்று சிரித்தான் அருமைராசன்.

எல்லாரும் ரிக்கார்டிங் தியேட்டருக்குள் நுழைந்தனர்.

மாணிக்கம் விருகம்பாக்கம் காலனியை அடைந்தபோது சைக்கிள் ரிக்ஷாக்காரன் மரத்தடியில் தூங்கிக்கொண்டிருந்தான். அதைக் கடந்து ஒரு டீக்கடை இண்டர்நேஷனல், ஸ்டீல் ஒர்க்ஸ், பிலிம் பெட்டி தயாரிப்பாளர்கள், 'இவ்விடம் காகிதப்பூ, உடைகள், துப்பாக்கிக் குண்டு, லினோலியம் விக் முதலியவை சகாய விலைக்கும் குறைந்த வாடகைக்கும் கிடைக்கும். தணிக்கைக்கு கதை வசனம் டைப் அடித்துத் தரப்படும்' என்கிற போர்டு. அதையடுத்து நீண்ட ஒற்றை மாடிக்கட்டடத்தில் மனோன்மணியின் வீட்டை மெதுவாக நெருங்கினான். வாசலில் வந்து நின்றான்.

பூட்டியிருந்தது. புதிதாகப் பெயிண்ட் அடித்திருந்தது. நிமிர்ந்து பார்த்தான். ஒரு போர்டு தொங்கியது.

‘கனவுக் கன்னி’ ஹேமமாலினியின் கனவுகளை நனவாக்கிய பிரபல கைரேகை நிபுணர் ஸ்டார் ஜோதிடர் கே. நாகராஜ்’ என்பவரின் போர்டு.

‘உங்கள் முக்காலப் பலன்களை அறிய உடனே சந்தியுங்கள். பார்வை நேரம்...’

மாணிக்கம் அந்தக் குறுகலான வாயிற்படியில் அப்படியே கீழே உட்கார்ந்துகொண்டு தன் வெயில் கண்ணாடியைக் கழற்றி விட்டு...

உரக்க அழுதான்.

ரிக்கார்டிங் கான்ஸோலுக்குத் தேங்காயின் மேல் சூடம் கொளுத்திச் சுற்றினார்கள். கண்ணாடி ஜன்னலுக்கு உள்ளே வாத்தியங்கள் தயாராக இருந்தன. அவற்றின் சுருதி சேர்ப்பு, இங்கே கான்ஸோலின் முட்களில் நடனமிட, இசையமைப்பாளர் அதன் குமிழ்களைச் சன்னமாகத் தீட்டி அமைத்துக் கொண்டிருந்தார். மேல் ஓரத்தில் இருபது வயலின்கள். அதோ ஒரு பியானோ, இங்கே டிரம்களில் ஏழு வகை, வைப்ராஃபோன் சின்தசைஸர் என்று எத்தனை வகை வாத்தியங்கள்! வலது ஓரத்தில் தனி அறையில் ஹெட்போன் அணிந்து பாடகர்கள். மற்றொரு மூலையில் ‘லல்லல்லா’ பெண்கள்.

கண்ட்ரோல் ரூமில் உயரமான ரிக்கார்டிங் சாதனத்தில் பட்டை டேப் பொருத்தப்பட்டுக் காத்திருந்தது. சங்கீத டைரக்டருக்குப் பின்னால் நாற்காலிகளில் அருண், பாஸ்கர், லட்சுமணன், அருமைராசன், கிட்டு, சேட், அருகில் அந்த மஞ்சள் சில்க் பெண் மற்றும் பணம் போடப்போகும் பெரியவர்கள் வீற்றிருக்க.

‘ஏ.எல்.கம்பைன்ஸ் கனவுத் தொழிற்சாலை, சாங் நம்பர் ஒன், டேக் நம்பர் ஒன்!’

‘ரன்னிங்!’

டேப் சுழன்றது.

கைச் சொடக்கல். டிக் டிக் டிக்... மௌனம்... உள்ளே உதவி டைரக்டர் காற்றில் ஒரு வெட்டு வெட்ட -

திடீரென்று வயலின்கள் உயிர்பெற்றன. அவற்றுடன் செல்லோ சேர்ந்துகொள்ள, ஃப்ளூட் கொஞ்சியது. டபிள் பேஸ் துடித்தது.

கித்தார் குதித்தது. சின்தசைஸர் கலந்து, ஒரு இம்மி பிசகாத சுருதியில் அத்தனை வாத்தியங்களும் சேர்த்துக்கொண்டு வர்ண தொனிகளை இழைத்து இறைக்க...

ஒரு கணத்தில் அத்தனையும் ப்ரேக் போட்டதுபோல நிற்க, உடனே அருமைராசனின் வரிகள் ஒலிக்கத் தொடங்கின.

'மாலை மலர் விரியும் மாய எழிற் சோலை
காலை கலையும் கனவுத் தொழிற்சாலை'

முற்றும் என்பதற்கு முன்

பாடல்கள்: அருமைராசன், மு.மேத்தா, அப்துல் ரகுமான், திருவாட்டி சின்னத்தாயின் ஒப்பாரி (நன்றி: துறைவன்)

தகவல் உதவி விளம்பரம்: ஆனந்தவிகடன் காரியாலயத்தினர்

கலை: ஜெயராஜ் ஃபெர்னாண்டோ

எடிட்டிங்: எஸ்.பாலசுப்ரமணியன்

தலைப்பு, மேற்கோள்கள்: ரென் டெய்ட்டன், டேவிட் நிவென், பிலிம் நியூஸ் ஆனந்தன்.

நடிப்பு: அருண் விஜய், ப்ரேமலதா, வி.கல்யாணி, பாஸ்கர், ஜி.கிருஷ்ணமூர்த்தி (கிட்டு), எஸ்.வி. லட்சுமணன், மனோன்மணி, மாணிக்கம், ஞானசேகரன், வேணுகோபால், சிமன்லால் சேட் மற்றும் பலர்.

கதை, வசனம், டைரக்‌ஷன்: சுஜாதா

வணக்கம்